மறுவாசிப்பில் தமிழ் நாவல்கள்

நாவலாசிரியர்களின் படைப்புத் திறன்

ந.முருகேசபாண்டியன்

நியூ செஞ்சுரி புக் ஹவுஸ் (பி) லிட்.,
41-பி, சிட்கோ இண்டஸ்டிரியல் எஸ்டேட்,
அம்பத்தூர், சென்னை- 600 050.
☎: 044 - 26251968, 26258410, 48601884

Language : Tamil
Maruvasippil Tamil Navalgal
Navalasiriyargalin Padaippu Thiran

Author: **N.Murugesapandian**
First Edition : July, 2023
Copyright: Author
No.of Pages: 228
Publisher :
New Century Book House Pvt. Ltd.,
41-B, SIDCO Industrial Estate,
Ambattur, Chennai - 600 050.
Tamilnadu State, India.
Email: info@ncbh.in
Online: www.ncbhpublisher.in

ISBN : 978 - 81 - 2344 - 476 - 5
Code No. A 4838
₹ **320/-**

Branches

Ambattur 044 - 26359906 **Spenzer Plaza (Chennai)** 044-28490027
Trichy 0431-2700885 **Pudukkottai** 04322- 227773 **Thanjavur** 04362-231371
Tirunelveli 0462-4210990, 2323990 **Madurai** 0452 2344106, 4374106
Dindigul 0451-2432172 **Coimbatore** 0422-2380554 **Erode** 0424-2256667
Salem 0427-2450817 **Hosur** 04344-245726 **Krishnagiri** 04343-234387
Ooty 0423 - 2441743 **Vellore** 0416-2234495 **Villupuram** 04146-227800
Pondicherry 0413-2280101 **Nagercoil** 04652 - 234990

மறுவாசிப்பில் தமிழ் நாவல்கள்
நாவலாசிரியர்களின் படைப்புத் திறன்
ஆசிரியர்: **ந.முருகேசபாண்டியன்**
முதல் பதிப்பு: ஜூலை, 2023

அச்சிட்டோர்: **பாவை பிரிண்டர்ஸ் (பி) லிட்.,**
16 (142), ஜானி ஜான் கான் சாலை, இராயப்பேட்டை, சென்னை - 14
☎: 044-28482441

All rights reserved. No part of this book may be reprinted or reproduced or utilised in any form or by any electronic, mechanical, or other means, now known or hereafter invented, including photocopying and recording, or in any information storage or retrieval system, without permission in writing from the publishers.

இனிய நண்பர்
வெ.இறையன்பு
அவர்களுக்கு...

என்னுரை

பூமியில் மனித இருப்பு, முடிவற்ற கதைகளால் நிரம்பித் ததும்புகிறது. யோசிக்கும்வேளையில் பிரபஞ்சம் என்பது கதைகளால் தான் உருவாகியுள்ளது. எழுத்து மொழி அறியாமல் கிராமத்திற்குள்ளேயே வாழ்ந்துகொண்டிருந்த கடந்த தலைமுறைப் பாட்டிகள்கூட ஏழு கடல், ஏழு மலைக்கு அப்பால் பெரிய வனத்தில் அருவிக்கரையில் இருந்த ஆலமரத்துப் பொந்தில் குடியிருந்த வண்டு பற்றிக் கதைத்தனர். எப்படிப் பார்த்தாலும் எந்தவொரு சம்பவமும் காலப்போக்கில் கதையாக உருமாறும் விந்தை நிகழ்கிறது. யாருக்குத்தான் பிறர் சொல்கிற கதையைக் கேட்பதில் ஆர்வம் இல்லை? கதை என்பது எல்லோருக் குள்ளும் ஏதோவொரு விகிதத்தில் உருவாக்குகிற வேதியியல் மாற்றம், மனதின் சிறகுகளை விரித்திடத் தூண்டுகிறது. கடந்த காலத்தின் நினைவுச் சுவடுகளாகத் தாத்தாவும் பாட்டியும் நம்முடைய நினைவுகளில் வாழ்வது, பெற்றோரின் வாய்மொழிக் கதைகள் உருவாக்கிய பிம்பங்கள் அல்லவா? குழந்தைகள் முதலாக எல்லோரும் ம்... ம்... ம்... எனக் கேட்டவாறு கதைகள் சித்திரிக்கிற உலகங்களுக்குள் பயணிக்கின்றனர். வேறுபட்ட கதைகளின் தொகுப்பு நாவலாசிரியரின் ஆக்கத்தினால் நாவல் வடிவமெடுக்கிறது. அவை, புனைவுமொழியில் விவரிக்கப்படும்போது, வாழ்க்கையின் பன்முகத்தன்மைகள் கேள்விக் குள்ளாகுகின்றன.

எனது பத்தாவது வயதில் தற்செயலாகக் கிடைத்த வாண்டுமாமா எழுதிய சிறுவனையும் சிறுத்தையையும் நண்பர்களாக்கிப் புனையப் பட்டிருந்த 'சிறுத்தைச் சீனன்' என்ற குழந்தை நாவல், வாசிப்பில் அழைத்துச் சென்ற உலகம், விநோதமானது. அப்புறம் தமிழ்வாணனின் 'இருளில் வந்த இருவர்', 'பேய் பேய் தான்' போன்ற மர்ம நாவல்கள் தொடங்கி, சிரஞ்சீவி, நாஞ்சில் பிடி.சாமி போன்ற நாவலாசிரியர்களின் கொலை, பேய்க் கதைகள் நிரம்பிய திகில் நாவல்களைப் பயத்துடன் வாசித்தேன். அவை, மனதில் பீதியைக் கிளப்பினாலும், என்னை ஈர்த்தன. பன்னிரண்டாம் வயதில் வாசித்த கல்கியின் பொன்னியின் செல்வன் நாவல், கோட்டைகளும் கொத்தளங்களும் நிலவறைகளும் நிரம்பிய வரலாற்றுச் சூழலுக்குள் என்னை மூழ்கடித்தது. அப்புறம் ஒருபோதும் மீளவியலாத நாவல் உலகில் மிதக்கத் தொடங்கியது இன்றுவரை தொடர்கிறது. கிளை நூலகத்தில் வாசிக்கக் கிடைத்த ஆர்.சண்முக சுந்தரம், ஜெயகாந்தன் எழுதிய நாவல்கள் புதிய உலகை அறிமுகப்படுத்தின. பதின்பருவத்தில் மொழிபெயர்ப்புகள் மூலம்

அறிமுகமான கார்க்கி, டால்ஸ்டாய், எமிலி ஜோலா, ஹெமிங்வே, பால்சாக், மாப்பசான். ஸெல்மா லாகர்லெவ், லேர்மன்தவ் போன்ற நாவலாசிரியர்கள் புதிய உலகினைக் காட்டினர். அந்தக் காலகட்டத்தில் நகுலன், ப.சிங்காரம், கி.ராஜநாராயணன், ஆ.மாதவன். நீல. பத்மநாபன், அசோகமித்திரன், சுந்தர ராமசாமி, எம்.வி.வெங்கட்ராம், வண்ணநிலவன், சி.சு.செல்லப்பா எனத் தேடி வாசித்த ஆளுமைகளின் பட்டியல் நீளும். இன்று முன்பின் அறியாத வளன் எழுதிய 'யூதாஸ்' எழுதிய நாவல் எனக்கு உவப்பானதாக இருக்கிறது. கடந்த பத்தாண்டுகளில் சரவணன் சந்திரன், விநாயக முருகன், இரா. முருகவேள், தமிழ் மகன், சைலபதி, ஏக்நாத், வா.மு.கோமு, அண்டனூர் சுரா, வேல்முருகன் இளங்கோ, ஜி. கார்ல் மார்க்ஸ், கலைச்செல்வி, குமார செல்வா, லக்ஷ்மி சரவணக்குமார், கரன் கார்க்கி, தமிழ்ப் பிரபா, ஜெயந்தி சங்கர், அகிலா, புலியூர் முருகேசன், எம்.எம்.தீன், பாண்டியக் கண்ணன், சி.சரவண கார்த்திகேயன், சம்சுதீன் ஹீரா, பிரியா விஜயராகவன் என நாவலாசிரியர்களின் எண்ணிக்கை பெருகிக்கொண்டிருக்கிறது. கடந்த பத்தாண்டுகளில் தமிழில் பிரசுரமாகிற நாவல்களின் போக்குகள் நம்பிக்கை அளிக்கின்றன. ஒவ்வொரு ஆண்டும் வெளியாகிற முக்கியமான நாவல்களை வாசித்தல் என்பது, என்னைப் பொறுத்தவரையிலும் மிகவும் உற்சாகமான விஷயம். இன்றுவரையிலும் கணக்கற்ற நாவல்களை வாசித்த பின்னரும், ஒரு புதிய நாவலைப் பார்த்தவுடன் மனம் அடைகிற கிளர்ச்சிக்கு அளவில்லை. நாவல் இல்லாத உலகினை என்னால் ஒருபோதும் கற்பனை செய்திட இயலவில்லை.

நாவலை வாசிப்பதன் மூலம் வாசகன் புதிய உலகில் பயணம் செய்வது நிகழ்கிறது. வாசகர்களின் கூட்டுக் கற்பனையில் உருவாக்கப் படும் கதைமாந்தர்கள், நடப்பு வாழ்க்கை குறித்த முடிவற்ற பேச்சுகளை உருவாக்குகின்றனர். ஒருநிலையில் வாசகன் நாவலின் கதைமாந்தர் களுடன் சேர்ந்து வாழ்ந்திட நேர்கிறது. ஒவ்வொருவரையும் சுற்றி இப்படியெல்லாம் ஏன் நடைபெறுகின்றன என்ற கேள்வியைக் காத்திரமான நாவல் வாசிப்பில் எழுப்புகிறது. வாசகன் தன்னையே விசாரிக்கும் நிலையினை நாவல் வாசிப்பின் வழியே அடைகிறான்.

தமிழிலக்கியத்தைப் பொறுத்தவரையில் சங்க இலக்கியம் முதலாகப் புனைகதைகள் எல்லாக் காலகட்டங்களிலும் பதிவாகி யுள்ளன. காப்பிய காலத்தில் கதைசொல்லல் மரபு உச்சநிலையை அடைந்தது. அதியற்புதப் புனைவுடைய புராணங்களில் இறைவனை முன்வைத்துப் புனைகதைகள் பல்கிப் பெருகின. பத்தொன்பதாம் நூற்றாண்டின் பிற்பகுதியில் நாவலாசிரியர்கள் கச்சிதமான வடிவத்தில் சொல்ல முயன்ற கதைகள், நாவல்களாகியுள்ளன. மேலைநாட்டுக் கதைசொல்லல் மரபினுக்கு முக்கியத்துவம் தந்திட்ட சூழலில் பல்வேறு சோதனை முயற்சிகள், தமிழில் தொடர்ந்து நடைபெறுகின்றன. எண்பதுகளுக்குப் பின்னர் தமிழில் அவ்வப்போது அறிமுகமாகும் புதிய

இலக்கியக் கோட்பாடுகளை உள்வாங்கிக்கொண்டு நாவல் எழுதும் போக்கு, பெருகியுள்ளது.

தமிழில் காத்திரமான நாவல்கள் படைத்திட்ட நாவலாசிரியர்களின் படைப்புத் திறன் குறித்துப் பல்வேறு காலகட்டங்களில் என்னால் எழுதப்பட்ட விமர்சனக் கட்டுரைகள் தொகுக்கப்பட்டு, தற்பொழுது நூல் வடிவம் பெற்றுள்ளன. இந்நூலில் மாயூரம் வேதநாயகம் பிள்ளை எழுதிய பிரதாப முதலியார் சரித்திரம் தொடங்கி, பதினைந்து நாவல்கள் மறுவாசிப்பிற்குள்ளாக்கப்பட்டுள்ளன. நாவலாசிரியர்கள் ப.சிங்காரம், தமிழவன், வெ. இறையன்பு, சி.எம்.முத்து, சரவணன் சந்திரன், எம்.ஜி.சுரேஷ் எழுதியுள்ள நாவல்களை முன்வைத்து எழுதப்பட்ட விரிவான கட்டுரைகளும் இடம் பெற்றுள்ளன.

2014 ஆம் ஆண்டில் என்.சி.பி.ஹெச், பதிப்பகம் வெளியிட்ட எனது ‘நவீனப் புனைகதைப் போக்குகள்’ என்ற நூலில் இடம்பெற்றிருந்த எட்டு கட்டுரைகளுடன் மறுவாசிப்பில் பிரதாப முதலியார் சரித்திரம், ப. சிங்காரம்: தமிழின் முதல் புலம்பெயர் நாவலாசிரியர், அசோக மித்திரனின் தண்ணீர் நாவலும் தண்ணீருக்கான போராட்டமும், தமிழரின் அடையாள அரசியலும் பாலியல் மறுபேச்சுகளும்: சாருவின் புதிய எக்ஸைல் நாவலை முன்வைத்து, கூள மாதாரி: ஒடுக்குமுறையின் வெளிப்பாடு, சூல்: தமிழின் முதல் திணைசார் சூழலியல் நாவல், வனசாட்சி: மலையகத் தமிழரின் புலம்பெயர்தலின் வலி, இச்சா: ஈழத்தமிழரின் வலியும் வேதனையும் ததும்பிடும் துன்பியல் கதை, சொல் என்றொரு சொல்: தொன்மங்களும் அரசியப் புனைவும், பின்தொடரும் மரணத்தின் நிழல், வெ.இறையன்புவின் நாவல்களை முன்வைத்து, சி.எம்.முத்துவின் இனவரைவியல் நாவல்கள், எம்.ஜி. சுரேஷின் சோதனை முயற்சிகளும் ஜாலியான நாவல்களும், புனைவுலகில் விரிந்திடும் கதைசொல்லியின் தேடல்களும் வதைகளும்: சரவணன் சந்திரனின் நாவல்களை முன்வைத்து ஆகிய பன்னிரண்டு கட்டுரைகள் புதிதாக இந்நூலில் சேர்க்கப்பட்டுள்ளன.

2006 இல் சுந்தர ராமசாமி எழுதிய ஜே.ஜே.சில குறிப்புகள் நாவல் பற்றி அவருக்குப் பிறரால் எழுதப்பட்ட கடிதங்களின் கத்தையை என்னிடம் கொடுத்த நண்பர் கண்ணன், அவற்றை முன்வைத்துக் கட்டுரை எழுதுமாறு கேட்டுக்கொண்டார். நான் எழுதிய ‘ஜே.ஜே.சில குறிப்புகள்: சம கால மதிப்பீடுகள்’ என்ற கட்டுரை, காலச்சுவடு இதழில் ஏனோ பிரசுரமாகவில்லை. அந்தக் கட்டுரையை வேறு பத்திரிகைகளில் பிரசுரிக்கவும் முயற்சிக்கவில்லை.

ஜெயமோகன் எழுதிய விஷ்ணு புராணம் நாவலை வாசித்துவிட்டு, 1998 இல் எழுதிய ‘விஷ்ணுபுரம்: சமயங்களின் புனைவுகளும் தருக்கங்களும்’ என்ற கட்டுரையைப் பிரசுரிக்க முயன்றது தோல்வியில்

முடிந்தது. ஜெயமோகன் 60 ஆம் ஆண்டு விழாவில் வெளியிடப்படும் மலருக்காக நண்பர் சுனில் கிருஷ்ணன் ஜெயமோகன் படைப்புகள் பற்றிய விமர்சனக் கட்டுரை கேட்டதனால் 'விஷ்ணுபுரம் நாவலும் எனது வாசிப்பு அனுபவங்களும்' என்று விரிவான கட்டுரையை எழுதினேன். விஷ்ணுபுரம் என்ற பெயரை மட்டும் வைத்துக்கொண்டு உருவாக்கப்பட்டுள்ள இன்றைய இலக்கிய அரசியல் சூழலில் அந்தக் கட்டுரை விரிவான புரிதலை ஏற்படுத்தும்.

எனக்குப் பிடித்த நாவலாசிரியர் ப.சிங்காரம் எழுதியுள்ள நாவல்கள் குறித்து 1994 ஆம் ஆண்டில் எனது பேராசிரியர் தி.சு. நடராசன் ஆசிரியராக இருந்து பிரசுரித்த 'காந்தள்' சிற்றிதழில் 'ப.சிங்காரத்தின் இரு நாவல்கள்: வாசிப்பு அனுபவம்' என்ற கட்டுரை வெளியானது. 2016 இல் நண்பர் சுதீர் செந்தில் ஆசிரியர் பொறுப்பில் வெளியான 'உயிர் எழுத்து' இதழில் 'ப.சிங்காரம்: தமிழின் முதல் புலம்பெயர் நாவலாசிரியர்' என்ற கட்டுரை பிரசுரமானது. ப.சிங்காரம் நாவல்கள் குறித்த பேச்சுகளைத் தமிழில் உருவாக்கிட வேண்டும் என்ற விருப்பத்தின் காரணமாக எழுதப்பட்ட அந்தக் கட்டுரையில் கூறியது கூறலாக இடம் பெற்றுள்ளவற்றைப் பொறுத்திட வேண்டுகிறேன்.

ஒப்பீட்டளவில் சமகாலத் தமிழ் நாவல்கள் குறித்த விமர்சனம் பெரிய அளவில் இல்லாத சூழலில் இந்தக் கட்டுரைகள், நாவல்கள் குறித்த வாசிப்பிலும் ஆய்விலும் புத்தொளி பாய்ச்சும் என்று நம்புகிறேன்; குறிப்பாகக் கல்விப்புலம் சார்ந்த ஆய்வாளர்களுக்கும் ஆசிரியர்களுக்கும் நாவல் பற்றிய பேச்சுகளை உருவாக்கிடும்.

பேராசிரியர்கள் முனைவர் பா. ஆனந்தகுமார், முனைவர் இரா. காமராசு, முனைவர் ஆ. சிவசு நடத்திய கருத்தரங்குகளில் பங்கேற்றபோது சில விமர்சனக் கட்டுரைகளை எழுதினேன். அவர்களுக்கு நன்றி.

கட்டுரைகளைப் பிரசுரித்த உங்கள் நூலகம், காந்தள், அந்தி மழை, பன்முகம், வல்லினம், தீராநதி, உயிர்மை, உயிர் எழுத்து, காக்கைச் சிறகினிலே, நிலவெளி இதழ்களின் ஆசிரியர்களுக்கு நன்றி.

இந்நூலினை என்.சி.பி.ஹெச். பதிப்பகத்தின் மூலம் வெளியிடுகிற நண்பர் சண்முகம் சரவணனின் தோழமை என்றும் மகிழ்ச்சிக்குரியது.

என் எழுத்துப் பணிக்குப் பின்புலமாக விளங்குகிற அன்புத் துணைவி உஷாவின் அன்பும் நட்பும் என்றும் தீராதது.

ந.முருகேசபாண்டியன்
மதுரை
9443861238

பொருளடக்கம்

1. மறுவாசிப்பில் பிரதாப முதலியார் சரித்திரம் — 11
2. ப. சிங்காரம்: தமிழின் முதல் புலம்பெயர் நாவலாசிரியர் — 27
3. அசோகமித்திரனின் 'தண்ணீர்' நாவலும் தண்ணீருக்கான போராட்டமும் — 39
4. ஜே.ஜே: சில குறிப்புகள் : சமகால மதிப்பீடுகள் — 45
5. தமிழரின் அடையாள அரசியலும் பாலியல் மறுபேச்சுகளும்: சாருவின் புதிய எக்ஸைல் நாவலை முன்வைத்து — 58
6. விஷ்ணுபுரம் நாவலும் எனது வாசிப்பு அனுபவங்களும் — 74
7. பின்தொடரும் நிழலின் குரல்: குறுக்கு வெட்டுப் பார்வை — 88
8. நெடுங்குருதி: தமிழ் மரபும் தொல்பழங்குடிக் கதைகளும் — 98
9. சொல் என்றொரு சொல்: தொன்மங்களும் அரசியல் புனைவும் — 107
10. துயில்: நோய்மையிலிருந்து விடுவிப்பு — 114
11. கூளமாதாரி: ஒடுக்குமுறையின் வெளிப்பாடு — 128
12. சூல்: தமிழின் முதல் திணைசார் சூழலியல் நாவல் — 135
13. வனசாட்சி: மலையகத் தமிழரின் புலம்பெயர்தலின் வலி — 144
14. இச்சா: ஈழத்தமிழரின் வலியும் வேதனையும் ததும்பிடும் துன்பியல் கதை — 152
15. ப.சிங்காரத்தின் இரு நாவல்கள்: வாசிப்பு அனுபவம் — 163
16. சி.எம்.முத்துவின் இனவரைவியல் நாவல்கள் — 170
17. தமிழவனின் படைப்பாளுமை — 182
18. பின் தொடரும் மரணத்தின் நிழல்: வெ.இறையன்புவின் நாவல்களை முன் வைத்து — 195
19. எம்.ஜி.சுரேஷின் சோதனை முயற்சிகளும் ஜாலியான நாவல்களும் — 204
20. புனைவுலகில் விரிந்திடும் கதைசொல்லியின் தேடல்களும் வதைகளும் சரவணன் சந்திரன் நாவல்களை முன்வைத்து — 215

மறுவாசிப்பில் பிரதாப முதலியார் சரித்திரம்

எந்தவொரு படைப்பும் புனிதமானது அல்ல; விமர்சனத்திற்கு அப்பாற்பட்டதும் அல்ல. படைப்பு என்பதே ஒருவகையில் அரசியல் செயல்பாடுதான். ஏதாவது ஒரு காரணத்தை முன்னிறுத்தி, படைப்புக் குறித்து உருவாக்கப்படுகிற புனைவுகளின் பின்னர் அரசியல் பொதிந்திருக்கிறது. ஒரு படைப்பு, காலந்தோறும் தொடர்ந்து வாசிக்கப் படும்போது, மாறியுள்ள சமூகச் சூழலுக்கேற்ப வாசிப்பில் உணர்த்தும் பொருண்மையின் ஒத்திசைவு காரணமாகக் காலத்தைக் கடந்து, பிரதியாக நிலைபெறுகிறது. படைப்பாளியின் குரல் மட்டுமல்ல, வெவ்வேறு குரல்கள் பிரதிக்குள் ஒலித்துக் கொண்டிருக்கின்றன. பிரதியின் மையத்தில் குவிந்திருக்கிற அதிகாரத்தைக் கட்டுடைக்கும் போது, வேறுபட்ட கோணங்களில் அணுகிட முடியும்; புரிந்திட இயலும். நூற்றாண்டுக்கு முன்னர் வெளியான படைப்பு என்றாலும் மறுவாசிப்புகள் மூலம், பிரதி சமகாலப் பிரதியாகிறது. 1879ஆம் ஆண்டில் அதாவது இன்றைக்கு 121 ஆண்டுகளுக்கு முன்னர் மாயூரம் வேதநாயகம் பிள்ளை எழுதி, பிரசுரித்த பிரதாப முதலியார் சரித்திரம் நாவலை மறுவாசிப்புக்குட்படுத்தும்போது, சமகாலத்துடன் நாவலின் பிரதி உறவாடுவதைக் கண்டறிய முடியும். இந்தியாவில் பிரிட்டிஷாரின் காலனியாதிக்க ஆட்சியின்போது பிரிட்டிஷாரின் ஆங்கில மொழி, உணவு, உடை, பழக்கவழக்கம் போன்றவை, தமிழர்களின் அன்றாட வாழ்க்கையில் செல்வாக்குச் செலுத்தின. ஆங்கிலேயரின் ஆட்சி அதிகாரத்தின் மீதான ஈடுபாடு காரணமாக ஆங்கில மொழியைக் கற்று, அரசியந்திரத்தில் பங்கேற்றிட முயன்ற பார்ப்பனர் உள்ளிட்ட உயர் சாதியினரின் எண்ணிக்கை கணிசமாகப் பெருகியது. அதேவேளையில் ஆங்கில இலக்கியப் படைப்புகள் உன்னதமானவை என்ற கருத்தியல், ஓரளவு ஆங்கிலக் கல்வி கற்றவர்களிடம் பரவலானது. அன்றைய காலகட்டத்தில் செய்யுளில் எழுதுவதுதான் புலமை மிக்கது என்ற பொதுப்புத்தி, தமிழ்ப் பண்டிதர்களிடம் பரவலாக இருந்தது. பெரும்பாலான பண்டிதர்கள் உரைநடையில் எழுதுவதைப் புலமைக் குறைவாகக் கருதினர்; தமிழ் உரைநடை எழுதிடச் சிரமப்பட்டனர்.

தமிழகத்தில் திண்ணைப் பள்ளிகள் வழக்கிலிருந்தபோது, ஆங்கிலேயரின் புதிய கல்விமுறை அறிமுகமானது. குறிப்பாக 1857இல் தொடங்கப்பட்ட சென்னைப் பல்கலைக்கழகம், புதிய வகைப்பட்ட கல்வி கற்றலைப் பரவலாக்கியது. இத்தகு சூழலில்தான் நீதிமன்றத்தில் மொழிபெயர்ப் பாளராகவும், பின்னர் ‘முன்சீப்’ என்ற நீதியரசராகவும் விளங்கிய மாயூரம் வேதநாயகம் பிள்ளை, தமிழின் முதல் நாவலான ‘பிரதாப முதலியார் சரித்திரம்’ படைப்பை 1879ஆம் ஆண்டில் எழுதினார். வசனத்தில் நீண்ட கதை சொல்கிற மனநிலை, பிள்ளைக்கு எப்படி உருவானது என்பது முக்கியமான கேள்வி. நாவலின் முதல் பதிப்புக்குப் பிள்ளை ஆங்கிலத்தில் எழுதியிருக்கிற முன்னுரை, ஆய்விற்குரியது. “தமிழில் உரைநடை நூல்கள் இல்லையென்பது ஒப்புக்கொள்ளப் படுகிறது. இந்தக் குறையை நீக்கும் நோக்கத்துடந்தான் இந்தக் கற்பனை நூலை எழுத முன்வந்தேன். மேலும், ஏற்கனவே வெளிவந்துள்ள எனது நூல்களான நீதி நூல், பெண்மதி மாலை, சமரசக் கீர்த்தனை ஆகிய வற்றில் குறிப்பிட்டிருக்கிற அறநெறிக் கொள்கைகளுக்குச் சான்றுகள் காட்டவும்தான் இந்த நாவலை எழுதினேன்.” தமிழில் உரைநடை நூல் இல்லை என்ற குறையைப் போக்கிடவும், அறநெறிகளுக்குச் சான்றுகள் காட்டவும்தான் நாவல் என்ற புதிய இலக்கிய வகைமையில் எழுதியதாகப் பிள்ளை தரும் ஒப்புதல் கவனத்திற்குரியது.

தமிழில் கதைசொல்கிற மரபில் அதியற்புதப் புனைவென்றாலும் முன்னொரு காலத்தில் நடந்த கதை என்று சொல்கிற வழக்கு, பெரிதும் நிலவியது. இந்தப் போக்கினை இந்தியக் கதையாடலின் பொதுத் தன்மையானதாகக் கருத முடியும். எடுத்துக்காட்டாக மகாபாரதம் கற்பனைக் கதையல்ல என்றும், கி.மு.1000இல் நடைபெற்ற உண்மைச் சம்பவம் என்றும் சராசரி இந்தியர்கள் நம்புகின்றனர். வைதிக சநாதன மதத்தின் மேலாதிக்கத்தை இந்தியாவில் வாழ்கிற பாமரரிடம் பரவலாக்கிட அன்றும் இன்றும் இதிகாசங்கள் பயன்படுகின்றன. இடைக்காலத்தில் கடவுள்களை முன்வைத்துக் கட்டுக்கதைகள் நிரம்பிய புராணங்கள், அதிக எண்ணிக்கையில் எழுதப்பட்டன. புராணம் என்ற சொல்லுக்குக் ‘கடந்த காலத்தின் கதை’ என்று பொருள். அந்த மரபில் கதைசொல்லி, பிரதாப முதலியார் சரித்திரம் நாவலையும் முன்னர் நடந்த கதைபோலச் சொல்லியுள்ளார். நம்ப முடியாத சம்பவங்கள் நிரம்பிய புராணங்களின் அதியற்புதப் புனைவுகளுடன் ஒப்பிடும்போது, முன்னொரு காலத்தில் நடைபெற்ற நிகழ்வுகளின் தொகுப்பு என்று நாவலைச் சொல்வதற்கான சாத்தியமுள்ளது. பிரதாப முதலியார் என்ற

தனிமனிதனின் வாழ்க்கை வரலாற்றுப் பின்புலத்தில் சொல்லப் பட்டுள்ள நாவல், ஒற்றைத்தன்மையான போக்கில் விவரிக்கப் படவில்லை. ஏகப்பட்ட கதைகளின் தொகுப்பாகச் சொல்லப்பட்டுள்ள பிரதியில் யதார்த்தக் கதைசொல்லலுக்கு முக்கியத்துவம் இல்லை. கதைக்குள் கதையாக விவரிக்கப்படும்போது மூலக்கதையிலிருந்து விலகினாலும், மீண்டும் எடுத்துரைப்பியலாகக் கதை சொல்லப் பட்டுள்ளது. இத்தகைய கதைசொல்லல் முறையானது இந்தியக் கதை சொல்லல் மரபிலிருந்து எடுக்கப்பட்டதாகும். நாவலில் கதையாடல் சூழலுக்குத் தக்கவாறு வெவ்வேறு பாத்திரங்கள் கதை சொல்கின்றன. அன்றைய காலகட்டத்தில் வழக்கிலிருந்த நாட்டார் வாய்மொழிக் கதைகள், கர்ண பரம்பரைக் கதைகள்,செவிவழிக் கதைகள், பஞ்ச தந்திரக் கதைகள், விக்கிரமாதித்யன் கதை போன்ற பல்வேறு கதைகள், தாராளமாக நாவல் ஆக்கத்தில் பயன்பட்டுள்ளன. கதைசொல்லல் முறையில் கதைக்குள் கதையாக விரிந்திடும் பல்வேறு கதைகளும், துணுக்குகளும், நகைச்சுவைச் சம்பவங்களும் பிரதியைச் சுவராசியமான தாக்கியுள்ளன. வேடிக்கைக் கதைகள்,கேலியான கதைகள் என விவரிக்கப்பட்டுள்ள பிரதியில் மையத்திற்கு முக்கியத்துவம் இல்லை. கதைசொல்லி கதை சொல்கிறபோது, மூலக்கதையைவிட்டு விலகி, குட்டிக் கதைகளால் நிரம்பிய ஓர் இயல் தனித்து இருக்கிறது. நாவலின் இரண்டாம் இயல் முழுவதும் பிரதாப முதலி சொல்லியுள்ள வேடிக்கைக் கதைகளும், சொந்த அனுபவக் கதைகளும் என 22 கதைகள் இடம் பெற்றுள்ளன. வாசகர்களுக்குக் குறுங்கதைகள் மூலம் உற்சாகம் அளிப்பதுதான் பிள்ளையின் நோக்கமாக இருக்கிறது.

ஆங்கில நாவல்களை வாசித்துள்ள வேதநாயகம் பிள்ளை, நவீன வடிவமான நாவல்மூலம் கதை சொல்லும்போது, மேலைநாட்டு நாவல் வடிவத்தைப் பின்பற்றாமல், சுயேச்சையான முறையில் பிரதாப முதலியார் சரித்திரம் நாவலை எழுதியுள்ளார். அவர், நாவலின் முன்னுரையில் இத்தகைய கதைசொல்லல் முறையைத் தேர்ந்தெடுத் தமைக்கான காரணத்தைக் குறிப்பிட்டுள்ளார். அவர், 'விக்கிரமபுரி நாட்டில் பிரதாப முதலி எதிர்கொண்ட விநோதமான வழக்குகளும், சிக்கல்களும், ஆண் வேடமிட்ட ஞானாம்பாள் அரசியானதும் என விவரிக்கப்பட்டுள்ள கதை, ராஜா ராணிகள் பற்றிப் படிப்பதில் ஆர்வமுடைய இந்திய வாசகர்களைத் திருப்தி செய்வதற்காக எழுதப்பட்டுள்ளது' என்கிறார். பிள்ளை, தன்னுடைய நாவலின் வாசகர்கள் யார் என்ற புரிதலுடன்தான் கதையைச் சொல்லத் தொடங்கியுள்ளார்.

நாவல் என்ற புதிய வடிவில் கதை சொல்ல முயன்ற பிள்ளைக்குப் பருண்மையான அரசியல் நோக்கம் இருக்கிறது. பிள்ளை, நாவல் எழுதியதற்கான தனது நோக்கத்தை ஞானாம்பாள் பாத்திரம்மூலம் குறிப்பிட்டுள்ளார்: "இங்கிலீஷ், பிரான்சு முதலிய பாஷைகளைப் போலத் தமிழில் வசனகாவியங்கள் இல்லாமலிருப்பது, பெருங் குறைவென்பதை நாம் ஒப்புக்கொள்கிறோம். அந்தக் குறைவைப் பரிகரிப்பதற்காகத்தான் எல்லாரும் ராஜபாஷைகளுந் தமிழுங் கலந்து படிக்க வேண்டுமென்று விரும்புகிறோம். ராஜபாஷைகளும் சுதேச பாஷைகளும் நன்றாக உணர்ந்தவர்கள் மட்டும் உத்தமமான வசன காவியங்களை எழுதக் கூடுமேயல்லாது இதரர்கள் எழுதக் கூடுமா? வசனகாவியங்களால் ஜனங்கள் திருந்த வேண்டுமேயல்லாது, செய்யுட்களைப் படித்துத் திருந்துவது அசாத்தியமல்லவா? ஐரோப்பிய பாஷைகளில் வசனகாவியங்கள் இல்லாமலிருக்குமானால் அந்தத் தேசங்கள் நாகரிகமும் நற்பாங்கும் அடைந்திருக்கக் கூடுமா? அப்படியே நம்முடைய சுயபாஷைகளில் வசனகாவியங்கள் இல்லாமலிருக்கிற வரையில் இந்தத் தேசம் சரியான சீர்திருத்தம் அடையாதென்பது நிச்சயம்." நாவல் இலக்கிய வடிவத்தை வசன காவியம் என்று குறிப்பிடுவதிலிருந்து, உரைநடைப் படைப்பு, செய்யுள் மரபின் தொடர்ச்சி என்ற பிள்ளையின் கருத்து, புலப்படுகிறது. இந்திய நாட்டின் நாகரிகமும், நற்பாங்கும் வசன காவியத்தின் அடிப்படையிலானவை என்று மேலைநாடுகளுடன் ஒப்பீட்டுநிலையில் ஞானாம்பாள் சொல்வது, நாவல் இலக்கிய வடிவத்தின் தேவையையும், முக்கியத்துவத்தையும் வெளிப்படுத்துகிறது. வெறுமனே கதை சொல்வது மட்டும் பிள்ளையின் நோக்கமன்று; கதையின் வழியாகத் தமிழர் வாழ்க்கை குறித்த விசாரணையையும், விமர்சனத்தையும் முன்வைத்துள்ளார்.

நாவலின் தொடக்க வரிகள், கதையாடல் நிகழ்ந்த காலத்தைக் கண்டறிந்திட உதவுகின்றன. ஒருவகையில் உண்மையில் நிகழ்ந்த சம்பவம் என்ற புரிதலை வாசிப்பில் உருவாக்குவது நாவலாசிரியரின் நோக்கமாக இருக்கிறது. "இந்தத் தேசம் இங்கிலீஷ் துரைத்தனத்தார் சுவாதீனமாகிச் சில காலத்திற்குப் பின்பு, சத்தியபுரி என்னும் ஊரிலே, தொண்டை மண்டல முதலிமார் குலத்திலே நான் பிறந்தேன். என் பாட்டனாராகிய ஏகாம்பர முதலியார் இந்தத் தேசத்தை ஆண்ட நவாபு களிடத்தில் திவான் உத்தியோகஞ் செய்து, அளவற்ற ஆஸ்திகளையும், பூஸ்திகளையும் சம்பாதித்தார்." கதைசொல்லியின் பாட்டனார் ஏகாம்பர முதலியார், ஆற்காடு நவாபின் ஆட்சிக் காலத்தைச் சேர்ந்தவர். மூன்று

தலைமுறையினர் வாழ்க்கைக் கதைகளால் சொல்லப்பட்டிருக்கிற நாவல், நவாபுகளின் காலத்தில் தொடங்குகிறது. பதினெட்டாம் நூற்றாண்டின் பிற்பகுதியில் நவாபுகளின் ஆட்சியின்போது, பிரிட்டிஷாரின் அதிகாரம் மெல்ல வலுவடைந்து கொண்டிருந்தது. அந்தக் காலகட்டத்தில் தெருவில் குதிரையில் பயணித்த இஸ்லாமியன் கீழே விழுந்து, மயக்கமடைந்தான். அங்கிருந்தவர்கள், “அவன் யாரோ பக்கிரி, அவனைத் தொட்டால் ஜாதிப் பிரஷ்டத்துவம் உண்டாகும்” என்று சொல்லிக்கொண்டு அப்பால் போய் விட்டார்கள். உடல் நலமற்றிருக்கிற இஸ்லாமியனைத் தொட்டால் சாதியிலிருந்து விலக்கப்படும் நிலை என்பது வைதிக சநாதனத்தின் ஆதிக்கத்தைக் காட்டுகிறது. கதைசொல்லியின் பாட்டனார், தொண்டை மண்டல முதலியார் சாதியைச் சார்ந்தவர் எனினும் சாதிய விலக்கைப் பொருட்படுத்தாமல் பக்கிரிக்கு உதவினார். நாட்டையாண்ட நவாப்தான் பக்கிரியாகக் குதிரையில் வந்தவர். அதனால் ஏகாம்பர முதலியார், நாட்டின் திவானாக நியமிக்கப்பட்டார். ஆட்சியின் முக்கியப் பொறுப்பான திவானாக ஒருவர் நியமிக்கப்படுவதற்குக் கல்வி, நிர்வாகத்திறன், அந்தஸ்து போன்றவை தேவை இல்லை என்பது திவான் நியமனத்தில் இருந்து தெரிகிறது. அதிகாரத்தில் இருக்கிற நவாப் ஏன் ஒற்றையாகக் குதிரையில் வந்தார் என்ற கேள்விக்குக் கதையில் இடமில்லை. சரி, போகட்டும். நாட்டார் கதைகளில் ஒருவருக்குத் திடீரென அதிர்ஷ்டம் எப்படியாவது வரும். அந்த மரபில் கதைசொல்லியின் தாத்தாவான ஏகாம்பர முதலிக்குத் திவான் பதவி கிடைத்திருக்கிறது. அப்புறம் என்ன? அவருக்கு ஏகப்பட்ட சொத்தும் பொருளும் குவிந்தன. நாவலின் தொடக்கம் கட்டுக்கதையாக விரிந்தாலும், வைதிக சமயத்திற்கு எதிரான சமூகச் சூழல், பதிவாகியுள்ளது.

வேதநாயகம் பிள்ளையின் பெற்றோர் கிறிஸ்தவ சமயத்தினர். கிறிஸ்தவப் பின்புலத்தில் வளர்ந்து, கல்வி பயின்ற பிள்ளை, மாயவரத்தில் மாவட்ட முன்சீப்பாகப் பணியாற்றிய போது, 1873 ஆம் ஆண்டில் திருவருள் அந்தாதி, திருவருள் மாலை, தேவமாதர் அந்தாதி ஆகிய செய்யுள் நூல்களைக் கிறிஸ்துவைத் துதித்தும், கிறிஸ்துவ வரலாற்றைப் போற்றியும் எழுதியுள்ளார். ஆங்கிலேயரின் காலனிய ஆட்சி குறித்துப் பிள்ளைக்கு உடன்பாடான மனநிலைதான் இருந்தது. பிள்ளை, ஆங்கிலேய ஏகாதிபத்திய அரசாங்கத்தை எதிர்க்கவோ, விமர்சிக்கவோ, கண்டனம் செய்யவோ பிரதாப முதலியார் சரித்திரம் நாவலில் எந்தவொரு இடத்திலும் முயலவில்லை. கிறிஸ்தவ சமய நெறிகள்,

விவிலிய வாசகங்கள் போன்றவை நாவலில் இடம்பெற்றுள்ளன. அதே வேளையில் வைதிக சமயத்திற்கு எதிரான கருத்துகளைப் பாத்திரங்களின் மூலம் நாவலில் பிள்ளை பதிவாக்கியுள்ளார். அன்றைய காலகட்டத்தில் ஆங்கிலேயரின் ஆட்சியில் மநு தருமத்தின் அடிப்படையிலான வைதிக சநாதன தருமம் விமர்சனத்திற்குள்ளானது; இதுவரை சமூக அடுக்கின் உச்சியில் வசதியாக இருந்த பார்ப்பனர்களின் நிலை கேள்விக்குள்ளானது. குறிப்பாகப் பிறப்பின் அடிப்படையில் உயர்வு, தாழ்வு கற்பித்த வருணாசிரமத்தை எதிர்த்திடும் போக்கு உருவாகிப் பரவலானது. தமிழகத்தில் சாதிய மேல் X கீழ் அமைப்பில் இருந்த பார்ப்பனர், பிள்ளைமார், முதலியார் போன்ற உயர் சாதியினருக்கு இடையில் நிலவிய சமூக அடையாளத்திற்கான முரண்பாடுகள் கூர்மையடைந்தன. சமூக அமைப்பில் பார்ப்பனர் வகித்த உயரிய இடத்தைக் கைப்பற்றிட பிள்ளைமார் போன்ற உயர்சாதியினர் முயன்றனர். பிள்ளைமார் X பார்ப்பனர் எதிர்கொண்ட அரசியல் அதிகாரப் போட்டி, நாவலின் கதையாடலில் அழுத்தமாகப் பதிவாகியுள்ளது.

நாவலின் முதல் பத்து இயல்களில் கல்வியின் முக்கியத்துவம் வலியுறுத்தப்பட்டுள்ளது. கல்வி குறித்த பிரசங்கம் வெவ்வேறு வழிகளில் வெளிப்பட்டுள்ளது. பிள்ளைக்குக் கல்வியின் மீதான அக்கறை காரணமாக கதைமாந்தர்கள், கல்வி கற்றல் பற்றிய விவரிப்பு,பத்து இயல்களில் இடம் பெற்றுள்ளன. ஏழு வயதுச் சிறுவனான பிரதாப முதலியிடம் பள்ளிக்கூடத்திற்குப் போக விருப்பமா? என அவனுடைய தந்தையாரான கனகாசல முதலியார் கேட்பது, வேடிக்கையாக இருக்கிறது. அப்போது அவன், "ஐயா, நானும் படிக்க வேண்டுமா? எனக்கிருக்கிற சுயபுத்தி போதாதா? ஏழைகள் ஜீவனஞ்செய்து பிழைக்க வேண்டியதற்காக அவர்களுக்குக் கல்வி அவசியந்தான்! நான் படிக்க வேண்டிய அவசியமென்ன? ஏதாவது வாசிக்க வேண்டியிருந்தால் வாசிக்கவும், எழுத வேண்டியிருந்தால் எழுதவும், நமக்குக் காரியஸ்தர்கள் இல்லையா? கணக்கர்களில்லையா?" என்றான். அவனுடைய பேச்சைக் கேட்ட பாட்டி உள்ளிட்ட பலரும் பாராட்டுகின்றனர். ஆனால், அவனுடைய அம்மா சுந்தரத்தண்ணியின் நீண்ட அறிவுரையைக் கேட்டு, வீட்டில் ஆசிரியரிடம் பாடம் கேட்க ஏற்பாடு செய்யப்பட்டது. பிரதாப முதலியின் சேட்டைகளைப் பொறுக்க முடியாமல், பன்னிரண்டு ஆசிரியர்கள் விலகிப்போய் விட்டனர். அன்றைய காலகட்டத்தில் ஆசிரியர்களின் அவலநிலைக்கு எடுத்துக்காட்டாகப் பிரதாப முதலியின் கல்வி கற்றல் சூழல் அமைந்திருந்தது. முதலியின்

உறவுக்காரச் சிறுமியான ஞானாம்பாள் கல்வியில் சிறந்து விளங்கினாள். அவளுடைய கல்வியறிவைக் கண்டு பிரதாப முதலி வருத்தப்பட்ட போது, தேறுதலாகச் சொன்னாள்:“ஸ்திரீகள் எவ்வளவு படித்தாலும் புருஷர்களை வெல்ல மாட்டார்கள்; ஸ்திரீகள் சொற்ப காலத்தில் வளர்ந்து, புஷ்பித்து, சீக்கிரத்தில் கெட்டுப்போகிற செடிகளுக்குச் சமானமாயிருக்கிறார்கள்...” பெண்களைக் கல்வி கற்றவர்களாகவும், பொது விஷயத்தில் அக்கறை மிக்கவர்களாகவும் சித்திரித்திருக்கிற கதையாடலின் மையப் போக்கில், ஞானாம்பாள் பேச்சை எப்படி பொருத்துவது என்ற கேள்வி தோன்றுகிறது. கல்வி கற்றலில் பின் தங்கியிருந்த முதலிக்கு ஏற்பட்டிருந்த தாழ்வு மனநிலையைப் போக்கு வதற்காக ஞானாம்பாள், பெண்களை மட்டமாகச் சொல்லியிருக்க வாய்ப்புண்டு.

சோதிடம் பொய், சாஸ்திரம் பொய் என்று அழுத்தமாகப் பிள்ளையின் கருத்துகள் நாவலில் பதிவாகியுள்ளன. பிரதாப முதலியும், ஞானாம்பாளும் வெளித்திண்ணையில் அமர்ந்து பாடம் படிக்கையில், அங்கு வந்த ஜோதிட சாஸ்திரியார், தன்னைப் பற்றி வீண் பெருமையாகப் பேசியதுடன், கரடி, புலி போன்ற கொடிய விலங்குகளின் வாய்களை மந்திரத்தால் கட்டி விடுவேன் என்று தற்பெருமையாகப் பேசினார். அப்பொழுது அருகில் கட்டியிருந்த வேட்டை நாய், சங்கிலியை அறுத்துக்கொண்டு, சாஸ்திரியின்மீது பாய்ந்து கடித்தது. நாயிடமிருந்து சாஸ்திரியைக் காப்பாற்றிய ஆசிரியர், மந்திரத்தால் நாயின் வாயைக் கட்ட முடியாதா? என்றார். அதற்கு சாஸ்திரியார் சொல்கிறார்: “எங்கள் வித்தையெல்லாம் சுத்தப்பொய்; உலகத்தில் உதர நிமித்தம் பலபேர் பல வேஷங்கள் பூண்டுகொண்டு ஜீவிக்கிறார்கள்; அப்படியே நானும் இந்த வேஷம் போட்டுக்கொண்டு திரிகிறேன்... எனக்கு நாலு புத்திரிகள்; சாஸ்திர சகுனங்கள் பார்த்து, சாதகங்கள் பார்த்து, பொருத்த நிமித்தங்கள் பார்த்து, அவர்களைக் கல்யாணஞ்செய்து கொடுத்தேன். அவர்கள் நாலு பேரும் அமங்கலியாகி விட்டார்கள்...” சாஸ்திரியின் வாக்குமூலத்தின் வழியாகச் சாதகம், சோதிடம் என்ற பெயரில் எதிர்காலப் பலன்களைச் சொல்கிற செயல் பொய்யானது என்று பிள்ளை நிறுவிட முயலுகிறார்.

ஆசிரியர், சோதிடம் பொய்யென்று நிரூபிக்கும்வகையில், எதிர்காலம் குறித்த தீர்க்க தரிசனத்தைச் சாஸ்திரி போன்ற சர்வ மூடர்கள், கோணங்கிக்காரர்கள், குறத்திகள் போன்றவர்களுக்குச் சுவாமி கொடுத்திருப்பாரா? என்கிறார். மேலும் அவர், அசேதன ஜந்துக்களாகிய

பல்லிகளுக்கும், பட்சிகளுக்கும் எப்படி எதிர்காலத்தை முன்னறிவிக்க முடியும் என்று கேள்வியை முன்வைக்கிறார். தஞ்சை நகரில் வசித்த சுப்பையனுக்கு இரு புதல்வர்கள். மூத்தவனின் ஜாதகபலன் தகப்பனுக்கு ஆகாதென்று குறிக்கப்பட்டதை அறிந்த தகப்பன் அவனைக் குழந்தைப் பருவத்தில் இருந்து புறக்கணிக்கிறான். ஆனால் அவன் நெருப்பில் சிக்கியபோது, மூத்தவன்தான் காப்பாற்றினான் என்ற கதையின் மூலம் ஜாதகபலன் போலியானதென்று நாவல் சித்திரிக்கிறது. பிள்ளை, ஆங்கிலேயரின் தொடர்பினால் அன்றைக்கு நிலவிய மூட நம்பிக்கை களை விமர்சிக்கும்வகையில் சம்பவங்களை நாவலில் எழுதியுள்ளார். சாஸ்திர சம்பிரதாயம் என்ற பெயரில் அறியாமையில் மூழ்கியிருந்த தமிழ்ச் சமூகத்தில் நாவல் மூலம் விழிப்புணர்வை ஏற்படுத்துவது பிள்ளையின் நோக்கமாகும்.

பிரதாப முதலியாரின் வீட்டுக்குப் பின்புறம் பல்லாண்டுகளாக மனிதர்கள் புழங்கிடாத மண்டபமும், அதைச் சுற்றிலும் அடர்த்தியான காடும் இருந்தன. அந்த மண்டபத்தில் தற்கொலை செய்துகொண்டவன், பிசாசு வடிவில் இருப்பதாகவும், விநோதமான ஒலிகள் கேட்பதாகவும் நிலவிய நம்பிக்கை காரணமாகப் பகலில்கூட அங்கே செல்வதற்குப் பயந்தனர். மனப்பேய் தவிர வேறு பேய் இல்லை என்று சொன்ன ஆசிரியர், பிரதாப முதலியின் கையைப் பிடித்து இழுத்துக்கொண்டு காட்டுக்குள் போனார். பேய் என்று எதுவும் இல்லை என்று பிரதாப முதலி சிறுவனாக இருக்கும்போதிலே அறிந்துகொண்டான். பேய், பிசாசு, முனி என்று தீய ஆவிகளுக்குப் பயந்து, பெரும்பாலானோர் நடுங்கிக் கொண்டிருந்த காலகட்டத்தில், அவையெல்லாம் இல்லையென்று ஆசிரியர் பாத்திரம் மூலம் கதைத்த பிள்ளை, சமூக சீர்திருத்தவாதிதான்.

பிரதாப முதலிக்கும், ஞானாம்பாளுக்கும் போதித்த ஆசிரியர், இதுவரை கற்றது புத்தக அறிவு, பாடசாலையை விட்டபிறகுதான் படிப்பு ஆரம்பமாகிறது என்று கூறிய அறிவுரை, நடைமுறை வாழ்க்கைக்குப் பொருத்தமானது. மேலும் அவர், "கல்வியின் பிரயோஜனம் எல்லாங்கூடி கடவுளை அறிவதுதான்... கல்விமானுக்குத் தெய்வபக்தியே சிறந்த பூஷணமாயிருகின்றது... அவருடைய கிருபை இல்லாவிட்டால் ஒரு நிமிஷம் நாம் சீவிக்கக்கூடுமா?அவர் நம்மை அசைக்காமல் அசையக் கூடுமா?..." என நெடிய பிரசங்கம் செய்தார். பொருளாதாரரீதியில் வசதியானவர்களின் தயவை எதிர்பார்த்திருக்கிற ஆசிரியர், கடவுள் பற்றிக் கூறிய சேதிகள், வேதாமகத்தின் சொற்கள்.

சென்னை நகரில் தர்ம சத்திரத்தில் உணவு சமைத்து விற்று வாழ்ந்த ஏழைப் பார்ப்பனரான சுப்பையனின் மகனான அனந்தையன் பள்ளிக் கூடத்தில் ஆங்கிலத்தைக் கற்றதனால் தன்னைப் பெரிய ஆளாக நினைத்துக் கொண்டான். அற்பப் படிப்பாளியான அனந்தையனின் இழிவான செயல்கள் குறித்து தேவராஜப் பிள்ளை சொன்ன கதை, கவனத்திற்குரியது. அனந்தையன் எப்பொழுதும் ஆங்கிலத்தில் பேசுதல், பல் விளக்காமல் இருத்தல், குளிக்காமல் இருத்தல், சுருட்டுக் குடித்தல், வாயில் புகையிலையைத் திணித்தல், கள், சாராயம் குடித்தல் போன்ற வற்றை விருப்பத்துடன் செய்தான். ஆங்கிலேயரிடம் வேலை செய்த வேலைக்காரர்கள், சமையல்காரர்கள், வசதியற்ற சட்டைக்காரர்கள் என்று அழைக்கப்பட்ட ஆங்கிலோ இந்தியர்களுடன் அனந்தையன் எப்பொழுதும் சேர்ந்திருந்தான். “லெக்கி எல், ஸ்டீபன், பெயின், டார்வின், கம்டி.எச், மில், ஹெர்பர்ட், ஸ்பென்ஸர், ஹக்ஸ்லி, ஹ்யூம், காலின்ஸ், டிண்டால், வால்டேர் போன்ற வேத விரோதிகளுடைய கிரந்தங்களை அவன் படித்ததினால் தெய்வம் இல்லை; வேதம் இல்லை; பாவபுண்ணியங்கள் இல்லை; நரகம் மோட்சம் இல்லை; உலக சுகமே சுகமென்கிற சித்தாந்தம் உள்ளவனானான்.” அவனுக்குத் தாலுகா முன்சீப் பணி கிடைத்தவுடன் தனது பெற்றோரையும் குடும்பத்தினரையும் புறக்கணித்தான். இறுதியில் வேலையும் போய், சொத்தும் இழந்து, மனைவியும் பிரிந்துபோன பிறகு உடல் நலக்குறைவினால் துயரமடைந்தான். ஆங்கில மொழியைக் கற்றதனால் எல்லாம் தெரிந்ததுபோல நடக்கிறவனின் அற்பச் செயல்களை விளக்குவதற்குப் பார்ப்பனர் சாதியைச் சார்ந்த அனந்தையனின் கதை சொல்லப் பட்டிருப்பதில் நுண்ணரசியல், உள்ளது. ஆங்கிலேயரின் விசுவாசியாகி அவர்களைப் போற்றி, உயர் பதவிகளைப் பெற்றுச் சௌகரியமான வாழ்க்கை வாழ்வதில் உயர் சாதியினரான பிள்ளை, பார்ப்பனர் இடையில் நிலவிய மோதுதல்தான், அனந்தையன் கதையின் அடிப்படை. ஆங்கிலேயரின் காலனிய ஆட்சியின்மீது நம்பிக்கை வைத்திருந்த பிள்ளை, ஆங்கிலேயரைப் போலச் செயல்பட்ட இந்தியர்கள் குறித்து எதிர் மனநிலையுடனும், கண்டனத்துடனும் இருந்தார். வால்டேர், டார்வின் போன்றோர் எழுதிய காத்திரமான புத்தகங்களை வேதத்திற்கு எதிரானவை என்றும், அவற்றை வாசித்ததனால் நாத்திகனாக மாறிய அனந்தையன் கேடான செயல்களைச் செய்தான் என்றும் கதைக்கிற பிள்ளையின் குரலில் கிறிஸ்தவ அடிப்படைவாதம், பொதிந்துள்ளது. வறுமையில் வாடிய சுப்பையனின் மகனான அனந்தையன், அந்தச் சூழலிருந்து மீள்வதற்காகக் கற்ற ஆங்கிலக் கல்வியும், வாசித்த

புத்தகங்களும் அவனைச் சீரழித்துவிட்டன என்ற கிளைக்கதையைத் தேவராஜப் பிள்ளை சொல்வது, உள் நோக்கமுடையது. ஆங்கிலக் கல்வி கற்றல், ஆங்கிலேயர் போல நடத்தல் குறித்த எதிர்மறையான கருத்துகளைப் பாமரரிடம் உருவாக்கிடுவதற்காக அனந்தையன் கதை, பயன்பட்டுள்ளது.

தையற்காரனிடமிருந்து ஒரு ரூபாய் திருடியதற்காக ஒரு காதை இழந்த திருடன், விசாரணைக்காகத் தேவராஜப்பிள்ளை முன்னர் நிறுத்தப் பட்டான். அப்பொழுது குடும்பத்தினரின் பட்டினி, வறுமை காரணமாக வேறு வழியில்லாமல் திருடியதாகக் குற்றத்தை ஒப்புக்கொண்ட திருடன் பேசிய பேச்சு, அன்றைய சமூகம் குறித்த குறுக்குவெட்டுத் தோற்றம். ஒரு திருடன் புத்திசாலித்தனமாகச் சமூகத்தை விமர்சித்து இப்படியெல்லாம் விரிவாகப் பேசுவது, நாட்டார் கதைசொல்லல் மரபில் சாதாரணம். அந்தத் திருடன் சொன்ன அன்றைய சமூகத்தில் நடைபெறும் திருட்டுகள், கபடங்களில் சில:

பிறரிடம் பணத்தை லட்சக்கணக்கில் கடன் வாங்கிக்கொண்டு, திருப்பித் தராமல் ஏமாற்றுகிறவர்கள்.

அடுத்த நாட்டின்மீது படையெடுத்துக் கொலை செய்வதுடன், பொருட்களைக் கொள்ளையடிக்கிற மன்னர்கள்.

நீதிபதிகளுக்கு அரசாங்கம் போதுமான சம்பளம் கொடுத்த போதிலும், வாதியிடமும் பிரதிவாதியிடமும் லஞ்சம் வாங்குதல். சில அதிகாரிகள் திருடர்களின் கொள்ளைப் பணத்தில் இருந்து பெரும் தொகையை லஞ்சமாகப் பெறுதல்.

சில அதிகாரிகள் அவர்களுடைய வீட்டில் அடிக்கடி நடத்துகிற கலியாணம், ருது சாந்தி, உபநயனம், பிதுர் சிரார்த்தம்மூலம் பெரிய அளவில் பணத்தைத் திரட்டுதல்.

துணி வியாபாரிகளின் ஏமாற்று வேலை, நவரத்தினக்கல் வியாபாரிகள் துண்டைப் போட்டுப் பேசும் பரிபாஷைகள், தங்க வேலை செய்கிற தட்டார்களின் களவாணித்தனம், கோவில் சொத்தைத் திருடுகிற அலுவலர்கள்.

பிள்ளை, திருடன் மூலம் அன்றைய சமூகத்தில் நிலவிய கேடுகளையும், அநியாயங்களையும் விமர்சித்துள்ளார். உபநயனம் என்ற பூணூல் போடுகிற வைதிகச் சடங்கு மூலம் பணத்தைத் தவறான

வழிகளில் சம்பாதிக்கிற பார்ப்பன அதிகாரிகளின் கேடான செயல்களை அம்பலப்படுத்தியுள்ளார். ருது சாந்தி என்பது முதல் இரவு. அது, எப்படி அடிக்கடி நிகழும்? அதிகாரிகள் முதல் இரவைச் சொல்லி பணம் வசூலிப்பது நிகழ்ந்ததா? வேடிக்கையாக இருக்கிறது. பார்ப்பன அதிகாரிகள் மீதான பிள்ளையின் வெறுப்பு, ருது சாந்தி என்று எழுதிட வைத்துள்ளது. சரி, போகட்டும். வைதிக சநாதன நெறி, வருணாசிரமத் தருமம் என்றெல்லாம் போதிக்கிற பார்ப்பனர் வேதம் ஓதுதல், யாகத்தீயை வளர்த்தல்தான் செய்ய வேண்டும். ஆனால், பார்ப்பனர்கள் ஆங்கிலேயரின் காலனியாதிக்கத்தில் ஆங்கிலம் பயின்று, அரசின் அதிகாரிகளாகி, எல்லோரையும் சுரண்டுவதற்குச் சடங்குகளைப் பயன் படுத்தியுள்ளனர். யார் ஆட்சியில் இருந்தாலும் அரசின் ஆதரவுடன் செயல்படுகிற பார்ப்பனர்களின் தந்திரமான செயல்பாடுகளைத் திருடன் மூலம் நாவலில் பதிவாக்கியுள்ளார், பிள்ளை. அந்த நிலைமை இன்றளவும் வெவ்வேறு வழிகளில் தொடர்கிறது. சமூக நீதி என்ற பெயரில் இட ஒதுக்கீட்டிற்காக ஒடுக்கப்பட்ட சாதியினர் பல்லாண்டுகள் போராடிச் சில சலுகைகள் பெற்றிருக்கின்றனர். ஆனால் ஆண்டுக்குப் பத்து லட்சம் வருமானமுடைய பார்ப்பனர்களுக்கு 10% இட ஒதுக்கீட்டை எவ்விதமான போராட்டமும் நடைபெறாமல், மோடி தலைமையிலான பி.ஜே.பி. அரசு வழங்கியிருக்கிறது.அதுதான் வருணாசிரமத்தின் ஆதிக்கம்.

நாவலின் களம் பிரதாப முதலியின் பூர்வீகக் கதையில் தொடங்கி, பிறப்பு, வளர்ப்பு, கல்வி கற்றல், திருமணம், குடும்ப வாழ்க்கை என விரிந்துள்ளது. முதலியின் அன்னை சுந்தரத்தண்ணியும், மனைவி ஞானாம்பாளும் நாவலின் கதையாடலில் பிரச்சினையும், சிக்கலும் உருவாகும்போது, அவற்றைத் தீர்க்கிற வல்லமை பொருந்தியவர்களாகச் சித்திரிக்கப்பட்டுள்ளனர். ஞானாம்பாளுக்கும் பிரதாப முதலிக்கும் திருமணம் செய்வதற்காக நிச்சயதார்த்தம் நடைபெறுகிறது. அப்பொழுது சம்பந்தி சண்டை என்ற விஷயம் அரங்கேறியது. வீணாகப் பேசிய சம்பந்திகள் ஒருவருக்கொருவர் பகையாகினர். நிச்சயதார்த்தம் நின்று விட்டது. அப்புறம் கல்யாணம் தொடர்பாகப் பிள்ளை விவரிக்கிற சம்பவங்கள், முழுக்கப் புனைவாக உள்ளன. பிரதாப முதலி-ஞானாம்பாள் திருமணம் முடிந்த பின்னரும் சிக்கல் ஏற்படுகிறது. கர்ப்பமடைந்துள்ள ஞானாம்பாளுக்கு முதல் பிரசவத்தில் ஆண் குழந்தை பிறக்குமென்று ஜாதகத்தில் இருக்கிறது. அந்தக் குழந்தையைத் தத்துக் கொடுக்க வேண்டுமென்று அவளின் தந்தை சம்பந்த முதலியார்

வலியுறுத்துகிறார். மீண்டும் சம்பந்திகளிடையில் சண்டை. இதனால் இருவரும் அவரவர் தந்தையாரின் வீட்டில் தங்குகின்றனர். இளம் வயதில் திருமணம் செய்துகொண்ட தம்பதியினர்மீது பெற்றோர் செலுத்தும் ஆதிக்கமும், அதிகாரமும் அன்றைய காலகட்டத்தில் சாதாரண விஷயமாக இருந்திருக்கிறது. வயதானவர்களின் அடாவடி மனநிலைக்குக் குழந்தைகளின் கல்யாணமும், குடும்ப வாழ்க்கையும் இலக்காகியுள்ளது.

அற்பப் படிப்பினால் ஆங்கிலேயரைப் போல வாழ முயன்ற அனந்தையனின் அரசு வேலை பறிக்கப்பட்டதற்குக் காரணம் அவன் தனது குடும்பத்தைப் பராமரிக்காமல் இருந்ததுதான் என்று கதைத்த தேவராஜப்பிள்ளை, தன் மகனுக்குத் திருமணம் செய்ய கலெக்டர், ரிவின்யூ போர்டு அலுவலர்களுக்கு பல மனுக்கள் அனுப்பிவிட்டுக் காத்திருக்கிறார். பாளைப்பட்டுக் குடும்பத்தினர் தன்னிச்சையாகத் திருமணம் செய்துகொள்வதற்குச் சுதந்திரமற்ற நிலையில் பிரிட்டிஷ் அரசாங்கம் வைத்திருப்பதைக் கதைசொல்லி கண்டிக்கவில்லை. பிள்ளையும் சம்பிரதாயம் என்ற சொல்லில் பிரிட்டிஷாரின் அதிகாரத்தை ஏற்றுக்கொள்கிறார். சிரேஸ்தார் என்ற அதிகாரியின் சதிக்கு உடந்தையாக கலெக்டரும், இரு விசாரணை அலுவலர்களும் செயல்பட்டு, தேவராஜப் பிள்ளையையும் அவருக்கு ஆதரவாகச் சாட்சி சொன்ன இரு நூறு சாட்சி களையும் தீவாந்திரத் தண்டனைகுட்படுத்துவதுடன், சொத்துக்களையும் பறிமுதல் செய்ய உத்தரவிட்டனர். அதைக் கேட்டுப் பெண்கள் அழுது புலம்பினர். சுந்தரத்தண்ணி, சென்னை நகருக்கு ஐநூறு வாகனங்களில் பெண்களுடன் சென்று கவர்னரைச் சந்தித்துப் பிரச்சினையை முன் வைத்தார். தமிழ்நாட்டில் சுமார் ஆயிரத்துக்கும் மேற்பட்ட பெண்கள் ஆவேசத்துடன் சென்ற எழுச்சியான முதல் ஊர்வலம் அதுதான். மாறி வரும் தமிழக அரசியலில் பெண்களின் தன்னெழுச்சியான பயணமும், கவர்னரிடம் துணிச்சலாக நியாயத்தை எடுத்துரைத்த சம்பவமும் பிள்ளை காண விரும்பிய புனைவுக் காட்சிகள். பெண்களின் தகப்பனுக்குச் சமமானவராகக் கருதப்பட்ட ஆங்கிலேயரான பிரிட்டிஷ் அரசாங்கத்தின் கவர்னர், பிரச்சினையை நியாயமாகத் தீர்த்து வைத்தார். அப்பொழுது அவர், ஸ்தீரிகளும் குழந்தைகளும் நிரம்பிய அவையில் சுந்தரத்தண்ணி எழுந்து நின்றுகொண்டு நியாய வாதம் செய்த காட்சியைப் படமாக வரையச் சொல்லியிருக்கிறேன் என்று பாராட்டினார். ஒருக்கால் அந்த ஓவியம் வரையப்பட்டிருந்தால், தமிழகத்தின் முதல் பெண்ணிய ஓவியமாக இருந்திருக்கும்.

கனகசபை கல்யாண விஷயத்தில் ஏற்பட்ட பிரச்சினைகள் தீர்ந்தபோது, அந்த நேரத்தில் இன்னும் மூன்று திருமணங்கள் நடக்கவிருந்தன என்று கதைசொல்லி சொல்கிறார். திருமணம், கணவன் - மனைவி பிரிவு என்று கதையை நீட்டித்துச் செல்வதில் பிள்ளைக்கு அதிக ஆர்வமிருக்கிறது. கனகசபை உள்ளிட்ட நால்வரின் திருமணம் இரவில் நடைபெற்றபோது, ஒரு மாப்பிள்ளை தாலி கட்டவில்லை என்ற விஷயம், பிராமணப் புரோகிதனுக்கு வீட்டுக்குப் போனதும் தெரிகிறது. கல்யாண வீட்டுக்குத் திரும்பிய புரோகிதன், பெண்கள் தூங்குகிற அறைக்குள் நுழைந்து ஒவ்வொரு பெண்ணின் கழுத்தையும் தடவி, தாலி இல்லாத ஒரு பெண்ணின் கழுத்தில் தாலியைக் கட்டி விட்டான். அந்தப் பெண் விதவை. பிள்ளை, இப்படிப்பட்ட விநோதமான சம்பவத்தைப் பகடியாக விவரித்திருப்பது, வெறுமனே நகைச்சுவைக்காக மட்டும் இல்லை. வேறு ஏதோ நோக்கம் இருக்கிறது. புரோகிதனின் கை, நல்ல வேளை பெண்களின் கழுத்துக்குக் கீழே இறங்கவும் இல்லை; பெண்களும் தூக்கத்தில் இருந்து விழிக்கவும் இல்லை. நாவலின் கதையாடல், திருமணம் தடைபடுவதும் பின்னர் நீங்குவதும் இன்பமும், துன்பமும் என விரிந்திருக்கிறது. ஒருவகையில் கல்யாணத்தை மையமாகக்கொண்டு நாவலின் கதைப்பின்னல் சொல்லப் பட்டிருக்கிறது.

பிரதாப முதலி, காட்டுக்கு வேட்டைக்குச் சென்றபோது, காடு, மலைகள் சூழ்ந்த விக்கிரமபுரி என்ற நாட்டுக்கு வழி தவறிச் சென்றான். அந்த நாட்டில் அவன் ஏகப்பட்ட சிக்கல்களில் மாட்டிக்கொண்டு துயரப்பட்டான். அவனைத் தேடிக் காட்டுக்குச் சென்ற ஆண் வேடமிட்ட ஞானாம்பாளின் கழுத்தில் பட்டத்து யானை மாலையைப் போட, அவள் விக்கிரமபுரியின் மன்னனாகி ஆட்சி செய்தாள். முதலியும் ஞானாம்பாளும் மகிழ்ச்சியுடன் இருந்தனர். முழுக்க நாட்டார் மரபில் சொல்லப்பட்டுள்ள விக்கிரமபுரி கிளைக்கதையில் தர்க்கம் எதுவுமில்லை. பெண், ஆண் உடையில் மாறுவேடத்தில் வந்தால், ஒருவராலும் கண்டு பிடிக்க முடியாத காட்சிகள், இன்றைக்கும் தமிழ்த் திரைப்படங்களில் சாதாரணமாக இடம் பெறுகின்றன. ஞானாம்பாள் பாத்திரம் ஆண் வேடமிட்டு, அரசனாகி அரசாண்ட சாத்தியப்பாடு குறித்துப் பேசிட சொற்கள் எதுவுமில்லை. அவ்வளவுதான். பிள்ளை, விக்கிரமபுரியின் கல்வித்துறை, நீதித்துறை பற்றிய பேச்சுக்களின்போது, தாய் மொழியான தமிழ் மொழியின் முக்கியத்துவத்தை நுணுக்கமாக விவரித்துள்ளார். முழுக்கப் புனைவெனினும் நாவல் என்பது சமகாலத்தின் பிரச்சினைகளை

விவாதிக்க வேண்டுமென்ற கருத்து, விக்கிரமபுரி கிளைக்கதையில் இடம் பெற்றுள்ளது.

ஆங்கிலேயரின் ஆட்சியின்போது நிறுவப்பட்ட தமிழ் நீதி மன்றங்களில் சில வழக்கறிஞர்கள் தமிழில் வாதிடாமல், ஆங்கிலத்தில் வாதிடும் சூழல் குறித்து ஞானாம்பாள், வக்கீல்களிடம் பேசிய பேச்சு, இன்றையச் சூழலுக்கும் பொருத்தமாக இருக்கிறது. அவளுடைய உரை, நீதிமன்றத்தில் தமிழில் வாதிட வேண்டியதன் அவசியத்தை அழுத்தமாக எடுத்துரைக்கிறது. "தமிழ் நியாயாபதி முன்பாக இங்கிலீஷில் வாதிக்கிற தமிழ் வக்கீல்கள் இந்தத் தமிழ்நாட்டையும், தமிழ் பாஷையையும், மற்ற வக்கீல்களையும், கட்சிக்காரர்களையும், சகல ஜனங்களையும் மெய்யாகவே அவமானப்படுத்துகிறார்." நீதிமன்றத்தில் மொழிபெயர்ப் பாளராகப் பணியாற்றிய பிள்ளை, தான் எதிர்கொண்ட அனுபவங்களின் அடிப்படையில், மக்கள் மொழியில் வழக்காட வேண்டியதன் தேவையைக் குறிப்பிட்டுள்ளார்.

பிரிட்டிஷாரின் ஆட்சியதிகாரத்தில் ஆங்கில மொழி, உயரிய நிலையில் போற்றப்பட்டது. தமிழ் மொழி, இரண்டாம் நிலைக்குத் தள்ளப்பட்டுப் புறக்கணிப்பிற்குள்ளாகியிருந்து. ஆங்கிலேயரின் ஆட்சிக்குச் சார்பானவரான பிள்ளை, தமிழ் மொழி ஒதுக்கப்படுகிற சூழலுக்கு எதிரான கருத்துகளை அழுத்தமாக நாவலில் பதிவாக்கி யுள்ளார். தமிழ் மொழியைக் கற்க வேண்டியதன் அவசியத்தை ஞானாம்பாள் விரிவாகப் பேசியிருப்பது, மொழி அரசியல் வெளிப்பாடு. ஆங்கிலம், பிரெஞ்சு போன்ற இராஜ பாஷைகளைக் கற்கிறவர் எண்ணிக்கை பெருகுவதும், தமிழ் போன்ற சுதேச பாஷையைக் கற்பதற்கான அரசின் ஆதரவு குறைவதும் என்ற சூழலின் காரணமாக ஏற்பட்டிருக்கிற சீரழிந்த அன்றையச் சூழல், நாவலில் சுட்டப்பட்டுள்ளது. தமிழ் மொழியைக் கைவிட்டு, பிற மொழியைக் கற்றலை உன்னதமானதாக கருதுகிற மனநிலை, அந்தக் காலத்திலே இருந்ததை அறிய முடிகிறது. "தமிழ்ப் பாஷையைப் பேசுகிறது வேப்பிலைக் கஷாயங் குடிப்பது போலிருக்கும். தமிழ் வார்த்தைகளைக் கேட்பதும் அவர்களுக்குக் கர்ணகடோரமாகயிருக்கும். அவர்கள் தமிழ்ப் பாஷையைப் பேசினாலும் முக்காற் பங்கு இங்கிலீஷும் காற்பங்கு தமிழுமாகக் கலந்து பேசுவார்கள்." பொதுப் புத்தியில் தமிழர்கள் ஆங்கில மொழிக்குத் தந்த முக்கியத்துவம் நுண்ணரசியலுடன் தொடர்புடையது. பிரிட்டிஷ் ஏகாதிபத்தியம், உடலால் இந்தியனாகவும், மனதினால் ஆங்கிலேயனாகவும் வாழ்கிற இந்தியர்களை உருவாக்கிட ஆங்கில

மொழியைக் கையாண்டது. ஆங்கிலேய அரசு தொடர்பான அனைத்து விஷயங்களும் உன்னதமானவை என்ற கருத்து, காலனிய ஆட்சிக்குச் சார்பான உடல்களைத் தயாரிக்க உதவியது. இந்நிலையில் நாவலாசிரியரான பிள்ளை, தமிழ் பற்றிய பேச்சுகளை ஞானாம்பாள் கதைமாந்தர் மூலம் உருவாக்கிட முயன்றிருப்பது, குறிப்பிடத்தக்கது.

தமிழ் மொழியைப் படிக்காமல் புறக்கணிக்கிறவர்கள் குறித்து ஞானாம்பாள் சொன்ன கருத்துகள், மொழி அரசியலில் முக்கியமானவை. "தமிழ்ப் படிக்காதவர்கள் தமிழ்நாட்டில் வசிக்க யோக்கியர்கள் அல்ல. அவர்கள் எந்த ஊர்ப் பாஷைகளைப் படிக்கிறார்களோ, அந்த ஊரே அவர்களுக்குத் தகுந்த இடமாகையால், சுய பாஷையைப் படிக்காமல் இங்கிலீஷ் மட்டும் படிக்கிறவர்களை இங்கிலீஷ் தேசத்துக்கு அனுப்பி விடுவோம். பிரான்சு மட்டும் படிக்கிறவர்களை பாரீசுப் பட்டனத்துக்கு அனுப்புவோம். லத்தீனுக்குஞ் சமஸ்கிருதத்துக்குஞ் சொந்த ஊர் இல்லாத படியால், அந்தப் பாஷைகளைப் படிக்கறவர்களை அநாமகரணத் தீவுக்கு அனுப்புவோம்." இன்றைக்கும் தமிழ்நாட்டில் பள்ளி, கல்லூரி போன்ற கல்வி நிறுவனங்களில் தமிழ் மொழியை ஒரு பாடமாக எடுத்துப் படிக்காமல் பட்டம் பெறுகிற நிலைமை நிலவுகிறது. தாய் மொழியான தமிழ் வழியாக உயர் கல்வி பயிலுவது, நடைமுறையில் இல்லை. தமிழ் பயன்பாட்டுக்குரிய மொழி அல்ல என்று கருதுகிற மனநிலை, மேல்தட்டுத் தமிழர்களிடம் பரவலாகிக் கொண்டிருக்கிறது. வசதியான தமிழர்களின் குழந்தைகள் ஆங்கிலத்தில் பயிலுவதும், பேசுவதும் எனச் சூழல் மாறியுள்ளது. அன்றைய காலகட்டத்தில் பிள்ளை, ஞானாம்பாள் பாத்திரம் மூலம் தமிழ் படிக்காதவர்கள் தமிழ்நாட்டை விட்டு வெளியேற வேண்டுமெனக் குரல் கொடுத்திருப்பது புரட்சிகரமானது. தமிழ் நாட்டில் அரசினால் நடத்தப்படுகிற மருத்துவக் கல்லூரிகள், ஐ.ஐ.டி., அண்ணா பல்கலைக்கழகம் போன்ற உயர்கல்வி நிறுவனங்களில் குறைந்த செலவில், மக்களின் வரிப்பணத்தில் படித்துப் பட்டம் பெற்று, மேலைநாடுகளுக்குப் போய் வேலையில் சேர்ந்து, அங்கேயே தங்கிவிடத் துடித்திடுவோர் எண்ணிக்கை பெருகிடும் இன்றையச் சூழலில், 1879இல் பிள்ளை, நாவலில் முன்வைத்த கருத்துகள், காத்திரமானவை.

நாவலில் பல்லக்கில் செல்லுதல், குதிரைச் சவாரி போன்றவை இடம்பெற்றுள்ளன. தாசில்தார், சிரேஸ்தார், கலெக்டர் போன்ற அதிகாரிகளுடன் கூடிய பிரிட்டிஷ் ஆட்சி நிர்வாக முறை குறிப்பிடப்பட்டுள்ளது.

அந்த அதிகாரிகளின் செயல்பாடுகள் குறித்துப் பிள்ளைக்கு எப்பொழுதும் எதிர்மறையான கருத்துகள்தான். சுவர்க் கடிகாரத்தின் மணி ஓசை, கதை நிகழ்ந்திடும் காலத்தை விடியற்காலம் நான்கு மணி, இராத்திரி எட்டு மணி என நாவலாசிரியர் குறித்துள்ளார். பொதுவாக நாவலின் கதையாடல் விவரணை, சமகாலத்துடன் இயைந்திருக்கிறது.

நாவலின் நிறைவில் கதைசொல்லியான பிள்ளைக்குக் கதையை முடிக்க மனமில்லாமல் திண்டாட்டம் ஏற்பட்டுள்ளது. கூத்துக் கலை நிகழ்த்து மரபில் இறுதியாக மங்களம் இசைக்கும்போது, பார்வையாளர்களையும் உள்ளடக்கிப் பேசுவது இயல்பு. அந்தவகையில் நாவலின் இறுதி வரிகள், வாசகர்களுடன் நேரடியாக உரையாடுகின்றன.

"இந்தச் சரித்திரத்திலே பிரஸ்தாபிக்கப்பட்ட பலரும் இந்த நிமிசம் வரையில் ஒரு குறையும் இல்லாமல் சுகஜீவிகளாயிருக்கிறார்கள். அப்படியே இதை வாசிக்கிறவர்கள் எல்லாரும் வச்சிர சரீரிகளாய் நித்திய மங்களமாய் வாழ்ந்திருக்கக் கடவார்கள்."

இந்தியக் கதையாடல் மரபில் படைப்பு என்பது முன்னர் எப்பொழுதோ நடைபெற்ற சம்பவங்களின் பதிவு. பிரதாப முதலியார் சரித்திரம் நாவலைப் புனைவு என்று நம்புவதும், நம்பாமல் இருப்பதும் வாசகர்களின் விருப்பம்.

(உங்கள் நூலகம், 2020 செப்டம்பர்- அக்டோபர்)

ப. சிங்காரம்:
தமிழின் முதல் புலம்பெயர் நாவலாசிரியர்

புலம்பெயர்தல் என்பது மனிதன், நாகரிக வளர்ச்சியடையத் தொடங்கியது முதலாக இடைவிடாமல் தொடர்ந்து நடைபெறுகிறது. வேட்டைச் சமூகமாக வளர்ந்தபோது, இனக்குழுவினர் உணவு தேடலுக்காக இடம்விட்டு இடம் பெயர்தல் இயல்பாக நடந்தேறியது. சமூக வளர்ச்சி என்பது புலம்பெயர்தல் மூலமாகவே தொடங்கியுள்ளது. ‘வடவேங்கடம் தென் குமரி ஆயிடைத் தமிழ்கூறு நல்லுலகு’ எனப் பனம்பாயிரனார் தொல்காப்பியத்தின் பாயிரத்தில் தமிழ் மொழியை முன்வைத்து தமிழக நிலப்பரப்பை அடையாளப்படுத்தினாலும், அதற்கப்பால் தமிழர்கள் பயணித்துக்கொண்டிருந்தனர். கி.பி.14ஆம் நூற்றாண்டு முதலாகத் தமிழக நிலப்பரப்பு முகமதியர், நாயக்கர், மராட்டியர், ஆங்கிலேயர், பிரெஞ்சுக்காரர் போன்ற பிற மொழியினரின் அரசியல் ஆதிக்கத்திற்குள்ளாகியிருந்தது. அன்றையக் காலகட்டத்தில் வைதிக சமயம் ஆட்சியாளர்களுடன் சமரசம் செய்துகொண்டு, சநாதன நெறியைத் தக்க வைத்துக்கொண்டது. இத்தகைய அரசியல் சூழலில் உழவுத்தொழில் நசிவுற்றது; தீண்டாமை வலுவடைந்தது. வறுமையால் வாடிய விளிம்புநிலையினர் தங்களைக் கோவில்களுக்கும் மடங் களுக்கும் அடிமைகளாக விற்றுக்கொள்ளும் அவலநிலை நிலவியது. குறிப்பாக ஐரோப்பியரின் காலனியாதிக்கம் வலுவடைந்த நிலையில், பொருளாதாரச் சுரண்டலையும் அரசியல் அதிகாரத்தையும் ஒருங்கே அனுபவிப்பதற்காக, மனிதவளம் மலிவாகக் கிடைக்கும் இந்தியா போன்ற நாடுகளில் இருந்து, பிறநாடுகளுக்கு மனிதர்களை ஏற்றுமதி செய்வது நடைபெற்றது. வறுமை, தீண்டாமை காரணமாகத் தமிழகத்தில் வாழ்வதைவிட வேறு நாடுகளுக்குச் சென்று வளமாக வாழலாம் என்று நம்பிய உடலுழைப்பாளர்கள் கூட்டமாகக் கப்பலேறினர். தமிழர்கள் மலேசியா, இலங்கை, மொரிஷியஸ், ஃபிஜி, தென்னாப்பிரிக்கா, டச்சுக்கயானா, நியூகினி போன்ற நாடுகளுக்குப் புலம் பெயர்ந்தனர். கடலில் பயணம் செய்து கப்பலேறிய தமிழர்களின் வாழ்க்கை அங்கும் கடினமாக இருந்தது. காடுகளை அழித்தல், சாலைகள் போடுதல், விவசாயம் செய்தல் எனத் தமிழர்களின்

வாழ்க்கை துயரம் நிரம்பியதாக இருந்தது. இவ்வாறு கொத்தடிமை களாகப் புலம்பெயர்ந்த தமிழர்களில் பெரும்பாலானோர், மீண்டும் தமிழகத்திற்குத் திரும்பவே இல்லை. அவர்களின் வாரிசுகள் தமிழைப் பேச அறியாமல், அரைகுறையான தமிழ் அடையாளங்களுடன் இன்றும் அங்கே வாழ்ந்து வருகின்றனர்.

புலம்பெயர்தல் என்பது தாயகத்தை மறுவிளக்கம் செய்ய அடிப் படையாக விளங்குகிறது. ஒவ்வொருவருக்குள்ளும் இயல்பாகப் பொதிந்துள்ள தாயகம் குறித்த ஏக்கம், புலம்பெயர்ந்த மண்ணில் ஒப்பீட்டு நிலையை உருவாக்குகின்றது. பூர்விக நாடு, புகலிட நாடு என்ற முரணில். பண்பாட்டு வேறுபாடுகளைக் கண்டறிதல் தொடர்ந்து நடைபெறுகின்றது. இந்நிலையில் புலம்பெயர்ந்தோர் தமது நினைவு களில் பதிவாக்கியுள்ளவை, படைப்புகளாக வடிவெடுக்கின்றன. புலம் பெயர்ந்த தமிழர்களின் கதையாடல்கள் தொடக்கத்தில் நாட்டுப்புறப் பாடல்களாகப் பதிவாகியுள்ளன. பின்னர் கதைகளாக உருவெடுத்தன. தென் கிழக்காசிய நாடுகளுக்குக் கணிசமான அளவில், தமிழர்கள் புலம்பெயர்ந்திருந்தாலும் நாவல்கள் எழுதப்படாத நிலையே நிலவியது. இத்தகைய சூழலில் நாவலாசிரியர் ப.சிங்காரம் எழுதிய கடலுக்கு அப்பால் (1959), புயலிலே ஒரு தோணி (1972), ஆகிய இரு நாவல்களும் வெளியாகின என்பதைக் கவனத்தில் கொள்ள வேண்டும்.

ப.சிங்காரத்தின் நாவல்கள் வெளியானபோது பெரிய அளவில் வரவேற்பு இல்லை. தெற்காசிய நாடுகளில் நடைபெற்ற உலகப் போரின் பின்புலத்தில் சொல்லப்பட்ட கதைகளின் புதிய வகைப்பட்ட மொழி, பலரையும் ஈர்க்கவில்லை. எண்பதுகளுக்குப் பின்னர் புயலிலே ஒரு தோணி நாவல் பற்றி உருவான பேச்சுக்கள், பரவலாகின. தமிழில் பொதுவாக ஒற்றைத்தன்மையில் வெளியாகிக்கொண்டிருந்த புனைவுப் பிரதிகளுக்கு மாற்றாகப் 'புயலிலே ஒரு தோணி' என நாவலை அணுகும் போக்கு, தொண்ணூறுகளில் வலுவடைந்தது. இன்று ப.சிங்காரம் என்ற நாவலாசிரியரின் பெயர் தமிழ் நாவல் வரலாற்றில் நிரந்தரமாக இடம் பெறத்தக்க அளவில், வாசிப்பினில் மாற்றங்கள் ஏற்பட்டுள்ளன. தமிழின் முதல் புலம்பெயர் நாவல் எனக் 'கடலுக்கு அப்பால்' நாவல் கருதப் படுகிறது.

சோழப் பேரரசின் கடல் ஆதிக்கம் காரணமாக மலேயா உள்ளிட்ட தெற்காசிய நாடுகளில் தமிழரின் அதிகாரம் நிலவியது. அன்றைய தமிழர்களின் வரலாற்று எச்சங்கள் இன்றளவும் மலேசியா உள்ளிட்ட நாடுகளில் காணப்படுகின்றன. அதற்குப் பின்னர் 19ஆம் நூற்றாண்டு காலகட்டத்தில், தமிழகத்தில் நிலவிய வறுமை, தீண்டாமை காரணமாக

மலேசியா, இந்தோனேசியா, சுமத்ரா, பாங்காங் போன்ற பல்வேறு நாடுகளுக்குப் புலம்பெயர்ந்த தமிழர்கள் அனுபவித்த அவலங்கள் ஏராளம். சிறிய அளவில் வணிகம், வட்டித் தொழில் செய்வதற்காகக் கப்பலேறியவர்கள் அந்த நாடுகளில் செழிப்புடன் வாழ்ந்தனர். இவ்வாறு பயணப்பட்ட பல்லாயிரக்கணக்கான தமிழர்களின் வாழ்க்கை அனுபவங்கள் காற்றில் மிதக்கின்றன. இத்தகைய சூழலில், இரண்டாம் உலகப் போருக்கு முன்னர் தமிழகத்தில் இருந்து வட்டிக் கடையில் வேலை செய்வதற்காகச் சென்றிருந்த நாவலாசிரியர் ப.சிங்காரம் தனித்து விளங்குகிறார். தமிழகம், தென் கிழக்காசிய நாடுகள் என்ற இரு வேறு நிலங்களில் மனிதர்களின் தேடல்கள் எப்படியெல்லாம் விரிந்துள்ளன என்ற புனைவின் வழியே ப.சிங்காரம் விவரித்துள்ள காட்சிகள், வாசிப்பின் வழியே முடிவற்ற உலகினுக்கு இட்டுச் செல்கின்றன. ஒருபோதும் முடிவற்ற மனித இருப்பின் அபத்தம், எல்லாவற்றையும் முடிவற்ற விவாதத்திற்குள்ளாக்குகிறது. ப.சிங்காரம் எழுதியுள்ள கடலுக்கு அப்பால், புயலிலே ஒரு தோணி ஆகிய இரு நாவல்களும் சர்வதேச நிலையில் புலம்பெயர்ந்த தமிழர் வாழ்க்கையினைப் பதிவாக்கியதுடன், நுட்பமான கேள்விகளையும் எழுப்பியுள்ளன. அவை, புலம்பெயர் தமிழர்களின் வாழ்க்கை குறித்த நுண்ணிய விசாரணை களாகவும் விளங்குகின்றன.

தமிழகத்தின் வறண்ட நிலப்பகுதியான புதுக்கோட்டை, ராமநாதபுரம் மாவட்டங்களில் இருந்து தெற்காசிய நாடுகளுக்குப் பொருள் ஈட்டுவதற்குப் புலம்பெயர்ந்த தமிழர்களின் குடும்பம், ஊர் என விரிந்திடும் நாவல் பரப்பில் நல்லதும் கெட்டதுமான மனிதர்களின் இருப்புப் பதிவாகியுள்ளது. போன நூற்றாண்டின் முற்பகுதியில் மதுரை, திருப்பத்தூர், செட்டிநாடு பகுதிகளில் வாழ்ந்தவர்களின் மேன்மைகளும் கசடுகளும் புனைவாக வெளியாகியுள்ளன. சக மனிதர்களுக்கிடையிலான உறவு பற்றிய விவரிப்பு, சூழல் குறித்த நுண் அவதானிப்பாகியுள்ளது. மனித இயல்பை நுட்பமாக விவரித்துள்ள ப.சிங்காரம், வெறுமனே காட்சிப்படுத்துதலை நோக்கமாகக் கொண்டவர் அல்லர். உச்சம், வீழ்ச்சி, உன்னதம், கசடு என இருவேறு எதிரெதிர் முனைகளில் வாழ்கின்ற மனிதர்கள், எப்பொழுதும் மேன்மையை நோக்கிப் பயணிக்கின்றனர் என்பது புனைவின் வழியே ப.சிங்காரம் உணர்த்தும் தகவலாகும்.

மலேசியா உள்ளிட்ட தென் கிழக்காசிய நாடுகளுக்கு இந்தியாவி லிருந்து புலம்பெயர்ந்த தமிழர்கள் சாதிய ஏற்றத்தாழ்வுகள், பால் சமத்துவ மின்மை, மூடநம்பிக்கைகள் போன்றவற்றைக் கண்மூடித்தனமாகப் பின்பற்றினர். அவை தமிழரின் பெருமை என உயர் சாதியினர் நம்பிய

வேளையில், இரண்டாம் உலகப்போர் எல்லாவற்றையும் புரட்டிப் போட்டது. அடிமைத்தனமும் விசுவாசமும்தான் வாழ்வின் லட்சியங்கள் என நம்பிக்கொண்டிருந்த புலம்பெயர்ந்த தமிழரிடையே மாற்றங்கள் நிகழ்ந்தன. வட்டி வசூலிக்கப்போன இடத்தில் யாராவது அடித்துவிட்டால், அதை வட்டிக் கடையில் வந்து சொல்லக்கூடாது என்பதை எழுதாத விதியாகப் பின்பற்றிய தமிழ் இளைஞர்கள், இந்திய தேசிய ராணுவத்தில் துணிச்சலுடன் சேர்ந்து, கையில் துப்பாக்கியை ஏந்தியது, குறிப்பிடத் தக்கது. ராணுவத்தில் பயிற்சி பெற்று ஆயுதத் தாக்குதல்களில் ஈடுபட்டது, புலம்பெயர்ந்த தமிழர்களின் வாழ்க்கையையே மாற்றி அமைத்தது.

'கடலுக்கு அப்பால்' நாவலில் வட்டிக் கடையில் வேலை செய்வதற்காகத் தமிழகத்திலிருந்து கிளம்பி மலேசியா போன செல்லையா, அரசியல் சூழல் காரணமாக தென்கிழக்காசியாவில் செயல் பட்ட இந்திய தேசிய இராணுவத்தில் லெப்டினன்டாகச் சேர்கிறான். போர் முடிந்தவுடன் மீண்டும் வட்டிக்கடை வேலைக்குத் திரும்புகிறான். இளம் வயதிலிருந்தே செல்லையாவும் கடை முதலாளி வயிரமுத்துப் பிள்ளையின் ஒரே மகள் மரகதமும் ஒருவரையொருவர் விரும்புகின்றனர். அவர்களின் காதலை, முதலில் ஆச்சி காமாட்சியம்மாளும் பிறகு பிள்ளையும் ஏற்கின்றனர். தற்சமயம் பிள்ளையின் மனதில் மாற்றம். போருக்குச் சென்று மீசையும் கால் சராயுமாகத் திரும்பியுள்ள செல்லையா, வட்டித் தொழிலுக்கு உதவ மாட்டான் என்பது அவரது எண்ணம். எனவே மரகதத்தை வேறொருவனுக்கு மணம் முடிக்கத் திட்டமிடுகிறார். இருவரும் பதிவுத் திருமணம் செய்துகொள்ளலாமெனச் செல்லையா ஆலோசனை கூற, மரகதமோ தன் பெற்றோர் சம்மதம் வேண்டும் என்கிறாள். இதற்கிடையே உலகப் போரின் இருண்ட கரும்புகை பர்மா முதலிய பகுதிகளையும் சூழ்கிறது. புகை மண்டலத்தில் மூச்சுவிடத் திணறி ஆச்சியும் மரகதமும் இறுதியில் தமிழ்நாட்டிற்குக் கிளம்பிச் செல்ல, கலங்கிய மனத்துடன் செல்லையா தனித்து நிற்கிறான்.

ஆண் - பெண் மனங்களுக்கிடையில் தோன்றும் காதல், சாதி, சமயம், பொருளியல் ஏற்றத்தாழ்வு காரணமாக அடையும் முரண்களே நாவல்களாக எழுதப்பட்டுள்ள தமிழ் நாவல் சூழலில், காதலர் பிரிவினுக்குப் போர் காரணமாக்கப்பட்டிருப்பது மாறுபட்டுள்ளது. இரண்டாம் உலகப் போரினால் பாதிக்கப்பட்ட தமிழர்களின் நிலையைப் பற்றி விவரிக்கும் சம்பவங்கள் அழுத்தமான பதிவுகளாக வெளிப்பட்டுள்ளன.

எப்படியாவது மரகதத்தை மணக்கத் துடிக்கும் செல்லையா, மகளின் காதலை அங்கீகரித்தாலும் கணவனுடன் ஒத்துப்போகும்

காமாட்சியம்மாள், தனக்குப் பின்னால் வட்டித் தொழிலை முன்னாள் ராணுவத்தினனான செல்லையாவால் நடத்த முடியாதெனத் திருமணத்திற்கு அனுமதி மறுக்கும் வயிரமுத்துப் பிள்ளை, தந்தையின் சம்மதத்துடன் செல்லையாவை மணக்க விரும்பும் மரகதம் என நான்கு கோணங்களில் கதை விரிந்துள்ளது. ஒருவரின் முடிவு இன்னொருவருக்கு ஏற்புடையதாக இல்லையெனினும், அம்முடிவிற்கான காரணத்தைத் தருக்கரீதியில் அவர்கள் விளங்கிக்கொள்கின்றனர்.

நாவலின் இறுதியில் பிள்ளைக்கும் செல்லையாவுக்குமிடையில் நடைபெறும் சொல்லாடல், மனித மனத்தின் அடுக்குகளைச் சுட்டிக் காட்டுகிறது. ஒவ்வொரு மனிதனும் தனது சுயமுயற்சியினால் தனக்கான உண்மையைக் கண்டறிந்துள்ளான். வாழ்க்கையனுபவத்தின் விளைவுகள், சகமனிதனுக்கு எதிரானதாயினும் அவனது சுயஅனுபவச் செறிவினை மறுதலிக்க முடியாது. வயிரமுத்துப்பிள்ளை, தனது ஒரே மகன் வடிவேலு குண்டு வீச்சில் கொல்லப்பட்டதைக்கூடச் செரித்துக்கொண்டு மீண்டும் வட்டித் தொழிலுக்குத் தயாராகிவிட்டது தான் நடப்பியல் நிலைமை. தான் சிரமப்பட்டு வளர்த்த வட்டித் தொழிலைத் தனக்கு மருமகனாக இருந்து செல்லையாவால் நடத்த முடியாது எனக் கருதும் பிள்ளை, அவனுக்கு வேறு - வசதிமிக்க - அழகான பெண்ணை மணம் முடித்துத் தனது சொந்தச் செலவில் சூலியாக் கடைத் தெருவில் ஜவுளிக் கடை வைத்துத் தர முன்வருவது, அவரது இன்னொரு முகம். சராசரி மனிதன், தான் வாழும் வாழ்க்கையிலிருந்து தன்னைப் பிரித்துக் காண்பதில்லை. அவன் எதிர்கொள்ளும் பிரச்சினைகளைத் தனக்கானதாக மட்டும் சுருக்குவதன்மூலம், புறத்தில் வேறு பிரச்சினைகள் தோன்று வதற்குக் காரணமாகிறான். சுயஅனுபவங்களின்மூலம், பொருளியல் வாழ்க்கையில் பெற்றுள்ள வெற்றியைச் சக மனிதர்கள்மீது அத்துமீறலாகக் கருத்தினைத் திணிப்பதற்காக அடிப்படையாக்கிக் கொள்கிறான்.

தமிழகத்தில் வாழ வழியற்றுப் தென் கிழக்காசிய நாடுகளுக்குப் புலம்பெயர்ந்தவர்களின் நம்பிக்கையைப் புரட்டிப்போட்ட உலகப் போர் பின்புலத்தில் ப.சிங்காரம் சொல்லியுள்ள கதையான கடலுக்கு அப்பால் நாவல், புதிய பிரதேசங்களை அறிமுகப்படுத்தியுள்ளது. ‘மனிதனால் தாங்க முடியாத துயரம் என்று சொல்வதற்கு எதுவுமே இல்லை. மனதை இழக்காதவரையில் நாம் எதையும் இழப்பதில்லை’ என்ற தேறுதலுடன் முடியும் நாவலின் இறுதி வரிகள்தான் ப.சிங்காரம் சொல்ல விழைவதா? யோசிக்க வேண்டியுள்ளது.

‘புயலிலே ஒரு தோணி’ நாவல் ஒப்பீட்டளவில் பரந்துபட்ட கதைப் பின்னல்களுடன் விரிந்துள்ளது. புலம்பெயர்ந்து வாழ்தலின் வலிகளை

உள்ளடக்கிய இந்நாவல், தமிழ் நாவல் பரப்பில், புதிய போக்குகளை அறிமுகப்படுத்தியுள்ளது. கடலுக்கு அப்பால் நாவலின் தொடர்ச்சியென விரிந்துள்ள புயலிலே ஒரு தோணி நாவல், தென் கிழக்காசிய நாடுகளின் பின்புலத்தில் விரிந்துள்ளது. தமிழகத்திலிருந்து மலேயாவிற்குப் புலம்பெயர்ந்து போன தமிழர்கள் ஐ.என்.ஏ.வில் சேர்ந்ததும், கெரில்லாப் போரில் பங்கேற்றுப் போராடியதும் முக்கியமான வரலாற்று நிகழ்வுகள். மலேசியாவிலுள்ள தோட்டத் தொழிலாளர்கள் பற்றிய தகவல்கள் நாவலில் இடம்பெற்றிருந்தாலும், அவர்கள் பட்ட அவலங்கள் பதிவாகிடவில்லை. இரண்டாம் உலகப்போர்ச் சூழலும் ஏகாதிபத்திய நாடுகளின் காலனியாதிக்க அரசியலும் பின்புலமாக அமைந்திட தமிழ் அடையாளம் நாவலில் மதிப்பிடப் பெற்றுள்ளது. தமிழகத்து வாழ்க்கைச் சூழலுடன் புலம்பெயர்ந்தோரின் இருப்பினை ஒப்பிட்டுப் பார்த்தலானது, நாவலின் கதைப்போக்கினில் தொடர்ந்து இடம் பெற்றுள்ளது.

கடலுக்கு அப்பால் நாவலின் இறுதியில் செல்லையா நினைத்துப் பார்க்கும் காட்சி முக்கியமானது. பன்முகக் குணாதிசயங்கள் நிரம்பிய மாவீரனான பாண்டியன் பற்றிய செல்லையாவின் நினைவினில் இடம் பெற்ற சம்பவங்கள், வளர்ச்சி பெற்றுப் புயலிலே ஒரு தோணி நாவலாக வடிவெடுத்துள்ளன. அந்த விவரணை:

“செல்லையாவின் நினைவுப் பாதையில் பளிச்சென்று ஒரு வீரன் தென்பட்டான். பாண்டியன்! ஆஅஅ! மாவீரன். தமிழறிஞன். அவனும் மாணிக்கமும் கிண்டலும் தர்க்கமுமாய்த் தமிழ் ஆராய்ச்சி நடத்துவதை நாளெல்லாம் கேட்டுக் கொண்டிருக்கலாமே. இந்தோனேசியாவுக்குத் திரும்பியிருக்கிறானே. மீண்டும் அவனைப் பார்க்க முடியுமா? அங்கு வாளா இருப்பானா? மாட்டான். புரட்சிப் படையில் சேருவது திண்ணம். அவன் ரத்தத்திலேயே புரட்சி கலந்து போயிருக்கிறது. நாற்பத்திரண்டில் மெடானிலிருந்து படகில் சரக்குப் போட்டு வந்து சீனி முகமது ராவுத்தர் கடையில் இறங்கியிருந்தான். அவனும் அப்துல் காதரும் பினாங்கு ஸ்ட்ரீட்டில் நடந்து வந்தபொழுது கடைக்கு முன்பாக முதன் முதலில் பார்த்தேன். எல்லாருமாகப் படையில் சேர்ந்து சிங்கப்பூர் ராணுவ அதிகாரிகள் பள்ளியில் பயிற்சி பெற்றோம். பிறகு மெடான் செல்வதற்காக பேங்காக்கிலிருந்து திரும்பியவனைப் பார்த்தேன். அதற்கிடையே... கோத்தாபாலில் ரகசியப் பள்ளியில் சிறப்புப் பயிற்சி பெற்றான். ஜாராங்கில் படைப் புரட்சிக்குத் தலைமை தாங்கி முகாமைக் கைப்பற்றி, சில பெரிய அதிகாரிகளுக்கு மரண தண்டனை விதித்து நிறைவேற்றினான். பெயரைக் கேட்டதுமே எதிரிகள் கிடுகலங்கும் கெம்பித்தாய் மேஜர்

சடாவோ யாமசாக்கியை விரட்டிச் சென்று தீர்த்துக் கட்டினான். சுந்தரத்துக்கு மாரடைப்பு. அவனையெல்லாம் இனிமேல் பார்க்கப் போகிறேனோ? எந்த ஊரான்? சின்ன மங்கலம் சின்ன மங்கலம். எல்லோரும் எங்கெங்கோ தத்தம் மனதுக்கு ஒட்டிய வேலைகளுக்குச் சென்றுவிட்டனர். நான் ஒருவன்தான்" (கடலுக்கு அப்பால்).

கடலுக்கு அப்பால் நாவலாக்கத்தில் ப.சிங்காரத்தின் மனதில் படிந்திருந்த பாண்டியன் பற்றிய பிம்பம் வளர்ச்சியடைந்து, புயலில் ஒரு தோணி நாவல் முழுக்கப் பரவியிருப்பது வியப்பளிக்கிறது. படைப்பாக்கத்தில் ப.சிங்காரத்தின் கற்பனை வளம் அளவற்றது என்பதற்கு எடுத்துக்காட்டாக நாவலின் உரையாடல்கள் புனையப்பட்டுள்ளன.

நுனை - அரும்பு - முகை - மலர் ஆகிய நான்கு பெரும் பகுதிகளின் மூலம் பாண்டியனின் வாழ்க்கையனுபவங்கள் விவரிக்கப்பட்டுள்ளன. பாண்டியனின் நடப்பியல் வாழ்க்கை மலேயாவில் இருப்பினும் அவனது மனம், தமிழகத்தில் சின்னமங்கலம் கிராமம், திருப்பத்தூர், மதுரை என நனவோட்ட நிலையில் பின்னோக்கிச் செல்கிறது. புலம்பெயர் வாழ்க்கையின் ஊசலாட்டமும் மனத்துயரங்களும் வலுவான தளத்தில் பிணைந்திருக்கின்றன. பிழைக்கப்போன அயல் மண்ணிலே நின்று கொண்டு தமிழகத்து நினவுகளை அசைபோடும் அவலம் இயல் பானதுதான். சின்னமங்கலம் கிராமத்துச் சிறுவர்கள், பள்ளிக்கூடம், சந்தை, கடைத்தெரு, பெண்கள் என விரியும் கிராமத்து வாழ்க்கை முறை,திருப்பத்தூர் பஸ் ஸ்டாண்டில் நடைபெறும் சம்பவங்கள், மதுரைக் கடைவீதிகள், தெருக்கள், தாசிகள் என அன்றைய தமிழ்நாட்டு யதார்த்தச் சூழலை அந்தக் காலகட்டத்திய பேச்சு வழக்கில் அழுத்தமாகச் சொல்லியுள்ள நாவலாசிரியரின் மொழியாளுமை, சொல்வளம், நடை ஒப்பீடு அற்றவை.

கதையின் மையப்புள்ளி பாண்டியன். காப்பியம் போல கணக்கற்ற பாத்திரங்கள் தலைகாட்டுகின்றன. சந்தை வியாபாரிகள், வட்டிக் கடைச் செட்டியார்கள், மேலாட்கள், அடுத்தாட்கள், சமையலாள்கள், பெட்டியடிப் பையன்கள். ஆச்சிகள், பள்ளிச் சிறுவர்கள், ஆசிரியர்கள், கிராமத்தினர், ராணுவத்தினர், டாபர் மாமாக்கள், தாசிகள், மைனர்கள், கார் ஏஜென்ட்கள், நேதாஜி, டில்ட்டன் லாயர், யொஹான்கைசர், கலிக்குஸுமான், யாமசாக்கி, முத்து, ஆயிஷா, சுந்தரம், நடராஜன், தங்கையா, ரேஷன், விலாசினி, நாவான்னா, ஆடிட்டர். பாண்டியனின் நடப்பியல் வாழ்க்கையில் எதிர்ப்படும் மனிதர்களின் தொகுப்பாகப் பாத்திரங்கள் உருவாக்கப்பட்டுள்ளன. பாத்திர வளர்ப்பும் செயற்பாடுகளும் மிகவும் சுவாரசியமாக உள்ளன. ஆண்டியப்பிள்ளை, விலாசினி,

கலிக்குஸுமான், ஆயிஷா, முத்து போன்ற சிறு பாத்திரங்கள்கூட தம்மளவில் முழுமையாக வாசகர் மனதில் பாதிப்பை ஏற்படுத்துகின்றன.

'புயலிலே ஒரு தோணி' நாவலின் நாயகன் போர் அல்லது பாண்டியன். நாவலாசிரியரின் பாண்டியன் பற்றிய புனைவு, கெட்டி தட்டிப்போன தமிழர் வாழ்க்கையின்மீது வீசப்பட்ட பெரிய பாறாங்கல். பொதுப்புத்தி, மதிப்பீடுகளைச் சிதைத்து எழும் பாண்டியன் சாகசக்காரன், புரட்சிக்காரன், கலகக்காரன், அராஜக வாதி. பூகோளத்தின் மீதான பிரமாண்டமான அனுபவங்கள் குறித்து உற்சாகத்துடன் கிளர்ந்தெழும் பாண்டியனுக்கோ எதுவும் பொருட்டல்ல. பாண்டியன், ஒழுங்கற்ற விதிகளின் அடிப்படையில் எல்லாவற்றையும் நொறுக்கிவிட்டுத் தன் மூப்பாகச் செயலாற்றுகிறான். பாண்டியன் பற்றிய புனைவானது செறிவான கோட்பாடுகளை மூலமாகக் கொண்டுள்ளது. தேர்ந்த சாகசக்காரன், கலகக்காரன் எவ்வாறு செயல்படுவான் என்பதற்கு இலக்கணமாகப் பாண்டியன் விளங்குகிறான். எது குறித்தும் தீர்க்கமான நோக்கு அவனுக்கு உண்டு. விதிகளற்ற வாழ்தலைத் தேடியலையும் பாண்டியன். பொதுப்புத்திக்கு எதிரான போக்கு, சாகசச் செயலில் ஆர்வம், தொடர்ந்து மது அருந்துதல், அளவற்ற பெண்களுடன் தொடர்பு, மரணம் குறித்து அக்கறையின்மை, வாழ்தலில் மிகவும் ஆர்வம், செயல்திறன், தனித்துவம், சுய ஒழுங்கு, இடம் பெயர்ந்து கொண்டேயிருத்தல், பரபரப்பான மனநிலை போன்ற போக்குகளின் குவிமையமாக இயங்குகிறான்.

வட்டிக்கடைத் தொழில் நடத்தும் செட்டிமார் வாழ்க்கைப் பின் புலத்திலிருந்து பாண்டியன் வெளிப்படுவது, எரிமலையின் வெடிப்பு என்றுதான் கூற வேண்டும். கடனை வசூலிக்கப் போன இடத்தில் அடிவாங்கி அவமானப்பட நேர்ந்தால்கூட வெளியே சொல்லாமல் வாழ்தலே வாழ்வின் நெறி என்று கட்டமைக்கப்பட்ட ஒழுங்கினுக்குப் பாண்டியன் முற்றிலும் அந்நியமானவன். தமிழ் அறநூல்கள் போதிக்கும் வாழ்நெறிக்கு முரணான வாழ்வு, பாண்டியனுக்கு உவப்பானதாக இருக்கிறது. இடைவிடாமல் பெட்டியிலிருந்து உருவியெடுத்துச் சிகரெட்டைப் புகைப்பவன்; குடிப்பதில் ஆர்வம் மிக்கவன்; கணக்கற்ற வேசைகள், பெண்களுடன் உறவு கொள்பவன். மரபு வழிப்பட்ட பிம்பத்தினைச் சிதைக்கும் பாண்டியனுக்குப் 'போர்' மிகவும் விருப்பமானதாகிறது. இந்திய தேசிய ராணுவத்தில் (ஐ.என்.ஏ) சேர்ந்து செயலாற்றும்போது, பேசுவதைவிட செயலில் விருப்பமுடையவனாக உள்ளான். அவனுடைய செயலின் விளைவாக 'மரணம்' காத்திருப்பது அறியாத விஷயமல்ல. மரணம் பற்றிய கருத்தியலின்மீது தீவிரமான

அக்கறைகூட உண்டு. யோசித்துப் பார்க்கும்வேளையில் எல்லாம் உண்பதும் உறங்குவதுமாய் பொழுது கழியுமென்ற தாயுமானவரை அடிக்கடித் துணைக்கு அழைத்துக் கொள்கிறான். இருப்பின் நிச்சய மின்மை குறித்து அக்கறையுடையவன், எதிர்நிலையில் மரணத்தை ஒன்றுமற்ற நிகழ்வாகக் கருதுகிறான். புவியில் வாழ்ந்திடும் வாழ்க்கை தொடர வேண்டுமென்ற விருப்பம் அவனுக்குண்டு. மரணத்தை மறந்து விட்டுச் சாகசச் செயலில் ஈடுபடுவது பாண்டியனின் அடிப்படைக் குணாம்சம். பாண்டியனின் அகமானது அமைதியற்றுத் தத்தளிக்கிறது. எனினும் அவனுடைய திட்டங்களும் செயற்பாடுகளும் வெற்றியடை கின்றன. போர்ப்பயிற்சியின்போது முகாமில் நடைபெற்ற கலவரத்தின் காரணமாக ரக்பீர்லாவைக் கொன்றது, ஜப்பான் கம்பித்தாய் மேஜர் யாமசாக்கியைக் கொன்றது, துரோகியான சுந்தரத்தைக் கொன்றது எனப் பாண்டியனின் துணிச்சலான செயல்கள் தொடர்கின்றன. இந்தோனேஷியா விடுதலைப் போரில் கலந்துகொண்டு தாக்குதல்களில் ஈடுபடுகிறான். பாண்டியன் பிறரைக் கொல்லும்போது என்ன வகையான மனநிலையி லிருந்தான் என்பதற்கு நாவலில் பதிவு இல்லை. சுந்தரம் உயிருக்காகக் கெஞ்சும் போது 'மரணத்தைக் கௌரவமாக ஏற்றுக் கொள்' என்று அறிவுரை சொல்கிறான். மரணத்தின் விளிம்பைத் தொட்டுவிட்டு மீளும் கட்டங்களில்கூட பாண்டியன் பெரிய அளவில் அலட்டிக் கொள்ள வில்லை. அது ஒருவகையான இயல்பான அம்சம் என்ற கண்ணோட்டம் அவனுக்குண்டு. மரணத்தைத் துணிந்து சவாலாக எதிர்கொண்ட போதும், அவனது முரட்டுத்தனத்தில் வீரம், ஒழுங்கு, பரிவு, கனிவு எல்லாம் உண்டு. பாண்டியன் தன்னுடைய பால்யகால அனுபவங்கள், அண்மைகாலச் சம்பவங்களை யாரிடமும் விவாதிக்கவில்லை. பாய்மரக் கப்பலில் தனித்திருக்கும்போதும், மதுவருந்திவிட்டு ரிக்ஷாவில் செல்லும்போதும் அவனது நினைவுகள் பின்னகர்ந்து கடந்த காலத்தைப் பரிசீலனை பண்ணுகின்றன. கடந்தகால வாழ்க்கை குறித்து அக்கறை கொள்ளும் பாண்டியன், எதிர்காலம் குறித்து ஆழமாகச் சிந்திக்கின்றான்.

நாவலின் அறிமுகக் காட்சியிலிருந்து பாண்டியன் இடைவிடாமல் பயணித்துக் கொண்டேயிருக்கிறான். நாடு விட்டு நாடு, ஊர் விட்டு ஊர் எனத் தொடர்ந்து சுற்றுகிறான். எந்த இடத்திலும் நிலைத்து நிற்க முடியாத நிலையில், அவனுடைய மனம் அமைதியற்றுக் கொந்தளிக் கிறது. புறநிலையில் பரபரப்பும் ஏதாவது செய்ய வேண்டுமென்ற முனைப்பும், இருத்தலின்மீது ஆர்வமின்மையும் பாதிப்பை ஏற்படுத்து கின்றன. ஓடிய கால்களுக்கு ஓய்வேது? முடிவற்ற ஓட்டமாகப் பாண்டியன் இடம் விட்டு இடம் பெயர்கிறான். இறுதியில் இந்தோனேஷியாவிற்குப்

பயணமாகின்றான், டச்சுக்காரர்களுக்கு எதிரான தாக்குதலில் பங்கேற்று 'ராஜா உத்தாங்குவாகிறான். அவன் செயல்ரீதியில் போட்ட திட்டங்கள் பெரும் வெற்றி அடைகின்றன. எனினும் அவனுடைய மனம் திருப்தியற்று அலைபாய்கிறது. வெற்றியின் காரணமாகக் குதூகலிக்கும் மனநிலையற்ற பாண்டியன், தான் செய்த சாகசச் செயலையும் சாதாரணமாகக் கருதி, அடுத்து என்ன செய்வதென்று யோசிக்கின்றான். இதனால்தான் காட்டு வாழ்க்கை அவனுக்கு அலுக்கிறது. சின்னமங்கலம் கிராமத்திற்கு உடனே போக வேண்டுமென முடிவெடுக்கிறான். 'அபாயங்கள் காத்திருக்கின்றன' என்பது அறிந்தும் வழமையான சாகச மனநிலையுடன் வெளிப்படும்போது சுட்டுக் கொல்லப்படுகிறான். ஒருக்கால் டச்சுப் படையினரிடமிருந்து தப்பி, சின்னமங்கலம் கிராமத்திற்குப் போனால், அங்கு அவனால் ஒருவாரம் கூட தங்கியிருக்க முடியாது என்பதுதான் உண்மை.

பாண்டியன் பினாங்கு, நான்யாங் ஹோட்டலில் நண்பர்களுடன் சேர்ந்து இரவு முழுக்க விவாதங்களில் ஈடுபடுகிறான். உலகத்துச் சாதனைகளையும் பிரமாண்டமான செயற்பாடுகளையும் தமிழரின் பழம்பெருமையுடன் ஒப்பிட்டுத் தமிழ் பற்றிய புனைவு களையும் கற்பிதங்களையும் நொறுக்குகிறான். சங்கத் தமிழர் மாட்டுக்கறி, யானைக்கறி சாப்பிட்டனர் என்றும், இரு கிராமத்துத் தலைவர்களிடையே நடைபெற்ற மோதுதல்களைப் புலவர்கள் 'போர்கள்' என்று வருணித்து விட்டனர் என்றும் தமிழ் மரபில் கட்டியமைத்துள்ள மாண்புகளைச் சிதைக்கிறான். அவனது சொல்லாடல் திறன்மிக்கது. கர்னல் குலிக்ஸ் மானிடம் நகைச்சுவையாக உரையாடும்போதும், விசாலினியுடன் காதல்வயப்பட்ட மொழிகளைக் கூறிடும்போதும் பாண்டியனின் பேச்சுத்திறன் வெளிப்படுகிறது. இக்கட்டான நிலையில் என்ன செய்ய வேண்டுமென்று உடன் முடிவெடுக்கும் திறன் பாண்டியனுக்கு உண்டு. அம்முடிவின் விளைவாகத் தோன்றவிருக்கும் சிக்கலையும் எதிர்கொள்ள வேண்டியதுதான் என்று நம்புகிறான். சில வேளைகளில் அதுகுறித்து அவனுக்கு அக்கறையுமில்லை. இத்தகைய போக்கு ஒருவகையில் அராஜகத்தன்மையுடையது. ஒரு குறிப்பிட்ட பிரச்சினையில் தான் விரும்பியவற்றை அல்லது அவனிடம் ஒப்படைக்கப்பட்ட செயலை எவ்வாறாயினும் முடித்துவிடத் திட்டமிட்டு நிறைவேற்றுகிறான். ஒருவகையில் ஆராய்ந்தால் பாண்டியனுக்கு விசுவாசம், நேர்மை, புகழ், துணிச்சல், வீரம் போன்றவற்றில் மரியாதை இல்லை. அவை, அவனைப் பொறுத்தவரையில் இருண்மையானவை. அவைதரும் மதிப்பீடுகள் குறித்துப் பெரிதும் அக்கறையில்லை. வரலாற்றில் பிரமாண்டமான செயல் களையும், அவற்றைச் செய்தவர்களில் இன்றைய நிலையையும் பற்றிய

வரலாற்று அறிவானது, பாண்டியனைச் சுயவிமர்சனம் செய்யத் தூண்டுகிறது. இந்நிலையில் மக்கள் சிலாகிக்கும் மேன்மையான மதிப்பீடுகள், குணங்களைப் பாண்டியன் கவனத்தில் கொள்வதில்லை. ஏனெனில் அவன் சுயகட்டுப்பாடுடைய செயல் வீரன், சிந்தனையாளன்.

பாண்டியன் சாகச நாயகனுக்கே உரிய மனநிலையுடன் சிக்கலான பிரச்சினைகளிலும் உற்சாகமாக ஈடுபடுகிறான். அளவுக்கதிகமான குடிபோதையிலும் பாண்டியன் தெருவில் கிடப்பதில்லை. புலன்கள் கலங்குமளவு மதுக்குப்பிகளைக் காலி செய்தாலும், சூழலைக் கட்டுப்படுத்தும் வலிய திறமையுடையவன். எவ்வளவு போதையிலும் அடுத்து என்ன செய்யப் போகிறோம் என்பது குறித்துத் தெளிவான முடிவெடுக்கும் வல்லமை அவனுக்குண்டு. பாங்காங் நகரிலிருந்தபோது போதையுடன் ‘மூன்லிங்’ ரெஸ்டாரண்டிற்கு நண்பர்களுடன் சென்று செய்த கலகச் செயல், மது அருந்தியதன் பின்விளைவு அல்ல. முரட்டுத் துணிச்சலுடன் கையில் பிஸ்டலை உருவிக்கொண்டு எதிரெதிராகப் பலர் பொருதுமாறு சூழல் உருவாகிறது. பிஸ்டல் கைகள் குறிபார்த்து இருந்தன. ஒரு விநாடி, ஒரு தோட்டா. பலரின் உயிர் ஒரு விநாடி ஒரு தோட்டாவில் அடங்கி நின்று வேடிக்கை பார்த்தது. ஒரே ஒரு தோட்டா வெடித்தால் போதும். இந்நிலையிலும் பாண்டியன் ஆழ்ந்த அமைதிக்குரலில், ‘துப்பாக்கி விளையாட்டு வேண்டாம், தயை கூர்க’ என்கிறான் வலக்கையில் பிஸ்டலுடன். இத்தகைய துணிச்சல் சாகசக்காரனுக்கே உரித்தானது. பாண்டியனைப் பொறுத்தவரையில் வாழ்க்கைதான் முதன்மையானது. மரணம் என்பது ஒன்றுமில்லை. பாண்டியனின் மரணம் ‘அவலம்’ என்பதைவிட ‘சாதனை’ என மாறுவது கதையாடலில் முக்கியமானது.

தமிழகத்திலுள்ள சிவகங்கை மாவட்டத்தில் இருக்கின்ற சின்னக் கிராமமான சின்னமங்கலத்தில் தன்னிச்சையாகத் திரிந்த பாண்டியனை எது இந்தோனேசியா, மலேசியா, சுமத்ரா, பினாங்கு நோக்கித் தள்ளியது? பொருள் தேடிப் போனவன் ராணுவ வீரனான சூட்சுமம் என்ன? மனித உறவுகள் என்ற அடிப்படையில் இருந்து விலகி, அரசியல் என்ற மையப் புள்ளியில் சுழன்ற பாண்டியனின் மனதில் வெறுமை அளவற்றுப் பொங்குவது ஏன்? பூமியில் சகலமும் நாடகத்தின் காட்சிகள் என ப.சிங்காரம் விவரிக்கும் காட்சிகள் கொண்டாட்டம், சாகசம், அவலம் எனத் ததும்பினாலும் இறுதியில் துன்பியலாக மாறியுள்ளன.

ப.சிங்காரம் புனைந்துள்ள மொழியின் அதிகபட்ச சாத்தியங்கள், நாவல் ஆக்கத்தினுக்குப் புதிய பரிமாணங்களைத் தந்துள்ளன. நீட்டி

முழக்கிப் பகடி செய்யும் போக்கு, நாவலில் பல இடங்களில் இடம் பெற்றுள்ளது. இதுவரை உருவாக்கப்பட்டுள்ள இறுக்கமான மதிப்பீடு களைப் பகடிக்குள்ளாக்குவதில், பாண்டியனுக்கு எப்பவும் உற்சாகம் தான். எந்தவொரு காத்திரமான விஷயத்தைப் பற்றியும், புதிய பேச்சுக்களை உருவாக்கிட விழையும் பகடியானது, நாவல் முழுக்கப் பதிவாகியுள்ளது. தமிழில் இதுவரை எந்த நாவலாசிரியரும் தொட்டிராத சிகரத்தினைத் தனக்கான புதிய மொழியின் வழியே ப.சிங்காரம் கண்டறிந்துள்ள சாதனை, தனித்துவமானது. புயலிலே ஒரு தோணி நாவல், தலைப்பினுக்கேற்ப கதையாடலில் அங்குமிங்கும் இடை விடாமல் அலைபாய்ந்து கொண்டிருக்கிறது. சிம்பனி இசைக்கோர்வை போல நாவலின் கதைப்போக்கினில் பல்வேறு கதைக்கருக்கள், தோன்றி, வளர்ந்து மறைந்து, மீண்டும் தோன்றிக் கொண்டே இருக்கின்றன. அவை வாசகனை வெவ்வேறு தளங்களுக்கு முடிவற்று இழுத்துச் செல்கின்றன.

(உயிர் எழுத்து, 2016 பிப்ரவரி)

அசோகமித்திரனின்
'தண்ணீர்' நாவலும் தண்ணீருக்கான போராட்டமும்

எழுபதுகளின் நடுவில் எழுத்தாளர் சுஜாதா பிரபலமான வாரப் பத்திரிகையில் எதிர்காலத்தில் தண்ணீர் பாட்டிலில் விற்கப்படும் என எழுதியிருந்தார். எனக்கு ஒரே ஆச்சரியம். வீட்டுக்கு யார் வந்தாலும் பெரிய செம்பில் தண்ணீர் தந்து உபசரிக்கும் தமிழகத்தில் தண்ணீரை விற்பது அதீதமான கற்பனை எனத் தோன்றியது. இன்று சின்னக் கிராமங்களில்கூட 200 மி.லி. தண்ணீர் பாலீதின் பாக்கெட்டில் ரூ.2/-க்கு விற்கப்படுகின்றது. அரசாங்கம் மேல்நிலை நீர்த்தொட்டி, பாதுகாக்கப்பட்ட குடிநீர் எனக் குழாய்களின்மூலம் வீடுகளுக்கு விநியோகித்த தண்ணீரைப் பாத்திரத்தில் சேகரித்துக் குடித்த நிலைமை இன்று மாறிவிட்டது. தமிழக அரசினால் அம்மா தண்ணீர் ஒரு லிட்டர் ரூ.10/-க்கு விற்பனை செய்யும் நிலைமை ஏற்பட்டுள்ளது. கோடைகாலத்தில் தண்ணீர்ப் பந்தல் அமைத்து சாலையில் நடந்து செல்கின்ற பயணிகளுக்குத் தண்ணீரைத் தர்மமாக வழங்கிய நிலை, இன்றைய தலைமுறையினர் அறியாதது. வான் சிறப்பு அதிகாரம் மூலம் நீரின் சிறப்பினை உலகுக்கு உணர்த்திய திருவள்ளுவர், நீரின்றி அமையாது உலகு எனக் குறிப்பிடுவது எந்தக் காலத்துக்கும் பொருத்தமானது. 'மாமழை போற்றுவோம்' எனச் சிலப்பதிகாரத்தில் மழையைப் போற்றிய இளங்கோவின் குரலில் நீரின் அவசியம் வெளிப்படுகின்றது. பஞ்ச பூதங்களில் ஒன்றான தண்ணீர் பற்றிய நீர் மேலாண்மை அறிவு, பண்டைத் தமிழர்களுக்கு நிரம்ப இருந்தது. ஏந்தல், கண்மாய், ஊருணி, குளம், ஏரி, குட்டை எனப் பல்வேறு நீர்த்தேக்கங்களின்மூலம் ஆற்று நீர், மழைநீரைச் சேகரித்துப் பயன்படுத்தினர். இன்று நீர்நிலைகள் வீட்டு மனைகளாக மாறிக் கொண்டிருக்கின்றன. திடீரெனப் பேய்மழை, பெருவெள்ளம் என மழைக்காலத்தில் தத்தளிக்கும் நகரங்கள், கோடை காலத்தில் தண்ணீருக்காகத் தவிக்கின்றன. 19-ஆம் நூற்றாண்டின் தொடக்கத்தில் எழில்மிகு நதியாகப் பாய்ந்தோடிச் சென்னை நகருக்கு வளம் சேர்த்த கூவம் ஆறு, இன்று பிரமாண்டமான கழிவுநீர் வாய்க் காலாக மாறி விட்டது. சென்னை போன்ற பெரு நகரத்தில் நிலத்தடி நீருக்காகப் பூமியைத் துளைத்துத் தோண்டப்படும் குழாய்க் கிணறுகள்

காலப்போக்கில் வறண்டுபோகின்றன. ஒவ்வொரு நாளும் சென்னை நகருக்குள் குடியேறும் மக்களின் தொகை அதிகரித்துக்கொண்டே போகின்றது. எல்லாத் திசைகளிலும் நகரமானது அடிவானத்துக்கப்பால் விரிந்து கொண்டிருக்கின்றது. எல்லோருக்கும் தேவைப்படும் தண்ணீர் தாராளமாகக் கிடைக்க வாய்ப்புள்ளதா? இன்னும் இருபதாண்டுகளில் சென்னை நகரமானது பாலைவனமாகிவிடும் அபாயம் உள்ளது என நீர் மேலாண்மையியல் நிபுணர்கள் எச்சரிக்கின்றனர். அதன் அறிகுறியாகச் சென்னையை ஊடறுத்து அங்குமிங்கும் விரைகின்ற ஆயிரக்கணக்கான தண்ணீர் லாரிகளைச் சொல்ல முடியும். புறநகர்ப் பகுதியிலிருந்து தண்ணீரை லாரிகளில் கொண்டுவந்து விற்பது லாபகரமான பிசினஸாக உருவாகியுள்ளது.

இன்று சென்னை நகரின் நிலப்பரப்பில் 10 கி.மீ. தொலைவிற்கு நிலத்தடியில் கடல் நீர் உள்ளே புகுந்து விட்டது. குடிப்பதற்கோ குளிப்பதற்கோ லாயக்கற்ற ஆழ்குழாய் நீரினை வைத்துக்கொண்டு என்ன செய்ய? அரசாங்கத்தை நம்புவதைவிட, லாரி தண்ணீரை விலைக்கு வாங்கித் தொட்டியில் சேகரித்துப் பயன்படுத்துவது இன்னும் எத்தனை காலம் தாக்குப் பிடிக்கும்? தண்ணீர் பயன்பாட்டினுக்கு அரசாங்கம் ரேஷன் முறையைக் கறாராக அமல்படுத்தும் காலம் வெகு தொலைவில் இல்லை. பூமித்தாயின் மடியிலிருந்து அளவுக்கதிகமாக நீரை உறிஞ்சி விற்பனை செய்யும் வியாபாரம் ஒருநிலையில் வறண்டுவிடும். அப்பொழுது சென்னையில் வாழும் லட்சக்கணக்கான மக்கள் என்ன செய்யப் போகின்றார்கள்?

அசோகமித்திரனின் தண்ணீர்

இன்றைய தண்ணீர்ப் பற்றாக்குறையுடன் ஒப்பிடும்போது 1971ஆம் ஆண்டில் சென்னை நகரில் நிலவிய தண்ணீர்ப் பிரச்சினை ஓரளவு சமாளிக்கக்கூடியதுதான். என்றாலும் நாவலாசிரியர் அசோகமித்திரனின் படைப்பு மனம், எதிர்காலத்தில் தண்ணீர் பிரச்சினை வடிவெடுக்கவிருக்கும் விஸ்வரூபம் பற்றிய பிரக்ஞையுடன் தண்ணீர் நாவலைக் கட்டமைத்துள்ளது. அன்றாட வாழ்க்கையில் மக்களின் அத்தியாவசியத் தேவையான தண்ணீர் என்பது எளிதானது போலத் தோன்றினாலும், அதற்கு பின்னர் பொதிந்துள்ள நுண்ணரசியல் வலுவானது. எல்லா உயிரினங்களும் ஏதோ ஒருவகையில் நீரினைத் தேடி அலைந்து கொண்டிருக்கின்றன. மனிதர்களும் விதிவிலக்கு அல்ல. நகரத்து முடுக்குகளில் ஒண்டுக்குடித்தன வீடுகளில் முடங்கிப் பொழுதைப் போக்கிடும் மனிதர்கள் அத்தியாவசியமான தண்ணீருக்குப் படுகின்ற பாடுகள் அளவற்றவை. ஐம்பூதங்களில் ஒன்றான தண்ணீருக்கும் மனிதர்களுக்குமான உறவினை முன்வைத்து அசோகமித்திரன் எழுதியுள்ள

தண்ணீர் நாவல், சூழலியல் பிரச்சினையை மறுபரிசீலனை செய்திடப் பின்புலமாக விளங்குகின்றது.

சென்னை நகரம் எப்பொழுதும் எதிர்கொண்டுள்ள தண்ணீர்ப் பஞ்சம் ஒருபுறம், திரைப்பட மோகத்தினால் சிக்குண்டுள்ள பெண்களின் அவலம் இன்னொருபுறம் எனத் தண்ணீர் நாவலின் கதைப்பரப்பு விரிகின்றது. சாதாரணக் குடும்பப் பின்புலத்திலிருந்து வந்த ஜமுனா, சாயா என இரு சகோதரிகளின் பிரச்சினைகள் தனித்துவமானவை. திரைப்பட உலகினுள் நுழைந்து நடிகையாகிப் பெறவிருக்கும் வாழ்வு குறித்துக் கனவு காணும் ஜமுனா, உதவி இயக்குநர் பாஸ்கர் ராவின் கேவலமான செயல்களுக்குத் தெரிந்தே துணை போகிறாள். விரைவில் கிடைக்கும் திரைப்பட வாய்ப்புமூலம் தனது துயரம் நீங்கிவிடும் எனக் கற்பனையான உலகில் சஞ்சரிக்கின்றாள். இராணுவத்தில் பணியாற்றும் கணவன் விரைவில் சென்னைப் பக்கம் மாறுதலாகி வருவான் என்று நம்புகின்ற சாயா எப்பொழுதும் துணிச்சலாக முடிவெடுக்கின்றாள். தண்ணீர்ப் பஞ்சம் ஒருபுறம், சகோதரி ஜமுனாவின் ஏமாளித்தனம் இன்னொருபுறம் என எரிச்சலடைந்த சாயா, சகோதரியின் வீட்டைவிட்டு ஹாஸ்டலுக்குப் போகின்றாள். பாஸ்கர் ராவின் கபடத்தனம், துரோகம், அயோக்கியத்தனம் ஏற்படுத்தும் அவலத்திலிருந்து விடுபடும் வழி அறியாமல் திகைக்கும் ஜமுனாவைத் திசை திருப்பும் வேலையை சாயா நுட்பமாகச் செய்கிறாள். ஒரு கட்டத்தில் அவனைத் திட்டுவதுடன், குடைக்கம்பியினால் குத்துகிறாள்.

கதாபாத்திரங்களின் மனவோட்டங்களை நாவல் முழுக்க அசோகமித்திரன் நுட்பமாகப் பதிவாக்கியுள்ளார். "ஒரு கணத்தில், ஒரே ஒரு கணத்தில் சாயா மணிக்கணக்கில் நடந்ததை எல்லாம் தெரிந்து கொண்டு விடுவாள்" என யோசிக்கும் ஜமுனா தற்கொலைக்குத் துணிந்து விடுகின்றாள். இருப்பின் அழுத்தமும் நடப்பின் வெக்கையும் தாங்க வியலாமல் ஜமுனா, சாயாவைப் பிரிந்து வருந்துகிறாள். சாயா பிரிந்து போனதற்குத் தண்ணீர்ப் பற்றாக்குறையும் ஒரு காரணம்தான். தண்ணீரை முன்வைத்து ஜமுனா எதிர்கொள்கின்ற அனுபவங்களாக அசோகமித்திரன் சித்திரிக்கின்ற சம்பவங்கள் நாவலின் போக்கினை வேறு தளத்திற்கு நகர்த்துகின்றன.

தண்ணீர் நாவல் 1971இல் கணையாழி இதழில் தொடர்கதையாக வெளிவந்து பின்னர் 1973இல் நூல் வடிவம் பெற்றது. அன்றைய காலகட்டத்தில் சென்னை நகரில் நிலவிய கடுமையான தண்ணீர்ப் பஞ்சத்திற்குக் காரணம் பருவ மழை பொய்த்ததுதான். வீடுகளில் தோண்டப்பட்டிருந்த கிணறுகளின்மூலம் தண்ணீர் இறைத்துப் புழங்கிய

நிலையில் மாற்றம். வறண்டு போன கிணறுகளைத் தூர் வாருவது மும்மரமாக நடைபெற்றது. கிணறுகளை ஆழப்படுத்தி சிமிண்டு உறைகளை இறக்கினாலும், தண்ணீர் ஊறாத நிலை. விளிம்புநிலையினர் கார்ப்பரேஷன் குழாய்களில் வந்த தண்ணீரைப் பானைகளில் பிடித்துக் குடிக்கவும், சமையலுக்குப் பயன்படுத்தவும் செய்தனர். தண்ணீர் வராத பகுதிகளில் மாநகராட்சி லாரிகளில் தெருவுக்குக் கொண்டுவரப்பட்ட தண்ணீரைப் பிடிக்க இரவு பகலாகப் பலரும் காத்திருந்தனர். வீடுகளுக்கு இணைப்புத் தரப்பட்ட கார்ப்பரேசன் குழாயில் அடி பம்பினைப் பொருத்தித் தண்ணீர் அடிப்பது தனிக் கலை. சில இடங்களில் குழாய்களில் குடிநீருடன் சாக்கடை நீரும் சேர்ந்து கருப்பாக வந்தது. தண்ணீரைப் பிடித்துப் பாத்திரத்தில் வைத்தால் சில நாட்களில் புழுக்கள் நெளிந்தன. ஆழ்குழாய்க் கிணறுகள் பிரபலமாகாத நாளில் விளிம்பு நிலையினரின் தண்ணீருக்கான போராட்டம் கடுமையாக இருந்தது. வாழ்க்கையின் ஆதாரமான தண்ணீருக்காக அன்றைய சென்னைவாசிகள் பட்ட பாடுகளை நாவலாக அசோகமித்திரன் விவரிப்பது இன்றைய சூழலுக்கும் பொருந்துவதாக உள்ளது.

நாவலின் தொடக்கமே பம்பின்மூலம் தண்ணீர் அடிப்பதில் இருந்து தொடங்குகிறது. ஒட்டுக் குடித்தனக்காரர்களிடையே பம்ப் அடிக்கப் போட்டா போட்டி. வீடுகளைக் கட்டி வாடகைக்குவிடும் உரிமையாளர் களுக்குக் குடித்தனக்கார்களுக்குத் தண்ணீர் தர வேண்டும் என்ற அக்கறை எதுவுமில்லை. தெருக்கோடி வீட்டில் மட்டும் எப்படியோ குழாயில் வரும் தண்ணீரைப் பிடிக்கப் பெண்கள் கூட்டம். தண்ணீர் பிடிப்பதில் பழக்கமான குண்டு டீச்சரம்மாவுடன் ஏற்பட்ட சிநேகிதம் காரணமாக ஜமுனா, டீச்சர் வீட்டிற்குப் போகின்றாள். அங்கு டீச்சரின் மாமியார்க் கிழவியுடன் ஏற்படும் அனுபவங்கள் அவளுக்குத் திகைப்பை ஏற்படுத்துகின்றன.

தெருவில் வைக்கப்பட்டுள்ள வாட்டர் டாங்கில் லாரி மூலம் கொண்டு நிரப்பப்படும் தண்ணீர் வீட்டிற்கு இரண்டு பக்கெட் அளவில் கிடைக்கும். அதைப் பிடிக்கவும் அடிதடி, தள்ளுமுள்ளு. அதிகாலை இருளில் ஜமுனாவும் டீச்சரும் அரை மைல் தொலைவு நடந்துபோய், யாரையோ கெஞ்சி இரு தவலைகள் நிரம்பத் தண்ணீர் அடித்துக்கொண்டு வருகின்றனர். தண்ணீருக்காகப் பெண்களின் அலைச்சல் தொடர்கின்றது.

கார்ப்பரேஷன் ஆட்கள் வீட்டிற்கு இணைப்புத் தரப்பட்டுள்ள தண்ணீர்க் குழாய்களைத் தோண்டி, நிப்புளைக் கைப்பற்றுகின்றனர். போன வருடம் தண்ணீர் வரவில்லையென்று வீட்டிற்கு இவ்வளவு

என்று பணத்தை வாங்கிக்கொண்டு கார்ப்பரேஷன் ஆட்களால் போடப் பட்டதுதான் அந்த நிப்பிள். தோண்டப்பட்ட குழிகள் சரியாக மூடப் படாததனால் தெருவெங்கும் மேடுபள்ளம். அப்பொழுது மழை பெய்ததனால் எங்கும் ஒரே சேறும் சகதியும். ஜமுனா குடியிருக்கும் வீட்டில் அடி பம்பில் அடித்த தண்ணீரில் ஃபிளஷ்ஷவுட் தண்ணீர் கலந்து அடிக்கும் மூத்திர நாற்றம் அருவருப்பை மட்டுமா ஏற்படுத்துகிறது? கார்ப்பரேசன் என்ன செய்கின்றது என்ற கேள்வியும் தோன்றுகிறது. தண்ணீரை முன்வைத்து இப்படியெல்லாம் நடைபெறுகின்ற சம்பவங் களை விவரிப்பது மட்டும் அசோகமித்திரனுக்கு நோக்கம் இல்லை. என்றாலும் தண்ணீருக்காகப் பெண்கள் எதிர்கொள்கின்ற சிரமங்கள் வாசிப்பினில் வலியை ஏற்படுத்துகின்றன. நாவலில் எந்தவொரு இடத்திலும் அநியாயமான நிகழ்வினுக்கெதிராகக் கண்டிக்கிற உரத்த குரலைக் கேட்க முடிவதில்லை. இப்படியெல்லாம் தண்ணீருக்காகத் துயரங்களைச் சென்னைவாசிகள் எதிர்கொண்டாலும், அவர்களுடைய மனதில் ஈரம் ததும்புவதை வாசிப்பினில் அறிய முடிகிறது. ஒருபோதும் வற்றிவிடாத அன்புடன் மனிதர்கள் இருப்பது என்னவொரு மேன்மை யானது என்பதை டீச்சரம்மா, சாயா கதாபாத்திரங்கள்மூலம் அறிய முடிகின்றது.

ஜமுனா, சாயாவின் அம்மா படுக்கையிலே மலஜலம் போவதுடன் மனப்பிறழ்வுடன் பேசுகின்றார். பிள்ளைகள் இருவரும் கவனிக்க முடியாத சூழலில் பாட்டியும் மாமாவும் அம்மாவைப் பராமரிக் கின்றனர். எல்லோருக்கும் நடப்பு வாழ்க்கை கசப்பை வழங்கினாலும், சக மனிதர்கள் மீதான ப்ரியம் ஈரத்துடன் இருப்பதை அசோகமித்திரன் தண்ணீர் எனக் குறியீடாகச் சொல்கிறாரா? யோசிக்க வேண்டியுள்ளது.

தண்ணீர் நாவல் எழுதப்பட்டு 43 ஆண்டுகள் கடந்து விட்டன. அசோகமித்திரன் தண்ணீர் நாவலில் சித்திரித்துள்ள அடிப்படையான விஷயங்களில் இன்றளவும் பெரிய மாற்றம் எதுவுமில்லை. ஓராண்டில் சற்றுக் கூடுதலாக மழை பொழிந்தால் சென்னை நகரமே வெள்ளத்தில் மிதக்கிறது; அன்றாட வாழ்க்கை பாதிக்கப்படுகிறது. தொடர்ந்து இரு ஆண்டுகள் பருவ மழை பொய்த்தால், சென்னை நகரம் தண்ணீருக்குத் திண்டாடிவிடும். இன்று கூவம் ஆற்றின் கரையோரம் வாழ்ந்த மக்களைக் கண்ணகி நகருக்கு மாற்றியாகி விட்டது. தெருவோரத்தில் வாழும் விளிம்புநிலையினரை அப்புறப்படுத்தி விட்டால், சென்னை சிங்காரமாகி விடுமா என்ற கேள்வியில், நகரம் பணக்காரர்களுக்கு மட்டும்தானா என்று தோன்றுகின்றது. சுற்றுச்சூழல் பெரிய அளவில் மாசடைந்துவரும் சென்னை மாநகரில் நடுத்தர மக்களின் வாழ்க்கையும்

சிரமமானதாக மாறியுள்ளது. கையில் காசு வைத்துள்ளவனுக்குத் தண்ணீர் தரப்படும் என்பது தண்ணீர் லாரிகளின் முன்னால் ஒலித்துக் கொண்டிருக்கின்றது. தண்ணீரை விலைக்கு வாங்கிப் பயன்படுத்துவது தான் முறை என்ற சர்வதேச நிதி நிறுவனங்களின் கட்டளையை அப்படியே அமல்படுத்தும் நிலை விரைவில் ஏற்படலாம். அப்பொழுது விண்ணிலிருந்து பொழியும் மழைநீரைப் பாத்திரத்தில் பிடிப்பதற்கும் பணம் தர வேண்டிய சூழல் ஏற்படும். எதிர்காலத்தில் சென்னை நகரில் லட்சக்கணக்கில் பெருகவிருக்கின்ற மக்கள் தொகைக்கேற்ற வகையில், தண்ணீரைத் தருவதற்கு அரசாங்கத்திடம் எவ்விதமான காத்திரமான திட்டங்களும் இல்லை என்பது கசப்பான உண்மை

அந்திமழை, 2016

ஜே.ஜே: சில குறிப்புகள் : சமகால மதிப்பீடுகள்

"இன்று நம் மக்களில் பெரும்பான்மையோருக்குக் கலாச்சார வாழ்வு அந்நியமானது. உயிர் தரித்தலுக்கு வழிகாணும் முறைகளிலும், அங்கு எழும் பிரச்சினைகளிலும் இவர்கள் அழுந்திக் கிடக்கின்றார்கள்."

'எதிர்ப்புக் குரல்கள்' நூலின் முன்னுரையில்.

ஒரு பிரதி காலங்கடந்து, பரந்துபட்ட வாசகரிடம் செல்வாக்குப் பெற்றுத் தாக்குப் பிடிப்பது பல்வேறு அம்சங்களை உள்ளடக்கியது. காலந்தோறும் மாறிக்கொண்டிருக்கும் சமூக மதிப்பீடுகளில், ஒரு படைப்பு எந்தவகையில் பொருந்துகிறது என்பது முக்கியமான கேள்வி. சங்க இலக்கிய மொழி, நடை, பொருள் போன்றன நவீன வாசகருக்கு முற்றிலும் அந்நியமானவையெனினும், அப்பிரதிகள் இன்று தமக்கான வாசகரைத் தக்க வைத்துக்கொண்டுள்ளன. இடைக்காலத்தில் பண்டிதர்களாலும் மடாதிபதிகளாலும் புறந்தள்ளி, ஒதுக்கப்பட்டிருந்த சங்க இலக்கியம் அச்சு வடிவம் காரணமாகத் தன்னை நிலை நிறுத்திக் கொண்டது ஒருவகையில் புனைவுதான். இன்று அப்பிரதியினை முன்னிறுத்திக் கட்டமைக்கப்பட்டுள்ள தமிழ் அரசியல் சமூகத்தினை ஆழமாக ஊடுருவிக் கொண்டிருக்கின்றது. இத்தகைய போக்கினுக்கு நவீன இலக்கியப் பிரதிகளும் விதிவிலக்கு அல்ல. சுந்தர ராமசாமி எழுதிய ஜே.ஜே: சில குறிப்புகள் நாவல் 1981ஆம் ஆண்டு வெளியானது முதல் தொடர்ந்து வாசகரிடையே பெரும் வரவேற்பினைப் பெற்றுக் கொண்டிருக்கிறது. அந்நாவலினை ஒட்டியும் வெட்டியும் எழுதப்பட்ட விமர்சனங்கள்மூலம் உருவான மதிப்பீடுகள் இன்றைய வாசகரிடமும் ஈர்ப்பினை ஏற்படுத்துகின்றனவாக உள்ளன.

தமிழ் நாவல் வரலாற்றில் ஜே.ஜே: சில குறிப்புகள் நாவலுக்குத் தான் அதிக அளவில் விமர்சனங்கள் வெளிவந்துள்ளன. ஒரு மதிப்பீட்டின்படி ஐம்பதுக்கும் மேற்பட்ட விமர்சனங்கள், மதிப்புரைகள் வெளியாகியுள்ளன. நாவலைப் பற்றிய தங்களுடைய அபிப்பிராயங் களைக் கடிதம் மூலம் சுரா.விடம் பகிர்ந்துகொண்ட வாசகர்களின் எண்ணிக்கை முப்பதுக்கும் கூடுதலாக இருக்கும். ஒப்பீட்டளவில் மிகவும் பரபரப்பாகப் பேசப்பட்ட ஜே.ஜே: சில குறிப்புகள் நாவல்,

இன்றுவரையிலும் நவீனத்தமிழ் நாவல் ஆக்கத்தில் முன்னோடியாகச் சிலாகிக்கப்படுகிறது.

பொதுவாக நாவல் வடிவம். கதை சொல்லும் முறை காரணமாகப் பெருமளவில் வாசகரைக் கவர்ந்திடும் இயல்புடையது. ஜே.ஜே: சில குறிப்புகள் நாவல், புதியதான கதை சொல்லல் காரணமாக வாசகர்களைக் கவர்ந்ததுடன், பெருமளவில் தமிழ் படைப்பாளர்களின் கவனத்தினையும் ஈர்த்துள்ளது. படைப்பு மனோபாவம் கொண்ட இளம் படைப்பாளர்கள், வாசிப்பின் வழியே, மனதில் உருவாக்கிக்கொண்ட கருத்துகள், அந்நாவலினைக் கொண்டாட்டம் மிக்கதாக மாற்றின. பல வாசகர்கள்/ படைப்பாளிகள் நாவலில் இடம் பெற்றுள்ள முக்கியமான வரிகளைப் பொன்மொழிகள் போலக் குறிப்பேடுகளில் எழுதி வைத்துக்கொண்டனர்; சிலர் நாவலின் வரிகளை மனனம் செய்து, நேர்ப்பேச்சில் பிறரிடம் கூறி வியந்தனர். சுருங்கக்கூறின், நாவலின் வரிகள் வழியாகத் தங்களுடைய வாழ்க்கை அனுபவங்களைப் பொருத்திப் பார்த்துக் கிளர்ச்சியடைந்த வாசகர்களின் எண்ணிக்கை எண்பதுகளில் அதிக அளவில் இருந்தது.

ஞானி, திலீப்குமார் முதலாகப் பலரும் ஜே.ஜே: சில குறிப்புகள் நாவலின் சிறப்புகளைப் பட்டியலிட்டபோது, ப்ரமிள், சாருநிவேதிதா, ராஜன்குறை போன்றோர் கருத்தியல்ரீதியில் நாவலினைக் கடுமையாக விமர்சித்தனர்; எஸ்.தோதாத்ரி போன்ற இடதுசாரி விமர்சகர்கள், நாவலினைப் பிற்போக்குத் தன்மையுடைது என்று கண்டனம் செய்தனர். இதுவரையிலும் அந்நாவலுக்கு வெளியான விமர்சனங்கள், மதிப்புரைகள், நாவல் பற்றிய கடிதங்கள் போன்றவற்றைப் பின்புலமாகக்கொண்டு, நாவல் பற்றிய சமகால மதிப்பீடுகளை வரையறுக்கும் முயற்சி இங்கு மேற்கொள்ளப்பட்டுள்ளது.

தமிழ் நாவல்களில் ஜே.ஜே: சில குறிப்புகள் தனித்துவமானது என்ற நிலையில், அந்நாவல் எழுதப்பட்ட காலத்தையும் சூழலையும் அவதானிக்க வேண்டியது அவசியம். சு.ரா. இப்படியொரு நாவலைப் படைத்திட நேர்ந்த காரணங்களைக் கண்டறிய வேண்டியுள்ளது. இடைவெளி, நினைவுப்பாதை, சாயாவனம், தலைமுறைகள், ஒரு புளிய மரத்தின் கதை, அம்மா வந்தாள், புயலிலே ஒரு தோணி போன்ற நாவல்களைச் சிறப்பானவையென விமர்சகர்களும் தேர்ந்த வாசகர்களும் பாராட்டிய சூழலில், வடிவத்திலும் கதைசொல்லலிலும் புதிய வகைப்பட்ட ஜே.ஜே: சில குறிப்புகள் நாவல் திடீரென எழுதப் படுவதற்கான தேவை/நிர்பந்தம் முக்கியமானது. படைப்பாளியான

சு.ரா.வை அறிந்துகொள்வது என்ற நிலையில் அவருடைய காலத்தினை அறிந்துகொள்வதென்கிற வரலாற்று அணுகுமுறை நம்பகத்தன்மை மிக்கது.

இந்திய விடுதலைக்குப் பின்னர் அறிமுகமான மேலைநாட்டுத் தொழில்நுட்பம், இந்தியப் பொருளாதாரத்தினைப் பாதித்ததுடன், பாரம்பரியமான இந்திய வாழ்க்கைக்கு உளவியல்ரீதியிலான வேகத் தன்மையையும் ஏற்படுத்தியது. இதனால் பெரிய அளவிலான வணிக நோக்கம் எல்லா மட்டங்களிலும் ஊடுருவியது. தமிழகத்தைப் பொறுத்தவரையில் மேடைப் பேச்சு, நாடகம், பத்திரிகை மூலம் 1967 இல் ஆட்சியைக் கைப்பற்றிய தி.மு.க. உருவாக்கியிருந்த 'தமிழ்' பற்றிய வெற்றுப் புனைவுகள் மக்களிடையே பெரும் தாக்கத்தினை ஏற்படுத்தியிருந்தன. எனினும் சில ஆண்டுகளில் தி.மு.க.வின் செயற்பாடு களினால் அதிருப்தி அடைந்த பொதுமக்கள், திரைப்பட நடிகரான எம்.ஜி.ராமச்சந்திரன் உருவாக்கிய அ.தி.மு.க.வினை ஆதரித்தனர். 1952 தேர்தலில் சட்டப் பேரவைத் தேர்தலில் ஐம்பதுக்கும் மேற்பட்ட இடங்களைக் கைப்பற்றிப் பிரதான எதிர்க்கட்சியாக விளங்கிய பொதுவுடைமைக் கட்சி, தேய்ந்துகொண்டிருந்தது. தமிழகமெங்கும் ஆங்கில வழியிலான நர்சரிப்பள்ளிகள் பரவிக்கொண்டிருந்தன. வெகுஜன பத்திரிகைகளில் அகிலன், கல்கி, சாண்டில்யன், நா.பார்த்தசாரதி போன்றோர் கொடிகட்டிப் பறந்தாலும், ஜெயகாந்தன் கருத்தியல்ரீதியில் முக்கியமான ஆளுமையாகக் கருதப்பட்டார். தீபம், கணையாழி, அஃக், கசடதபற, கொல்லிப்பாவை, பிரக்ஞை, யாத்ரா, தெறிகள் போன்ற சிறுபத்திரிகைகள் தமிழ்ப் படைப்புலகில் ஆழமான பாதிப்புகளை ஏற்படுத்திக் கொண்டிருந்தன. சர்ரியலிசம், இருத்தலியல், அந்நியமாதல் போன்ற மேலைக் கோட்பாடுகள் சிறுபத்திரிகைகள் மூலம் தமிழுலகுக்கு அறிமுகமாகிக் கொண்டிருந்தன. 'கடவுள் இறந்துவிட்டார்' என்ற நீட்சேயின் கருத்தும், காம்யூவின் அந்நியன் நாவலும், சார்த்தரின் துணிச்சலான கருத்துக்களும் வாசகரிடம் பெரும் பாதிப்பை ஏற்படுத்தின. 1975இல் இந்தியாவெங்கும் பிரகடனப்படுத்தப்பட்ட அவசர நிலை, நடுத்தர வர்க்கத்தினரிடையே ஒருவிதமான பயத்தினை ஏற்படுத்தியிருந்தது; ஜனநாயகமும் மனித உரிமைகளும் கேள்விக் குள்ளாயின. தமிழகத்தில் கிராமியப் பொருளாதாரம் நலிவடைந்தமை யினால், நகர்ப்புறக் குடியேற்றம் பெருகியது. பொதுவுடைமைக் கட்சிகளின்மீது அவநம்பிக்கைகொண்ட இளைஞர்கள், பெருமளவில் நக்சலைட் இயக்கத்தின் அனுதாபியாக மாறினர். சோவியத் பாணி யினாலான சோசலிச முறையின்மீது அதிருப்தியுற்றவர்கள், மார்க்சியத்தினை மண்ணுக்கு ஏற்றவகையில் வளர்த்தெடுக்க

வேண்டியதன் தேவையினை வலியுறுத்திக் கொண்டிருந்தனர். இத்தகைய சூழலில் வாழ்ந்திட்ட முன்னாள் மார்க்சிய அனுதாபியான சு.ரா.வுக்குத் தன்னைச் சுற்றி நிகழ்ந்திட்ட பல்வேறு சம்பவங்கள், வாழ்க்கை அனுபவங்கள் போன்றவற்றைத் தொகுத்துக் காணவேண்டிய நிர்பந்தம் ஏற்பட்டது. இந்நிலையில் படைப்பாளரான சு.ரா. அன்றைய சமூகப் பின்புலத்தில் ஜே.ஜே: சில குறிப்புகள் நாவலினை எழுதினார் என்பது ஏற்புடையதே. மார்க்சியத் தத்துவத்தின்மீது நம்பிக்கை கொண்டிருந்த ஜே.ஜே அக்கொள்கை சார்ந்த அமைப்பின் போலித்தனம் கண்டு எரிச்சலடைந்து ஒதுங்கிக்கொண்டது தற்செயல் நிகழ்வு அல்ல. எல்லாவிதமான நிறுவனங்கள், அமைப்புகளின் மீது பிடிப்பற்று, ஒதுங்கி நின்று எல்லாவற்றையும் 'சினிக்'கலாக விமர்சித்துக்கொண்டிருந்த நடுத்தர வர்க்கத்து அறிவுஜீவிகளுக்குத் தீனி போட்டது ஜே.ஜே.யின் கதை. ஜே.ஜே என்ற புதிய ஆளுமையானது புலனிகழ்வாகக் கருதிக் கொண்டாடப்பட்டது, ஆழமான சமூகப் பின்புலமுடையது. ஜே.ஜே.யை முன்னிறுத்திக் கதை சொல்ல வேண்டிய தேவை/நிர்ப்பந்தம்/ மனவிருப்பம் சு.ரா.வுக்கு ஏற்பட்டது ஏன் என்பது முக்கியமான கேள்வி.

இலக்கியம் புரட்சியைத் துரிதப்படுத்தும் க்ரியாவூக்கி அல்லது ஞானத்தேடல் என்ற இருவேறு எதிர்நிலைகளின் ஒத்திசைவினைச் சு.ரா தனது நாவலின் வழியே நிறுவ முயன்றுள்ளார். சு.ரா.வுக்கு ஜே.கிருஷ்ணமூர்த்தி, மு.தளையசிங்கம் போன்ற ஆன்மீகவாதிகளின் எழுத்துக்கள் ஆதர்சமாக இருந்தன. அவர் மார்க்சியத்தின் போதாமையினை இட்டு நிரப்புகின்றனவாக அவற்றைக் கருதினார். ஜே.ஜே.யின் உள்ளொளி தோய்ந்து வாக்குகள் தன்னுடைய நரம்பில் புத்தொளியைப் பாய்ச்சு கின்றன என்றும் "தீர்க்க தரிசனம்" என்றும் கதைசொல்லியான பாலு குறிப்பிடுவது மார்க்சியத்தையும் மதத்தையும் ஒருங்கிணைக்கும் முயற்சியாகும். 'கலையில் பிரச்சாரம் அறவே கூடாது' என்ற உறுதியான நிலைப்பாடுடைய சு.ரா. கருத்துத்தளத்தில் ஆழமான பிரக்ஞையுடன் கதைசொல்லலை விவரிக்கும் போக்கு, அன்றைய காலகட்டத்தில் பலருக்கும் அதிர்ச்சியை ஏற்படுத்தியது. எல்லாவற்றிலிருந்தும் ஒதுங்கி, எவ்விதமான நிலைப்பாடும் எடுக்கவியலாமல், சோகை படிந்த மனநிலையுடன் குழம்பிக் கிடந்தவர்களிடையே காட்டுத் தீயென ஜே.ஜே. நாவல் பற்றியெறிந்து படர்ந்தது.

★★★

சமூக மதிப்பீடு என்பது பொதுப்புத்தி சார்ந்தது, மதிப்பீடுகளாக உருவாக்குவதில்லை; திட்டமிட்ட முயற்சிகள் காரணமாக மதிப்பீடுகள் உருவாக்கப்படுகின்றன. தனிநபரின் தனித்துவத்தினால் தோற்றுவிக்கப்படும்

மதிப்பீடுகள், வரலாற்றில் அழுத்தமான பாதிப்புகளை ஏற்படுத்தியுள்ளன. சமூகத்தில் ஏற்கனவே வழக்கிலிருக்கும், மதிப்பீட்டினுக்கும் புதிய மதிப்பீட்டுக்குமிடையில் தொடர்ந்து முரண் நிலவுகிறது. வழமையிலிருந்து மாறுபட்டு எழுதப்பட்ட படைப்பு சமூகத்தில் முன்வைக்கும் மதிப்பீடுகள், பொதுப்புத்தியில் அதிர்ச்சியை ஏற்படுத்துகின்றன. இத்தகைய பின்புலத்தில் ஜே.ஜே. சில குறிப்புகள் நாவலை வாசித்த சு.ரா.வின் நண்பர்களும், அவரை முன்பின் அறியாத வாசகர்களும் அவருக்கு எழுதியுள்ள கடிதங்கள் முக்கியமானவை. எவ்விதமான மனத்தடைகளும் இல்லாமல் சு.ரா.வுடன் வாசக நிலையில் தெரிவிக்கப்பட்ட கருத்துக்கள் மேல்பூச்சு அற்றுக் 'கச்சா'வாக உள்ளன. கடிதங்கள் வழியாக வெளிப்படும் எதிர்வினைகள் வாசிப்பில் வியப்பினை ஏற்படுத்துகின்றன. அவை, அன்றைய காலகட்டத்தில் இலக்கியப் போக்கு பற்றிய பதிவுகளாகவும் விளங்குகின்றன. நாவல் வெளியானபோது, கடிதம்மூலம் பதிவாகிய மதிப்பீடுகள் இன்றைய தலைமுறையினரும் அறிந்திடும்வகையில், இங்குத் தொகுத்துத் தரப்பட்டுள்ளன.

...சில நேரங்களில் என் மனதில் வெளிப்படுத்த இயலாமல் மின்னற் கீற்றாய் வெட்டிப் போகும் எண்ணங்களை - ரயில்வே ஸ்டேசன், பஸ் ஸ்டாண்ட் ஒப்புமை, புறாவின் வாழ்க்கைத் தத்துவம் - ஒரு நீரோடையில் மிதக்கும் காகிதக் கப்பல் போல் நீங்கள் பக்குவப்படுத்தி எழுதும்போது புல்லரித்து போனேன்..."

(டாக்டர் எ.சதாசிவம் கோவை/5.3.1983)

இப்போதெல்லாம் எந்த விஷயமானாலும் சரி ஜே.ஜே.யுடனே என்னைப் பொருத்திப் பார்த்துக்கொள்கிறேன். சில இடங்களில் என்னால் மீளவே முடியவில்லை. குறிப்பாக குடும்ப உறவு, உணவு, தேடல் இவற்றின் மீது ஜே.ஜே.யின் எண்ணம் என்னை ரொம்பவும் ஆழமாகக் கீறிவிட்டு விட்டது. என்னுடைய பார்வை, வாசிப்பு இவற்றையெல்லாம் ஒரு பத்து வருஷம் முன் தள்ளிவிட்ட மாதிரி நான் உணர்கிறேன்..."

(சர்வ ராஜு/முத்துக்காபட்டி/29.4.1983)

...இந்த மடலைத் தங்களுக்கு எழுதத்தொடங்கும் இந்த நேரம் என் கண்கள் கண்ணீரை வடிக்கின்றன. காரணம் ஜே.ஜே!... அவனை உருவாக்கி உலவவிட்டு, என்னை, அவன் எங்கே வாழ்ந்தான், எப்போது வாழ்ந்தான் என்று எல்லோரையும்போல் கேட்க வைத்து, அந்த

ஜே.ஜே:யின் மறைவுக்காக ஒரு இரவெல்லாம் தூங்காமல் அழ வைத்து - அந்தப் பாத்திரத்தைப் படைத்த உங்களை நான் ஒரே ஒருமுறை (இன்னொரு முறை அந்த ராமவர்மபுரம் குளிர்சோலை மாளிகையில்) நான் பார்க்க வேண்டும். பார்த்தால் போதும்! எனக்கு வேறு ஏதும் பேசத் தெரியாது; முடியாது".

(மீனாகுமாரி, தென்காசி/ 06.2.1983)

...ஜே.ஜே: எனக்கு மிகவும் நெருக்கமானவன். அவனை இதுவரையில் யாருமே அறிமுகம் செய்து வைக்கவில்லை. அறிமுகம் செய்த பானுவுக்கு நான் மட்டுமல்ல. தமிழ் நாவல் உலகமே கடமைப்பட்டிருக்கிறோம்.

(அமீது /கோவை/26.5.1981)

...இந்நாவல் நம் மனங்களில் பாதிப்பை நிகழ்த்தாவிட்டால் நமக்கு விமோசனமில்லை"

(சி.மோகன் / மதுரை/5.1.1981)

சகல பரிமாணங்களிலும் ஜே.ஜே.க்குப் பின்புலமான மன உணர்வுகளைப் பொருத்திப் பார்க்கிறேன். ஜே.ஜே.யினது எனக்கான நிஜம்.. ஜே.ஜே.க்குள் என்னைக் கண்டேன்..."

(சிவசு/பாளையங்கோட்டை/ 4.05/1982)

ஜே.ஜே.யின் சத்திய ஆவேசம் பல இடங்களில் என்னையே விளக்கிச் செல்லப் பரவசப்பட்டேன்... சில இடங்களில் சத்தியத்தின் கத்தி வீச்சில் தாறுமாறாகக் கிழிந்தும் போனேன்."

(நிம்ல.விசுவநாதன்/கோவை/07.06.1982)

இவை சு.ரா.வுக்கு எழுதப்பட்ட கடிதங்களிலிருந்து தொகுக்கப்பட்ட வகை மாதிரிகள். இக்கடிதங்கள் எழுதியவர்களில் சிலர், முதன்முதலாகச் சு.ரா.வுக்கு அருள் வயப்பட்டு எழுதியுள்ளனர். இன்னும் சிலர் புத்தகத்தை வெளியிட்ட க்ரியா பதிப்பகத்திற்குக் கடிதம் எழுதியுள்ளனர். இத்தகைய கடிதங்கள் ஜே.ஜே. சில குறிப்புகள் நாவலுக்குக் கிடைத்த வரவேற்பினைக் காட்டுகின்றன. கோட்டோவியம் போல விரிந்திடும் கதை விவரிப்பு பலருக்குத் தன்னை அடையாளப்படுத்திக்கொள்ள உதவியுள்ளது. ஏற்கெனவே தனக்குள்ளாகக் குமைந்து, மனரீதியில் தத்தளித்துக் கொண்டிருந்த வாசகர்களின் மனத்துடிப்பானது, நாவல் வாசிப்பின் வழியே இன்னும் அதிகமானது. குறிப்புகளின் மூலம் கட்டமைக்கப்பட்ட ஜே.ஜே.யின் கதை, புனைவின் உச்சநிலையில் வாசகரிடம் ஆழமான தாக்கத்தினை ஏற்படுத்தியுள்ளது.

"யதார்த்தம்" என்ற ஒற்றைத்தளத்தில் இயங்கிக்கொண்டிருந்த தமிழ் நாவல் பரப்பில் ஜே.ஜே. சில குறிப்புகள் வெளிப்பாட்டுரீதியில் ஏற்படுத்திய மாற்றம் முக்கியமானது. ஏற்கெனவே நகுலனின் நினைவுப் பாதை (1972) நாவல் சோதனை முயற்சிக்கு இடம் தந்தது. புனைவின் மூலம் புதிய தடத்தினை அறிமுகப்படுத்தினாலும், சராசரி வாசகரால் அப்பிரதிக்குள் பயணித்திடாத நிலை நிலவியது. வடிவரீதியில் ஜே.ஜே. சில குறிப்புகள் நாவல் தனித்துவமானது என்று நாவல் வெளியான காலகட்டத்தில் தோன்றிய மதிப்பீடு இன்று வரையிலும் தொடர்கின்றது. உலகமெங்கும் வடிவரீதியில் நாவலில் நடைபெற்ற சோதனை முயற்சிகள் அளவற்றவை. 1823-இல் வெளியான ரஷிய எழுத்தாளரான மி.யூ. லேர்மன்தவ் எழுதிய 'நம்காலத்து நாயகன்', துர்கனேவின் 'தந்தையரும் தனயனும்' போன்ற பல நாவல்களைக் குறிப்பிட முடியும். தமிழைப் பொறுத்தவரையில் மரபு வழிப்பட்ட கதைசொல்லல் முறையிலிருந்து விலகி, புதிய தடத்தினை வடிவமைத்தது என்ற சிறப்பினைப் பெற்றுள்ளது ஜே.ஜே. சில குறிப்புகள். உலக அளவில் சோதனை நாவல்கள் பற்றி அறிந்திருப்பினும், தமிழில் இப்படியொரு புதிய முயற்சியா என்று வியந்து ஜே.ஜே.யை வரவேற்ற சிறுபத்திரிகை வாசகர்களின் எண்ணிக்கை அதிகம்.

ஜே.ஜே. என்ற நபர் பற்றிய பிம்பங்கள் பலரின் வழியே புனையப் பட்டுள்ளன. அரிஸ்டாட்டிலின் மரபு வழிப்பட்ட தோற்றம் - உச்சம் - வீழ்ச்சி என்ற நிலைப்பாடு நாவலில் இல்லை. பாத்திரங்களின் பேச்சுகள், சம்பவ விவரிப்புகள், கடந்த கால நினைவுகள், நாட்குறிப்புகள் மூலம் உருவாக்கப்படும் ஜே.ஜே. பற்றிய ஆளுமை முழுமையானது அல்ல. ஜே.ஜே.யினைச் சுற்றிக் கதைப்பரப்பு விரிவடைந்தாலும் நாவலில் மையம் என்று எதுவும் இல்லை. எல்லாமே குறிப்புகள்தான். ஆழ்ந்து நோக்கின் எல்லாப் படைப்புகளும் குறிப்புகளாக இருப்பதனை அவதானிக்கலாம். படைப்பாளியின் மனத்தில் வெவ்வேறு கால கட்டங்களைப் பல்வேறு நிலைகளில் உறைந்திருக்கும் பதிவுகள் குறிப் புகளாகத்தான் வெளிப்படுகின்றன. வாசிப்புப் பழக்கம் காரணமாகக் குறிப்புகள் வாசகர் மனதில் ஒருவிதமான தொடர்ச்சியினை ஏற்படுத்து கின்றன. ஜே.ஜே. சில குறிப்புகள் நாவலின் கதைசொல்லல் முறையும் பல்வேறு குறிப்புகளாக வாசகரிடம் ஏற்படுத்தும் அனுபவங்களும் முக்கியமானவை. நூதனமான மொழி, கதையாடல் காரணமாகப் பெரிய அளவில் வாசகரைத் தக்க வைத்துக்கொண்ட ஜே.ஜே. சில குறிப்புகள் இன்றுவரை தமிழில் முக்கியமான நாவல்களில் ஒன்றாகக் கருதப் படுகிறது. 2006-இல் எட்டாவது பதிப்புக் கண்டிருக்கும் அந்நாவல்,

இன்றும் இளைய வாசகர்களைக் கவர்ந்திடும் மாயத்தன்மையுடன் விளங்குகிறது. இன்னும் சொன்னால் சு.ரா. என்றாலே பலருக்கு ஜே.ஜே. சில குறிப்புகள் நாவலின் பெயர் நினைவுக்கு வருகின்றது. சு.ரா.வின் master piece ஆகக் கருதப்படும் அந்நாவலினைத் தாண்டி அவரால் செல்ல இயலவில்லை என்பதுதான் அவருடைய வாசகர்களின் கருத்து.

***

ஜே.ஜே. சில குறிப்புகள் நாவலில் கவித்துமான வாக்கியங்களின் வழியே வாழ்வின் சாரத்தினைப் பதிவாக்கிட சு.ரா. முயன்றுள்ளார். இதனால் தத்துவமுலாம் பூசப்பெற்ற சொற்களினூடே வாசகன் தனக்கான பிரதியை உருவாக்கிட விழைகிறான். ஒவ்வொரு வாசகரும் வாசிப்பின் மூலம் தன்னை அடையாளங்காணும் வகையில், செறிவூட்டப்பட்ட சொற்களில் கட்டமைக்கப்பட்டுள்ள நாவல் பொதுப்புத்தி சார்ந்த தத்துவ விசாரணையை முன்னிலைப்படுத்துகிறது. மலையாள எழுத்தாளர் ஜே.ஜே. என்று குறிப்பிட்டாலும், பொதுநிலையில் தமிழ் மண்ணுடன் தொடர்புடையதாக நாவலினைக் கருத முடியும். ஒருவிதமான பகடியான தொனியும் கசப்பும் துக்கமும் ஏமாற்றமும் அதிருப்தியும் பொங்கி வழியும் விவரணை, நாவலின் தளத்தினை வெவ்வேறு தளங்களுக்கு இட்டுச் செல்கின்றது. சமூகத்தில் நிலவும் போலித்தனம், அற்ப மனநிலை, கழிவிரக்கம், பகட்டு போன்றவற்றுடன் பண்டிதத்தனம், பண்பாடு, அரசியல், கோட்பாடுகள் குறித்தும் நாவலில் கருத்துகள் ஊடும் பாவுமாகப் பின்னிப் பிணைந்துள்ளன. இத்தகைய நெசவின் ஊடே வாசகன் பயணிப்பதற்கான வாய்ப்புகள் நிரம்ப உள்ளன. இது மொழியின் வழியாக சு.ரா. கட்டமைத்த தந்திரம். மொழியினைச் செதுக்கிச் செதுக்கிப் புதிய உலகத்தினைச் சித்திரிப்பதன் மூலம் சு.ரா. வெளிப்படுத்த விரும்பும் அரசியல், பண்பாட்டு அதிர்வுகள் அழுத்த மானவை. தனிமனிதரீதியில் நிறுவனங்களுடன் முரண்பட்டு விலகி தொட்டாச்சிணுங்கியாக மாறிடும் மனித இனம், ஏற்கெனவே இறுக்கமாக விளங்கிடும் அமைப்பினுக்கு மாற்றுக் கண்டறிய இயலாமல் தத்தளிப்பது ஒருவகையில் வேதனையானது. இத்தகைய போக்கின் நீட்சியாகத்தான் பசுமாட்டின் மீது சிவந்த தாம்பூலத்தினைத் துப்புதல், யாருக்கும் பேனாவில் சிந்தாமல் மையூற்றத் தெரியாதிருத்தல், வெயிலில் குடையினை மடக்கிக்கொண்டு நடத்தல், தெருவில் துப்பிக்கொண்டே நடத்தல் போன்றவற்றைக் கண்டு ஜே.ஜே. எரிச்சலும் வேதனையும் அடைவதனைப் புரிந்துகொள்ள வேண்டும். சமூக ஒழுங்கில் ஜே.ஜே. முரண்படுவதற்கான காரணங்கள் இன்றைய நிலையில் அர்த்தமிழந்து

போகின்றன. நடைமுறை வாழ்க்கை பற்றி ஜே.ஜே.யும் பாலுவும் எழுப்புகிற பல கேள்விகளுக்கு அவர்களிடமே விடை இல்லை. எல்லாவற்றையும் ‘நொட்டை’ சொல்கிற பாலுவும் ஜே.ஜே.யும் அவற்றைச் சொல்வதற்குத் தகுதியற்ற பலவீனமான வார்ப்புகள். இத்தகையோரை முன்னிறுத்தி சு.ரா. எழுப்பும் கேள்விகள் சம காலம் குறித்து ஆழமான விசாரணையைக் கோருகின்றன. அன்றாட வயிற்றுப்பாட்டுக்குக் கடின உழைப்பில் ஈடுபட்டு அல்லல்படும் எளிய மக்களின் அவலநிலை ஒருபுறம் இருக்க, மனிதர்களின் சீரழிவான பழக்கவழக்கங்களை எண்ணி ஜே.ஜே. வருத்தப்படுவது விநோதமாக இருக்கிறது.

பொதுவுடைமைக் கட்சியின் நடைமுறையுடன் ஒன்றிப்போய் எல்லாவற்றையும் நியாயப்படுத்திச் சுயமிழந்து நிற்கும் முல்லைக்கல் மாதவன் நாயர் புரட்சி வேடம் தரித்திருக்கும் ‘போலி’ என்பதில் ஐயமில்லை. அவருக்கு எதிராகத் தீவிரத்தளத்தில் முன்னிறுத்தும் ஜே.ஜே.யும் ஒருநிலையில் அவரைப் போலத்தான். தன்னைப்பற்றி மட்டுமே கருத்தில்கொண்டு, தன்மோகியாக வாழ்ந்திட்ட ஜே.ஜே. தொடர்ச்சியான குடிப்பழக்கத்தினால் ஈரல் வீங்கிச் செத்ததை வேறு எப்படி புரிந்து கொள்வது? உலகினை மாற்றிட முயன்ற தத்துவத்தின் மீது நம்பிக்கையிழந்து, இந்திய மரபு வழிப்பட்ட ஆன்மீக உள்ளொளியினைத் தரிசிப்பதன்மூலம் தனக்கான விடுதலையினைத் தேடிய குழுவினரின் பிரதிநிதிதான் ஜே.ஜே. ஒவ்வொருவரும் தன்னளவில் சீர்கேடுகளைக் களைந்து அகவுணர்வினைச் சீரமைத்திட வேண்டும் என்ற ஜே.ஜே.யின் பார்வை இன்றுவரை ஜக்கி வாசுதேவ், வேதாத்ரி மகரிஷி போன்ற நவீன யோகா மாஸ்டர்களினால் முன் வைக்கப்படுவது ஆழ்ந்த பரிசீலனைக்குரியது.

★★★

இன்று தமிழில் வாசிப்பு என்பது வெகுவாக மாறிவிட்டது. அதிலும் பின்நவீனத்துவ வாசிப்புமுறை எல்லாவற்றையும் கறாராக மறுபரிசீலனைக்குள்ளாக்கும் நிலையினை ஏற்படுத்தியுள்ளது. ஒரு காலத்தில் மிகவும் புனிதமாகவும் மேன்மையானதாகவும் கருதப்பட்ட பிரதிகளின் சமநிலையினைக் கலைப்பதன்மூலம் பிரதிகளின் இருப்பும் சமகாலத்தன்மையும் கேள்விக்குள்ளாக்கப்படுகின்றன. ஜே.ஜே. சில குறிப்புகள் வெளியான 1981ஆம் ஆண்டுவாக்கில், அப்பிரதிக்குத் தரப்பட்ட முக்கியத்துவமும் சிறப்புக் கூறுகளும், கேள்விக்குள்ளாக்கப் படுவதன் மூலம், சம காலத்தில் நாவல் பெறுமிடத்தினை மதிப்பிட இயலும்.

ஜே.ஜே. சில குறிப்புகள் நாவல் மொழி ஆளுகையின் வழியாக வாசகரின் ஊகத்திறனுக்கும் கற்பனைக்கும் மன அசை போடுதலுக்கும் இடம் தருகிறது என்பது நாவல் மதிப்பீட்டில் முக்கியமானது.

(எ.கா) ..."அந்த வீணை ஒலி மீதேறி நான் போக முடியுமா? தூரங்களை ஒலி மூலம் கடக்க முடியுமா?"

"பாஷை என்பது வேட்டை நாயின் கால் தடம். கால் தடத்தை நாம் உற்றுப் பார்க்கும்போது, வேட்டை நாய் வெகு தூரம் போயிருக்கும்."

ஜே.ஜே.யைப் பற்றிச் சித்திரிக்கும் கதை சொல்லியாக பாலுவின் சொற்கள், குறிப்பேட்டில் ஜே.ஜே. எழுதியுள்ள தினக்குறிப்புகள் மின்னல் கீற்றெனத் துல்லியமாகக் கருத்துகளைப் புலப்படுத்துகின்றன. அவை, நாவல் வெளியான காலகட்டத்திலிருந்து இன்றுவரை நாவலின் வெற்றிக்கு ஆதாரமாக விளங்குகின்றன. இதனால் ஓரளவு இலக்கியப் பரிச்சயமுடைய வாசகன் நாவலினை முதன்முறையாக வாசிக்கும்போது அதிர்ச்சிக்குள்ளாகிறான். நாவலின் கவித்துவமான மொழி விவரணையும், விருப்பு, வெறுப்பு சார்ந்த அபிப்பிராயங்களை வெளிப்படுத்தும் நாடகத் தன்மை மிக்க சொற்கோலமும் வாசகனுக்குள் கிளர்த்தும் அனுபவங்கள் அளவற்றவை. இத்தகைய மொழி சார்ந்த தனித்துவம்தான் நாவலினை இளைய வாசகரிடம் கொண்டு செல்கின்றது. தமிழில் நவீன நாவல் என்றால் ஜே.ஜே. சில குறிப்புகளில் தொடங்குகிறது என்ற பொதுப் புத்தி சார்ந்த மதிப்பீடு தொடர்ந்து நிலவுவது, தற்செயலானது அல்ல. தமிழ் நாவல் வரலாற்றில் அழுத்தமான தடம் பதித்த அந்நாவல் போலத் தத்துவம் சாயல் தோய்ந்த நாவல்கள் தோன்றாமைக்கான காரணங்கள் ஆய்விற்குரியன. மாந்திரிக யதார்த்தப் புனைவுகள் வழியாக விரிந்திடும் புனைகதைகள் நவீனத்தமிழ் இலக்கியத்தளத்தினை இன்று ஆக்கிரமித்து உள்ளன. இத்தகு சூழலில் கருத்தியல் சார்ந்த நிலையில் ஜே.ஜே. சில குறிப்புகள் நாவல் ஒரு போக்கினை உருவாக்கிடும் தன்மையற்றுத் தனித்திருப்பது, தமிழ்ச் சமூகத்திற்கும் அந்நாவலுக்குமான தொடர்பினைக் காட்டுவதாக உள்ளது.

நாவல் முன்னிறுத்தும் மதிப்பீடுகளில் முக்கியமானது 'வரலாற்றில் தனிநபர் வசிக்கும் பாத்திரம்' குறித்த அக்கறை. வரலாறு தனது தேவையினுக்கேற்ப அவ்வப்போது பலரையும் உருவாக்குகிறது என்ற இயங்கியல் அணுகுமுறையினுக்கு மாறாக, வரலாறு என்பது ஆளுமையாளர் களினால் உருவாக்கப்படுகிறது. நீட்சேயின் மாமனிதன் என்ற கருத்துருவம் ஏற்படுத்திய விளைவுகள் அளவற்றவை. தனி மனிதனுக்கும் வரலாற்றுக்குமான தொடர்புகள் இரு வழித் தன்மையுடையன. ஜே.ஜே. சில குறிப்புகள்

நாவல் முழுக்கத் தனிமனித ஆளுமையின் வீச்சினை முதன்மைப் படுத்தியுள்ளது. அரவிந்தாட்ச மேனன் தனது எண்பதாவது வயதிலும் நிறைவான வாழ்க்கை வாழ்ந்துகொண்டிருக்கின்றார். ரோஜா ஆரம் தொடுப்பது போல இசைத்தட்டுக்களைப் போட்டு இசை கேட்டல், கடிதம் எழுதுதல், கடற்கரை வழியாக நடத்தல், மருமகள் சுதாமினி வாசிக்கும் வீணை நாதத்தினைக் கேட்டல், பேரக் குழந்தைகளுக்குப் பாடம் சொல்லித் தருதல் என வாழ்க்கையினை நடத்தும் மேனன் தோன்றிடத்தான் மகான்கள் கவலைப்பட்டார்கள் என்று கதைசொல்லி பாலு குறிப்பிடுகின்றார். சராசரியான வாழ்க்கைத் தடத்தில் இயங்கிடும் மேனன், ஒருநிலையில் மகானாகின்றார். நாவலில் வெளிப்படும் மேனன் பற்றிய புனைவும் மதிப்பும் இன்றைய சூழலுக்குப் பொருந்தாது. மேனனின் வாழ்க்கையில் சிறப்பித்துச் சொல்ல என்ன இருக்கிறது என்ற கேள்வி சாதாரணமாகத் தோன்றுகிறது.

முல்லைக்கல் மாதவன் நாயரை முன்னிறுத்தி போலி மார்க்சிஸ்டு களை அம்பலப்படுத்தியது அன்றைய மரபு சார்ந்த மார்க்சியர்களுக்குப் பெரும் கோபத்தினை ஏற்படுத்தியது. அதே காலகட்டத்தில் மார்க்சிய லெனினியப் பின்புலமுடைய விமர்சகர் கோ.கேசவன், முல்லைக் கல்லினை முன்வைத்துக் கூடுதல் தகவல்களுடன் விமர்சித்துள்ளார். "முல்லைக்கல் மாதவன் நாயர் போன்ற கலை இலக்கியச் சட்டாம் பிள்ளைகளும் ஆல்பர்ட் போன்ற தொழிற்சங்க சுல்தான்களும், தமிழ்ச் சூழலில் யதார்த்தமே. இவர்கள் முற்போக்கு முகபாவம் தரித்துக் கொண்டு சோசலிச உச்சாடனம் செய்தலும் உண்டு" (கோ. கேசவன், மன ஓசை; டிசம்பர் 1983). எனினும் அமைப்பு மறுப்பு, மதத்தினையும் மார்க்சியத்தையும் இணைத்திட முயலுதல் போன்றவற்றைச் சுட்டி. நாவல் உருவாக்கிய மார்க்சிய விமர்சனத்தினை பரிசீலனைக்குட்படுத்து கிறார். மார்க்சியத்தினை தெரிந்து கொள்ளாது, அல்லது தெரிந்து கொள்ள விரும்பாது மார்க்சியத்தைக் கிண்டல் செய்ய நினைக்கும் அறிவுச் சோம்பேறிகளுக்கு இந்த நாவல் தீனி போடுகின்றது..." (மேலது) என்ற நாவல் பற்றிய இடதுசாரித் தன்மையிலான விமர்சனம் குறிப்பிடத்தக்கது.

சோவியத் யூனியனின் சமூக ஏகாதிபத்தியத் தன்மையினை விமர்சனமற்று ஏற்றுக்கொண்டிருந்த இந்திய மார்க்சிஸ்டுகள், சோவியத் யூனியன் சிதைவுண்டு நொறுங்கியபிறகு தங்கள் நிலைப்பாட்டினை மாற்றிக்கொள்ளும் நிலைக்குத் தள்ளப்பட்டனர். இதனால் மார்க்சிய நிலைப்பாட்டினைக் கறாராகக்கொண்டு இடதுசாரி இலக்கியம் குறித்து தீவிரமாகக் கருத்துக்கள் கொண்டிருந்த நிலைமையில், இன்று மாற்றம்

ஏற்பட்டுள்ளது. சோசலிச யதார்த்தவாதம் போன்ற இலக்கியப் போக்கினைக் கைவிட்டு விட்டனர். இத்தகு சூழலில் போலி மார்க்சிஸ்டுகள் பற்றி ஜே.ஜே. சில குறிப்புகள் முன்னிறுத்தும் மதிப்பீடுகள் குறித்து இன்றைய இளைஞர்களுக்கு அக்கறையில்லை. ஊடகங்களின் மூலம் வடிவமைக்கப்படும் இளைஞர்களின் பொதுப்புத்தியானது ஆளும் மேலாதிக்கக் கருத்துக்களுக்குச் சார்பான நிலையில், முல்லைக்கல் மாதவன் நாயர் இன்று பொருட்படுத்தப்படக்கூடிய நபர் அல்ல, எண்பதுகளில் முல்லைக்கல்லை முன்னிறுத்தி நடைபெற்ற வாதப்பிரதி வாதங்களுக்கு இன்று சமூக முக்கியத்துவம் எதுவுமில்லை என்பதுதான் உண்மை.

இந்திய மண்ணில் மக்களின் வாழ்க்கை ஏதோ ஒருநிலையில் மதத்துடன் கட்டமைக்கப்பட்டுள்ளது. மதத்திலிருந்து தனிமனிதனைப் பிரித்திட முயன்ற பெரியாரின் செயல், தமிழர் வரலாற்றில் புதிய அம்சம். மனித இருப்பில் உயர்வுக்கும் தாழ்வுக்கும் ஏதாவது அர்த்தம் கற்பித்து நியாயப்படுத்தும் தலைவிதித் தத்துவம் பன்னெடுங்காலமாக வழக்கிலிருந்து வருகிறது. அடிமைத்தனமும் கோழைத்தனமும் நிலவிய சூழலில் தன்மானம் அற்றுத் தமிழர் வாழ நேர்ந்திட்ட நிலையில் தமிழகம் பல நூற்றாண்டுகளாக அந்நியரின் வேட்டைக்காடாக விளங்கி வந்தது. இத்தகு சூழலில் சமூக அடிமைத்தனத்திற்கு எதிராகப் போராடிய தமிழரின் போராட்ட வாழ்க்கை இன்று மீண்டும் பின்னடைவுக்குள்ளாகி யுள்ளது. இரவு பகலாகக் கடுமையாக உழைத்தும் நுகர்பொருள் பண்பாட்டில் சிக்கிக்கொண்டுள்ள பெரும்பான்மையான மக்கள் இருப்பிலிருந்து அந்நியப்பட்டுக் கொண்டிருக்கின்றனர். அமைப்புரீதியான எதிர்ப்புகளுக்கு மாற்றாகத் தனிமனிதனைச் சீராக்கி நெறிப்படுத்தும் போக்கு முன்னிலைப்படுத்தப்படும் ஆன்மீகவாதிகளின் குரல்கள் அவல வாழ்க்கையினைச் சமாதானப்படுத்த முயலுகின்றன. இத்தகைய போக்கின் மூலவிதை ஜே.ஜே. சில குறிப்புகள் நாவலில் உள்ளது. ஜே.ஜே. பேசும் தத்துவ வார்த்தைகளுக்கு வாழ்க்கையனுபவம் எதுவுமில்லை. போகிற போக்கில் தத்துவ முத்துக்களை உதிர்க்கும் எழுத்தாளர் ஜே.ஜே.யின் இடம் ஆய்விற்குரியது. வாழ்க்கை அபத்தம் என்று எரிச்சலடையும் ஜே.ஜே. மாற்றாக முன்வைக்கும் உள்ளொளி சார்ந்த கருத்துகள் இன்றைய காலகட்டத்தினுக்குப் பொருந்திப் போவது பற்றி யோசிக்க வேண்டும். எல்லாவிதமான சமூக மதிப்பீடுகளும் மறுபரிசீலனைக்குள்ளாகிவிடும் நிலையில், ஜே.ஜே.யின் தத்துவச் சிதறல்களும் விதிவிலக்கு அல்ல. இளைய தலைமுறையினர் நாவலை எந்த அடிப்படையில் வாசித்து அர்த்தப்படுத்திக் கொள்கின்றனர் என்பது

முக்கியமான கேள்வி. இக்கேள்விக்கு விடை கண்டறியப்படும்போது, நாவலின் சமகாலத் தன்மையினை அறிந்திட இயலும். உலகமயமாக்கல் காரணமாகத் தமிழ் அடையாளம் அழிந்துகொண்டிருக்கும் நிலையில், தமிழரின் இருப்பு அர்த்தமிழந்து கொண்டிருக்கிறது. சுயச்சார்பு, சுதேசியம் போன்ற சொற்கள் வழக்கிழந்த நிலையில், எங்கிருந்தோ திணிக்கப்படும் கருத்துகளின் ஆளுகைக்குக்கீழ் வாழப் பழகிடும் சூழல் இன்று ஏற்பட்டுள்ளது.

மனிதன் தனது அன்றாட வாழ்க்கை, உழைப்பு போன்றவற்றிலிருந்து அந்நியப்பட்டுக் கொண்டு, தனக்குள்ளாகவே சுருங்கிக்கொண்டிருக்கின்றான். தனிமனிதனுக்கான முக்கியத்துவம் என்ற போர்வையில், ஒவ்வொருவரின் அடையாளத்தினையும் அழித்துச் சுயமிழக்கச் செய்திடும் செயல் ஊடகங்களின் வழியாக அமைதியாக நடைபெற்றுக்கொண்டிருக்கின்றது. இந்நிலையில் என்ன செய்ய வேண்டுமென்ற கேள்வி மட்டும் போதாது. ஏதாவது உடனடியாகச் செய்ய வேண்டும் என்ற நெருக்கடி உந்தித் தள்ளுகிறது. இத்தகு சூழலில் ஜே.ஜே. சில குறிப்புகள் நாவல் நவீன வாழ்க்கைக்கு முன் வைக்கும் சேதிகள் குறித்து ஆராய வேண்டிய நிர்ப்பந்தம் ஏற்படுகிறது. கெட்டி தட்டிப்போய் மக்களுக்கு அந்நியப்பட்டுள்ள நிறுவனங்களின்மீது, தொடர்ச்சியான கேள்விகள் மூலம் ஜே.ஜே. ஏற்படுத்த முயன்ற சீர்குலைவுகள் இன்றும் முக்கியமானவையாக உள்ளன. காலந்தோறும் தொடர்ந்து கேட்கப்படும் கேள்விக்கான பதில்கள் அவ்வப்போது மாறிக்கொண்டேயிருந்தாலும் அவற்றின் மூலம் ஏற்படும் மனப்பதிவுகள் ஆழமானவை. இத்தகைய பதிவுகள் நவீன வாசகன் தேங்கிப் போய்விடாமல் செய்வதுடன், தொடர்ந்து ஆழமான மனக்கிளர்ச்சியினை ஏற்படுத்துகின்றன. இதுவே ஜே.ஜே. சில குறிப்புகள் கருத்தியல்ரீதியில் இன்றைய சமூகத்தில் ஏற்படுத்துகிற முக்கியமான விளைவு.

2006

தமிழரின் அடையாள அரசியலும் பாலியல் மறுபேச்சுகளும்:

சாருவின் புதிய எக்ஸைல் நாவலை முன்வைத்து

காத்திரமான நாவல்கள் எழுதியுள்ள நாவலாசிரியரான எனது நண்பர் "இன்றைய தேதியில் பாண்டியன் நீங்கதான் அதிகமாகத் தமிழ் நாவல்களை வாசிக்கிறீங்க" என்று அலைபேசியில் பேச்சுவாக்கில் சொன்னபோது எனக்கு ஆச்சரியமாக இருந்தது. 2010-ஆம் ஆண்டில் என்னால் எழுதப்பட்ட 'பத்தாண்டுகளில் தமிழ் நாவல்கள்' என்றொரு கட்டுரை, காலச்சுவடு பத்திரிகையில் பிரசுரமானவுடன், இலக்கிய நண்பர்களில் சிலர் எப்படி இவ்வளவு நாவல்களை உங்களால் வாசிக்க முடிந்தது என்று கேட்டனர். அந்தக் கட்டுரையில் மொத்தம் 40 நாவல்கள் பற்றிய விமர்சனம் இடம் பெற்றிருந்தது. அவை இல்லாமல் இன்னும் நான் வாசித்த நாவல்களின் எண்ணிக்கை சுமார் 60 இருக்கும். வருடத்துக்கு பத்து நாவல்கள் வாசித்தது என்ன பெரிய சாதனையா? அப்புறம் எனது வாசிப்புப் பழக்கம், பத்து வயதில் வாண்டுமாமாவின் சிறுத்தைச் சீனன் நாவலில் இருந்துதான் தொடங்கியது. என்னைப் பொறுத்தவரையில் நாவல் என்பது இதுவரை கேள்விப்பட்டிராத புதிய உலகிற்குள் பயணிப்பது. ஒவ்வொரு நாவலும் வாசிப்பில் ஏற்படுத்துகிற உற்சாகமும் கொண்டாட்டமும் அளவற்றவை. திராபையான வெகுஜன நாவல்களை விட்டுவிடலாம். மற்றபடி தீவிரமாக எழுதப்படுகிற நாவல்கள், கதைசொல்லல் வழியாக இதுவரை கண்டிராத புதிய உலகினுக்கு இட்டுச் செல்கின்றன; நினைவுகளின் மூலம் மனதில் படிந்திருக்கிற மதிப்பீடுகளையும் கடந்த காலத்தையும் தொந்தரவு செய்கின்றன. நாவலின் கதைப்போக்கு உருவாக்குகிற மனப்பதிவுகள் வாசகனை மீண்டும்மீண்டும் முடிவற்ற விநோதமான சூழலுக்குள் மூழ்கடிக்கின்றன. உலகமெங்கும் நாவல் என்ற இலக்கிய வடிவம் கொண்டாடப்படுகிற சூழலில், அண்மைக்காலமாகத் தமிழில் பிரசுரமாகிற நாவல்கள் கவனத்திற்குரியன. குடும்பம் என்ற அலகிலிருந்து வெளியேறி, நினைவுகளின் வழியாகச் சம்பவங்களைப் பதிவாக்குகிற நாவல்கள் ஒருவகையில் சமூக விமர்சனங்கள். தமிழைப் பொறுத்தவரையில் எழுத்துத் தொழில்நுட்பம் சார்ந்து கொண்டாடப்பட்ட ஒரு புளிய

மரத்தின் கதை, அம்மா வந்தாள், வாடி வாசல், புத்தம் வீடு, வேரும் விழுதும், சாயாவனம் போன்ற நாவல்கள் முக்கியமானவையாகக் கருதப்பட்டன. அதே காலகட்டத்தில் பரந்துபட்ட கேன்வாசில் தமிழர் வாழ்வியல் குறித்துக் காத்திரமாக எழுதப்பட்ட ப.சிங்காரத்தின் ‘புயலிலே ஒரு தோணி’ நாவல், பெரிய அளவில் பாதிப்பை ஏற்படுத்த வில்லை. எண்பதுகளுக்குப் பின்னர் சிறுபத்திரிகைச் சூழலில் அறிமுகமான கோட்பாடுகளும், அவற்றையொட்டிய புதியதான கதை சொல்லலும் மாற்றங்களை உருவாக்கின. குறிப்பாக லத்தீன் அமெரிக்க எழுத்துகள் ஏற்படுத்திய பாதிப்புகளினால், நானும் நாலு தலைமுறைக் கதை சொல்கிறேன் எனக் கிளம்பியவர்களால், தண்டியான அளவில் பிரசுரமான நாவல்கள் வாசிப்பில் வெறுப்பை ஏற்படுத்தின. மொக்கையான நாவல்களை அச்சடிப்பதற்காகக் காடுகளில் வெட்டப் பட்ட மரங்களை நினைக்கும்போது வருத்தமாக இருக்கிறது. இத்தகைய சூழலில் 862 பக்கங்களில் வெளியாகியுள்ள சாரு நிவேதிதாவின் புதிய எக்ஸைல் நாவலைப் பார்த்தவுடன் எனக்குப் பதற்றமேற்பட்டது. ‘என்னடா இது மதுரைக்கு வந்த சோதனை’ என நடிகர் பாலையா போல என் மனசு சொன்னது. எப்ப வாசித்து முடிப்பது என்ற தயக்கத்துடன் நாவலைத் திறந்த என்னால், புத்தகத்தைக் கீழே வைக்க முடியவில்லை. பக்கத்துக்குப் பக்கம் புதிய கதையாடல் என மாறுபட்ட தளங்களில் விரிந்திட்ட புதிய எக்ஸைல், அண்மையில் தமிழில் வெளியாகியுள்ள முக்கியமான நாவல் எனத் தொடக்கத்திலே குறிப்பிடுவதில் எனக்குத் தயக்கம் எதுவுமில்லை. பின்நவீனத்துவம் குறிப்பிடுகிற வாசிப்பு உருவாக்குகிற மகிழ்ச்சியானது, நாவலின் தொடக்கம் முதலாக எனக்குள் ஏற்படுத்திய பரவசம் அளவற்றது.

நாவல் என்றால் வாசித்தவுடன், சரி, முடிந்தது கதை என்ற மனோபாவம் பொதுவாகச் சராசரித் தமிழ் வாசகர்களிடம் பரவலாக இருக்கிறது. அது சரியல்ல. சிறந்த நாவல், முடிவற்ற பேச்சுகளையும் அதிர்வுகளையும் வாசகரின் மனதில் உருவாக்கிடும் வல்லமையுடையது. நாவலாசிரியர் சாரு தன்வரலாற்றுப் பாணியில் சொல்கிற கதையின் மையமற்ற தன்மை, சுவராசியம் என்பதற்கப்பால் மனித இருப்பினைப் பரிசீலிக்கத் தொடங்குகிறது. கதையாடலின் தொடர்ச்சியறு எழுத்து முறை, வாசகனைப் பிரதியிலிருந்து வெளியேற்றுகிறது. நாவல் முழுக்க நிறைய கிளைக் கதைகளும் துணைக் கதைகளும் இடம் பெற்றிருப்பதால், காப்பிய மரபிலான கதைசொல்லல் முறை முக்கியத்துவம் பெற்றுள்ளது. மையமான கதைசொல்லி பாத்திரத்தில் இருந்து விலகி, கட்டுரைகளும் இடம் பெற்றிருப்பது நாவலை வெறுமனே கேளிக்கையாகத் துய்ப்பதில்

இருந்து தடுக்கிறது. சாரு நாவலின் கதையாடல் வழியாக விவாதிக்கிற விஷயங்களுக்காக, வாசகர் பிரதியோடு ஒன்றிப்போய்த் தன்னிலை மறப்பதைத் தடுத்திட காப்பிய பாணியை நாவலாக்கத்தில் பயன்படுத்தி யுள்ளார். வெறுமனே கதைசொல்லல் என்பது சாருவின் நோக்கமல்ல. தமிழ் மொழி உருவாக்கிய அரசியல் பின்புலத்திலான நிலவெளியில் தொல்காப்பியம், சங்கக் கவிதை தொடங்கிப் பக்தி மரபு, சித்தர் மரபின் வழியாகச் சித்திரிக்கிற சம்பவங்கள், நாவலுக்குக் காவிய மரபிலான தன்மையினை அளிக்கின்றன. சமகாலத் தமிழர் வாழ்க்கையைப் பல்வேறு கோணங்களில் அணுகியுள்ள சாருவின் நாவல், மேலைநாட்டு மொழிகளில் மொழிபெயர்க்கப்பட்டுப் பிரசுரமானால், சமகாலத் தமிழர்களின் கதை என அறிமுகமாக வாய்ப்புண்டு. நாவலின் கதையோட்டத்தில் உன்னதமான படைப்புப் படைத்திருந்தாலும், தமிழ் மொழியில் கதைப்பதனால் ஏற்படுகிற புறக்கணிப்புக் குறித்த கதைசொல்லியின் புலம்பல், சாருவின் குரல்தான்.

பொதுவாகச் சாருவின் நாவல்களில் பாலியல் அம்சங்கள் கூடுதலாக இருப்பதாகக் குற்றச்சாட்டு நிலவுகிறது. சாருவின் முந்தைய நாவல்களான ஜீரோ டிகிரி, ராஸலீலா போன்றவற்றுடன் ஒப்பிடும் போது, புதிய எக்ஸைல் நாவலில் பாலியல் தொடர்பான விவரிப்புகள், கதையோட்டத்துடன் இயைந்துள்ளன. பாலியல் என்பது பேசாப் பொருளாகவும் மந்தனமாகவும் உறைந்திருக்கும் தமிழ்ச் சமூகத்தில் சாருவின் பால் தொடர்பான எழுத்து, பலருக்கு அதிர்ச்சியளிக்கிறது. இன்று பாலியல் தமிழ்ச் சமூகத்தில் எங்ஙனம் ஊடுருவியுள்ளது எனக் கண்டறிந்திட வேண்டிய நேரமிது. இணையத்தில் கொட்டிக்கிடக்கிற லட்சக்கணக்கான போர்னாகிராபி தளங்கள் கையெட்டும் தொலைவில் இருக்கும்போது, பதின்பருவத்தினரின் மனமும் உடலும் எதிர்கொள்கிற பிரச்சினைகள் ஏராளமானவை. கிராமத்து மேல்நிலைப் பள்ளியில் பணியாற்றுகிற பெண் ஆசிரியை, "பசங்க வச்சிருக்கிற செல்போனில் எல்லாக் கண்றாவிப் படங்களும் இருக்குது" என்று பேச்சுவாக்கில் என்னிடம் சொன்னார். உடலை மர்மமாக போற்றிய சமூகம் என்பது மாறிப்போய், டிஜிட்டல் வெளியில் மிதந்திடும் நிர்வாண உடல்களின் ஆதிக்கத்தில், இதுவரை கட்டமைக்கப்பட்ட மதிப்பீடுகள் அர்த்தமிழக் கின்றன. அறுபதுகளில் மேலைநாடுகளில் அறிமுகமான கட்டற்ற பாலியல் விழைவு, இன்று தமிழகத்தில் அரையும்குறையுமாக ஊடுருவி யுள்ளது. உடலுறவு என்ற சொல் ஊடகங்களில் சாதாரணமாக இடம் பெறும் சூழலில், பாலியல் பற்றிய புதிய பேச்சுகளை உருவாக்க வேண்டியுள்ளது. உடல் என்பது புதிர் அல்ல எனப் பதின்பருவத்தினர்

அறிந்திடும்வகையிலான படைப்புகள் இன்றைய தேவை. நள்ளென் யாமத்திலும் சாட்டிங்கில் ஈடுபட்டிருக்கிற இளைய தலைமுறையினரின் எண்ணிக்கை பெருகிக்கொண்டிருக்கிறது. இன்னொருபுறம் செல்பி மூலம் தன்னுடலைக் கோவில் சிலையின் முன்னால் பதிவாக்குகிற வேட்கையானது, நாளடைவில் தனது நிர்வாண உடலையும் கணினியில் பதிவாக்கி ரசிக்கிறது. காலப்போக்கில் தனது துணையுடன் கொள்கிற அந்தரங்கமான உறவையும் டிஜிட்டலில் படமாக்கிக் காண்பதில் மகிழ்ச்சியடைகின்றனர். அப்புறம் delete மூலம் அந்தரங்கமான காட்சி களை நீக்கி விட்டேன் என்று நம்புவது பாமரத்தனம்; அர்த்தமற்றது. பின்னொருநாளில் அந்தக் காட்சியை இணையவெளியில் தற்செயலாகக் காண்கிறபோது அவர்களால் என்ன செய்யமுடியும்? (தனிப்பட்ட மென்பொருள் மூலம் டெலிட் செய்யப்பட்டதாக நம்புகிற எந்தவொரு காட்சியையும் மீளுருவாக்கம் செய்வது சாத்தியம்). மனிதர்களைப் போல அற்பமான, கேவலமான உயிரினம் உலகில் எதுவும் இல்லை. எந்தவொரு விலங்கினமும் சக உயிரினங்கள் பாலுறவுகொள்வதைப் படம் பிடித்துப் பில்லியன்கணக்கில் வியாபாரம் செய்வதில்லை. கூகுள் தேடுபொறியில் ஒருவர் சற்று முயன்றால் அது காட்டும் முடிவுகள், அவரை காமவுலகினுக்குள் அழைத்துச் செல்கின்றன. மாடுகளை இறைச்சிக்காகக் கொல்லாதே எனத் தொடங்கி, இந்தியாவைப் பின்னுக்கிழுக்கிற ஆர்.எஸ்.எஸ்., பி.ஜே.பி இந்துத்துவா அரசியலை வலியுறுத்துகிற அதிகார வர்க்கத்தினர், டிஜிட்டல் பாலியல் விஷயத்தில் எதையும் கண்டுகொள்வதில்லை. எங்கும் ஸ்மார்ட்போன்களின் ஆதிக்கம் பெருகியுள்ள சூழலில் சாட்டிங்கில் தொடங்குகிற தற்செயலான உறவு, முகநூலில் ஏற்படுகிற முன்பின் அறியாதவரின் உறவு எனப் பெருகி வரும் சமூக அமைப்பில் பாலியல் என்பது மூடுண்டது எனக் கட்டமைப்பது சாத்தியம்தானா? யோசிக்க வேண்டியுள்ளது. சாட்டிங்குகள் மூலம் ஏற்பட்ட தொடர்புகள், இன்று கொலையில் போய் முடிந்துகொண்டிருக்கின்றன. இணையத்தில் போலியான பெயர்களில் பெயர், பால், முகம் அற்று ஆவியைப் போல அலைந்திடும் ஆட்கள் நிரம்ப உள்ளனர். யாரையும் எந்தக் கேவலத்திற்குள்ளாகிடும் பறிகள் விதைக்கப்பட்டுள்ள இணைய வெளியில் நிகழ்ந்திடும் பாலியல் வன்கொடுமைகள் அளவற்றவை. எங்கோ ஓரிடத்தில் நடப்பது என யாரும் ஒதுங்கிட முடியாது. பருவ வயதான உங்கள் மகனோ அல்லது மகளோ அல்லது நீங்களோ அந்தப் பொறிக்குள் சிக்குவதற்கான எல்லாச் சாத்தியங்களும் உள்ளன. சாரு சித்திரிக்கிற பாலியல் சாட்டிங்குகள், மரபான மனங்களுக்கு அதிர்ச்சியை அளிக்கும்; ஆபாசமான எழுத்தின்மூலம் சமூகத்தைக் சீரழிக்கிறார் எனக் கதற வைக்கும். ஆனால் யதார்த்தமோ, சாருவின் பாலியல்

கதையாடலைவிடக் கற்பனை செய்ய இயலாதவாறு மோசமாக இருக்கிறது.

ஆடையினால் மூடப்பட்ட உடல்களை முன்வைத்து நடைபெறுகிற உடலரசியல், மனித மதிப்பீடுகளைத் தீர்மானிக்கிறது. பாலியல் பற்றிய பேச்சுகள் வேறு பாலியல் செயல்பாட்டினைச் சொற்களால் வர்ணிப்பது என்ற புரிதல் அற்ற நிலையில் சாரு எல்லாவற்றையும் வெளிப்படையாகக் கதைத்துள்ளார். உலகில் பிற உயிரினங்களைப் பொருத்தவரையில் ஆணுக்கும் பெண்ணுக்கும் இடையிலான உடலுறவு என்பது இனவிருத்திக்கான ஆதாரம். அவ்வளவே. மனிதர்கள் மட்டும்தான் 07X24 என்ற ரீதியில் பாலுறவை மகிழ்ச்சிக்கான முழுநீளக் கொண்டாட்டமாக்கி விட்டனர். என்றாலும் ஒரு நாளின் 24 மணி நேரத்தில் நிகழ்த்தப்படுகிற பாலியல் செயல்பாடு, குறுகிய நேர வரையறைக்குட்பட்டது. சாரு சித்திரிக்கிற அஞ்சலி - உதயா இருவருக்கிடையிலான உறவில் காமம் பொங்கி வழிந்து கொண்டே இருக்கிறது. முதல் கணவனான சுரேஷிடமிருந்து பிரிந்து வந்த அஞ்சலியின் பாலியல் தேடல் அளவற்றுப் பெருகுகிறது. சாரு குறிப்பிடுகிற மேலை இலக்கிய நாவல்களில் பாலியல் பேச்சுகள் நிரம்பித் ததும்பிட வாய்ப்புண்டு. தமிழிலக்கியச் சூழலில் பாலியலை முன்வைத்துக் கதைப்பது எளிதானது அல்ல. இரண்டாயிரமாண்டு பாரம்பரியமுடைய தமிழர்களிடையே சங்கம் மருவிய காலம் முதலாக மனைவியுடன் மட்டும் பாலுறவு வைத்துக்கொள்ள வேண்டும். பிற பெண்களை ஏறெடுத்தும் பார்க்கக் கூடாது என்ற கருத்து வலியுறுத்தப் பட்டுள்ளது. ஜைன, பௌத்த, வைதிக மதங்கள் உடல்கள் மூலம் அடைகிற புலன் இன்பங்களை இழிவானதாகச் சித்திரித்து, உடல்களைத் துறப்பதற்கான மனநிலையை விதிகளாக வகுத்துத் துறவினை வலியுறுத்துகின்றன. அவை மரபிலக்கியப் பிரதிகளின் மூலம் தமிழரின் மனோபாவத்தில் இன்றுவரையில் ஆழமாக ஊடுருவியுள்ளன. செக்ஸ் என்பது கெட்ட வார்த்தை என்று நம்புகிற பெரும்பான்மையான தமிழர்கள், சாருவின் கதையாடலையும் மேம்போக்கான நிலையில் புறந்தள்ளுகின்றனர். சாருவின் காமம் சார்ந்த சொல்லாடல்கள், சித்திரிப்புகள் பண்பாட்டுரீதியில் ஏற்படுத்துகிற விளைவுகள் ஆய்விற்குரியன.

கிராமத்துச் சொலவடைகள் முதலாக விரிந்திடும் பேச்சுகளில் கெட்ட வார்த்தைகள் எனக் குறிப்பிட்ட சொற்களை விலக்காக்கிடும் போக்கு, பெரிய அளவில் இன்றளவும் இல்லை. ஆனால் பொது வெளியில் உடல்கள் எப்படி செயல்பட வேண்டும் எவற்றைப் பேசக் கூடாது என்ற வரையறை, கறாராக நிலவுகிறது. மேல்xகீழ் என

அதிகாரத்திற்குச் சார்பாக உருவாக்கப்படும் உடல்களும் பேச்சுகளும் காலங்காலமாக ஆதிக்க அரசியலின் வெளிப்பாடுகள். நிதம்பம், யோனி, புணர்ச்சி, புண்டை போன்ற உச்சரிக்கப்படாத சொற்களை நாவல் முழுக்கச் சாரு பயன்படுத்தியதில் நுண்ணரசியல் பொதிந்துள்ளது. அவை கிளுகிளுப்பானவையாகக் கையாளப்படாமல், பல்வேறு பொருண்மை களாகவும் குறியீடுகளாகவும் பிரதியில் இடம்பெற்றுள்ளன. பீப் பாடல் மூலம் பெண்ணுறுப்பை வசையாகக் குறிக்கிற சொல்லைப் பிரபலப் படுத்திய நடிகர் சிம்பு வகையறாவினர் இன்றும் தமிழகத்தில் சௌகரியமாக உலவிவரும் சூழலில், சாருவின் பிரதி, பாலியல் சொற்களைக் கலைத்துப் போடுகிறது. பாலியல் சார்ந்த உறுப்புகள் பற்றிச் சமூகம் கட்டமைத்துள்ள மதிப்பீடுகளைக் கேள்விக்குள்ளாக்குவது நாவலில் காத்திரமாக இடம் பெற்றுள்ளது. “ஒருவனுக்கு இருபது வயதில் காதல் வரவில்லை என்றால் அவனுடைய உடலில் கோளாறு என்று அர்த்தம். ஒருவனுக்கு நாற்பது வயதில் காதல் என்றால் அவன் மனதில் கோளாறு என்று அர்த்தம் என்று ஒரு புகழ் பெற்ற பேச்சாளர் பேசுகிறார். அதைக் கேட்டு ஆயிரம் பேர் கரகோஷம் செய்கிறார்கள். இது என்ன மாதிரியான நாடு” என்ற சாருவின் ஆதங்கம் நியாயமானது.

புதிய எக்ஸைல் பிரதியானது, வாசிப்பின் வழியாக ஒற்றையாக நுழைகிற வாசகரின் மனநிலையைச் சிதலமாக்கி, வேறுபட்ட மனிதர்களாக உருமாற்றுகிற தொழில்நுட்பத்தை உள்ளடக்கியுள்ளது. கதைசொல்லி முடிவற்று விவரிக்கிற கதைகள், ஒருநிலையில் வாசகர் தனக்கான பிரதிகளை உருவாக்குவதன் மூலம் வலிகள், கசப்புகள், கொண்டாட்டம் ததும்பிய உலகில் பயணிக்கிறார். எங்கும் கதைகள் நிரம்பி வழிந்திடும் சூழலை உருவாக்குவதில் சாருவின் எழுத்து, தனித்து விளங்குகிறது. செக்ஸ் சாட்டிங்கிற்காக அழைக்கப்படுகிற இக்கட்டான சூழலில், யார் வேண்டுமானாலும் எந்த விநாடியிலும் பங்கேற்றிடும் நிலையில் என்ன செய்ய முடியும்? வாசகர் என்ற சொல் இன்னும் எவ்வளவு காலம் தனித்து நின்று வேடிக்கை பார்க்கும் என்ற கேள்வி தோன்றுகிறது.

இரண்டாயிரமாண்டுப் பாரம்பரியத்துடன் தமிழ் என்ற நில வெளியின் மரபுகளையும் நம்பிக்கைகளையும் தொடர்ந்து தக்க வைத்துக்கொண்டு, திணறுகிற வரலாற்றையும் புனைவுகளையும் உயிர்த்துடிப்புடன் பதிவாக்கியுள்ள சாருவின் மொழி, சுவராசியமானது. மொழி கட்டமைத்திடும் வரலாற்றின் விநோதங்களுக்குள் பயணிக்கிற சாரு, எல்லாவற்றையும் விலகி நின்று கேள்விக்குள்ளாக்கியிருப்பது நாவலின் தனித்துவமாகும். கலகத்தின் மொழியிலான பிரதியில் இதுவரை

சமூகம் கட்டமைத்திருக்கிற புனிதமான வாழ்க்கை பகடிக்குள்ளாக் கப்பட்டுள்ளது. சிவில் சமூகத்தின் மையத்தில் ஆதிக்கத்துடன் வாழ்கிறவர்களின் நடைமுறை வாழ்க்கையைக் கடுமையான விமர்சனத்துடன் நாவல் பதிவாக்கியுள்ளது.

வரலாறைப் புனைவாக்குகிறபோது ஒருவகையில் இதுவரை மனித சமூகம் கட்டமைத்த தத்துவம் சிந்தனைகளின் தொகுப்பாகிறது. நல்லது X கெட்டது என்ற முரணில், மனித இருப்பினுக்காகச் சிந்திய குருதியின் கவிச்சி நெடி, வரலாற்றின் பக்கங்களில் வீசுகிறது. நவீன சமூகத்தில் நடைபெறும் சம்பவங்கள் அனைத்தையும் அரசியல் பின்புலத்தில் கதைக்குள் கதையாக விரிந்திடும் கதைசொல்லலில் சாருவிற்குப் பருண்மையான நோக்கம் உள்ளது. ஊழல் அரசியல்வாதிகளின் பிடியில் சிக்கியுள்ள தமிழர்களின் அசலான மனநிலை வறண்டுபோய்ச் சப்பையாக இருப்பதுடன், ஆதிக்க அரசியலுக்குப் பணிந்து அடிமைகளாக மாறியுள்ள சூழல் குறித்த சாருவின் கவலை, கதைகளாகியுள்ளன.

எழுபதுகளில் நவீன எழுத்தின் பிதாமகராகக் கருதப்பட்ட நகுலன், மிகப் புதியதில் மிகப் பழையதின் சாயல் இருக்கும் எனக் குறிப்பிட்டது, சாருவிற்குப் பொருந்துகிறது. சுயபுராணமாக விவரிக்கப்படும் நாவலில் உலகத்துப் படைப்புகள் பற்றித் தொடர்ந்து கதைக்கிற சாருவின் கதையுலகு, ஒப்பீடு அற்றது. ஒருநிலையில் இப்படியெல்லாம் நாவல்கள் பிரசுரமாகி இருக்கின்றனவா என்ற சந்தேகமும் தோன்றுகிறது. தமிழில் இதுவரை வெளியான நவீன இலக்கியம் குறித்துச் சாருவுக்கு அக்கறை எதுவுமில்லை என்பது கதையோட்டத்தில் பதிவாகியுள்ளது. அதேவேளையில் சாருவின் பண்டைய இலக்கியத் தேடல் வியப்பளிக்கிறது. தொல்காப்பியர் மரபியல் இயலில் குறிப்பிட்டுள்ள உயிரினங்கள் பற்றிய விவரிப்பை நவீன அறிவியலுடன் ஒப்பிட்டுச் சாரு அடைந்திருக்கிற பிரமிப்பு, வாசகரையும் தொற்றுகிறது. சங்க இலக்கியமான குறுந்தொகையில் இடம் பெற்றுள்ள பாடல்களைப் பொருத்தமான இடங்களில் பயன்படுத்தியுள்ளார். கபிலர் குறிஞ்சிப் பாட்டில் குறிப்பிட்டுள்ள 99 பூக்களின் பட்டியலும் தரப்பட்டு உள்ளது. கொன்றை மலரின் அழகில் ஈடுபட்ட கதைசொல்லி மடவமன்ற தடவுநிலைக் கொன்றை எனத் தொடங்கும் குறுந்தொகைப் பாடலை உற்சாகத்துடன் குறிப்பிடுகிறார். சில குறுந்தொகைப் பாடல்களைக் கதைப் பிரதியில் தந்துள்ள சாருவின் நோக்கம், தமிழ் அடையாளத்துடன் தொடர்பு உடையது. ஆனைமலையில் மாசானி மயானி சயனி அம்மன் கோவிலைக் குறுந்தொகையில் பரணர் பாடிய பாடலுடன் தொடர்புப்படுத்திய ‘மண்ணிய சென்ற ஒண்ணுத லரிவை’ என்ற பாடல், வரலாறு மட்டுமின்றி தொன்மக்கதையுடன் தொடர்புடையதாகும்.

'தசைபெரிது உடையர் நல்கலும் நல்குவர்' என்ற குறுந்தொகைப் பாடலைக் குறிப்பிடுகிற நாவலாசிரியர் சாரு, காஞ்சி எனக் குறிப்பிடப் படுகிற பூவரசு மரத்தின் இலையில் செய்த பீப்பியை ஊதி மகிழ்ந்த செய்தியைப் பதிவாக்குவதன்மூலம் நடப்பு வாழ்க்கையுடன் பொருத்து கிறார். இன்றைய தமிழர்களின் கசடு நிரம்பிய அபத்த வாழ்க்கை குறித்துக் கடுமையான விமர்சனங்களை முன்வைக்கும் சாருவின் அடையாள அரசியல் சிக்கலின் வெளிப்பாடுதான் சங்க இலக்கியத் தேடல் என்று குறிப்பிடலாமா? யோசிக்க வேண்டியுள்ளது.

தமிழின் வேர்களைத் தேடிய பயணத்தில் சங்கப் புறப்பாடல்களை வாசித்த சாரு, சங்கக் கவிகள் பெரும்பாலும் பிச்சை கேட்டு வாழ்ந்ததுடன், மன்னர்கள் தருகிற பிச்சைக்காக அவர்களை ஆஹா ஓஹோ என்று புகழ்ந்திருக்கின்றனர் என்று குறிப்பிடுவது அடிப்படையற்றது. பாணர் மரபில் இனக்குழுத்தலைவனுக்கும் பாணர், புலவருக்குமான உறவு அழுத்தமானது. ஊர்கள்தோறும் பயணித்த பாணர் குடும்பத்தினர் பிச்சைக்காரர்கள் அல்ல. ஆடலுடன் பாடல்கள் புனைந்திட்ட பாணர்கள் தனித்த மரியாதையுடன் விளங்கினர். 1970களின் பிற்பகுதியிலும் வயலில் விளைந்த நெற்கட்டுகளைக் களத்தில் குவித்தபோது, அதிலிருந்து 'புலவர் அரி' என ஒரு கட்டு நெல்தாள்களைப் புலவர் பரம்பரையினருக்கு மகிழ்ச்சியுடன் வழங்கிய மரபு தமிழகத்தில் நிலவியது. வட இந்தியாவில் வசிக்கிற திராவிடப் பழங்குடியினரான சந்தால், கோண்டா போன்றோரிடம் பாணர் மரபு இன்றளவும் செல்வாக்குடன் விளங்குகிறது. மன்னனைப் புலவர் பாடியதை 'அவனை அவர் பாடியது' எனக் குறிப்பிடுவது தமிழில் வழக்கு. 'எத்திசைச் செலினும் அத்திசைச் சோறே' எனப் பாடிய ஔவையின் வரிகள் வெற்றுச் சொற்கள் அல்ல. மானுடவியல்ரீதியில் பாணர் மரபு பற்றிக் காத்திரமான ஆய்வுகள் வெளிவந்துள்ள நிலையில், அதைப் பற்றி அறியாமல் சாரு, பரிசிலைப் பிச்சை எனக் குறிப்பிடுவது தவறானது; சங்க மரபு அறியாமல் அபத்தமாகக் குறிப்பிட்டுள்ளார். சரி போகட்டும். புதிய எக்ஸைல் நாவலின் தொடக்கத்தில் நன்றி எனச் சாரு குறிப்பிடுகிற நல்லி குப்புச்சாமி செட்டியார், தினமலரைச் சார்ந்த ரமேஷ், வெங்கடேஷ், ஆர்.கிருஷ்ணமூர்த்தி என விரிந்திடும் நூற்றுக்கும் மேற்பட்டோரில் ஸ்பான்சர்கள் இருக்கின்றனர். இன்றைய ஸ்பான்சர்களுக்கு ஒரு வகையில் முன்னோடிகள் அன்றையப் புரவலர்கள். இத்தகையோர் படைப்பாளி மீதான அக்கறையினால் செய்கிற உதவிகளைப் பிச்சை என்று சொன்னால் ஏற்றுக்கொள்வீர்களா சாரு?

ஆழ்வார்களின் பக்திமயமான பாடல்கள், திருமூலரின் தத்துவப் பாடல்கள், சித்தர்களின் ஆவேசமான பாடல்கள், வள்ளலாரின் தத்துவச் சரடு என நாவல் முழுக்கப் பரவியிருக்கிற மரபிலக்கிய பயன்பாடு, சாருவின் புதிய எழுத்துமுறைக்குச் சான்றாகும். பூம்பாவை இறைவனுக்குத் தொண்டு செய்து கன்னியாகவே வாழ்ந்த கதையைச் சம்பந்தரின் 'மட்டிட்ட புன்னையங்கானல் மடமயிலை/கட்டிடங் கண்டான் கபலீச்சுரம் அமந்தான்/ஒட்டிட்ட பண்பின் உருத்திரப் பல் கணத்தார்க்கு/ அட்டிடல் காணாதே பூம்பாவாய் என்ற பதிகத்துடன் விவரிக்கிற பாங்கு நேர்த்தியானது. போகர் நிகண்டுவில் இடம்பெற்றுள்ள தேரையர் கதை சுவராசியமானது. அகத்தியரின் மாணவரான தொல்காப்பியருக்கு ஏற்பட்ட தீராத தலைவலியைத் தீர்த்திடத் தேரையர் செய்த செயல், விநோதமானது. காலையில் இஞ்சி, கடும்பகல் சுக்கு, மாலையில் கடுக்காய் ஒரு மண்டலம் உண்டுவர கோலையூன்றி நடப்பவன் கோலை வீசிக் குதித்து நடப்பான். உடலைப் பேணுவதற்கான மரபான வழிமுறைகளைக் குறிப்பிட்டிருப்பதில் சாருவின் தேடல் புலனாகிறது.

முட்கள் நிரம்பிய மூலிகைகளின் பூக்களில் நரம்புகளை முறுக்கேற்றும் தன்மை உண்டு எனச் சொல்கிற சாரு, வயக்ராவைவிட தமிழகத்தில் உன்னதமான விஷயங்கள் இருக்கின்றன எனக் குறிக்கிறார். வள்ளலார் எழுதியுள்ள நித்ய கரும விதியை வாசித்தால், தேக சம்பந்தம் பற்றிப் புரிந்திட முடியுமெனச் சாரு தருகிற வள்ளலாரின் நீண்ட மேற் கோள், வாசிப்பில் புதிய அனுபவத்தைத் தருகிறது. சுக்கிலம் வெளியேறுவது குறித்துத் தமிழ்ச் சித்தர்கள் தந்துள்ள விளக்கங்கள் அபூர்வமானவை.

நாட்டார் மரபிலான தொன்மக்கதைகளை உற்சாகத்துடன் பதிவாக்கியுள்ள சாருவின் நாவல், வேறுபட்ட அனுபவங்களை வாசிப்பில் தருகிறது. அறிவொளிக் காலம் வலியுறுத்திய பகுத்தறிவின் எல்லை வரையறைக்குட்பட்டது என்ற புரிதலின் ஊடாகக் கடவுள் மறுப்புச் சித்தாந்தம் புதிய நோக்கில் கேள்விக்குள்ளாகியுள்ளது. ஈரோடு நகருக்கருகில் உள்ள தங்கமேடு கிராமத்தில் இருக்கிற தம்பிக்கலை அய்யன் கோவில் பற்றிய தொன்மக் கதையில் சித்தர் உருவான கதை குறிப்பிடத்தக்கது. புற்றிலிருக்கிற நாகம் பசுவின் மடியில் பால் குடித்த இடத்தில் அமர்ந்தவர் சித்து தம்பனம் கற்றுச் சித்தரானார். அங்கிருக்கிற நாகங்கள் இன்றளவும் யாரையும் தீண்டியதில்லை என்ற புனைவு, அமானுடத்தன்மையுடையதாக மாறுகிறது.

பில்லி, சூனியம், ஏவல், செய்வினை போன்றவை ஏதோ ஒரு நிலையில் வாழ்க்கையில் ஊடுருவி, அன்றாட வாழ்வில் ஏற்படுத்துகிற

தொந்தரவுகள் அல்லது பாதகச் செயல்கள் பற்றிய நம்பிக்கையை எளிதில் புறந்தள்ளிட முடியாது எனச் சாரு முன்வைக்கிற கருத்தியல் ஆய்விற்குரியது. இயற்கையின் அங்கமான மனிதன், இயற்கையை எப்படி எதிர்கொள்வது எனப் புலப்படாமல், பூமியில் தன்னிருப்பைப் பற்றிக் கட்டமைத்திடும் புனைவுகள் ஏராளம். யோசிக்கும்வேளையில் இயற்கையின் பெருங்கருணையினால்தான் பூமியில் மனித இருப்பு சாத்தியப்பட்டுள்ளது. குறியீட்டு முறையில் இயற்கையைப் புரிந்திட முயன்றதன் விளைவுதான் கடவுள் உள்ளிட்ட நம்பிக்கைகள். வெறுமனே மூடநம்பிக்கை என ஒதுக்கிடாமல், சாரு கண்டறிந்திட முயலுவதன் நீட்சியாகத்தான் சோழிகளை உருட்டிப் பணிக்கர் சொல்கிற எதிர்காலம் குறித்த புனைவுகளைக் கருத வேண்டியுள்ளது. மேட்டுப்பாளையம் அருகிலுள்ள வனபத்ரகாளியிடம் வேண்டுகிற கதைசொல்லி, திடீரென ஆரவல்லி சூரவல்லி கதைக்குள் பயணிக்கிறார். பெரும்பாலான நாட்டார் கதைகள் போலவே முன்னர் எப்பொழுதோ நடைபெற்றதாகத் தொடங்கும் கதையில் பெண்களின் சாகசம் முன்னிறுத்தப்பட்டுள்ளது. அல்லிமுத்து பில்லி சூனியத்தினால் கொல்லப்படுகிறான். ஆரவல்லி கதையின் ஊடாகக் கதைசொல்லி, அவரைப் பயமுறுத்துகிற இருபத் தோராம் நூற்றாண்டுப் பெண்ணியச் சகோதரிகளை வீழ்த்துவதற்கான வரத்தை வனபத்ரகாளியிடம் கேட்கிறார். கதைசொல்லி அல்லது அல்லிமுத்து, ஆரவல்லி சகோதரிகளின் அரண்மனையை அடைந்து பந்தயங்களில் கலந்துகொள்கிறார். அல்லிமுத்துவுக்குப் பெண்களைப் பிடிக்கும் என்பதால், அவனுடைய பாஸ்வேர்டைத் திருடி நிஜமும் கற்பனையும் கலந்த செக்ஸ் உரையாடல் தொடங்கப்படுகிறது. திரும்பத் திரும்ப அழைக்கிற செக்ஸ் உரையாடலின் வழியாக கதைசொல்லி தோற்றுப் போகிறார். ஆரவல்லி சகோதரிகள் கதையை மறுவாசிப்புச் செய்துள்ள சாரு எது நிஜம் எது புனைவு என வாசகரையும் குழப்புவது சுவராசியமானது.

அமெரிக்கா பற்றிய புனைவின் மறுபக்கத்தைக் கேள்விக் குள்ளாக்கும் சாரு, கார்ப்பரேட் சாமியார்கள், இந்தியா ஆன்மீக நாடு என ஆசி வழங்குவதுடன், அமெரிக்கா குறித்து மட்டமாகச் சொல்கிற சொற்களின் அபத்தத்தைக் கதையாக்கியுள்ளார். குஷால்தாஸ் என்ற கார்ப்பரேட் சாமியாரின் பிரசங்கத்தைக் கேட்டுப் புளகாங்கிதம் அடைகிற நடுத்தர வர்க்கத்தினர், துரித உணவு போல உடனடி நிவாரணம் தேடியலைகின்றனர், இலக்கியம் அதிகார மையத்தைத் தகர்த்திடும்போது, ஆன்மீகமோ புதிய அதிகார மையத்தை உருவாக்குகிறது எனச் சொல்கிற கதைசொல்லி, குஷால்தாஸின் டுபாக்கூர் செயல்பாடுகளை அம்பலப் படுத்துகிறார். விதம்விதமான ஆடைகளில் போஸ் கொடுத்துக்

கொண்டிருக்கிற ஷோக் பேர்வழியான குஷால்தாஸ், சிஷ்யைகளான இளம்பெண்களின் தலைமுடியைச் சிரைத்துவிட்டுக் காவி ஆடையை உடுத்த வேண்டுமெனப் போதிப்பது, ஆன்மீகப் பைத்தியத்தின் இன்னொரு நிலைதான். அமெரிக்காவில் நாற்பத்தைந்து சதவீதம் மனநோய்க்கு மருந்து சாப்பிடுகிறார்கள் என மட்டப்படுத்திப் பேசுகிற குஷால்தாஸ், இந்தியாவில் எண்பது சதவீதம் பேர் மனநோய் இருப்பது தெரியாமல் திரிகின்றனர்; பல்லாயிரக்கணக்கான கோடிகளில் ஊழல் செய்கிற அரசியல்வாதிகள்; எங்கும் அராஜகம்; குழந்தைக் கல்வி முதலாக ஏற்றத்தாழ்வுகள்; பெண்கள் இரண்டாம் பாலினமாக ஒடுக்கப்படுதல்; வன்புணர்வு; தொலைக்காட்சி ஒளிபரப்பிடும் ஆபாசங்கள் என எங்கும் அடக்குமுறை நிலவும் இந்தியாவை ஞானபூமி எனச் சொல்ல முடியுமா? அன்றாட வாழ்க்கையில் உணவுக்கே திண்டாடும் கோடிக்கணக்கான விளிம்புநிலை மக்களின் துயரம் அளவற்றது. தேசபக்தி, ஆன்மீகம் எனப் போதித்து கல்லா கட்டுகிற கார்ப்பரேட் சாமியார்கள் ஒருவகையில் ஹிட்லரைப் போன்ற சர்வாதிகாரிகள் எனத் தருக்க அடிப்படையில் சாரு விளக்குவது, கொந்தளிப்பின் உச்சம். குஷால்தாஸ் எல்லாவற்றுக்கும் ஆசைப்படு; சந்தோசமாக இரு எனப் போதிப்பதின் மறுபக்கம் அடிமைகளை உருவாக்கும் பாசிஸம் பொதிந்துள்ளது. பொருளாதார ரீதியில் சிரமப்படுகிற மக்களுக்கு இந்திய ஆன்மீகம், புனித பூமி, தியானம், யோகா என்ற பெயரில் புதிய சொல்லாடல்கள்மூலம் போதையில் ஆழ்த்துகிற பணியைச் செய்கிற நித்யானந்தா, ஜக்கி வாசுதேவ், பாபா ராம்தேவ், ஸ்ரீசங்கர் போன்ற கார்ப்பரேட் சாமியார்கள் இன்னொருபுறம் சங்பரிவார், ஆர்.எஸ்.எஸ்., சிவசேனா, விஸ்வ ஹிந்து பரிஷத் போன்ற இந்துத்துவ அமைப்புகளை வலுப்படுத்துகின்றனர். ஆன்மீக அரசியலை எதிர்க்க வேண்டியதன் அவசியத்தைக் கார்ப்பரேட் சாமியர்களை முன்வைத்துள்ள சாருவின் எழுத்து, நுண்ணரசியல் பின்புலமுடையது.

ஐரோப்பாவில் இரு உலகப் போர்களினால் நடைபெற்ற கொடூரங்களின் விளைவுகளை இன்றளவும் பாதுகாத்து வருகின்றனர். 1944 ஜூன் 10ஆம் தேதியன்று ஓரத்தூரில் நாஜிப் படையினரால் 641 கிராமத்தினர் கொல்லப்பட்டனர். அந்த ஊரும் தீயிலிட்டுக் கொளுத்தப்பட்டது. அந்தக் காட்சி, இன்றளவும் காட்சிப்பொருளாகக் காத்து வரப்படுகிறது. தமிழகத்தில் 1968 டிசம்பர் 25 அன்று கீழ் வெண்மணிக் கிராமத்தில் நிலப்பிரபுக்களால் 44 தலித் கூலி விவசாயத் தொழிலாளர்கள் உயிரோடு கொளுத்தப்பட்டனர். கொலைகளுக்கு மூலகாரணமான கோபாலகிருஷ்ண நாயுடு, போதுமான சாட்சியம் இல்லையென நீதிமன்றத்தால் விடுதலை செய்யப்பட்டார். இருவேறு சம்பவங்களையும் ஒப்பீட்டு, கீழ்வெண்மணி

சம்பவம் இன்று தமிழர்களின் நினைவில் இல்லையெனக் குறிப்பிடுகிற கதைசொல்லி, கொல்லப்பட்ட 44 பேர்களின் பெயர்களையும் தந்துள்ளார். நடந்து முடிந்த கொடூரமான சம்பவங்களைப் பரிசீலனையற்று மறந்திடும் தமிழர்களின் வரலாற்றை மீண்டும் எழுதியுள்ளார் சாரு.

இந்தியாவில் மனித உயிர்கள் குறித்த அலட்சியமும் எதுவும் நடப்பதற்கான சாத்தியப்பாடுகள் பற்றிய விவரிப்புகளும் நாவலில் முக்கியமானவை. "மருத்துவக் கல்லூரி மாணவனின் உடலைத் துண்டு துண்டாக வெட்டிப் பல ஊர்களில் கொண்டுபோய் வீசியவன், ஐந்தாண்டுகளில் சிறையில் இருந்து வெளியே வந்து விட்டான்." "இந்தியாவில் நீங்கள் உயிர் பிழைத்திருப்பதே ஒரு அதிர்ஷ்டம்; தற்செயல் நிகழ்வு" எனச் சொல்கிற சாரு, ரவுடிகளின் அதிகாரத்தைக் குமார் என்கிற ரவுடியின் வாழ்க்கைச் சம்பவங்கள் குறித்த விவரணையின் மூலம் நிழல் உலகின் கோர முகத்தைக் காட்டுகிறார். அரசியல் பினாமி உருவாக்கத்தைப் பக்கிரிசாமி சொல்வதாக விவரித்துள்ள பகுதி நிழல் உலகில் எதுவும் நடைபெறுவதற்கான சாத்தியத்தை முன்னிறுத்துகிறது. வீட்டுத் தரகனாகத் தொடங்கிய பக்கிரிசாமி பின்னர் வீடுகளைக் கைமாறுவதில் பெரும் பணம் கமிஷனாகப் பெறுகிறான். நாளடைவில் அமைச்சரின் நிழலாக மாறிக் கோடிக்கணக்கில் புரள்கிறவன், நெருக்கடியான சூழலில், அப்ரூவராக மாறினால், மனைவியும் பிள்ளையும் கொல்லப்படுவார்கள் என அறிந்து, தற்கொலை செய்து கொள்கிறான். பினாமியானவரின் மரணம் ஒருவகையில் கொலைதான். தமிழக அரசியல் சூழலின் இன்னொரு முகம் பக்கிரிசாமியின் வாக்கு மூலமாக நாவலில் பதிவாகியுள்ளது.

சாருவின் நாவல் வெறுமனே கதைசொல்லலுக்கு மட்டும் முக்கியத்துவம் தரவில்லை. புதிய எக்ஸைல் நாவலை வாசிக்கிற இளம் வாசகர்கள் இது என்ன தில்லுமுல்லு என்று யோசிப்பார்கள். கட்டுரைக்கும் புனைகதைக்கும் இடையிலான வேறுபாடு தகர்ந்து வேறுபட்ட அனுபவங்களைக் குவிக்கிற சாருவின் எழுத்து, புதிய வகைப்பட்ட வாசிப்பைக் கோருகிறது. "தமிழ்நாட்டில் எழுத்தாளனாக இருப்பது கண்ணில்லாதவர்களின் தேசத்தில் ஓவியனாகவும், காது இல்லாதவர்களின் தேசத்தில் பாடகனாகவும், பிச்சைக்காரர்களின் தேசத்தில் பொற்கொல்லனாகவும் இருப்பதைப் போன்றது" என்ற கதைசொல்லியின் குரல், சாருவினுடையதுதான். திரைப்படம் தமிழ்ச் சமூகத்தினைப் புற்று நோயைப் போல அழித்திருப்பதனால், கலைஞர்கள், தத்துவவாதிகள், துறைசார்ந்த வல்லுநர்கள் புறக்கணிக்கப்பட்டிருப்பதை இயல்பாகக் கருதுகிற சூழல் வலுவாக நிலவுகிறது. "எந்த மொழியில்

எழுதினாலும் நான் வாழ்ந்துகொண்டிருக்கிற பிராந்தியத்தின் காற்று தானே என் எழுத்தின் சுவாசமாக இருக்கும்? யாதும் ஊரே யாவரும் கேளிர் என்று சொன்ன ஒருவனின் வாரிசாகப் பிறந்திருக்கும் என்னைத் தேசம், மொழி, ஜாதி, இனம், பாலினம் போன்ற அடையாளங்களால் கட்டுப்படுத்த முடியுமா?" சாருவின் அரசியல் பேச்சுகள் முழுக்க நாவலில் வெளிப்படுவதற்கான காரணத்தைக் கண்டறிய பிரதியில் கடவுச்சொற்கள் இடம்பெற்றுள்ளன.

கும்பகோணத்தில் மாட்டுத் தொழுவத்தைப் போன்று பள்ளிக்கூடம் நடத்துவதற்கு லஞ்சம் வாங்கிக்கொண்டு அனுமதி வழங்கிய அதிகாரிகள் யாருக்கும் இன்னும் தண்டனை தரப்படவில்லை, நடைபாதையில் கடைகள் போடுவதால், தெருவில் நடக்கிறவர்கள் வாகனப் போக்கு வரத்திற்கிடையில் ஒவ்வொருநாளும் உயிர் தப்பிப் பிழைக்கின்றனர். வாகனம் ஓட்டுகிறவர்களின் கவனக்குறைவினால் நாளும் கொல்லப் படுகிறவர்களின் எண்ணிக்கை பெருகினாலும், சாலை விபத்துக்குக் காரணமான டிரைவர்களுக்குப் பெரிய அளவில் தண்டனை கிடையாது, பள்ளிக்கூடத்தில் நிர்வாகம், ஆசிரியர்களின் அலட்சியத்தினால் குழந்தைகள் இறந்திடும்போது, வசதியானவர்கள் எளிதாக வெளியே வந்து விடுகின்றனர். இப்படி சிவில் சமூகத்தில் அன்றாடம் கொலைகள் குறித்து அக்கறையற்ற பொதுமக்களின் மனோபாவம் கொடூரமானது. இந்தியாவில் எங்கு வேண்டுமானாலும் குப்பைகளை வீசியெறியலாம் என்ற நிலையில், தெருவில், மாடிப்படிக்கட்டு மூலையில் எச்சிலைத் துப்பலாம். நான்கு வழிப் பாதை மட்டுமின்றி, சற்று மறைவான எந்தவொரு இடத்திலும் ஜிப்பைக் கழற்றிவிட்டுக் கூச்சநாச்சமில்லாமல் குறியைக் கையில் பிடித்துக்கொண்டு சிறுநீர் கழிக்கிற ஆண்களின் எண்ணிக்கை பெருகிக்கொண்டிருப்பது, கேவலமானது. நாய்களைப் போல எந்த இடத்திலும் சிறுநீர் கழிப்பது அருவருப்பானது என்ற எண்ணம், படித்த ஆண்களிடம்கூட இல்லை. நகை வாங்கிச் சேர்ப்பதில் அக்கறை காட்டும் தமிழர்கள், வீட்டிற்கு தேவையான அடிப்படைப் பொருட்கள்கூட வாங்குவது இல்லை எனச் சாரு குற்றம் சாட்டுகிறார். உலகின் மிக நீளமான மெரினா கடற்கரையில் காலைவேளையில் ஆயிரக்கணக்கானோர் அலைகள் தொடும் தொலைவில் மலம் கழித்துக் கொண்டிருக்கிற காட்சி எளிதில் புறக்கணிக்கக் கூடியதல்ல. ஐந்து கி.மீ. தொலைவு பரவியிருக்கிற கடல் மணல் பரப்பில் பாலீதீன் கவர்கள், சிகரெட் துண்டுகள், பியர், விஸ்கி போத்தல்கள் என நிரம்பியிருக்கிற சூழலுக்கு யாரைக் குற்றம் சொல்வது? சாரு தன்னைச் சுற்றிலும் நடக்கிற சம்பவங்கள் குறித்த எதிர்வினையைப் படைப்பின் வழியாக வெளிப்படுத்தியுள்ளார்.

நளினியைத் திருமணம் செய்துகொண்டு தில்லியில் வாழ்ந்த கதைசொல்லி அவளிடமிருந்து விவாகரத்துப் பெற்றுப் பெருந்தேவியுடன் வாழ்கிறார். உதயாவிற்கும் அஞ்சலிக்குமான உறவு தொடர்கிறது. அஞ்சலிக்கும் கதைசொல்லிக்கும் இடையில் நிலவுகிற பாலியல் கொண்டாட்டம் தனித்துவமானது. கணவனான சுரேஷ் ஏன் இப்படி அஞ்சலியை நெருக்கடிக்குள்ளாக்க வேண்டுமென்ற கேள்வி வாசிப்பில் தோன்றுகிறது. அஞ்சலியின் பதின்பருவ வாழ்க்கையில் நடைபெற்ற சம்பவங்கள், துயரம் தோய்ந்தவை. ஏன் இப்படியெல்லாம் அஞ்சலியின் வாழ்க்கையில் சம்பவங்கள் நிகழ்ந்தன என்ற கேள்விக்கு விடை எதுவுமில்லை.

கதைசொல்லியின் தம்பியான செல்வத்தின் வாழ்க்கை முழுக்கத் துயரம்தான். அவனுடைய பொருளியல் தேடலுக்கான முயற்சிகள் எல்லாம் தோல்வி. வசதியான குடும்பத்தைச் சார்ந்த ரதி போன்ற பெண்ணை மறுத்துவிட்டு, வேறு மதப் பெண்ணைத் திருமணம் செய்து கொள்கிறான். அவள் குட்டை, வறண்ட தோல், ஒல்லி, தெற்றுப் பல்லுடன் காட்சியளிக்கிறாள். செல்வத்தைவிடப் பத்து வயது மூத்தவளான அவள் விவாகரத்தானவள். கடைசியில் புற்று நோயினால் வதங்கி இறந்து போனவனின் வாழ்க்கை ஏன் இப்படி ஆனது என்ற கேள்வி மட்டும்தான் மிச்சம். வெறும் கதை சொல்வது மட்டும் சாருவின் நோக்கமல்ல. குடும்ப உறவுகளில் அன்றாடம் நடைபெறுகிற சம்பவங்களின் அபத்தம், செல்வத்தை முன்வைத்துச் சித்திரிக்கப் பட்டுள்ளது

நாகூர் நகரின் நிலவெளி குறித்த விவரிப்பு, தில்லியில் வாழ்க்கை, சென்னை, தஞ்சை, புதுவை என வெவ்வேறு பின்புலத்தில் விரிந்திடும் நாவல், நுணுக்கமான பல்வேறு தகவல்களைப் பதிவு செய்துள்ளது. இடைவிடாது தொடர்ந்திடும் சம்பவங்களின் குவியலால் நாவல் நிரம்பி வழிகிறது. கலைக்களஞ்சியம், விவரச்சுவடிகள், பயணக் குறிப்புகள், பூகோள விவரணைகள் போலச் சாரு பதிவாக்கியிருப்பது, ஒருவகையில் சமகாலத்தின் குரல். நாகூரைப் பற்றிய நுணுக்கமான பதிவுகள் விரிவான பிம்பத்தைக் கட்டமைக்கின்றன. தாவர சங்கமம் இயலில் இடம் பெற்றுள்ள புல்லாகிப் பூடாய்ப் புழுவாய் மரமாகிப்/ பல் விருகமாகிப் பறவையாய்ப் பாம்பாகிக்/ கல்லாய் மனிதராய் பேயாய்க் கணங்களாய்.. என்ற மாணிக்கவாசகரின் பாடல், ஐம்பூதங்கள் மட்டுமின்றி மனிதர்கள், இயற்கையிறந்த ஆற்றல்கள் குறித்தும் பேசுகிறது.

நண்பர் கொக்கரக்கோ உள்ளிட்ட பலரின் கதைகள் நாவலில் நிரம்ப இடம்பெற்றுள்ளன. குறிப்பாகச் சாருவின் பதின்பருவ நண்பனான

சிவாவின் வாழ்க்கை புதிய கோணத்தில் விரிந்துள்ளது. எண் கணிதம், ஜோதிடம் கற்ற சிவா பாலயோகியாக இருந்து பின்னர் அம்பாவாக மாறினான். கொங்கணவர் என்ற சித்தர் பாடிய பாடலில் இடம் பெற்றுள்ள நாகவேதையினால் பாதரசத்தை மணியாகக் கட்டிச் சாரணைகள் செய்தால் தங்கமாகும் என்று சொல்கிற சிவாவின் தேடல் முடிவற்றது. சராசரியான சிவா தன்னைச் சித்தனாகவும் எதிர்காலம் அறிந்த ஞானியாகவும் கருதிக்கொண்டு வாழ்ந்ததற்கான முகாந்திரம் என்ன?

தங்கள் பிள்ளைகளை அமெரிக்காவுக்கு அனுப்பி வைப்பதுதான் நடுத்தர வர்க்கத்துத் தமிழர்களின் கனவாக இருக்கிறது. அது நிறைவேறியவுடன் குதூகலமடைந்து பேரன் அல்லது பேத்தியைப் பார்த்துக் கொள்வதற்காக ஆறு மாதங்கள் அமெரிக்காவில் தங்கிடப் போகிறேன் எனக் கிளம்பியவர்கள், ஒரே மாதத்தில் திரும்புவது இன்று வழமையாகி விட்டது. இரண்டாயிரமாண்டு வரலாற்றுத் தொன்மையுடைய தமிழகத்து நிலவெளியெங்கும் பரந்திருக்கிற கோவில்கள் வெறுமனே இறைநம்பிக்கை சார்ந்தவை மட்டுமல்ல. சென்னை போன்ற மாநகரத்தில் நிலைத்திருக்கிற கோவில்கள், முதியவர்களின் மனவெறுமையைப் போக்கி, ஆன்மபலத்தைத் தருகின்றன என்ற சாருவின் விவரிப்பு கவனத்திற்குரியது.

ஹம் தும் எக் கம்ரேஎ மே பந்த் ஹோ என்ற இயலில் ஹிந்தித் திரைப்படங்களின் பாடல்களும் படங்களும் எழுபதுகளில் தமிழகத்தில் பெற்றிருந்த செல்வாக்கு விரிவாக இடம் பெற்றுள்ளன. பாபி, ஷோலே, ஆராதனா போன்ற ஹிந்தித் திரைப்படங்கள் தமிழர் வாழ்க்கையில் ஊடுருவியிருந்த சூழல் பற்றிய பதிவுகள் காத்திரமானவை. "1976 இளைய ராஜாவின் வருகைக்குப் பிறகு எண்பதுகளில்தான் இந்திப்பட ஆதிக்கம் தமிழ்நாட்டில் குறைந்து, ஒரு கட்டத்தில் இல்லாமல் போனது" எனச் சாரு குறிப்பிடுவது சரியான கணிப்பு. தமிழரின் இசைப் பயணத்தில் ஹிந்தித் திரையிசைப் பாடல்கள் பற்றிய விவரிப்பு, இன்றைய தலைமுறையினர் அறியாதது. நாவலின் கதையோட்டத்தில் இசைப் பாடல்கள் என்பதற்கப்பால் என்ன நடந்தது என்பது என்ற கேள்வி, வரலாற்றில் முக்கியமானது.

தில்லி நாட்குறிப்புகள் இயலில் வேலை செய்து பிழைப்பதற்காகச் சென்ற கதைசொல்லி எதிர்கொண்ட அனுபவங்கள் சுவராசியமாகப் பதிவாகியுள்ளன. சிவில் சப்ளைத் துறையில் பணியாற்றியபோது அலுவலக அதிகாரிகள், மதராசிகள் பற்றிய மனப்பதிவுகள் விரிவானவை.

பிரதமரான இந்திரா காந்தி, அவருடைய பாதுகாவலர்களால் சுட்டுக் கொல்லப்பட்டபோது, தில்லி முழுக்கச் சீக்கியர்களுக்கு எதிராக நடைபெற்ற வெறியாட்டத்தினால் கொல்லப்பட்ட ஆயிரக்கணக்கான சீக்கியர்களுக்கு எதிரான வன்முறை குறித்த பதிவுகள் வரலாறின் இருண்ட பக்கங்களைப் பதிவாக்கியுள்ளன. இதுநாள் வரையிலும் சகமனிதர் களாகவும் நெருக்கமானவர்களாகவும் விளங்கிய சீக்கியர்கள்மீது காங்கிரஸ் கட்சியினர் கட்டவிழ்த்துவிட்ட அராஜகம், கொலைக்கான நியாயங்கள் இன்றளவும் நீடித்திருக்கின்றன. குஜராத்தில் கோத்ரா ரயில் எரிப்புச் சம்பவத்தில் கொல்லப்பட்டவர்களுக்காகப் பழி வாங்குவதற்காக ஆயிரக்கணக்கில் கொல்லப்பட்ட முஸ்லிம்களின் துயரங்கள் இன்றளவும் காற்றில் மிதக்கின்றன. எல்லாக் கூட்டக் கொலைகளின்போதும் போலீஸ் வேடிக்கைதான் பார்க்கிறது; போலீசின் முன்னால்தான் எல்லாக் கொலைகளும் நடக்கின்றன. இந்தியாவில் இதுபோன்ற ரத்தக் களறியான சம்பவங்கள் எப்பொழுதும் நடைபெறுவதற்கான சாத்தியப்பாடுகள் உள்ளன என்பதைச் சாருவின் சீக்கியப் படுகொலைச் சம்பவங்கள் உணர்த்துகின்றன.

தமிழரின் வாழ்க்கை குறித்த பன்முகப் பதிவாக விளங்குகிற புதிய எக்ஸைல் நாவல் கட்டற்ற சம்பவங்களின் பதிவாக விவரிக்கிற உலகம், கொலேஜ் பாணியில் விரிந்துள்ளது. அகத்தியர் தொடங்கி இன்றைய இணையத்தளத்தில் முக்கியத்துவம் பெற்றுள்ள பாலியல் உரையாடல்கள் வரை அழுத்தமான கேள்விகளை வாசிப்பில் எழுப்புகிற கதையாடல், சமகாலத்தின் விமர்சனமாகப் பதிவாகியுள்ளது. நாவலாசிரியராகச் சாரு பிரதியின் வழியாக எழுப்பியுள்ள கேள்விகள் முடிவற்றவை. அவை இன்னொரு நிலையில் தமிழ்ச் சமூகம் குறித்த காத்திரமான விமர்சனங்கள், பதிவுகள்.

இறுதியாகச் சில சொற்கள்: புதிய எக்ஸைல் நாவலில் பாலியல் செயல்பாடுகள் குறித்த சம்பவங்களையும் விவரிப்புகளையும் அலசி ஆராய்ந்து, வெட்டப்பட்ட புதிய பிரதியை உருவாக்கிட வாய்ப்பு இருக்கு மெனில், புதிய வகைப்பட்ட கதையாடல், பரந்துபட்ட வாசகரிடம் சென்று சேர்ந்திட வாய்ப்புண்டு. பாலியலைப் பொறுத்தவரையில் இன்றளவும் தமிழர்கள் மூடுண்ட சமூகத்தினர்.

(உயிர்மை, 2017, செப்டம்பர்)

விஷ்ணுபுரம் நாவலும் எனது வாசிப்பு அனுபவங்களும்

"...இந்த விஷ்ணுபுரத்தில் நடக்கும் ஒவ்வொன்றும் ஒவ்வொரு செயலும் ஒவ்வொரு எண்ணமும் ஒரு சருகு மல்லாந்து படுக்கும் அசைவும்கூட மீண்டும் நிகழும். இந்த விஷ்ணுபுரமே இடைவிடாது காலப்பெருக்கில் நிகழ்ந்து கொண்டிருக்கும் ஒரு தியான மந்திரம்தான். ஒரு சொல் பிறக்கும்; ஒலித்து ஓய்ந்து மௌனத்திற்குத் திரும்பும். மறு சொல் பிறந்து வரும். யாருடைய தியானம் இது?"

I

1998 ஆம் ஆண்டு. காலச்சுவடு பத்திரிகை திருநெல்வேலி நகரில் நடத்திய புத்தக விமர்சனக் கூட்டத்தில் சுந்தர ராமசாமியின் காற்றில் கலந்த பேரோசை, ஜெயமோகனின் விஷ்ணுபுரம், எஸ். ராமகிருஷ்ணனின் காட்டின் உருவம் ஆகிய புத்தகங்கள் இடம் பெற்றன. நான் சு.ரா.வின் கட்டுரைப் புத்தகம் குறித்துப் பேசினேன். ஜெயமோகன் அந்தக் கூட்டத்தில் பங்கேற்கவில்ல. விஷ்ணுபுரம் நாவல் பற்றிய பேச்சுக்களை அங்குதான் முதன்முதலில் கேட்டேன். தாடிக்காரக் கவிஞர் கொஞ்சம் போதையுடன் கூட்ட அரங்கில் நுழைந்து விஷ்ணுபுரம் நாவலின் பெயரைச் சொல்லி, சலம்பிக் கொண்டிருந்தார். நண்பர் கண்ணன் நடத்திய முதல் இலக்கியக் கூட்டம் என்று நினைக்கிறேன். கவிஞரின் செயலால் கூட்டத்தினர் எரிச்சல் அடைந்தனர். கவிஞரைச் சமாதானப்படுத்தி, அரங்கின் வெளியே அழைத்து வந்தேன். அவர் விஷ்ணுபுரம் நாவலை வாசித்துவிட்டாரா என்று கேட்டேன். 'இல்லை' என்று தலையை அசைத்த கவிஞர், நாவலின் பெயரே தப்பு, பெருமாள்புரம் என்று இருந்திருக்க வேண்டும், விஷ்ணுபுரம் என்ற பெயர் பார்ப்பனியத்தைத் தூக்கிப் பிடிக்கிறது என்றார். ஒரு பிரதியை வாசிக்காமல் அட்டையைப் பார்த்து அபிப்ராயம் சொல்கிறவர்கள், யாரோ ஒருவர் படைப்பு பற்றிச் சொன்ன மேற்கோளை அப்படியே தன்னுடைய கருத்துப் போலப் பொது வெளியில் உரத்து முழங்குகிறவர்கள்... இப்படி நிறையப் பேரைப் பார்த்திருக்கிறேன். சரி, போகட்டும். பதினான்கு வயதில் நாத்திகனாகி, சாதி, சமயம், சாஸ்திர சம்பிரதாயம், சடங்கு எதிர்ப்புடன் இன்றுவரை செயல்படுகிற எனக்கு விஷ்ணுபுரம் என்ற பெயர் முதலில் ஒவ்வாமையை ஏற்படுத்தியது. இந்திய வரலாறு முழுக்க மனித உடல்களுக்கும்

மனங்களுக்கும் வைதிக சநாதனம், மநு தருமம், வருணாசிரமம் ஏற்படுத்திய/ஏற்படுத்திக் கொண்டிருக்கிற சேதங்கள் காரணமாக அவற்றை எதிர்க்கிற மனநிலை எனக்குள் இப்பவும் பொதிந்துள்ளது. எனினும் நான் ஏற்கனவே வாசித்திருந்த ஜெயமோகனின் ரப்பர் நாவல் மீதான ஈடுபாடு காரணமாக விஷ்ணுபுரம் நாவலை வாசிக்கத் தொடங்கினேன். நாவல் பற்றி நிலவுகிற முன்கூட்டிய அபிப்ராயங்களைப் பொருட்படுத்தாமல் பிரதியை வாசித்து எனக்கான அசலான கருத்துக்களை உருவாக்கிக்கொள்வதுதான் எனது அணுகுமுறை. அந்தமுறையில் விஷ்ணுபுரம் நாவலை வாசித்தேன். நாவலின் பிரமாண்டம் என்னை முடிவற்ற சுழலுக்குள் இழுத்துப் போனது. நந்தனாருக்காகப் பூதகணங்கள் ஓரிரவில் வயலில் அறுவடை செய்தது போல எது ஜெயமோகனுக்குள் புகுந்து வரலாற்றையும் புராணத்தையும் தத்துவத்தையும் கலந்து கவித்துவமான மொழியில் விஷ்ணுபுரம் நாவலை எழுத வைத்தது என்ற கேள்வி தோன்றியது. எண்ணூறு பக்க அளவிலான நாவல் என்பதைவிட நாவலில் விவாதிக்கப்படும் மனித இருப்புக் குறித்த முடிவற்ற விஷயங்கள், வாசிப்பில் உருவாக்கிடும் அனுபவங்கள் முடிவற்று நீள்கின்றன.

விஷ்ணுபுரம் நாவல் சித்திரிக்கிற மதத் தத்துவங்கள் சரியானவை அல்ல; பௌத்த மதக் கருத்துகளில் முரண்கள் உள்ளன; நாவலில் வரலாற்றுப் பிழைகள் இருக்கின்றன என்று நாவல் பற்றிய விமர்சனப் பார்வை ஏற்புடையது அல்ல. ஏனெனில் விஷ்ணுபுரம் ஜெயமோகன் கற்பனையில் உருவான நகரம். அங்கு ஹரிதுங்கா மலை, சோனா ஆறு, பழங்குடியினர், வைதீகர்கள், பாண்டிய மன்னன் எனப் புனைவில் விரிந்திடும் கதைக்களத்தில் மாபெரும் கோயில் கோபுரம், மேகத்தைத் தழுவி உயர்ந்து நிற்கிறது. கோவிலின் கருவறைக்குள் கிடந்த கோலத்தில் இருக்கிற சிலையைப் பெரு மூப்பன் சிலையென்று பழங்குடியினரான காணிக்காரர்களும் விஷ்ணு சிலையென்று வைதீகர்களும் நம்புகின்றனர். அதீதக் கற்பனைகளும் மிகையான புனைவுகளும் யதார்த்தக் கதை சொல்லல்களும் விநோதங்களும் நிரம்பிய விஷ்ணுபுரம் நாவல் எழுதப்பட்ட முறைமையில் புராணத்தன்மை தோய்ந்துள்ளது. மூன்று பகுதிகளாகச் சொல்லப்பட்டுள்ள கதைசொல்லலில் தொன்மமும் யதார்த்தமும் விரவியுள்ளன. படைப்பாளிக்குரிய அதிகபட்சமான படைப்பு மனநிலையும் உத்வேகமும் ஒத்திசைந்திட ஜெயமோகன் எழுதியதுதான் விஷ்ணுபுரம் நாவல்.

மதங்கள், தத்துவங்கள் பின்புலத்தில் கடந்த காலத்தை மீட்டுருவாக்கிட முயன்ற ஜெயமோகன் அடிப்படையில் ஆன்மீகத்

தேடலுடன் இயங்கியுள்ளார். ஆனால், அவருடைய விருப்பு வெறுப்பற்ற தேடல், ஒருபுள்ளியில் இதுவரை எல்லா மதங்களும் உருவாக்கியிருக்கிற நிறுவனங்களையும் அதிகாரத்தையும் கேள்விக்குள்ளாக்கியுள்ளது; அவநம்பிக்கையை ஏற்படுத்தியுள்ளது. ஒருநிலையில் விஷ்ணுபுரம் நாவலின் கதையாடல், இன்மை அல்லது சூன்யத்தை நோக்கி நகர்ந்திடும் போது நாத்திகத்தை முன்னிறுத்துகிறது. அதுதான் உண்மை. ஜெயமோகன் விஷ்ணுபுரம் நாவலை எழுதத் தொடங்கியபோது இந்திய வரலாறும் மெய்யியலும் ஏற்படுத்திய தாக்கத்தினால் ஏதோ சந்நதம் வந்ததுபோல எழுதிட முயன்றிருக்கிறார். ஒருகட்டத்தில் நாவல் பிரதி அவரிடமிருந்து விலகி, தனித்து, தானியங்கி எழுத்தாக விரிந்துள்ளது. அவருக்குள் கொப்பளித்த ஞானத்தேடல்தான் விஷ்ணுபுரம் நாவலின் மூலவித்து. அதேவேளையில் அவருக்குள் பொதிந்திருந்த படைப்பு நேர்மையினால் கதைசொல்லலில் மதம் சார்ந்த எல்லாவற்றையும் கேள்விக்குள்ளாக்கி யுள்ளார். அதுதான் விஷ்ணுபுரம் நாவலின் முக்கிய அம்சம். ஜெயமோகன், விஷ்ணுபுரம் நாவல் எழுதிட யோசித்தபோது அவருக்குள் பொதிந் திருந்த நோக்கத்தையும் மீறி நாவல், தனக்கான வெளியில் தன்மூப்பாக விரிந்துள்ளது. அதியற்புத ஆற்றலைப் பற்றிப் பக்கம் பக்கமாக விளக்கப் பட்டிருந்தாலும் ஒருவிதமான அவநம்பிக்கையும் இன்மையும் பருண்மையாக நாவலின் பக்கங்களில் வெளிப்பட்டுள்ளன. தேர்ந்த வாசகன், ஞானம் என்ற பெயரில் வைதிக மரபு காலங்காலமாக அதிகாரத்துடன் கைகோர்த்துச் செய்கிற மனிதகுல விரோதமான அம்சங்களை நாவலின் கதையாடலில் எளிதில் கண்டறிந்திட முடியும். அதேவேளையில் வேறு வகைப்பட்ட வாசிப்பின்மூலம் விஷ்ணுபுரம் நாவல், வைதிக சநாதனத்திற்கு வக்காலத்து வாங்குகிறது என்று நிறுவிடவும் முடியும்.

காப்பியமாக நூற்றுக்கணக்கான மாந்தர்கள், கிளைக்கதைகள், சம்பவங்கள் என விரிந்திடும் விஷ்ணுபுரம் நாவல் வாசிப்பின் வழியாக உருவாக்குகிற கருத்தியல்கள்தான் முக்கியம். தொடர்ச்சியறு எழுத்து விவரிப்பில் நாவல் சித்திரிக்கிற சம்பவங்கள், புனைவு எழுத்துக்குரிய நம்பிக்கையை ஏற்படுத்துகிற வேளையில் அதற்கு எதிரான போக்கு களையும் முன்னிறுத்துகின்றன. விஷ்ணுபுரம் நாவல் உண்மையாக நடந்த வரலாற்று நிகழ்வு என்ற நம்பிக்கையில் பலரும் கதைப்பதைக் கடந்த பதினான்கு ஆண்டுகளாகக் கவனித்துள்ளேன். அந்தப் பின்புலத்தில் சிலர் நாவலைக் கொண்டாடவும் சிலர் தூற்றவும் செய்கின்றனர். விஷ்ணுபுரம் வரலாற்றை மீட்டுருவாக்கிடும் நாவல் அல்ல. வரலாற்றுப் பின்புலத்தில் கடவுளை முன்னிறுத்தி மெய்யியல் விசாரணையுடன்

இப்படியெல்லாம் மனிதர்கள் இருந்தனர் என்று சித்திரிக்கிற ஜெயமோகனின் எழுத்து, உண்மையில் நடந்த சம்பவங்கள் என்ற நம்பிக்கையை வாசிப்பில் ஏற்படுத்துகிறது. பின்நவீனத்துவம் முன்வைக்கிற பல்வேறு வரலாறுகளில் விஷ்ணுபுரம் பிரதி மூலம் ஒருவிதமான வரலாறு வெளிப்படுகிறது. அவ்வளவுதான்.

கடந்த காலத்தின் நினைவுகளாகப் பதிவாகியிருக்கிற தொன்மக் கதைகள், இலக்கியப் படைப்புகளில் தொன்மங்களாக உறைந்திருக் கின்றன. தொன்மம் என்றால் பழங்கதை அல்லது கட்டுக்கதை என்று பொருள். முன்னர் எப்பொழுதோ நடைபெற்ற கடவுளர்களின் வாழ்க்கையில் நடைபெற்ற அதியற்புதச் சம்பவங்களை உள்ளடக்கிய புனைவுகளின் தொகுப்பாக விளங்கும் ‘புராணம்’ என்ற சொல்லுக்குக் ‘கடந்த காலத்தின் கதை’ என்று பொருள். படைப்புகளின் வழியாகத் தொன்மக் கதையாடல், அடுத்தடுத்தத் தலைமுறைக்கு மாறிக் கொண்டிருக்கிறது. விஷ்ணுபுரம் நாவல் தொன்மக் கதையாடல்களின் தொகுப்பாக விரிந்துள்ளது. நாவல் கடந்த காலத்தில் நிகழ்ந்த சம்பவங்களின் பின்புலத்தில் எழுதப்பட்டது என்ற எண்ணம்தான் கதையாடல் பற்றிய வாதப் பிரதிவாதங்களுக்கு அடிப்படை. ஆன்மா அழிவற்றது, மறு பிறவி போன்ற நம்பிக்கைகள் அழுத்தமாக நிலவுகிற இந்தியச் சமூகத்தில் மகாபாரதமும் இராமாயணமும் முன்னர் எப்பொழுதோ நடைபெற்றவை என்று நம்புகிற சராசரி இந்தியனின் பொதுப்புத்திதான் விஷ்ணுபுரம் நாவலையும் முன்னர் நடந்த கதை என்று நம்புகிறது. இந்த நம்பிக்கை விஷ்ணுபுரம் நாவலுக்கு இதிகாசத் தன்மையை உருவாக்கியுள்ளது. ஆனால், காத்திரமான வாசிப்பின்மூலம் ஜெயமோகன், நாவலின் கதையாடல் மூலம் சித்திரிக்க விழைகிற உலகைக் கண்டறிய முடியும்.

கம்போடியாவில் உள்ள அங்குவார்ட் கோவில்கள், கர்நாடக மாநிலத்தில் ஹம்பி, பாதாமி கோவில்களின் சிதலங்களை இன்று காண்கிறபோது, பண்டைக் காலத்தில் ஏன் மனிதர்கள் இவ்வளவு பிரமாண்டமான கட்டுமானப் பணிகளில் ஈடுபட்டனர் என்ற கேள்வி தோன்றும். வெறுமனே கடவுள் நம்பிக்கை மட்டுமல்ல. கடவுளை முன்வைத்து மத நிறுவனத்தின் மேலாதிக்க அரசியல் உச்சத்தை நிறுவிட கோவில்கள் அடையாளமாகத் தேவைப்பட்டன. அமானுடம், அதியற்புத ஆற்றல், விநோதம், மர்மம் என்று கட்டமைக்கப்படுகிற சமய அரசியல் காலந்தோறும் தொடர்ந்திடும்போது புதிது புதிதாகக் கோவில்களும் கட்டப்பட்டன. விளிம்புநிலையினருக்கு உணவு மட்டும் தந்தால் போதும் கோவில்களைக் கட்டுவதற்குக் கொத்தடிமைகளாகக்

கடவுளின் பெயரில் விசுவாசமாக உழைத்தனர். இந்தப் பின்புலத்தில் ஜெயமோகன் சித்திரித்துள்ள பிரமாண்டமான கோவில்கள், கோபுரங்கள் கட்டுமானத்தைப் புரிந்துகொள்ள முடியும். வரலாற்றில் முன்னர் எப்போழுதோ நடைபெற்ற சம்பவங்களை ஆராய்ந்திடும்போது அவை நடப்பில் புரியாத புதிர்களாகின்றன. ஒருநிலையில் ஜெயமோகன் துப்பறிவாளர் போல விஷ்ணுபுரம் பிரதியை முன்வைத்து வரலாற்றின் பக்கங்களில் தேடியலைந்து, கோவில் பின்புலத்தில் கண்டறிந்து பதிவாக்கியுள்ள தகவல்கள், சுவராசியமானவை.

திருவேங்கட மலையிலுள்ள கோவிலில் காட்சி தருகிற வெங்கிடாசலபதி முன்னர் பழங்குடியினர் வழிபட்ட பெண் தெய்வத்தின் சிலை என்றும் அதைக் கைப்பற்றிய வைணவர்கள் வெங்கிடாசலபதியாக மாற்றி விட்டனர் என்ற கருத்து நிலவுகிறது. கேரளப் பழங்குடியினரின் கடவுள்தான் ஐயப்பன் என்று சில ஆய்வாளர்கள் கருதுகின்றனர். இவைபோன்ற கடவுளர் கதைகள் கோவில்களை முன்வைத்துக் காற்றில் மிதக்கின்றன. கோவில் கருவறைக்குள் நுழைந்து கல்லினான சிலைக்குப் பூசை செய்கிற உரிமை பார்ப்பனர்களுக்கு மட்டும்தான் உண்டு. பார்ப்பனரைத்தவிர பிற சாதியினர் பூசை செய்தால் அது கடவுள் இல்லை, வெறும் கல் என்ற பேச்சு, வரலாறு முழுக்க ஆதிக்கம் செலுத்தியுள்ளது. கர்ண பரம்பரைக்கதையான பள்ளி கொண்டிருக்கிற விஷ்ணு திரும்பிப் படுக்கும்போது பிரளயம் ஏற்படும் என்ற தகவலை முன்வைத்து ஜெயமோகன் விஷ்ணுபுரம் நாவலை எழுதியிருப்பது தற்செயலானது அல்ல. காலங்காலமாகப் பெரும்பாலானவர்கள் எல்லாம் தலைவிதி என்று எளிதில் பிரச்சினையைக் கடந்து சென்றனர். சிலர் மட்டும் விலகி நின்று காலம், வெளி, பூமி, பிரபஞ்சம், ஐம்பூதங்கள், மனிதன், பிற உயிரினங்கள் என்று யோசித்துக் குழம்பினர். சிலர் கபடமும் சூழ்ச்சியும் தந்திரமும் கலந்து மதத்தைக் கட்டமைத்து அதிகாரத்தை நிறுவினர். மத நிறுவனம் அடக்குமுறையாகவும் அதிகாரமாகவும் மாறிய இன்றைய சூழலில் அதற்கு எதிராகவும் மாற்றாகவும் மெல்லியதாக ஆன்மீகம் என்ற பெயரில் மயிலிறகினால் வருடுவது இன்னொருபுறம் நடைபெறுகிறது. ஜெயமோகன், ஆன்மீகம் என்ற பெயரில் முன்வைத்திட முயலுவது, கதையாடலில் வலுவானதாக இல்லை.

ஜெயமோகன் விஷ்ணுபுரம் நாவல் மூலம் மதங்களை முன்வைத்து இந்திய ஆன்மீக மரபு, மத வரலாறு குறித்து விசாரணையைத் தொடங்கியுள்ளார். வைதிக சநாதனத்தின் மீது ஜெயமோகனுக்குக் கடுமையான எதிர்ப்பு மனநிலை இருக்கிறது. மத அதிகாரத்தின் மூலம் பாண்டிய மன்னனை இரண்டாம் நிலைக்குத் தள்ளுகிற வைதிகத்தின்

இன்னொரு முகம் கவனத்திற்குரியது. வைதிகத்தின் உச்சமாக விஷ்ணுபுரம் கோவில் கோபுரங்களைச் சித்திரிக்கிறவேளையில் இலவசமாக வழங்கப்படுகிற உணவை உண்ணுகிற பார்ப்பனர்களின் அற்பச் செயல்கள் கேவலமான முறையில் நாவலில் பதிவாகியுள்ளன. இருபதாம் நூற்றாண்டின் தொடக்கத்தில்கூட கேரளக் கோவில்களின் ஊட்டுப்புரைகளில் நாள்தோறும் ஆயிரக்கணக்கான பார்ப்பனர்களுக்கு மட்டும் இலவசமாக உணவு வழங்கியதை இங்கு ஒப்பிட்டுப் பார்க்க வேண்டும்.

அண்மையில் ஏழெட்டு நாவல்கள் எழுதியுள்ள நாவலாசிரியர் ஒருவர் என்னிடம் விஷ்ணுபுரம் நாவல் வைதிக சநாதனத்திற்குச் சார்பாகப் பார்ப்பனியத்திற்கு வக்காலத்து வாங்கும் நாவல் என்று எரிச்சலுடன் சொன்னார். நான் விஷ்ணுபுரம் வாசித்தீர்களா? என்று கேட்டவுடன் அமைதியானார். ‘நாவலை முழுக்க வாசிக்க முடியலை’ என்றார். அந்த நண்பர் இஸ்லாமியர். தமிழ் நாவல்களில் வைதிக சநாதனம், மநுதருமம், பார்ப்பனியத்திற்கு எதிரான நாவல்கள் குறித்து யோசித்தேன். திராவிட இயக்கத்தினர் எழுதியுள்ள நாவல்களில் வைதிக சநாதனத்துக்கு எதிரான கருத்துகள் இடம்பெற்றுள்ளன. அது சரி, எத்தனை இஸ்லாமியப் படைப்பாளர்கள் தமிழில் இஸ்லாம் மதத்தை விமர்சித்து எதிர்மறையாக நாவல்கள் எழுதியுள்ளனர் என்று திடீரெனத் தோன்றியது. யாரும் இல்லை. அதிகபட்சம் தர்ஹா வழிபாடு, பட்டானி-ராவுத்தர்-லெப்பை பிரிவு வேறுபாடுகள், பொருளாதார ஏற்றத்தாழ்வு என்பதற்கு அப்பால் இஸ்லாமியர் எழுதிய நாவல்கள் வேறு எதையும் சித்திரிக்காது; இஸ்லாம் மதத்திற்கு எதிரான விவாதம் ஒலிக்காது; நாத்திகம் பற்றிய பேச்சு இருக்காது. மதம் என்பது அபின் போன்ற போதை வஸ்து என்ற புரிதல் இருக்குமெனில் அது இஸ்லாமுக்கும் பொருந்தும்தான். இப்படியான தமிழகச் சூழலில் விஷ்ணுபுரம் நாவல் இளைய தலைமுறையினரிடம் இன்றைக்கும் பேசுபொருளாக இருப்பது, நாவல் தானாக உருவாக்கியதுதான். ஜெயமோகன் என்ற பெயரை நாவலில் இருந்து நீக்கிவிட்டாலும் இதிகாசத்தன்மை காரணமாக நாவல் காலங்கடந்து நிலைத்திருக்கும்.

அகரம் பதிப்பகம் வெளியிட்ட விஷ்ணுபுரம் நாவல், புத்தகக் கண்காட்சியில் ஆர்.எஸ்.எஸ். பத்திரிகையான விஜயபாரதம் ஸ்டாலில் விற்பனையானது; ஆர்.எஸ்.எஸ். நிதியுதவியில் விஷ்ணுபுரம் வெளியானது. ஜெயமோகன் மேனாள் ஆர்.எஸ்.எஸ்.காரர்... இப்படி விஷ்ணுபுரம் நாவலின் மீது சுமத்தப்படும் குற்றச்சாட்டுகளைக் கடந்த ஆண்டுகளில் கேட்டிருக்கிறேன். அவை உண்மையாக இருந்திட வாய்ப்புண்டு.

ஜெயமோகன் இந்துத்துவா அரசியலுக்குச் சார்பாகக் கட்டுரைகள் எழுதுகிறார். எனவே விஷ்ணுபுரம் நாவல் இந்துத்துவாவிற்குச் சார்பான பிரதி. இப்படியான விமர்சனங்களுக்கும் விஷ்ணுபுரம் நாவலுக்கும் தொடர்பு இல்லை. படைப்பாளி இறந்துவிட்டான் என்ற பின்நவீனத்துவக் குரல், விஷ்ணுபுரம் நாவலுக்கும் பொருந்தும். என்னைப் பொறுத்த வரையில் ஜெயமோகன் எழுதி முடித்தவுடன் விஷ்ணுபுரம் பிரதி அவரிடம் இருந்து பிரிந்துவிட்டது. பிரதி என்ற நிலையில் கருத்தியல்ரீதியில் அந்த நாவல் மீதான விமர்சனங்களுக்கு மட்டும் ஜெயமோகன் பொறுப்பு. மற்றபடி கடந்த 24 ஆண்டுகளில் ஜெயமோகன் செய்த/செய்கிற அரசியல் செயல்களுக்கும் கட்டுரைகளுக்கும் பேச்சுகளுக்கும் 1997 ஆம் ஆண்டு வெளியான விஷ்ணுபுரம் நாவல் எப்படி பொறுப்பாகும்?

ஜெயமோகன் 60 சிறப்பு மலரில் வெளியிட சுனில் கிருஷ்ணன் கட்டுரை கேட்டபோது எழுதுவதாக ஒப்புக்கொண்டேன். பதினான்கு வருடங்களுக்குப் பின்னர் விஷ்ணுபுரம் நாவலை மீண்டும் வாசிக்கும் போது புதிய உலகில் பயணித்தேன். நாவலில் முடிவற்று நீள்கிற மொழியிலமைந்த விவரிப்பு முறைக்குள் மூழ்கிட நேர்ந்தது. மொழியின் அலகிலா விளையாட்டுடன் ஜெயமோகன் எழுதியுள்ள விஷ்ணுபுரம் பிரதி, பிரமிப்பையும் வியப்பையும் தந்தது. மெய்யியல் விவரிப்புகள், யதார்த்தச் சம்பவங்கள், இயற்கை வருணனை என ஒவ்வொன்றுக்கும் தனிப்பட்ட மொழியைக் கையாள்வது ஜெயமோகனுக்கு இயல்பாக அமைந்துள்ளது. மொழியின் உச்சபட்ச சாத்தியங்களுடன் நாவல் எழுதுவது எப்படி வாய்த்தது என்ற கேள்வி எனக்குள் எழுந்தது. அப்பொழுது மதுரைப் பக்கத்து வட்டார மொழியில் ’மண்டை’ என்று செல்லமாகச் சொல்லத் தோன்றியது.

II

1998 ஆம் ஆண்டில் விஷ்ணுபுரம் நாவல் பற்றி எழுதிய கட்டுரையைக் காலச்சுவடு உள்ளிட்ட பத்திரிகைகளுக்கு அனுப்பி, பிரசுரிக்க முயன்றது இயலவில்லை. அந்தக் காலகட்டத்தில் இலக்கியப் பத்திரிகைகள் நிரம்ப இல்லை. 2003 ஆம் ஆண்டு மருதா பதிப்பகம் வெளியிட்ட எனது ‘பிரதிகளின் ஊடே பயணம்’ நூலில் விஷ்ணுபுரம் கட்டுரை இடம் பெற்றுள்ளது. பதின்மூன்று ஆண்டு கால இடை வெளிக்குப் பின்னர் மீண்டும் வாசித்த விஷ்ணுபுரம் நாவல் தந்த மனப் பதிவுடன் முன்னர் எழுதிய விமர்சனத்தை வாசித்தபோது என்னுடைய முந்தைய மதிப்பீடு, இன்றைக்கும் பொருந்துவதை அறிய முடிந்தது. பெரும்பாலான வாசகர்களால் அறியப்படாத அந்தக் கட்டுரை சிறிய

திருத்தங்களுடன் இங்கு மறுபிரசுரமாகிறது. விஷ்ணுபுரம் நாவலின் எனது முதல் வாசிப்பும் மறுவாசிப்பும் ஒருவகையில் ஒத்திசைந்து இருக்கின்றன.

சமயங்களின் புனைவுகளும் தருக்கங்களும்

ஆயிரமாண்டுகளுக்கு முன்னர் நடந்த நிகழ்ச்சியெனில் புனைவு/ நிஜம் கதைசொல்லல் முழுக்கப் பரவியிருக்கும். அதிலும் புராணம் கலந்த கதையெனில் கதையாடல் வரம்பற்றுக் கரை புரண்டோடும். படைப்பாளியின் விருப்பு வெறுப்பினுக்கேற்பப் பொய்மான் கரடு உருவாகும். ஜகஜாலக்கதைகள் சொல்லுவதில் கில்லாடித்தனம் இருந்தால் போதும், சொற்களுக்கு சிறகுகள் முளைத்துவிடும். புராணக் கதையின் கூறுகளை நவீனமொழியில் புனைகதையாக்குவது தமிழுக்கு ரொம்பப் பழசு. புதுமைப்பித்தன் தொடங்கிப் பலரும் நம்பகத்தன்மை யற்றதும் வரலாறு சாராததுமான கதைகளைக் கையாண்டுள்ளனர். பழங்கதைகளும் புராணக் கதைகளும் படைப்பாளிக்குப் புதிய அர்த்தங்களைத் தருகின்றன. புராணமோ வரலாறோ சொல்லின் வழியே பொங்குகிறது. குடுமியான் மலைக்கோவில் முகமண்டபத்துத் தூணில் செதுக்கப்பட்டுள்ள கல்சிற்பம் போதும். கதைக்கான மூலஊற்றுக் கொப்பளிக்கும். உளியால் செதுக்கப்பட்ட கல்லின் வளவளப்பு, உருவங்கள் வரலாற்றின் பக்கங்களுக்குப் பார்வையாளனை அழைத்துச் செல்கின்றன. கல் வழியே புனைந்திடும் உலகு தொடர்ந்து கற்பிதமாகிக் கொண்டிருக்கும். நவீனப் புனைகதையுலகு வெளியெங்கும் புகையைப் போல பரவிக்கொண்டேயிருக்கும். 'விஷ்ணுபுரம்' என்ற பிரதியை முன்வைத்து ஜெயமோகனுக்கு சொல்வதற்குதான் எத்தனை எத்தனை விஷயங்கள்? எவ்வளவு கதைகள்? இந்திய நிலப்பரப்பில் பல்வேறு காலகட்டங்களில் நிலவிய இறையியல், சமய மெய்யியல், சித்தாந்தங்கள், நுண்கலைகள் பின்புலத்தில் நாவலின் புனைவுத்தளம் விரிந்துள்ளது; சுவாரசியமான தகவல்களின் பொதியாகக் குவிந்துள்ளது. மானுடகுல வளர்ச்சியைக் கருத்தியல்களின் அடிப்படையில், சமூகவியல் நோக்கோடு படைப்பாக்க முயலுவது 'விஷ்ணுபுரம்' நாவலில் நிகழ்ந்துள்ளது. படைப்பில் கருத்தியல்ரீதியான சொல்லாடலுக்குக் கூடுதல் முக்கியத்துவம் தரப்பட்டுள்ளது. நம்பகத்தன்மையைத் தரும் தொடர்ச்சியான சம்பவங்களின் அடுக்குகளும், புனைவுப் பரப்புகளும் கருத்தியல் அழுத்தம் காரணமாகச் செறிந்துள்ளமையினால் நாவலின் கதையாடல் இறுக்கமாக உள்ளது.

விஷ்ணுபுரம் நாவலின் பிரமாண்டம், வாசகனைப் பெருமூச்சடையச் செய்வதுடன் பிரமிப்பையும் தருகிறது. நாளது தேதியில் மெகாசைஸ்

குப்பிகள் மூலம் நுகர்வோன் திணறடிக்கப்படும் வேளையில் விஷ்ணு புரத்தின் பெரிய அளவிலான 800 பக்கங்கள் வாசகனுக்கு ஏற்படுத்தும் உணர்வுகள் முக்கியமானவை. மொழி மீதான ஜெயமோகனின் தொழில்நுட்ப ஆளுகை, நாவலை இலக்கைத் தாண்டியும் இழுத்துச் சென்றுவிட்டது. நாவல் என்பது காப்பிய மரபின் நீட்சி என்ற பார்வையும் காப்பியப் புனைவின் அதீதமும் விஷ்ணுபுரத்தின் ஆக்கத்தில் அடிப்படையாக உள்ளன.

பாண்டிய மன்னரின் தலைமைக்குருவான அக்னிதத்தர் என்னும் பார்ப்பனர், மேற்குமலைத் தொடர்ச்சிப் பகுதியில் வாழும் பழங்குடியினர் பன்னெடுங்காலம் வழிபட்டு வந்த மூப்பனை, விஷ்ணுவாக்கியதுடன் விஷ்ணுபுரம் என்னும் பிரமாண்டமான நகரையும் உருவாக்குகிறார். வைதிக இந்து சமயம் செழித்தோங்குவதற்கு ஏற்றவகையில் ஐதீகங்களும் அற்புதங்களும் கட்டுக்கதைகளும் தொடர்ந்து கற்பிக்கப்படுகின்றன. பாண்டிய வேந்தர்களின் புனித நகராகக் கருதப்பட்ட விஷ்ணுபுரம் பின்னர் பௌத்தர்கள், ஜைனர்கள் போன்றோரின் ஆளுகைக்குட்படுகிறது. காலச்சுழற்சியில் கைவிடப்பட்டுச் சிறிய கிராமமான விஷ்ணுபுரம் இறுதியில் சோனா ஆற்று வெள்ளப் பெருக்கில் அழிகிறது.

வைதிக இந்து சமயம், தனது மேலாண்மையைத் தக்க வைத்துக் கொள்ளச் செய்திடும் தந்திரங்கள், சூதுக்கள், புரட்டுகள், செயற்பாடுகளின் தளமாக விஷ்ணுபுரம் உள்ளது. குறியீட்டுநிலையில் விஷ்ணுபுரம் என்ற பெயர் பல்வேறு புனைவுகளைத் தரக்கூடியது. அது வழமையான நகரமல்ல; ஒவ்வொரு நொடியிலும் இடைவிடாது இயங்கிக்கொண் டிருக்கும் அதிகாரத்தின் வெளிப்பாடு. சூட்சுமமான சக்திகளின் இயக்கத்தில் மொத்த நகரத்தின் இயக்கமும் வலைப்பின்னலாக இணைக்கப்பட்டுள்ளது. விஷ்ணுபுரம் தொன்மமாக மாற்றப்பட்டு மக்களிடையே உறைந்து தொடர்ந்து அழுத்தமான காட்சிகளை உருவாக்கிக் கொண்டிருக்கிறது. மதத்தை முன்வைத்திட்ட வைதீகர்கள், ஆட்சியாளர்களுடன் சகலவிதமான சமரசங்களையும் செய்து கொண்டிருக்கும்வேளையில் மக்களிடம் சாஸ்திர சம்பிரதாயங்களையும் வலியுறுத்துவதன்மூலம் நகரமானது வலுவாக இயங்குகிறது. வைதிக இந்து சமயத்தின் முதன்மை அங்கமாக விளங்கும் பார்ப்பனியம், பிறரை ஒதுக்குவதுடன், தன்னைப் பரந்துபட்ட அடித்தட்டு மக்களிட மிருந்து ஒதுக்கிக்கொள்வதை வழக்கமாகக் கொண்டுள்ளது. ஆட்சியதி காரத்தினைத் தக்க வைத்துக் கொள்வதற்காகக் கருத்தியல்ரீதியில் மதத்தைப் பயன்படுத்தும் பார்ப்பனியத் தந்திரங்களையும், கபட முயற்சிகளையும் நாவல் முழுக்க நுட்பமாக ஜெயமோகன் சித்திரித்துள்ளார்.

பாண்டிய மன்னரின் ஆளுகைக்குட்பட்ட விஷ்ணுபுரத்தில் வைதிக இந்து சமயப் பிரதிநிதியான சூர்யதத்தரே சகல அதிகாரங்களுமுடையவர். வைதிக நெறியின் பேரில் சட்ட திட்டங்கள், கட்டுப்பாடுகள், கெடு பிடிகள் அமுல்படுத்தப்படுகின்றன. சமய நெறிகளுடன் இறைப்பணி ஆற்றுவதற்கான களம் போல விஷ்ணுபுரம் காட்சியளித்தாலும், பார்ப்பனிய அதிகாரத்தின் கோரப்பிடிக்குள் சிக்கித் திணறுகிறது. தேர்ச்சக்கர முட்டுக்கட்டையை உருவிய யானையினால் ஏற்பட்ட கோரச்சாவுகளுக்குச் சூர்யதத்தர் வழங்கிய தீர்ப்பு முக்கியமானது. யானையைப் பராமரிக்கும் பார்ப்பனரான பிரம்மராயருக்கு பதினைந்து நாட்கள் சாதி விலக்கமும், பெருந்தச்சனுக்குக் கண்கள் தோண்டப்பட்டுக் கை விரல்கள் நறுக்கப்படுவதும் தண்டனையாக விதிக்கப்படுகின்றன. இந்திய வரலாற்றில் சாதியின் பெயரால் இந்துத்துவம் வழங்கிவரும் தீர்ப்புகளின் தன்மைக்கு இவையே சான்றுகள்.

கவிஞர் சங்கர்ஷணனின் காவிய அரங்கேற்றத்தின்போது, தாசி பத்மாட்சி அவையேறக் கூடாது என முரண்டு பிடிக்கும் வைதிகக்குரல், இறுதியில் வேறு வழியின்றி தாசியின் அந்தரங்கம் சுத்தமானதெனில் அவிஸ் இன்றி ஆகவனீயாக்னி எரியட்டும் என்று நயவஞ்சகமாகப் பசப்புகிறது. அரக்கு வளையல்கள் மூலம் அக்னி தொடர்ந்து எரிந்தவுடன். பத்மாட்சியிடம் தோற்றுப்போன சூர்யதத்தர், தன்னுடைய தோல்வியை மறைப்பதற்காக அவளைக் காவிய தேவதையாக்கி, மகாதர்ம மண்டபத்தில் அவளுக்குச் சிலை வைப்பதன் மூலம், புதிய ஐதீகத்தைத் தோற்றுவிக்கிறார். வரலாறு என்பதே ஐதீகங்களின் குவியலோ என்று ஐயப்படுமளவு சம்பவங்களின் இட்டுக் கட்டுதலே நடைமுறை வாழ்க்கையாக உருவெடுக்கும்போது பகுத்தறிவின் தேவை அற்றுப்போகின்றது. இன்று தகவல்தொடர்பு ஊடகங்கள் வழியே தகவமைக்கப்படும் பொதுக் கருத்தியல்போல, பண்டைக்காலத்தில் சமயமானது, ஒவ்வொரு நிலையிலும் ஐதீகத்தையும் அற்புதத்தையும் வடிவமைத்துத் தன்னிருப்பைத் தக்க வைத்துக்கொண்டது. இதன் வெளிப்பாடாகவே விஷ்ணுதத்தன் செயல்பாடுகளை அவதானிக்கலாம். அவர் ஐதீகங்களைப் புனைவதன் மூலம் கட்டுக்கதைகள், போலி பிம்பங்கள் வழியே முன்னர் நடந்தவை மீண்டும்மீண்டும் விஷ்ணு புரத்தில் நடக்கும் என்று புதிய வகைப்பட்ட புனைவை உருவாக்கு கிறார். காலந்தோறும் சமயத்திற்கும் அதிகாரத்திற்கும் இடையிலான நெருக்கமான உறவினை நாவல் அழுத்தமாகப் பதிவாக்கியுள்ளது. 'இந்நகரம் மாற்றங்களை வெறுக்கிறது. எல்லா மாற்றங்களையும் அது ஐதீகமாக மாற்றி பழமையில் இணைத்துவிடும்' என்று சூர்யதத்தர் சொல்வது எல்லா மதங்களுக்கும் பொருந்தும்.

'பால்வினை நோய் காரணமாக அழுகித் துர் நாற்றமடிக்கும் உடலில் களிம்பைப் பூசிக்கொண்டிருக்கும் வேளையில் தாசிகளுடன் சல்லாபிக்கும் பாண்டிய மன்னனுக்குச் சகல சௌபாக்கியங்களும் கிடைக்கப் பார்ப்பனியக் கும்பல் வாழ்த்துவதை எப்படிப் பார்ப்பது? எந்நிலையிலும் சமூக அடுக்கில் தனது மேலாண்மையைத் தக்க வைத்துக் கொள்ளப் பார்ப்பனியம் செய்திடும் இழிநிலையின் வெளிப்பாடாகக் கருத முடியும். வேத அதிகாரம் மூலம் மனிதனை ஞானநிலைக்கு உயர்த்துவதாகப் பம்மாத்து பண்ணும் வைதிக இந்து சமயம், நடைமுறையில் அதிகாரத்தின் காலை நக்கிக்கொண்டு, சமூகத்தின் புற்றாகப் புரையோடிக் கிடப்பதனைக் கதையோட்டத்தில் ஆங்காங்கே விரிவாகச் சித்திரித்துள்ளார், ஜெயமோகன். சமயங்கள் சமூகத்தைச் சீரழித்ததுடன் மனிதகுல மேம்பாட்டினுக்கு எதிராக விளங்கிய வரலாற்றைச் சித்திரிப்பதில் ஜெயமோகனின் முயற்சி வெற்றி யடைந்துள்ளது. இன்னொருவகையில் அவருடைய நேர்மையான கதை சொல்லலுக்கு எடுத்துக்காட்டாக உள்ளது.

மதங்களுக்கிடையிலான மோதல், வரலாறு முழுக்க முக்கியமான பதிவுகளை ஏற்படுத்தியுள்ளது. மனிதர்களுக்கிடையில் மேல்கீழ் அடுக்குகளைக் கற்பிக்கும் இந்துத்துவமானது, ஒவ்வொரு கால கட்டத்திலும் கடுமையான சவால்களை எதிர்கொண்டுள்ளது. வைதிக இந்து சமயத்திற்கும் பௌத்தத்திற்குமான முரண்பாடு, விஷ்ணுபுரம் நாவலின் கதையோட்டத்தில் முக்கியப் பங்கு வகிக்கிறது. பௌத்த சமயத்தைச் சார்ந்த அஜிதர், வைதிக இந்து சமயத்தவரான பவதத்தருடன் ஞான சபையில் வாதப் பிரதிவாதம் செய்கின்றார். பல்வேறு சமயப் பிரிவுகளின் உட்குழுவினரும் கூடித் தத்தம் கருத்துகளை உரைக்கின்றனர். அஜிதர் வெல்ல வேண்டுமெனில் ஜோதிபீடம் முழுமையாக எரிந்து சுடர்விட வேண்டுமென்றும் கிருஷ்ணப்பருந்து கொடி மரத்தில் அமர வேண்டுமென்றும் நிபந்தனைகள் சூரியதத்தரால் விதிக்கப்படுகின்றன. விஷ்ணுபுரத்தின் அதியற்புத வேலைகள் அனைத்தும் சிற்பிகளின் கை வேலை என்ற அடிப்படையில் நோக்கினால், அஜிதரின் வெற்றிக்குப் பவதத்தரே காரணமாகிறார். அதிகாரத்தின் உச்சியிலிருக்கும் பவதத்தர், தன்னுடைய வீழ்ச்சிக்கு அவராகவே களம் அமைத்துக்கொண்டார் என்பது தருக்கநிலையில் ஏற்புடையதாக இல்லை. அதியற்புதச் செயல்கள் மூலம் விஷ்ணுபுரத்தை மாயவுலகிற்கு இட்டுச் சென்று, ஐதீகத்தை வாழ்வின் பகுதியாக்கிய வைதிக இந்து சமயம், தனது வீழ்ச்சிக்குத் தானே வழி வகுக்குமா? யோசிக்க வேண்டியுள்ளது.

அஜிதன் விஷ்ணுபுரத்தின் ஞானகுருவாகப் பொறுப்பேற்றவுடன் அவரது பெயரில் வணிகர்களின் துணையுடன் சந்திரகீர்த்தி அதிகாரம் செய்கிறான். பார்ப்பனர்கள் கொல்லப்படுவதும் துரத்தப்படுவதும் நடைபெறுகின்றன. அதிகாரத்தைக் கையிலெடுக்கும் மதம் தான் மாறுகிறது. மற்றபடி வைதிக இந்து சமயத்தின் பெயரால் நடைபெற்ற அடக்குமுறைகள், சட்டதிட்டங்கள், கெடுபிடிகள் போன்றவை தற்சமயம் புத்த மதத்தின் பெயரால் நடைபெறுகின்றன. மதமும் அதிகாரமும் இணைந்தால் நடைபெறும் கொடூரச் சம்பவங்களுக்கு எந்த மதமும் விலக்கு அல்ல என்பதைக் கதையாடல் நுட்பமாக உணர்த்துகிறது. இது இன்றைய காலகட்டத்திற்கும் பொருத்தமாக இருப்பதுதான் யதார்த்த உண்மை.

சம்பவங்களின் விவரிப்பில் நுணுக்கமாகத் தரப்படும் தகவல்களின் குவியல் வாசிப்பில் பிரமிப்பைத் தருகின்றன. நாவலின் மொழி ஆளுகையில் ஜெயமோகனின் படைப்புத்திறன் உச்சநிலையை அடைந்துள்ளது. முழுக்கப் புனைவெனினும், ஒருவித நம்பகத்தன்மை நாவல் வாசிப்பில் தோன்றுகிறது. பல்வேறு நுட்பமான விவரணைகளைப் புத்தக அறிவு, உற்றுநோக்கல் மூலம் பெற முடியுமாயினும், நாவலாக்குவதில் மிகவும் சாமர்த்தியம் தேவை; நுண்மாண் நுழைபுலம் அவசியம் வேண்டும். அவை, ஜெயமோகனுக்கு இயல்பாகக் கைவரப் பெற்றிருக்கிறது. இதுவே இந்நாவலின் ஆகப்பெரிய பலம்.

நாவலின் மையமான பவதத்தருக்கும் அஜிதருக்கும் இடையே நடைபெறும் கருத்தியல் வாதங்கள், பிரதிவாதங்கள், பல்வேறு சமயப் பிரிவினர்களின் கருத்து வெளிப்பாடுகள் செயற்கையாக உள்ளன. நூற்றுக்கணக்கான பக்கங்களில் விரியும் வாதங்கள், கதைசொல்லலுக்குத் தடையாக இருக்கின்றன. சமய மெய்யியல் முரண்பாடுகளைப் பத்துப் பக்கங்களில் சுருக்குவதானால் முரண் எதுவும் ஏற்பட்டு விடாது. நாவலின் படைப்பாக்கத்தில் மத மெய்யியல் ஆலாபனை ஒருவகையில் தடைதான். ஞான அவையில் வெளிப்படும் கருத்துக்களின் காலத்தில் முரண் உள்ளது. நாவலின் காலமும் வெளியும் புனைவெனினும் கதையாடலில் ஒழுங்கும் தருக்கமும் முக்கியமானவை. கி.பி.7 ஆம் நூற்றாண்டிற்குப் பின்னர் பக்தி இயக்க மரபில் வந்த சைவ மரபு, சித்தர்கள் போன்றன வைதிக சநாதன சமயம் செல்வாக்குச் செலுத்திய தொடக்ககாலத்தில் பேசப்படுவது பொருத்தமன்று. இந்திய சமய மெய்யியல் பற்றித் தெளிவுடன் விரிவான புத்தகம் எழுதுவதற்குரிய தகுதி ஜெயமோகனுக்கு உண்டு. ஆனால் நாவலின் கதையாடலுக்குச் சமய விவாதங்கள் தடையாக இருக்கின்றன.

வைதிக இந்து சமயத்தினரான சூரியதத்தர் தன்னுடைய முன்னோரை 'மம்மி' யாக வைத்து வழிபட்டார்; ஸ்ரீபாதத் திருவிழாவின் இறுதிநாளில் குடும்ப நிறுவனத்தைவிட்டு வெளியே வந்து வரன் முறையற்ற புணர்ச்சியில் மக்கள் ஈடுபட்டனர் என்பன போன்ற தகவல்கள் மானுடவியல்ரீதியில் ஏற்புடையன அல்ல. ஏனெனில் இத்தகைய பழக்க வழக்கங்கள் இனக்குழுவினருக்கே உரித்தானவை. விஷ்ணுவை வழிபடும் வைதிக சநாதன சமயத்தினரின் நெறிக்கு முரணானவை.

பிரமாண்டமான நகராக வருணிக்கப்பட்ட விஷ்ணுபுரம் இறுதியில் வைதீகர்களாலும் பௌத்தர்களாலும் மக்களாலும் கைவிடப்பட்டமைக்கான காரணங்கள் பிரதியில் அழுத்தமாக இல்லை. இஸ்லாமியர்களின் படை யெடுப்பு மட்டும் காரணம் அல்ல. மக்களைவிட்டு அந்நியப்பட்ட விஷ்ணுபுரம் சிதலமடைவது இயல்புதான். சமயங்களின் பின்புலத்தில் நிறுவப்பட்ட விஷ்ணுபுரத்தின் வீழ்ச்சியானது, கதையாடலின் உச்சத் திற்காக ஜெயமோகனால் ஏற்படுத்தப்பட்டதா? உலகம் விரைவில் அழிந்து விடும், பிரளயம் வரும், யாரும் தப்ப முடியாது போன்ற கருத்துகள் மனிதர்களால் காலந்தோறும் நம்பப்படுகின்றன. இயற்கையின் உற்பாதத்தினால் விஷ்ணுபுரம் நகரின் கோவில்கள், கட்டடங்கள் பேரழிவுக்குள்ளாயின என்ற தகவலைவிட, மக்கள் அந்நகரினைப் புறக்கணித்ததுதான் முதன்மையான அழிவு என்று கூற வேண்டும்.

மரபு வழிப்பட்ட புராணங்கள் வாசகனை அதியற்புதக் கனவுலகிற்குள் அழைத்துச் சென்று வாழ்வின் விசித்திரங்களையும் மனதின் சூட்சுமங்களையும் காட்டுகின்றன. விஷ்ணுபுரம் நாவலோ, காரணகாரிய அறிவுடன் சகலவிதமான தொன்மங்களையும் பழம் மரபுக் கதைகளையும் நுணுகி ஆராய்ந்திட வாசகனைத் தூண்டுகிறது. ஒருநிலையில் புத்தர் முன்னிறுத்தும் சூன்யத்திற்குள் கதையாடல் நெருங்க முற்படுகிறது. நாவலில் பறவைகள் சுவரில் மோதி உயிரைத் துறப்பது முதலாகச் சொல்லப்பட்டுள்ள அற்புதக் கதைகள் விந்தை உலகினுக்கு இட்டுச் செல்கின்றன. அதேவேளையில் கதைசொல்லலில் சில விநோதமான செயல்களைக் கண்டும் காணாமல் ஜெயமோகன் விட்டிருந்தால், நாவலுக்கு வேறுவகைப்பட்ட பரிமாணங்கள் கிடைத்திருக்க வாய்ப்புண்டு. அவர் எடுத்துக்கொண்ட பிரமாண்டமான கேன்வாசில் எல்லாவிதமான பதிவுகளும் இடம் பெறுவதற்கான சாத்தியப்பாடுகள் இருக்கின்றன. புராண காலத்திலும் அதியற்புதத்திற்கு இடமில்லை

என்ற ஜெயமோகனின் பார்வை ஏற்புடையதெனினும் ஏனோ சின்ன நெருடலாக இருக்கிறது.

இந்திய வரலாற்றில் சமய நிறுவனங்களின் மேலாதிக்கத்தினையும், அவை அதிகாரத்துடன் கைகோர்த்துக்கொண்டு, விளிம்புநிலை மக்களை அடக்கியொடுக்கியதனையும் நாவலாக்க முயன்றதில் ஜெயமோகன் வெற்றி யடைந்துள்ளார். வழக்கமான தடத்தில் பயணித்துக் கொண்டிருக்கும் தமிழ் நாவல் போக்கில், புதிய போக்கினை முதன்மைப்படுத்தும் 'விஷ்ணுபுரம்' நாவல் தனித்துவமானது. ஜெயமோகனைப் பற்றித் தனிப்பட்ட முறையில் வைக்கப்படும் 'இந்துத்துவவாதி' என்ற குற்றச்சாட்டுக்கும் நாவலுக்கும் எவ்விதமான தொடர்பும் இல்லை. பிரதியானது அறிவுத்தளத்தில் சொல்லாடலை நிகழ்த்த விரும்பும் வாசகருக்காகக் காத்திருக்கிறது. *(1998)*

(உயிர் எழுத்து, மே 2022)

பின்தொடரும் நிழலின் குரல்: குறுக்கு வெட்டுப் பார்வை

அறிமுகம்

மதுரை ரெண்டாயிரம் வருஷத்துப் பழைய நகரம். தெற்குமாசி வீதியை விட்டு வெளியேறி நடந்து கொண்டிருந்தேன். மாலை வேளை. புழுதியான காற்று. எங்கும் இரைச்சலும் பரபரப்பும். தெருவோரம் பப்பரவென பரப்பிக் கிடந்தன பழைய புத்தகக்கடைகள். ரொம்பச் சலிப்புடன் புத்தகங்களைப் புரட்டினேன், காப்ரியல் மார்க்யுஸ், ஜியார்ஜ் போர்ஹே எழுதிய ஒரிஜினல் தமிழ்ப் புத்தகங்கள் கிடைத்தன. எனக்கு ஆச்சரியம் தாங்க முடியவில்லை. அப்படியும் இப்படியும் புரட்டிப் பரிசோதித்தேன். நயமான அசல் சரக்கு. சுத்தத்திலும் சுத்தம். படுசுத்தம். அட அருகா! இதெப்படி சாத்தியமா? மதராஸ் ஸ்ரீமான் ரெத்தின நாயக்கர் அண்ட் சன்ஸ் பிரசுரித்த 1936ஆம் வருஷத்து கோப்ரிஹான்ஸ் பேஹார்டின் எழுதிய தமிழ்ப் புத்தகத்தைப் புரட்டிப்பார்த்தேன். பழுப்பேறிய காகித வீச்சம் மூக்கைத் துளைத்தது. தாள்கள் கரையானால் அரிக்கப்பட்டிருந்தன. புத்தகத்தின் நடுவே ஏதோ காகிதக் கத்தை மடித்து வைக்கப்பட்டிருந்தது. சிதலமடைந்திருந்தன தாள்கள். அவற்றை வாசித்தவுடன் என் உடம்பு சிலிர்த்தது. அது தமிழ் நாவல் பற்றிய அபிப்பிராயங்கள் போலிருந்தது. பிரதியானது வாசிப்பில் சுவாரசியம் தருவதாகயிருந்தது. கியூபா தேசத்தில் நூறு ஆண்டுகளுக்கு முன்னர் கண்டறியப்பட்ட பஹார்டின் பானம் அருந்திய உற்சாகம் எனக்குள் பொங்கியது. நான் அறிந்ததை ஆறு கோடி தமிழர்களும் அறிந்து கொள்ளச் செய்ய வேண்டுமெனத் திருக்கோட்டியூர் ஆழ்வாராக மாறினேன். பிரதியானது கடந்த ரெண்டு வருஷங்களாகப் பத்திரிகை அலுவலகங் களுக்குப் போய்க் கொண்டேயிருக்கிறது. பிரதி சென்ற சிறு பத்திரிகைகள் எல்லாம் தீய ஆவியினால் சபிக்கப்பட்டுத் திடீரென நின்று போயின அல்லது ஆசிரியர் குழுவினர் உப்புக் கல்லுக்குப் பெறாத விஷயத்திற் காகச் சண்டையிட்டுப் பிரிந்து போயினர். பிரதியின் உக்கிரம் எனக்குப் பயம் தருவதாகயிருக்கிறது. இதை அழித்து விடலாமெனில், ஏதாவது ஜென்ம சாபத்திற்குள்ளாக நேரிடுமோ என்று பயமாக இருக்கிறது. காத்து, கறுப்பு, இசக்கிகளைப் பாடல்கள் மூலம் வசப்படுத்தி வைத்திருக்கும் நண்பர் என்.டி.ராஜ்குமாரிடம் மந்திரித்த தாயத்தை வாங்கி கை முண்டாவில் கட்டிய பிறகு இப்ப நிலைமை பரவாயில்லை.

இந்நிலையில் நண்பர் சாருவிடம் இது பற்றிச் சொன்னேன். "எம்புட்டுப் பெரிய நாவல் அது பற்றி எதுவும் பதிவாகாமலிருப்பது துரதிர்ஷ்டமானது; அவசியம் வெளியிட முயற்சி செய்யுங்கள்" என்றார். நான் "இது ஏதுடா வம்பு! விடாது போலிருக்கே" என்று எம்.ஜி. சுரேஷ் நடத்தும் 'பன்முகம்' இதழுக்கு அனுப்பியுள்ளேன். அவரது இதழுக்குப் பிரதி எதுவும் சேஷ்டை செய்துவிடாது என்று நம்புவதைத்தவிர வேறு வழியில்லை. கபாடபுரம் போல பிரதியும் கடல்கோளினால் அழிந்துவிடாதா என்று ஏக்கமாயிருக்கிறது.

காகிதக் கதையில் தலைப்பு, பக்க எண்கள் எதுவுமில்லை. பிரதியின் ஆரம்பத்தில் சில பக்கங்களைக் காணவில்லை. பிரதியானது இந்தியன் மசியினால் வலப்புறம் சாய்ந்த எழுத்தில் எழுதப்பட்டுள்ளது. பிரதி இங்கு தொடங்குகிறது. அடைப்புக்குறிக்குள் எழுதப்பட்டிருப்பது என்னால் எழுதப்பட்டதாகும்.

லிபி

...மஹா விலாசம் பொருந்திய பிரமாண்டமான வனாந்தரத்தில் விருட்சங்கள் பகலை இரவாக்கிக்கொண்டிருந்தன. "அப்படியே கொண்டு வருகிறேன்" என்று கூறி விடைபெற்றுக் கொண்டு, வனாந்தரத்தில் முருங்கை மரத்தைத் தேடிப்போகையில், அம்மரத்தின் உச்சிக்கிளையில் தலைகீழாய்த் தொங்கும் வேதாளத்தைக் கண்டுபிடித்துக் கட்டித் தோளின் மீது வைத்துக்கொண்டு வருகையில் வேதாளமானது, "கேளுமையா ராஜாதி ராஜரே! நமக்கு வழி தொலைய வேண்டும். ஆகையால் அதற்கொரு நூதனம் சொல்கிறேன். நீர் என்னுடன் சம்பாஷணை வைத்துக்கொள்ள வேண்டும். தொடர்ந்து ஐம்பத்தாறு நொடிகள் பேசாது மௌனமா யிருந்தால் உமது சிரசு வெடித்துச் சிதற சாபமிடுவேன்" என்று சொல்ல ஐம்பத்தாறு தேசங்களுக்கு அதிபதியான சக்கரவர்த்தி விக்கிரமாதித்யனும் 'அப்படியே' என்று உத்தரவாதம் கொடுத்தான். அப்பொழுது வேதாளம் திருவாய் மலர்ந்து பேசத் தொடங்கியது.

"நாம் பல காதத்தொலைவு போகவேண்டும். அதுக்குப் பெத்தம் பெரிய கதை வேணும். அதுக்குப் பின்தொடரும் நாவல் தான் லாய்க்கு. தேவரீர் நீவீர் கவனமாகச் செவிமடுக்க வேண்டும். பூலோகத்தில் ஜெயமோகன் என்ற பூர்வதேய நாமமுடைய நரன் ரொம்ப வருடங்களாக யோசித்து எழுதிய கதைதான் பின்தொடரும் நிழலின் குரல். நாவலின் தலைப்பு போலக் கதையும் பிரமாண்டமானது."

"அதென்ன பிரமாண்டம்."

"இது கூடத்தெரியலையா - மஹா சைசுல பெரிய்ய 2 லிட்டர் கோக் பாட்டில்களின் காலமிது. மஹாமெஹா குப்பிகளின் ராஜ்ஜியம். மகாமெகா சீரியல்கள் - மகாமெஹா கும்பமேளா - மஹா மெகா நாவல்... வாரே... வா..."

"யாரு ஜெயமோகன்"

"அட கனவானே! அவரைத் தெரியாதா! ரப்பர், விஷ்ணுபுரம் நாவல்கள் மூலம் தமிழில் தன் இருப்பை வலுவாக நிறுவியவர். ரொம்ப முக்கியமான படைப்பாளி."

"அவர் தான் நம்பர் ஒன்னா?"

"இதுதான் வேணாங்கிறது. ஒரு கையால தன்னோட ஜெயக் கொடியை ஏத்திக்கிட்டு இன்னொரு கையால பட்டாக்கத்தியைக் கழற்றி எதிர்க் கொடியை லாவகமாக வெட்டியெறிந்து தமிழில் பறக்கிறதில் எதுவுமே கொடியில்லை என்ற பேருண்மையைத் தமிழ் கூறும் நல்லுலகினுக்கு அறிவித்த தண்டமிழ் ஆசான்."

"அவர் பிரபல்யமாக இதுதான் வழியா?"

"வேற சூப்பர் ஐடியா கைவசமிருக்கு! அடுத்த தடவை யாராவது வி.ஐ.பி.யைச் சந்தன வீரப்பனார் கடத்திறப்ப, முன் வைக்கப்படும் எட்டாவது கோரிக்கையாக ஜெயமோகனுக்கு ஞானபீடம்/நோபல் விருது தரவேண்டும்" என்று சேர்க்கச்சொல்லி கோபால் அண்ணாச்சி மூலம் சொல்லி அனுப்பலாம்.

"கிழடு வேதாளமே! நாவடக்கிக் கதை. பி.தொ.நி.கு. நாவலின் முன்னுரையை வாசித்தாயா?"

"ஓ! 1984முதல் 1986வரை கேரளாவில் காசர்கோடு நகரில் தேசியத் தொலை தொடர்பு ஊழியர் சங்கத்தின் மிகப்பெரிய கம்யூனில் தங்கும் வாய்ப்பு ஜெயமோகனுக்கு வாய்த்திருக்கிறது."

"கம்யூன்லயா..."

"இதுதான் தேவரீர்... பெரிய அபத்தம். 'அனைத்து அதிகாரங்களும் கம்யூன்களுக்கே' என்று சீனாவிலும் 'அனைத்து அதிகாரங்களும் சோவியத்துகளுக்கே' என்று சோவியத் ரஷியாவிலும் புரட்சிகரமான காலகட்டத்தில் முன்வைக்கப்பட்ட முழக்கங்கள் அரசியல் அதிகாரத் துடன் தொடர்புடையன. வரலாற்றில் மிக முக்கியமானவை."

"நீர் சொல்றதப் பார்த்தால் கொஞ்சம் விடலைப்பசங்கள் கைக்காசைப் போட்டுச் சட்டிபானை வாங்கிக் 'கஞ்சி வெள்ளம்' ஆக்கித்தின்ன விஷயமில்லே காசர்கோடில் நடந்திருக்கு. இது எப்படி கம்யூன் ஆகும். தோழர் ஜெயமோகன் இஷ்டத்துக்கு ரீல் விட்டிருக்கிறார் போலிருக்கே சரி... பி.தொ.நி.கு. நாவலைப்பற்றி அபிப்பிராயம் சொல்லு".

"போன நூற்றாண்டில் நடந்த முக்கியமான அரசியல் மாற்றமான ரஷியப் புரட்சி. அதற்கு தத்துவப் பின்புலமான மார்க்சியம் பற்றிய விசாரணைதான் நாவலின் மையம். புரட்சிக்குப் பின்னர் சோவியத் யூனியனில் நடைபெற்ற பல்வேறு மாற்றங்கள், பிரச்சினைகளினூடே பயணம் செய்ய ஜெயமோகன் முயன்றிருக்கிறார். அருமையான முயற்சி. வரவேற்கப்பட வேண்டிய அம்சம். ஆனால் அவருக்கு முன்கூட்டியே அபிப்ராயங்கள் நிரம்ப உள்ளன. அதனால் சிவப்புத் துணியைக் கண்டு மிரண்டு ஓடுற எருமை ஓட்டமாக ஒரே பாய்ச்சல். அதுதான் வருத்தமான விஷயம்."

"ஓய் நிறுத்து! சோவியத் ரஷியாவில் லட்சக்கணக்கான மக்கள் கொல்லப்பட்டது அறிந்து உன் குடல் கொதிக்கவில்லையா? புரட்சிக்காக இன்னுயிரைச் சமரில் தந்திட்ட செம்படை மறவர்களின் வீரமரணத்திற்கு என்ன அர்த்தம்? ஜெயமோகனுக்குச் சமூக அக்கறை இருக்கிறது. அதுதான் பேனாவை எடுத்து விளாசிவிட்டார்."

"போல்ஷ்விக் நடத்திய புரட்சிக்குப் பின்னர் கோடிக்கணக்கில் மக்கள் கொல்லப்பட்டதாக ஜெயமோகன் சமர்ப்பிக்கும் ஆதாரம் எது தெரியுமா? அதுதான் அவரது நேர்மையைச் சந்தேகப்பட வைக்குது."

"ம்.... மேலே சொல்."

"1960ஆம் ஆண்டு அலெக்ஸாண்டர் சோல்ஜெனித்சின் எழுதி வெளியிட்ட 'தி குலாக் ஆர்சிபிலாகோ' புத்தகம்தான் இதுபோன்ற செய்திகளுக்கு மூலம். அப்புறம் ராபர்ட் கான்க்ஸ்வ்ட், வில்லியம் ஹெர்ஸ்ட்... இவங்கள் மாதிரி பலர் நாற்பதுகளில் தொடங்கி சோவியத் ரஷியாவிற்கு எதிராக 'டன்' கணக்கில் எழுதித் தள்ளியிருக்காங்க. அவர்களில் பலர் சி.ஐ.ஏ. நிறுவனத்திலிருந்து தொடர்ந்து அன்பளிப்பு பெற்றதாகச் சி.ஐ.ஏ.விலிருந்து ஓய்வு பெற்ற அதிகாரிகளின் வாழ்க்கை வரலாற்றில் தகவல்கள் உள்ளன. இத்தகையோரின் கூற்றுகளை யெல்லாம் 'அப்பழுக்கற்ற உண்மை' என்று ஜெயமோகன் நம்புகிறார். அவற்றுள் ஆராய்ந்து ஏற்றுக்கொள்ளப்பட வேண்டியனவும், தள்ள வேண்டியனவும் உள்ளன. அவதூறுகளையெல்லாம் தூய ஒரிஜினல்

ஆவணங்கள் என்று நம்பி நாவல் எழுதியுள்ளது ஏற்புடையதல்ல. அதனால்தான் ஸ்டாலின் மாபெரும் சர்வாதிகாரி, கொடுங்கோலன் என்று கிளிப்பிள்ளைக் கூப்பாடு கதையாடல் முழுக்கக் கேட்கிறது."

"ஜெயமோகன் பின்பற்றுகிற ஆவணங்களில் என்ன தவறு உள்ளது?"

"வில்லியம் ஹெர்ஸ்ட் போன்றோர் முன்வைத்த தகவல்கள், தரவுகள் சோவியத் அரசாங்கம் வெளியிட்ட மக்கள் தொகைக் கணக்கெடுப்பு அடிப்படையிலானவை. 1930-40களில்இருந்த ரஷிய மக்கள் தொகையானது 1940-50 களில் புள்ளியியல் அடிப்படையில் இத்தனை விழுக்காடுகள் அதிகரிக்கவில்லை. எனவே சோவியத் ரஷியாவில் கூட்டுக்கொலைகள்/ வதை முகாம்கள் அரசாங்கத்தின் மோசமான திட்டமிடுதல் காரணமாகப் பட்டினிச் சாவுகள்/வறுமை/உள்நாட்டுப் போர், வெளிநாட்டுப் போர்களில் கொல்லப்பட்டவர்கள்/கலவரம்/உளவு அமைப்பினர் செய்த கொலைகள் காரணமாகக் கோடிக்கணக்கான ரஷிய மக்கள் கொல்லப்பட்டதாகக் கான்ஸ்வட் கருதினார். யூகத்தின் அடிப்படையில் மேற்கத்திய வல்லரசுகளுக்கு ஊதுகுழலாக இத்தகையோர் மாறினார். கான்க்ஸ்வ்ட் கருத்து அடிப்படையிலான பட்டியல் பின்வருமாறு".

வ.எண்	காலம்/காரணம்	கொல்லப்பட்டதாகக் கருதப்படும் ரஷிய மக்கள்
1.	கூட்டுப்பண்ணை தொடக்கம் முதல் 1953 - இல் ஸ்டாலின் மரணம் வரை	660 இலட்சம்
2.	இரண்டாம் உலகப்போர்	440 இலட்சம்
	மொத்தம்	11 கோடி

"பதினொரு கோடி ரஷியர்களின் சாவுக்கு ஒற்றை நபர் ஸ்டாலின்தான் காரணம்... இப்படிப் போகுது கதை."

"அடேயப்பா எம்புட்டு பெரிய தகவல்கள். இதை எப்படி மறுக்கப் போகிறாய் டுபாக்கூர் வேதாளமே?"

"கூட்டுக் கொலைகளுக்கு ஆதாரம் கேட்டபோது. சோவியத் ரஷியாவிலுள்ள ஆவணக் காப்பகத்தைத் திறந்துவிட்டால் ஆதாரங்கள் இஷ்டம் போல கிடைக்கும். உண்மை உலகிற்குப் புலப்படும் என்று கான்க்ஸ்விட் முதலாகப் பலரும் உரத்து முழங்கினார்கள்."

"எண்பதுகளில் கோர்ப்பசேவ் ஆவணக்காப்பகத்தினை யார் வேண்டு மானாலும் பார்க்கலாம் என்று கதவுகளை அகலத் திறந்துவிட்டார்... நாளது தேதிவரை பிரச்சாரங்கள் ஓய்ந்து போய் கப்... சிப்."

“நீ சொல்றதப் பார்த்தால் ஸ்டாலின் புல், பூண்டுக்குக் கூட தீங்கிழைக்காத உத்தமர் போலிருக்கே.”

“யாரு அப்படிச் சொன்னது? கட்சித் தலைமையின் மோசமான அதிகாரப் பிரயோகம். மக்களுக்காக வாழ்க்கையைத் தியாகம் செய்கிறோம் என்று முன்வந்து இறுதியில் மக்களைவிட உயர்வாகத் தம்மைப் பாவித்துக்கொண்ட கட்சியினரின் மனப்பான்மை, கட்சிக் கோட்பாடுகளின் இறுக்கமான அம்சங்கள், கட்சியின் வறட்டுத் தனமான நடைமுறை, அமைப்பில் மேலிருந்து கீழ்நோக்கிய அதிகாரப் பாய்ச்சல், அதிகாரிகளின் கசக்கிப் பிழியும் ஆட்சிமுறை, இடைவிடாத உள்நாட்டுப் போர்கள், வெளிநாட்டுப் போர்கள்... இதனால் அரசாங்கம் மக்களைவிட்டு விலகிப்போனது. 1957இல் மாசேதுங், சோவியத் ரஷியா சமூக ஏகாதிபத்தியமாகச் சீரழிந்துவிட்டது. ஒப்பீட்டளவில் அமெரிக்காவைவிடச் சோவியத் ரஷியா கொடூரமானது. சோவியத் ரஷியாவில் மீண்டும் புரட்சி நடைபெற வேண்டும் என்று கூறியது சாதாரணமானது அல்ல.”

“சற்று இரு... ஜெயமோகன் எழுதிய பி.தொ.நி.கு. நாவல் பற்றிப் பேசுறேன்னு ஆரம்பிச்சு தொடர்ந்து அரசியல் பேசுகிறாயே.”

“இதுக்கே இப்படிச் சலிப்பா? நாவலில் ஸ்டாலின் கொடுங்கோலன், புகாரின் அநியாயமாகக் கொல்லப்பட்டார். இதையே நூற்றுக்கணக்கான பக்கங்களில் கதைப்பது மட்டும் வாசிப்பில் உற்சாகத்தையா தரும்? ஜோணி, சுந்தர ராமசாமி, கதிர், ஜெயமோகன், வீரபத்ரபிள்ளை என ஆளாளுக்கு மாறிமாறி ஒரே விஷயத்தை ஆலாபனை செய்வதால், வெளிப்பாட்டில் நாவல் ஒற்றையாகச் சுருங்கிப்போச்சு. அதுதான் நாவலுக்கு நேர்ந்த சோகம்.”

“நீர் சொல்றதைப் பார்த்தால் பழைய திரைப்பட இயக்குநர் கே.எஸ்.கோபாலகிருஷ்ணன் இயக்கிய ‘குறத்தி மகன்’, ‘நத்தையில் முத்து’ படங்கள் பார்த்த மாதிரியில்லே தோணுது. யாராவது ஒருத்தர் மாத்தி ஒருத்தர் ஏதாவது ஒரு விஷயத்தை இடைவிடாமல் பேசிக் கிட்டிருப்பாங்க போலிருக்கே.”

“ஆனால் ஒன்று ராஜாதிராஜா! பி.தொ.நி.கு. நாவல் 1970களில் ஆங்கிலத்தில் வெளியாகியிருந்தால் நிச்சயம் நோபல் விருதைப் பெற்றிருக்கும். சோவியத் ரஷியா நொறுங்கிச் சிதைந்தபிறகு இப்ப உலகில் எந்த நாட்டிலும் சோசலிச அரசு இல்லாத காலகட்டத்தில் ரொம்ப ரொம்ப லேட்டாகப் பிரமாண்டமான நாவலுடன் ஜெயமோகன் களத்தில் குதித்திருப்பது பரிதாபமாக இருக்கு. வின்ட் மில்லினை

எதிர்த்துக் கத்தியை உயர்த்திச் சவால்விட்ட டான் க்விக்ஸ்டாக ஜெயமோகன் மாறிப் போகிறார்."

"சோவியத் ரஷியா குளோஸ்... அதற்கு மாற்றாகக் கருத்தியல் ரீதியில் நாவலில் எது முன் வைக்கப்பட்டுள்ளது."

"பொற்றாலம் சமரசம்... வேறு என்ன? காதுகளில் பூவைச் செருகிக்கொண்டு நம் பார்வதி பதயே பாட வேண்டியதுதான் பாக்கி"

"என்ன சொல்றே?"

"காந்தி... மதம்... இவற்றை மறுப்பது போலச் சிலவரிகள் நாவலில் உண்டு. எனினும் இறுதியில் ஜெயமோகன் சரணடைவது ஆன்மீகம், மதம், காந்தியம், 'மதம் நம்பிக்கையைப் பயிரிடும் வயல்'. விடைகளின் சூப்பர் மார்க்கெட், என்ற நாவல் அறத்தைப் போதிக்கிறது. மார்க்சியம் மதத்தைப் புறக்கணித்ததால், மெய்யியல் வறுமைக்குள்ளாகிக் கூசி நிற்கிறதாம். சீனாவில் நடைபெற்ற மாபெரும் பண்பாட்டுப் புரட்சியைப்பற்றிக் குறிப்பிடுகையில் புத்தனைச் செருப்பாலடிப்பதற்காக மக்களைத் திரட்டினார் மாவோ... இப்படி விருப்பத்துக்கு 70 எம்.எம் இல் ரீலாக ஓட்டுகிறார் ஜெயமோகன்."

"போதும்... நாவலில் தமாசு இருக்கா?"

"தமாசு இல்லாமலியா? ஜெயமோகன் புரட்சியை ஆண் புரட்சி/ பெண் புரட்சி என்று பிரிச்சு வியாக்யானம் பண்றார் பாருங்க. பெரியவாச்சான் பிள்ளை தோற்றார். உடம்பு புல்லரிச்சுப் போகுது. நல்லவேளை அலி புரட்சிபற்றி எதுவும் சொல்லவில்லை".

"ம்... அப்புறம்"

"இந்த மாதிரி புரட்சி கண்டுபிடிப்பை உடனடியாக டிஸ்கவரி சேனலில் போடணும். பெண் புரட்சி, தாய்மை, சக்தி என்ற பார்வையில் இந்துத்துவம் பொதிந்துள்ளது. இன்னொரு விஷயம் ஜெயமோகனுக்குப் பெண்ணும் தெரியலை.... புரட்சியும் தெரியலை... மதத்தில் என்ன சிலிர்ப்பு வேண்டிக்கிடக்கு.

ஜிகாத், புனித சிலுவை, சூலப்போர்கள் கேட்ட மனிதப்பலிகள் போதாதா? பண்டைய வரலாறு என்பதே மதங்களின் பெயரால் அதிகாரத்தினுக்காக மனிதர்கள் சிந்திய ரத்தம்தானே? மதுரையில் 'அன்பே சிவம்' என்று மெய்யுருகப்பாடிவிட்டு எண்ணாயிரம் சமணர்களின் ஆசனவாய் வழியே இரும்புக் கம்பிகளைத் திணித்துக் கழுவேற்றிய போது கொட்டிய ரத்தம் போதிக்கும் மெய்யியல் தான் யாது?"

"என்ன சொல்லு... வீரபத்ர பிள்ளையோட ஆவணங்களை வெளியிட்டுள்ள முறை அற்புதமில்லையா?"

"உமக்கு ரொம்ப வயசாகுது. அதுதான் நினைவு தப்பிடுது. தேவரீர் என்னை மன்னிக்க வேண்டும். உங்க மகாவாக்கிய மந்திரி பட்டி காடாறு மாதம் போனவுடன் சிந்திக்கிறதை நிறுத்திட்டீங்க போலிருக்கே. கொஞ்சம் ஞாபகப்படுத்திப் பாருங்க".

"ரஷியாவில் 1823-ஆம் ஆண்டு மி.யூ.லேர்மன்தவ் எழுதிய Hero of Our Times *நாவலில் இடம்பெறும் உத்திகள், விக்கிரமாதித்யன் கதையில் வர்ற கதையாடல் முறைகள்தவிர வேறு என்ன புதுசா இருக்கு? இதைப் பின் நவீனத்துவக் கதையாளர்கள் லத்தீன் அமெரிக்காவுல போய்க் கண்டெடுத்துச் சிலாகிக்கின்றனர். உச்சி வெயிலில் தலைமீது துண்டைப் போட்டுக்கொண்டு, ஏதாவது பழைய கையெழுத்துப்பிரதி கிடைக்காதா என்று தோளில் சாக்குப்பையுடன் அலைகின்றனர். ஏக்கப் பெருமூச்சில் வெதும்புகின்றனர். அரே அல்லா! இம்புட்டுக் கற்பனை வறட்சியா தமிழ்க் கதையாளர்களுக்கு? இனிமேல் எழுத்தாளன் எவனாவது செத்துப் போன பிறகு அவனுடைய வெளியிடப்படாத கையெழுத்துப் பிரதிகளைப் பிரசுரிக்க முயன்றால் 'தடா' போட்டு உள்ளே தள்ளணும். இல்லாவிடில் செத்துப்போன எழுத்தாளன் பிணத்துடன் அவனது வெளியிடப்படாத பிரதிகளையும் போட்டுத் தீயிலிட்டுக் கொளுத்திவிடணும்... நீங்க உஜ்ஜயினி நகருக்குப் போனவுடன் இதுக்கான ஆணையைப் பிறப்பித்து விடுங்கள் ராஜாதி ராஜரே!".*

"அதைவிடு... கெ.கெ.எம், அருணாசலம், நாகம்மை. தமிழக மார்க்சிஸ்டுகள் எப்படி?"

"1.5 லட்சம் உறுப்பினராகவுள்ள ரப்பர் தோட்டத் தொழிலாளர் சங்கத்தைக் கட்டியமைத்த தலைவர் கெ.கெ.எம்மை மேலிடம் கட்டளைப்படி தூக்கியெறிந்து, அவரது இடத்தைக் கைப்பற்றும் அருணாசலம் அது பற்றிக் குழம்புவதில் தொடங்கி இறுதியில் மனப்பிறழ்வாளனாக மாறுவது..." கதையில் logic *தடுமாறுகிறது. நாவலின் பின்னட்டையில் ஓர் இடதுசாரி 'அறிவுஜீவி' என்ற குறிப்பு உள்ளது?*

"நாவலின் மொழிநடை அருமையில்லை?"

"அதிலென்ன ஐயம்? எழுத்துத் தொழில்நுட்பம் ஜெயமோகனுக்குக் கூடி வந்திருக்கு. அதுதான் அவரது மிகப்பெரிய பலம். மொழி மீதான

அபாரமான ஆளுகை திகைப்பேற்படுத்துகிறது. அவர் இழுத்த இழுவைக்கெல்லாம் நாவலின் மொழி விரிந்திருக்கிறது. ரப்பர், விஷ்ணுபுரம், பி.தொ.நி.கு. என்ற வரிசையில் அவரது ஆக்கத்திறன் வளர்ச்சியடைந்துள்ளது. பொதுவாகத் தமிழில் நாவலாசிரியர்கள் தம்முடைய இரண்டாவது நாவலில் படுத்துக்கொள்ளும் சூழலில், தொடர்ந்து மூன்றாவது நாவலிலும் வீரியத்துடன் ஜெயமோகன் நிற்கின்றார். ஆனால் மகா சைசுல கருத்தியல்ரீதியில் கதைக்க முயலுகையில் தவறி விட்டார். Pre Conceived notionsகளைத் தலைக்குள் ரொப்பிக் கொண்டு, சோவியத் ரஷ்யா - ஸ்டாலின் - புகாரின் படுகொலைகள், அதிகாரத்துவம் என்று கதைக்கத் தொடங்கியது. ஆழமான விசாரணை களுக்கு இட்டுச் செல்லவில்லை. பன்முகங்களாகப் பல்கிப் பெருகி யிருக்க வேண்டிய நாவல், ஒற்றைத் தடத்திற்குள் சிக்கிவிட்டது. இதனால் நாவலுக்குள் குறுக்குநெடுக்கிலும் பயணிக்க இயலவில்லை. வெற்றுத் தூற்றுதல்களும் அவதூறுகளுமே இறுதியில் மிஞ்சுகின்றன. குளிக்கப் போய் சகதியைப் பூசிக்கொண்டு வந்ததுதான் ஜெயமோகனுக்கு மிச்சம்.

“அப்ப நாவலில் கருத்துச் சொல்லக் கூடாது என்கிறீரா?”

“இல்லை தேவரீர்! அப்படிப்பட்ட உன்னத பிராண்டு தூய உருப்பளிங்கு ஆசாமி நானில்லை. ஏதாவது ஒருவழியில் கருத்தை முன்னிலைப்படுத்தாத படைப்புண்டா? வீரம் விளைந்தது, அன்னை வயல், குல்சாரி, ஒரு உண்மை மனிதனின் கதை, யுவதிகள், காரின் அழிவுக் கதிர், மண் கட்டியைக் காற்று அடித்துப் போகாது, போர் இல்லாத இருபது நாட்கள், நிலமென்னும் நல்லாள் போன்ற புரட்சிக்குப் பிந்திய ரஷிய நாவல்களில் கலையம்சம் குறைவு. அவை ரஷிய இலக்கிய மூலவர்களான பால்ஸ்டாய், தாஸ்தாவேவ்ஸ்கி, செகாவ், துர்கனேவ் போன்றவர்களின் படைப்புகள் போல இல்லை என்ற குரல் எழுபதுகளின் இறுதியில் தமிழில் ஒலிக்கத் தொடங்கியது. அது ஏற்புடையதே. எனினும் இத்தகைய நாவல்களில் புரட்சிக்குப் பிந்திய ரஷிய மக்களின் வாழ்க்கை பதிவாகியிருந்தது. மனித மனம் குறித்து நுணுக்கமான பார்வையற்ற சோசலிச யதார்த்தவாதப் படைப்புகள் வறட்சியானவை எனப்பட்டன. படைப்பாளி பல்லும் திருகாணியுமாக மாற முடியாதென்ற குரல் ஓங்கி ஒலித்தது. இவற்றில் உடன்பாடு மிக்க ஜெயமோகன், ஸ்டாலின் காலத்திய கொடுமைகள், புகாரின் கொலை, மார்க்சியத் தத்துவச்சரிவு குறித்து எழுதியுள்ள நாவலில் பிரச்சாரத்தைச் சகிக்க முடியாத அளவில் பயன்படுத்தியுள்ளார். நாவலெங்கும் பிரச்சார நெடி கப்படிக்குது. இதுவரை வெளியான சோசலிச யதார்த்தவாத நாவல்களின் பிரச்சார நெடியையெல்லாம் பி.தொ.நி.கு. நாவல் ஒன்றுமில்லாததாக்கிவிட்டது.

படைப்பு ஆக்கத்தில் பிரசாரத்தை முதன்மைப்படுத்தியது நாவலை வெறும் documentaryயாக்கிவிட்டது. இதுவே நாவலின் வீழ்ச்சிக்குப் பிரதான காரணம்."

"போதும் உம் விரிவுரை. 723 பக்க நாவலைத் தமிழர்கள் எப்படி எதிர்கொண்டுள்ளனர்?"

"தமிழ்க் குளத்தில் வீசியெறியப்பட்ட இன்னொரு பெரிய கல். அவ்வளவுதான்."

"முடிவாக என்ன சொல்றே!"

"எல்லா இலக்கியங்களும் ஒருவகைப் பிரச்சாரங்களே! ஆனால் எல்லாப் பிரச்சாரங்களும் இலக்கியமல்ல... இது மார்க்சிய ஆசான் மாவோவின் கருத்து".

இப்படி சொல்லிக் கொண்டிருக்கையில் வேதாளம் கட்டவிழ்த்துக் கொண்டு பறந்துபோய் பழையபடி முருங்கை மரத்தின் மீது தலைகீழாகத் தொங்கியது. தன் முயற்சியில் சற்றும் தளராத விக்கிரமாதித்யன் கையில் உருவியவாளுடன் நடந்தான். அந்த மஹா விலாசம் பொருந்திய பிரமாண்டமான வனாந்தரத்தில் விருட்சங்கள் பகலை இரவாக்கிக்...

(பிரதியில் இதற்குப்பிந்திய தாள்களைக் காணவில்லை. இன்னும் பல தாள்கள் இருந்திருக்க வேண்டும். அவை பிரசுரமாயின் தமிழ்கூறும் நல்லுலகப் போக்கு மாற வாய்ப்புண்டு. வாசகர்கள் பொறுக்க வேண்டுவல்).

(பன்முகம் 2002 ஜூலை - செப்டம்பர்)

நெடுங்குருதி:
தமிழ் மரபும் தொல்பழங்குடிக் கதைகளும்

வாழ்வின் புனைவுகளும் விநோதங்களும் பல்வேறு தளங்களில் உடல்களின் வழியாகக் கசிந்து கொண்டிருக்கின்றன. இறந்த காலத்திற்கும் இறப்பல் காலத்திற்குமிடையிலான பிரமாண்டமான கோடு தகர்ந்து போய் நினைவுகளின் வழியே கட்டமைக்கப்படும் மனித இருப்பு, திசையெங்கும் மிதக்கிறது. நிலமும் பொழுதுமாக விரிந்திடும் சங்க இலக்கியப் பின்புலத்தில் நவீனத் தமிழ் எழுத்து இலக்கற்றுச் சுழல்கிறது. இத்தகுசூழலில் தொல் பழங்குடிக்கதைகளினால் கட்டமைக்கப்பட்டுள்ள எஸ்.ராமகிருஷ்ணனின் நெடுங்குருதி பிரதியானது கடல் இரைச்சல் போல வாசிப்பில் சலனத்தினை ஏற்படுத்திக் கொண்டிருக்கிறது.

வேம்பலை கிராமம் அடிக்கடி வறட்சிக்குள்ளாகும் வறண்ட பூமி; மழை மறைவுப் பிரதேசம். வேம்பலையினை மையத்தளமாகக்கொண்டு உரையாடல் மனிதர்களின் ஊடே விரிகிறது. தமிழ் நிலப்பரப்பில் பாலை நிலமானது, பண்டைக்காலத்திலிருந்தே முல்லையும் குறிஞ்சியும் முறைமையில் திரிந்தது என்று அடையாளப்படுத்தப்படுகிறது. கார் காலத்தில் ஓரளவு வளமான நிலம், கோடைக்காலத்தில் தவிக்கும் வெயிலால் அனலாய்க் காந்துகிறது. பாலை நிலத்தில் ஆறலைக் கள்வர்கள் மக்களாகவும் 'வழிப்பறி' முதன்மைத் தொழிலாகவும் அங்கீகரிக்கப்பட்ட மரபானது இனக்குழு வாழ்க்கையுடன் தொடர்புடையது. கால்நடைகளைக் கவர்தலைப் புற ஒழுக்கமாகக்கொண்ட சங்கத்தமிழர் மரபின் எச்சமாக வேம்பர்களின் குடிமரபுக் கதைகளுடன் நாவலின் முற்பகுதி விரிந்துள்ளது.

வேம்பலை ஊரின் கதை. ஊரைச்சுற்றிலும் வெக்கையடிக்கும் அத்துவான வெளியின் கதை, மக்களின் அன்றாட வாழ்க்கையுடன் பின்னியுள்ள வெயிலின் கதை, பழங்குடியினரின் பூர்வீகக்கதை. தொன்மங்களினால் இயைந்த கதை. அதியற்புதப் புனைவுகளின் கதை... பல்வேறு கதைகளின் ஒருங்கிணைப்பில் மூன்று தலைமுறையினரின் பாரம்பரிய வாழ்க்கை நாவலாக வடிவெடுத்துள்ளது. நாவலின் முற்பகுதியில் வெயில் கதைமாந்தராகியுள்ளது. சுள்ளென வெயிலடிக்கும் போது திண்ணை வேப்பமரத்தடிகளில் வேம்பர்கள் மனஇறுக்கத்துடன்

உறங்கிக்கொண்டிருக்கின்றனர். வேம்பர்களின் தூக்கம் என்பது செயலற்ற தன்மை அல்ல. உடலும் மனமும் நன்கு வினையாற்றுகையில் வேம்பர்கள் பாவனையாகத் தூங்கி வழிகின்றனர். கும்மிருட்டு அப்பியிருக்கும் இரவு வேளையில் ஆந்தையைப்போல் புத்திக்கூர்மையுடன் செயற்படும் வேம்பர்கள், தூக்கத்தினை வாழ்வதற்கான ஆதாரமாகக் கருதுகின்றனர். தூக்கமும் கனவும் உரையாடலில் குறியீட்டுப் பொருளாகிப் புனைவின் அர்த்தம் குறித்துக் கேள்வியெழுப்புகின்றன. நாகுவின் ஆழ்மனத்தில் தொடர்ந்து அங்குமிங்கும் பறந்திடும் பறவைகள், குறியீட்டுநிலையில் எழுதப்படாத கதையின் வெளிப்பாடுகள்.

வேம்பர்களின் குடிப்பெருமையும், மனத்துணிவும், மூர்க்கமும் வரம்பற்றவை. வறண்ட பாலை நிலச்சூழல் காரணமாக உயிர் இருப்பினுக்கான போராட்டத்தினை நோக்கித் தள்ளப்பட்டவர்கள். ஒருநிலையில் விட்டேத்தியான மனநிலையுடன் வாழ்ந்து வருகின்றனர். புனைவுகளையும் நனவுகளையும் கடந்து சாகசத்துடன் வாழ நிர்ப்பந்திக்கப்பட்டவர்களுக்கு நாளை என்பது மற்றுமொரு நாள்தான். எந்தவொரு நிலையினையும் எதிர்கொண்டு ஆயுதங்களைச் சாதாரணமாகப் பிரயோகிக்கப் பழகியவர்களுக்குத் துணிவு என்பது அன்றாட நடைமுறை அம்சம். வழிப்பறி, களவினுக்குப் பின்னர் பட்டைச் சாராயம், இறைச்சி என்று களித்துக்கொண்டாடும் வேம்பர்களின் தெருக்களில் எப்பொழுதும் கோழி இறகுகள் பறந்து கொண்டேயிருக்கின்றன.

நாகு நிகழ்காலத்தின் மையம். அவனுடைய அய்யா, அம்மா, வேணியக்கா, நீலா அக்கா, தாத்தா, அவனுடன் பழகிய ரத்னாவதி, மகன் திருமால், மல்லிகா, வசந்தா மட்டுமில்லாமல் ஏகப்பட்ட பாத்திரங்களின் வழியே கதையின் புனைவு விரிகின்றது. குடும்பத்தை மையமாகக்கொண்டு இயங்கும் கதையானது, வெவ்வேறு புதியதான கதைகளின் வழியாக மீண்டும்மீண்டும் புதிய கதைகள் உற்பத்தி செய்து கொண்டேயிருக்கிறது. ஊமை வேம்பு முதலான மரங்களும், வேம்பலை வெளியும் இறுகிப்போய்க் கதைகளை முடிவற்றுத் தோற்றுவிக்கின்றன. சராசரி மனிதர்களைப் போல வேம்பர்களுக் கிடையில் உணர்ச்சிப் பரிமாற்றம் நிகழுமா என்ற ஐயம் வாசிப்பில் வெளிப்படுகிறது. வழமையிலிருந்து மாறுபட்டு மங்கலான காட்சிகள் வழியே பதிவாகியுள்ள சித்திரிப்புகள் வேம்பர்கள் பற்றிய புனைவுகளை உருவாக்குகின்றன. அவர்களிடையில் இயல்பான உரையாடல்கூட அதிகாரத்துவ மொழியின் வழியே கட்டமைக்கப்பட்டுள்ளது. குடும்ப உறவுகள் வேம்பர்களுக்கு வாழ்வில் ஆதாரமாக இல்லை.

ஆண்மொழியில் விவரிக்கப்பட்டுள்ள புனைவில் தொடர்ந்து பெண்களின் உடல்கள் வாதைக்குள்ளாக்கப்படுகின்றன. கிணறு வெட்டும் வேலைக்குப்போன நாகுவின் அய்யா, எவ்விதமான தகவலும் இல்லாமல் காணாமல் போய்விட்டார். நாகுவின் குடும்பப் பெண்கள் ஒரு குடம் தண்ணீருக்காகக் கொதிக்கும் வெயிலில் பல மைல்கள் நடந்து திரும்பும்போது பெண்களின் உடல் வெய்யிலினால் சித்ரவதைக்குள்ளாகிறது. மூன்று குழந்தைகளை வைத்துக்கொண்டு மனைவி என்ன செய்வாள் என்பது குறித்து அக்கறையற்ற நாகுவின் அய்யா திடீரென வீட்டிற்குத் திரும்புகிறார்; வீட்டின் ஓரத்தில் செருப்பு மூட்டையை வைத்துவிட்டு எவ்விதமான சஞ்சலமும் இல்லாமல் அயர்ந்து தூங்குகின்றார். அவர் வீட்டில் இல்லாதபோது அக்குடும்பத்தினரின் நிலை என்ன என்பது குறித்து 'குற்றமனம்' அவருக்கு எதுவுமில்லை. எது குறித்தும் அக்கறையற்ற அவருடைய மந்த நிலையினை எப்படி மதிப்பிடுவது? வேம்பலையில் வாழ்தல் என்பது ஆணின் மொழி வழியே எங்கும் உறைந்து கிடக்கிறது. சன்னமாக மறுப்பினைத் தெரிவிக்கும் பெண்ணின் உடல்மீது வன்முறை அழுத்தமாக ஏவப்படுகிறது. உதவி செய்யவந்த பக்கீரின் பணத்தினைத் திருடிக் குடித்துத் தீர்த்துவிட்டு, எவ்விதமான பதற்றமும் இல்லாமல் இயல்பாக வீட்டினில் இருக்கிறார் அய்யா. ஆனால் அவருடைய மகளான நீலாவின் மரணம் தாங்கவியலாத துக்கத்தைத் தருகின்றது. இறுதியில் திருச்செந்தூர் கோயிலில் பிச்சையெடுக்கிறவராக மாறிப்போகிறார். வன்முறையினை வாழ்வின் அங்கமாகக் கருதும் வேம்பர்களின் அன்றாட வாழ்க்கையில் ஏதோ ஒருநிலையில், வாழ்வின் துக்கம் பருந்தின் நிழல் போலப் படர்கின்றது.

சக மனிதர்கள்மீது ஏவப்படும் வன்முறை வேம்பலையில் இயல்பான அம்சமாகக் கருதப்படுகிறது. அய்யா மீண்டும் காணாமல் போதல், நீலாவின் மரணம், வேம்பலையிலிருந்து கிளம்பிய நாகு சாராயக்கடைச் சண்டையில் குத்தப்படுதல், நாகு நல்லுவின் குடலைக் குத்திச் சரித்தல், வேம்பலைக்கு மீண்டும் வந்த நாகு காவலரால் சுட்டுக் கொல்லப்படுதல்... தொடரும் சம்பவங்கள் வன்முறையின் மீது கட்டமைக்கப்பட்டுள்ளன. ஒடுக்குமுறை, கண்காணிப்பு, தண்டனையை அடிப்படையாகக் கொண்டது இந்தியச் சமூகம் என்பதற்கு நாகுவின் குடும்பக்கதை சாட்சியாக உள்ளது. குல மூதாதையர், குடும்பப் பின்புலம் என்ற மரபு வழியாக விரிந்திடும் கதையாடலில் கொடூரம், நசிவு, பேரழிவு வன்முறை ஆகியன இயல்பாகத் தோய்ந்துள்ளன. உடல்ரீதியாக அடக்கியொடுக்கப்படும் சூழலில் வாழ நேர்ந்திடும் வேம்பர்கள் சுய இருப்பினுக்காகப் பிறர் மீது செலுத்தும் வன்முறையானது

நாளடைவில் உறவினர், குடும்பத்தினர்மீது பாய்கின்றது. இத்தகைய வேம்பர்களின் மீது அரசாங்கத்தின் அடக்குமுறையும் வன்முறையும் அழுத்தமாக பாய்கின்றன. வெல்ஸ், கெல்லீஸ் போன்ற ஆங்கிலேய ஏகாதிபத்தியக் கொடுங்கோலர்கள் அதிகாரத்தின் மூலம் வேம்பர்களின் மீது செலுத்தும் வன்முறையானது தொல்பழங்குடி மரபு வழிப்பட்ட வாழ்க்கையினைச் சிதைக்கின்றது. குழந்தைகள், வயசாளிகள், மணமக்கள் போன்றோரிடமிருந்து திருடுவதில்லை என்ற நியதியைப் பின்பற்றும் வேம்பர்கள் நவீன சமூகத்திலிருந்து அகற்றப்பட வேண்டியவர்கள் என்ற ‘அதிகாரத்தின் குரல்’ கால மாற்றத்தின் வெளிப்பாடாகும்.

சிதைவு, இழப்பு, கொண்டாட்டம் என எல்லாவற்றையும் விழுங்கி விட்டு, வேம்பலை மாயச்சூழலுக்குள் புதைந்து மௌனமாக உறைந்து இருக்கிறது. எதிரிகளிடமிருந்து வேம்பர்களைக் காப்பாற்றுவதற்காக, இரண்டாகப் பிளந்து அவர்களை விழுங்கியது வேப்பமரம் என்ற தொல் பழங்கதை,வேம்பர்களின் பூர்வீகத்தினை மாந்திரிகத்துடன் தொடர்புடைய தாக்குகிறது. வேம்பர்கள் மாந்திரிகள் போலக் கண்ணிமைக்கும் நேரத்தில் மறைகின்றனர்; பல குரலில் பேசுகின்றனர்; எதிராளியை வீழ்த்திட அபூர்வமான தந்திரங்களைப் பிரயோகிக்கின்றனர். திருட்டின்போது உச்சகட்டத் தந்திரத்துடன் இயங்குகின்றனர். தந்திரமும் கபடமும் வேம்பர்களின் விழிகளில் விரிந்து மின்னுகின்றன. இதனால் செவி வழியாக வேம்பர்கள் வெளியெங்கும் மிதந்து அலைகின்றனர்.

காவலரின் தந்திரத்தினால் பிடிக்கப்பட்ட வேம்பனைச் சுட்டுக் கொன்றதற்காகப் பழிவாங்கிட குரங்குடன் வேடிக்கை பார்ப்பது போல வந்த வேம்பன் திடீரெனப் பாய்ந்து வெல்ஸின் கழுத்தினை அறுத்து விட்டுத் தப்புகிறான். எதிராளியைக் கொல்வதற்காகக் கழுத்தினை அறுப்பது என்பது வேம்பர்களிடையே வழக்கிலுள்ள நடைமுறை. வேம்பலைக்குத் தன்னுடைய ஆயுதப்படையினருடன் வந்த வெல்ஸ் நாற்பத்திரண்டு வேம்பர்களைத் தலைகீழாக மரத்திலிருந்து கட்டித் தொங்கவிட்டுச் சுட்டுக் கொல்கிறான். ஊரிலிருந்த வயசாளிகள், பெண்கள், குழந்தைகள் ஆகியோரின் குரல் நரம்பினையும் குதிகால் நரம்பினையும் ஆயுதப்படையினர் அறுத்தெறிகின்றனர்; தெருவெங்கும் இரத்தம் பீறிடுகிறது. இதன் பின்னர் வேம்பலையில் பிறந்த குழந்தைகளின் குதிகால்களில் வெட்டுக்காய அடையாளமிருக்கிறது. நாகுவிற்கும் ரத்னாபாயிக்கும் பிறந்த குழந்தையான திருமாலின் குதிகாலிலும் வெட்டுக்காய அடையாளம் உள்ளது என்று தொன்மக் கதையாடல் நவீன காலத்திற்குள் விரிகின்றது. வேம்பர்களின் வீரியமான இயக்கம் தடைபட்டுவிட்டது என்ற தகவல் பிரதியில் நுட்பமாகப் பதிவாகியுள்ளது.

வேம்பர்களின் கழுத்தில் அவிழ்க்கவியலாத இரும்பு வளையம் பூட்டப்படுகிறது; கைரேகைகள் பதிவு செய்யப்படுகின்றன. இரவு முழுக்கக் கச்சேரிக்கு அருகில் புதிதாக நிறுவப்பட்ட பட்டிக்குள் வேம்பர்களை அடைத்து வைத்துக் காவலர்கள் கண்காணிக்கின்றனர். வேம்பர்களின் தன்மானத்திற்கும் கௌரவத்திற்கும் விடப்பட்ட சவால் காரணமாகக் கிளர்ந்தெழுந்த வேம்பர்கள் கொலை, தீ வைப்பு முயற்சிகளில் ஈடுபடுகின்றனர். வன்முறையின் மூலம் ஏற்பட்ட அழிவுகளைவிட வேம்பலை புனைவின் வழியே புதிய கதைகளை உருவாக்கிக் கொண்டேயிருக்கிறது. வேம்பர்களின் மரபு வழிப்பட்ட மனநிலை சிதைவடைவதுதான் வன்முறையின் உச்சம். நாவல் முழுக்க உறைந்துள்ள ஒடுக்குமுறையினைவிட வன்முறை மூலம் மனதில் உருவாக்கப்படும் பயம்தான் அதிகாரம் செயற்படும் நுட்பமான தளமாகும்.

நாவலின் இன்னொரு முக்கியமான அம்சம் வெளியிலிருந்து வரும் மனிதர்களுக்கும் வேம்பலைக்குமான தொடர்பாகும். சக மனிதன் குத்தப்பட்டுக் குடல் சரிய நேர்ந்தாலும் காவல் துறையினை அணுகிடாமல், தங்களுக்குள்ளேயே பேசித் தீர்த்துக்கொள்ளும் சூழலில் வேம்பலை கிராமம் மூடுண்ட அமைப்பாக உள்ளது. எப்பொழுதும் வேம்பலை புறவுலகிலிருந்து துண்டித்துக்கொண்டு தன்னளவில் தனித்து சுயேச்சையானதாகச் செயல்பட முயலுகிறது. இந்நிலையில் வெளியார் கிராமத்திற்குள் நுழைவது எச்சரிக்கையுடன் கண்காணிக்கப்படுகிறது. சிறிய தந்திர வேலைகளை அறிந்த இரு பரதேசிகள் வெளியிலிருந்து வேம்பலைக்கு வருகின்றனர். அவர்களுக்கு வேம்பர்களிடம் பேச, பகிர்ந்துகொள்ள நிறைய விஷயங்கள் உள்ளன. வேம்பலையில் புறவுலகுத் தொடர்பு என்பது பரதேசிகள் போன்றவர் மூலம்தான். பூர்வீகத் தொழில் செய்யாமல் வறண்ட பூமியில் சோர்ந்து வறுமையில் வாடும் வேம்பர்களால் பரதேசிகளுக்குத் தர எதுவுமில்லை. நடக்கவியலாத சிறுமியான ஆதிலட்சுமி தரும் உணவுதான் பரதேசிகள் பசியாறப் பயன்படுகிறது. சூழல் மாறும்போது வேம்பர்களின் இயற்கையான குணங்களும் மாறுகின்றன.

நிர்வாணமான ஜைனத் துறவியர் மூவர், கிறிஸ்தவ போதகர், ஊர் ஊராகச் சென்ற தூங்கியெழும் விநோதமான மனிதன், பள்ளி ஆசிரியர் போன்றோர் வருகையினால் வேம்பலையில் சிறிய அதிர்வுகள் ஏற்படுகின்றன. மீளாத்துயிலில் தனக்குள் வாழ்ந்து வரும் வேம்பலை, மங்கலான தோற்றத்தில் உறைந்திருப்பதனை வெளியாரின் வருகை பெரிதும் பாதிக்கவில்லை. உப்பாற்றுக் கரையில் கோயில் கொண்டிருந்த

கரையடி கறுப்பு தெய்வம் கோபித்துக்கொண்டு அங்கிருந்து கிளம்பி வேம்பலைக்கு வந்த சம்பவம் நாவலில் முக்கியமானது. பங்காளிக் கிடையில் வெட்டுக்குத்து காரணமாகக் கருப்புவிற்குச் சில வருடங் களாகப் பூசை நடைபெறவில்லை. இதனால் கோபமடைந்த கருப்பு ஆற்றங்கரையைவிட்டுக் கிளம்பி ஆற்றுக்குள் போகிறது. பின்னர் அங்கிருந்து வேம்பலைக்குச் செல்கிறது. அருள் வந்து ஆடும் பூசாரி யுடன் வேம்பலையில் கருப்பு குடிகொண்டுள்ள இடம் தேடி மூவர் வருகின்றனர். தெய்வ சந்நதம் வந்து ஆடிய பூசாரி கருப்பு இருக்கு மிடத்தைச் சொல்ல, அங்குக் கோயில் கட்ட ஏற்பாடு நடக்கிறது. தெய்வம் மனிதனைவிட அளப்பரிய ஆற்றல் மிக்கது என்ற வைதிகக் கோட்பாடு இங்கு மறுதலிக்கப்படுகிறது. நாட்டார் தெய்வம் மனிதர்களைப் போலவே சின்ன விஷயத்துக்கெல்லாம் கோபமடைகிறது. இப்போக்கு தொல் பழங்குடியினரின் சமய நம்பிக்கையின் வெளிப்பாடு. கருப்பு கோபித்துக்கொண்டு இடம்மாறிய சம்பவமானது, பழங்குடியினரிடையே வாய்மொழி மரபு மூலம் பரவுகின்றது. மனிதர்களுக்கும் தெய்வத்திற்குமான உறவு இயல்பானது என்ற பழங்குடி நம்பிக்கை நாவலில் நுட்பமாகப் பதிவாகியுள்ளது.

'பிடிமண்' அள்ளிக்கொண்டு போனால், சாமியும் தங்கள் பின்னாடி வந்துவிடும். பின்னர் தாங்கள் தங்குமிடத்தினையொட்டிச் சாமியை உருவேற்றிக் கொள்ளலாம் என்பது நாட்டார் ஐதீகம். தொல் பழங்குடிச் சமூகத்தினருக்கு ஏதாவது ஒருவகையில் தெய்வம் அவசியம் தேவை. வன்முறை, கண்காணிப்பு என்று அதிகாரம் நிலவும் சமூகத்தில், தங்களுடைய குலத்தின் மேன்மையை நிறுவிட ஒவ்வொரு குலத்தினருக்கும் தெய்வம் தேவைப்படுகிறது. புறவாழ்க்கையில் நெருக்கடிக்குள்ளாகும் மனித மனம் தனக்கான ஆன்ம பலத்தினைப் பிரபஞ்ச வெளியில் தேட முயலுகிறது; அதற்கான தொன்மப் படிவங்களைக் கட்டமைப்பதன் மூலம் அப்பாலை உலகுடன் தொடர்புகொள்ள முயலுகிறது. இத்தகைய தொன்மங்களைப் பொதுப்புத்தியில் ஏற்றுக்கொள்ளும் வகையில், சமூக வரலாறு புனைவாகக் கட்டமைக்கப்படுகிறது. வேம்பர்கள் போன்ற இனக்குழுக்கள் தங்கள் அடையாளத்தினைத் தக்க வைத்துக்கொள்ள புனைவுகள் அவசியம் தேவை.

ஒவ்வொரு தளத்திலும் இருப்பினுக்காகப் போராடிக் கொண்டிருக்கும் மனிதர்களுக்கு எதுவும் அற்புதம் இல்லை; மிகச் சாதாரணமானதும் இல்லை. அத்துவானக் காட்டில் சிறிய கொட்டகையில் தங்கிச் சாமியாரின் ஜீவ சமாதியில் அணையாமல் எரிந்துகொண்டிருக்கும் விளக்கினுக்கு அருகில் இடையன், குளிர்ந்த சுனை நீரை வழிப்போக்கர்களுக்கு

வழங்கிக் கொண்டிருக்கிறான். சாமியார் முன்னர் உயிரோடிருந்தபோது, பாறையில் கை வைத்தவுடன் உருவான சுனை என்ற புனைவு எங்கும் பரவியுள்ளது. அது குறித்து யாருக்கும் எவ்விதமான கேள்விகளும் இல்லை. அதுபோலத் தாத்னாச்சாரி வெறும் வெற்றிலை, பாக்கினை மட்டும் தட்சிணையாகப் பெற்றுக்கொண்டு சொல்லும் குறியானது சரியாக இருப்பது எளிதில் புறக்கணிக்கக் கூடியதல்ல. மாந்திரிகம் தொல்பழங்குடியினரின் வாழ்க்கையுடன் பின்னிப் பிணைந்துள்ளது. மனித வாழ்க்கை இன்று அகலமானதாகவும், நாகரிகமானதாகவும் மாறிவிட்டதாகப் பொதுப்புத்தி நிலவும் சூழலில், மாந்திரிகப் புனைவு எல்லா நிலைகளிலும் கலந்திருப்பதுதான் வாழ்வின் விநோதம்.

எஸ்.ராமகிருஷ்ணன் மொழி விவரிப்பின் மூலம் புனைந்திடும் உலகு வசீகரமானது. வெற்றிலை வியாபாரி சத்திரம் என்ற பழைய கட்டடம் பாண்டியர் காலத்து வரலாற்றுப் பின்புலமுடையது என்ற கூடுதல் தகவல் மூலம் வேறு பரிணாமத்தினைப் பெறுகின்றது. அதிலும் திருமா பத்தினி தன்னுடைய ஒற்றை முலையினைத் திருகி வீசி எறிந்த போது, வீழ்ந்த இடம் இன்னும் தகிக்கிறது என்ற படிமம் வாசிப்பில் பிரமிப்பை ஏற்படுத்துகிறது. ஆண்டாள் கோவில் கோசாலை, மதுரை கல்மண்டபம், ராயர் மண்டகப்படி, மிஷனரி பள்ளிக்கூடம் போன்ற கட்டடங்கள் பற்றிய விவரிப்பும் புவியியல் காட்சியும் புராதனத் தன்மையுடன் வெளிப்படுகின்றன. அதே நேரத்தில் மெஜஸ்டிக் லாட்ஜ் பற்றிய விவரிப்பு மிகச்சாதாரணமாக இடம் பெற்றுள்ளதையும் இங்கு ஒப்பு நோக்க வேண்டும்.

மூன்று தலைமுறையினரின் கதையாக விரிந்துள்ள நெடுங்குருதி நாவலில் மனித இருப்பு, வாழ்க்கைப் பேராற்றில் கழிந்தோடும் சுழியாகும். அதில் சுழலும் புணைகளாக மனிதர்கள் சுழன்றுகொண்டே இருக்கின்றனர். பாரம்பரியமான மரபின் பெருமையை இழந்து, நடப்பு வாழ்க்கையில் கசந்துபோய்ச் சலித்திடும் மனிதனுக்கு எதிலும் பிடிப்புக்கொள்ள இயலாதவாறு சூழல் வெறுமையாக இருக்கிறது. ரத்னாபாய் தன் மகன் திருமலையை மிஷன் பள்ளியில் தங்கிப் படிக்கச் சேர்த்துவிட்டு. மீண்டும் விபச்சாரத் தொழிலுக்குத் திரும்புவதை எப்படி அர்த்தப் படுத்துவது என்பது சிக்கலான கேள்வி. அதற்கான காரணங்கள் நுட்பமானவை. அவளுக்குள் பொதிந்துள்ள நல்மனம் காரணமாக நாகுவின் குழந்தையைப் பெற்றெடுக்கிறாள். நாகுவின் மரணத்திற்காகத் துயரமடைகிறாள். எனினும் மனத்தினைத் தேற்றிக்கொண்டு திருமாலை வளர்க்கிறாள். திடீரென பூபாலன் இறந்தவுடன் அவளுக்குள் கசப்புப் பொங்குகிறது. நடப்பு வாழ்க்கையின் மீதான நம்பிக்கையை இழந்த

ரத்னாபாய் மீண்டும் பழைய தொழிலுக்குத் திரும்ப முடிவெடுத்தது அவளுடைய மன உளைச்சலின் உச்சமன்றி வேறு என்ன? தொடர்ந்து தன்னைச் சுயவதைக்குள்ளாக்கிக் கொண்ட அவள் இருத்தல்மீது நம்பிக்கை இழந்து, மெஜஸ்டிக் லாட்ஜ் அறையில் தூக்கில் தொங்கித் தன்னையே மாய்த்துக்கொள்கிறாள். இதற்கு நேர் எதிரான தளத்தில் நாகுவின் மனைவியான மல்லிகா, திருமணமான சில மாதங்களில் தன்னுடைய கணவன் இறந்தாலும், விடாப்பிடியாக வேம்பலையில் தங்கியிருக்கிறாள். எல்லா நிலைகளிலும் மன உறுதியுடன் செயல்படும் மல்லிகாவின் மகளான வசந்தா, மீண்டும் தன்னுடன் சேர்ந்து வாழ வந்த கணவனான சேதுவை அழைத்துக்கொண்டு வேம்பலைக்கு வருகிறாள். வேம்பலையின் வெக்கையில் கங்குபோல கனன்று மனிதர்கள் வெளியேறினாலும் இன்னொரு நிலையில் மாயச்சூழலில் அகப்பட்டது போல மனிதர்கள் வேம்பலையினால் ஈர்க்கப்பட்டுக் கொண்டிருக்கின்றனர்.

நாவலின் முற்பகுதியில் வேம்பலையை மையமிட்ட புனைகதை தொன்மங்களுடன் கவித்துவமாகக் கட்டமைக்கப்பட்டுள்ளது. எதுவும் நடைபெறுவதற்கான நிகழ்தகவுகள் நிரம்பிய வேம்பலையில் மாய வழிப்பட்ட புதிராகக் கதைத்தளம் சுழல்கிறது. இதனால்தான் குலுக்கைக்குள் இறக்கப்பட்ட சொர்ணம்மா பற்றிய கதைகளும் பிரதிக்குள் கரைந்து போகின்றன. சமூக வெளியில் புதைந்து கிடக்கும் கதைகளின் வழியே உருவான புனைவு மொழியானது தொடர்ந்து பிரதியினைத் தகவமைக்கிறது. தொகுத்துக் காண இயலாதவாறு கிளை பிரிந்து செல்லும் கதைகளின் வீச்சும், கதையாடல் வழியே மறு உருவாக்கம் செய்யப்பட்ட பிரதியின் ஆழமான வெளிப்பாடும் மாறுபட்ட அனுபவங்களை வாசிப்பில் தந்துகொண்டே இருக்கின்றன. இன்னும் சொல்ல வேண்டிய கதைகளின் களஞ்சியமாக வேம்பலை புனைவு உள்ளது என்று தோன்றுகிறது. பழமரபுக் கதைகள், தொன்மங்கள், வாய்மொழி வரலாறு, கர்ண பரம்பரைக் கதைகள் மூலம் எவ்வளவோ சொல்லப்பட்டாலும் அவை இன்னும் எழுதப்படாமல் எங்கும் புதைந்திருக்கும் கதைகளை நினைவூட்டுகின்றன. இது ஒரு புனைவு மொழி விளையாட்டு. மொழியின் வழியே எஸ்.ராமகிருஷ்ணன் சித்திரிக்கும் உலகினுக்கப்பால், இன்னும் நிரம்ப உள்ளன என்ற பார்வை நாவலின் ஆகப் பெரிய பலமாகும்.

வேம்பலை கிராமத்தினை முன்வைத்துச் சொல்லப்பட்டுள்ள கதைகள் வெளிப்படையானவையாகத் தோன்றினாலும், அவை ஒருவிதமான மாயத்தன்மையுடன் புரள்கின்றன. இன்னும் கண்டறியப்படாத உலகினை

நோக்கிப் பயணிப்பதற்காக வாசகனைத் தூண்டுகின்றன. கதைமாந்தர் விவரிப்பிலும் அவிழ்க்கப்படாத முடிச்சுகள் நிரம்ப உள்ளன. இதனால் நாவலின் குறுக்கு நெடுக்கில் பயணிப்பதற்கான தோதுகள், வாசிப்பினை உற்சாகம் மிக்கதாக்குகின்றன.

'நெடுங்குருதி' நாவலினை வேறு வகையிலும் விவரிக்கும் சாத்தியம் உள்ளது. பண்டையப் பெருமையானது சாதியத்தளத்தில் nostalagia ஆகச் சொல்லப்பட்டுள்ள புனைவு என்றும் குறிப்பிடலாம். பழம்பெருமை அல்லது சீரழிவு குறித்துப் பிரதியானது முழுக்க அதீதப் புனைவுமொழியின் வழியே கட்டமைக்கப்பட்டுள்ளது. அது, நடப்பு வாழ்க்கையினை அறிதலைவிடக் கடந்தகாலம் குறித்த பிரமையினை உருவாக்குகிறது; அளவுக்கதிகமான தொன்மக் கதைகளால் பிரதி நிரம்பி வழிகிறது என்று கூற இடமுண்டு. இன்று பொருளியல் பண்பாட்டுத் தளத்தில் எல்லாவற்றையும் இழந்து முகமிழந்து அடையாளமற்றுப் போகும் தமிழகச்சூழலில் தொன்மங்களும் பழமரபுக் கதைகளும் தேவைப்படுகின்றன. உலகமயமாக்கலின் விளைவாக ஒற்றைக் குரலினை உயர்த்தி எல்லாவற்றையும் வணிகமயமாக்கும் நுகர்வுப் பண்பாட்டுச் சூழலில், நெடுங்குருதி நாவலானது பல்வேறு போக்கு களை முன்னிறுத்தி அதிகார மையத்தினுக்கு விடப்பட்ட சவாலாக விளங்குகிறது. தொல்குடித்தமிழரின் வாழ்க்கையினை மறுவுருவாக்கம் செய்திட முயலும் நாவலின் கதையாடல் முன்னிறுத்தும் அரசியல் முக்கியமானது. அது, இறுகிப்போன தமிழர் வாழ்க்கைப் பரப்பில் அதிர்வுகளை ஏற்படுத்த முயலுகிறது; தொடரும் விவாதங்களின் மூலம் புதிய போக்கினை அறிமுகப்படுத்த விளைகிறது. அவ்வகையில் நெடுங்குருதி நாவலானது தமிழ் மரபின் அடையாளமாக வெளிப் பட்டுள்ளது.

(வல்லினம் 2007 ஜூன் -ஆகஸ்ட்)

சொல் என்றொரு சொல்: தொன்மங்களும் அரசியல் புனைவும்

'சொல்' - நவீன வாழ்க்கையின் இயங்குதளம். சொல்லினால் கட்டமைக்கப்படும் புனைவுகள் வெளியெங்கும் மிதக்கின்றன. ரமேஷ் - பிரேம் சொற்களினால் புனைந்துள்ள ஆக்கமானது வாசிப்பில் எனக்குள் தோற்றுவித்த சொல் 'அமானுஷ்யம்'. இச்சொல்லை எப்படி வேண்டு மானாலும் இழுத்து அர்த்தப்படுத்திக்கொள்ளலாம். அமானுஷ்யம் இக்கணத்தில் 'பேய்' என்ற சொல்லாக வடிவவெடுக்கிறது. கொக்கரிக்கிறது.

"அறுபதுகளின் முற்பகுதியில் எனக்கு எட்டு வயதிருக்கும். மின்சார் ஏதாவது ஒரு வீட்டில் குண்டு பல்ப்பாக மங்கலாக இருக்கும். சாயங்காலம் விளையாடத் தொடங்கியது இருட்டாகும்போது பேய்க்கதை சொல்றதில போய் முடியும். கதைகளிலிருந்து வெளியேறிய பேய்கள் தெருக்களில் உலாவும். அதிலயும் செக்கடி முண்டம் வானத்துக்கும் பூமிக்கும் அர்த்த ராத்திரியில் நடந்து வரும். எங்க வீட்டுப் பக்கத்துச் சந்துல முனியோடும். வெளிக்கிப்போற மூக்கநாடான் கொல்லை; குதியாட்டம் போடுற முட்டிக்கிணறு; வைகை ஆறு; புளிய மரம், பாலத்து மதகு இப்படி ஊர் முழுக்கப் பேய்களின் ராஜ்யம்தான். ராத்திரி வயலுக்கு தண்ணி பாய்ச்சப் போனப்ப, நாண்டுக்கிட்டு செத்துப் போன பூச்சிக் கிழவியைப் பார்த்தேன்னு சத்தியம் பண்ற பெரிசுக ஊருக்குள்ள நிரம்ப உண்டு. பேயோட்டுகிறவர் அடிக்கிற கோடாங்கி ராத்திரி முழுக்க "ட்வீன்... ட்வீன்" கேட்டுக்கிட்டே இருக்கும். எங்கேயும் ஒத்தையாய்ப் போயிட முடியாது. சந்துக்குள்ளே, மரத்திலே, மூலை முடுக்கெல்லாம் ஏதாவது பேய், முனி இருக்கும். எங்க வாழ்க்கை முழுக்கப் பேய், முனி போன்ற அமானுஷ்ய சக்திகளுடன் கலந்து கிடந்தது. இப்ப யோசிக்கிறப்ப அதெல்லாம் வேடிக்கையாகத் தெரிஞ்சாலும், இன்னிக்கி வேற வகையான அமானுஷ்யமான புனைவுகளுடன் வாழ்வதாகத் தோன்றுகிறது. நமக்கென்று அசலான கருத்துத் தோன்றுவதற்கான தளமிருக்கான்னு ரொம்ப யோசிக்க வேண்டி யிருக்கு. எல்லாமே தகவல்தொடர்பு ஊடகங்களின் புனைவுகளில் வெளியெங்கும் படிமங்களாகிக் கொண்டிருக்கின்றன. அரசியல்,

இலக்கியம் கலை... சகலமும் நுண்ணிய அலைவரிசைகளில் நம்மைத் தகவமைக்கின்றன. புதியதான அமானுஷ்ய சக்திகளின் ஆதிக்கம் வேறு வழிகளில் பரவுகிறது. இதுக்கு இதுதான்னு உத்திரவாதம் எதுவும் தர முடியவில்லை. எதையும் தீர்மானகரமானதாக முடிவெடுத்துச் சொல்லுவது சாத்தியமற்றுள்ளது. கடைசியில் மீதமிருப்பது என்ன வென்று பார்த்தால் எதிரே மலைபோல குவிந்து கிடக்கின்றன 'சொற்கள்'. சொற்களை இஷ்டத்துக்குக் கலக்கி அடுக்கிச் சிதைத்துப் புனைவதன் மூலம் ஸ்தாபிக்கப்படும் உலகம் அதியற்புதமாக மின்னுகிறது. இந்த இடத்தில் ரமேஷ் - பிரேம் 'சொல் என்றொரு சொல்' என்ற பேனரின் கீழ் குவித்து வைத்துள்ள சொற்கள் நம் கவனத்தை ஈர்க்கின்றன. சொற்களின் பிணைப்பில் உருவாகும் தொடர்களும் அவை முன்னிறுத்தும் அர்த்தங்களும் பல்வேறுபட்ட கதையாடல்களை முன்னிறுத்துகின்றன. சீட்டுக்கட்டினைக் கலைத்து வீசப்படும் சீட்டுகள் போல வெளியெங்கும் கதைகள் வீசப்படுகின்றன. அவை ஏதோ ஓர் அடுக்கில் சேர்க்கப்பட்டுப் படைப்பாக வெளிப்படுவதில் படைப்பாளியின் திறன் முக்கிய இடம் வகிக்கின்றது.

மரபு வழிப்பட்ட 'கதைசொல்லி' இடத்தில் நின்றுகொண்டு புதிது புதிதான கதையாடல்களைச் சிருஷ்டிக்கும் ரமேஷ்-பிரேம் முயற்சியானது வாசிப்பில் வித்தியாசமான அனுபவங்களைத் தருகின்றது. காலத்தினால் வடிவெடுக்கும் மாந்தர்களும் அவர்களின் அனுபவங்களும் முன்னிலைப் படுத்தப்படுகிற பிரதியில் காலத்தைச் சிதைத்துப் பயணிப்பது சாத்தியப் பட்டுள்ளது. நாவல் ஏதேனும் கோட்பாட்டை முன்னிறுத்துகிறதா அல்லது படைப்பாளி ஏதேனும் இசத்தைப் பிடித்துத் தொங்கிக் கொண்டிருக்கிறாரா? போன்ற வினாக்களுக்கு வாசிப்பில் இடமில்லை. பல்வேறு கதைகள் தொகுக்கப்பட்டாலும் 'தமிழ்' என்ற தொன்மத்தைக் கண்டறியும் முயற்சியானது அடியோட்டமாக உள்ளது. ரெண்டாயிரம் வருடங்களாக சீலைப் பேனைக் குத்தினாலும் 'தமிழ், தமிழர்' என்ற சொற்கள் தரும் போதை லேசானது அல்ல. சங்க இலக்கியம், தொல் பழங்குடி தமிழரின் வீரம், மடவாரின் கற்பு, கடாரம் கொண்டான், இப்படியான புனைவுகள் தொடர்ந்து ஏதோ ஒருவகையில் கற்பிதமாகிக் கொண்டு வருகின்றன. தமிழில் எழுதும்/வாசிக்கும் உயிரானது 'தமிழ்' என்ற பிம்பத்தைத் தாண்டிச் சென்று விழிப்பது மிகவும் சிக்கலானது. நவீன எழுத்துக்குரியவர்கள் என்று முண்டா தட்டும் ரமேஷ்-பிரேம் கூட தமிழுக்குள் கிடந்து உழல்வது எளிதில் புறக்கணிக்கக் கூடியதல்ல. ரமேஷ் - பிரேம் சித்திரிக்கும் 'தமிழ்' பற்றிய சொல்லாடல் கெட்டி தட்டிப் போய் இறுக்கமான தமிழரின் வாழ்க்கையை அழுத்தமாக விசாரிக்கிறது.

கன்னி முலையம்மன் - பனையேறி உறவு, ஆற்றில் மிதந்து வந்த பெண் பிணம் குலதெய்வமாதல் என நாட்டார் தெய்வங்கள் பற்றிய சித்திரிப்புகள் நுணுக்கமாக விரிகின்றன. இன்னொருபுறம் நவீன உலகில் தமிழ்க் கதாநாயகிகள் திரைகளைக் கிழித்துக்கொண்டு தெருக்களில் அலையத்தொடங்கினர் என நாவல் சொல்கிறது. இருள் நகரம், மர்மமான நூலகம், அதீதன், நன்மொழித் தேவன், உடலில் வலியும் உணர்வில் இசையும் என்ற நூல், தென்புலத் தீவு, புலிவால், நாளந்தா, பிளாஸ்டிக் மனிதன், மரக்காணம் சாலை எனக் கதையாடல் மேலும் கீழும் அசைந்தாடி வெவ்வேறு பிரதேசங்களில் பயணிக்கிறது. நாவலின் புனைவுமுறையானது படைப்பாளி சுதந்திரமாக இயங்கு வதற்கான விரிந்த பரப்பைத் தந்துள்ளது. ஒருநிலையில் அமானுஷ்ய உணர்வில் காலத்தைச் சிதைத்து விரும்பிய வெளியில் பாத்திரங்களும் சம்பவங்களும் ஊடாடுகின்றன. பதினெட்டாம்படி விளையாட்டில் ஆடுகளும், புலிகளும் விரும்பிய கட்டத்தில் வைக்கப்படுவது போலப் புனைவுத்தளத்தில் சம்பவங்கள் வைக்கப்பட்டுள்ளன. அதில் நுழைந்து வெளியே வருவதற்குள், காலத்தைச் சிதைத்து வேறு தளத்திற்குள் போய் விடும் சித்து வேலையானது புனைவிற்குள் பொதிந்துள்ளது. வழமையான வாசிப்பில் தோய்ந்த வாசகனும் கதையோட்டத்தில் தன்னிலை மறந்து, தருக்கத்தை முன்னிலைப்படுத்தியவாறு அடுத்தடுத்துப் போய்க்கொண்டு இருப்பதற்கான மாயச்சூழல் கதை விவரிப்பிலுள்ளது. நன்மொழித் தேவன் என்ற பிம்பமானது, இதுதான் என்று வரையறுப்பதற்குள் வெவ்வேறு புனைவுகளுடன் சுருங்கி விரிந்து வடிவிலியாக மாறுவது கதை விளிம்பின் முக்கிய அம்சமாகும்.

நன்மொழித் தேவன் ரெண்டாயிரம் வருடத்தியத் தமிழ் மனோ பாவத்தின் சாரம். புள்ளியாகித் தோன்றி சகல திசைகளிலும் வியாபிக்கும் நன்மொழித் தேவன் பிரதியைப் படைப்பவனாகி, ஒருநிலையில் பிரதிக்குள் புதைந்துபோய், இறுதியில் பிரதியைவிட்டு வெளியேறி நடமாடத் தொடங்கிடும் அதிசயத்தைப் பிரதியாக்குவதில் ரமேஷ் - பிரேம் மொழியானது, தமிழின் அதிகபட்ச சாத்தியங்களை முன்னிறுத்தி யுள்ளது. அலகில்லா விளையாட்டுடையவனாக நன்மொழித் தேவன் சித்திரிக்கப்படுவது புதிர் போலத் தோன்றினாலும் வாழ்வின் அர்த்தங்களைத் தேடியலைவது வாசிப்பில் புதிய சவால்களைத் தருகிறது.

பதினெட்டு வகையான தமிழ் அறிவுஜீவிகள், மனித வெடிகுண்டால் கொல்லப்பட்ட தேசியத் தலைவரின் கொலைக்குக் காரணமானவர்களை நன்மொழித்தேவன் காட்டிக் கொடுத்தல், 'தமிழன் ஒவ்வொருவரும் அறிவுஜீவி, அறிவுஜீவி என்றால் தமிழன்' என்ற விமர்சனம், கால்கள்

செயலிழந்த பேராசிரியர் சக்கர நாற்காலியிலிருந்தவாறு அரசியல் ஆலோசனைகள் வழங்குதல், வேலைக்காரி புத்தகங்களை எரித்துக் கொண்டேயிருத்தல், குற்றாலத்தில் மனப்பிறழ்வாளர்கள், பிளாஸ்டிக்காக உருமாறும் தமிழன், எம்.ஜிஆர்., குண்டு நடிகைகள் இப்படியான காட்சிகள் நாவல் முழுக்கப் பரவியுள்ளன. தமிழர் வாழ்வியல் குறித்த ஆழமான விசாரிப்புகளைப் புனைவாக்கியதன் மூலம் கதையாடலின் தளமானது அறிவுப்பூர்வமாக விரிந்துள்ளது. கதையாடல் முறையானது வாசகனைப் பிரதியோடு ஒன்றவிடாமல் சிந்திக்கத் தூண்டுவதாக உள்ளது. ஓர் அத்தியாயத்தின் அடிக்குறிப்பாக இடம்பெற்றுள்ள சம்பவமானது பிறிதொரு அத்தியாயத்தில் புதிர்வழிப் பனுவலாக வேறு செய்தியை முன்னிலைப்படுத்துகிறது. மனித இருத்தல் குறித்த விவாதமானது வரலாற்றில் முக்கிய இடம் பெறுகின்றது. வரலாறு என்பது கற்பிதங்களும் புனைவுகளும் கலந்த விசித்திரமான கலவை. அதிகாரத்தின் உச்சநிலையை அடைவதற்காகக் காலந்தோறும் புனையப்படும் சம்பவங்களின் தொகுப்பாக விரியும் வரலாறு குறித்து ரமேஷ் பிரேம் அழுத்தமான சொல்லாடலை முன்வைத்துள்ளனர். 'வரலாறு என்பதே கொலை மற்றும் தற்கொலைகளால் ஆனது' என்பது நாவலில் பதிவாகியுள்ளது. "இதனாலேயே நான் கொலை செய்யவில்லை; கொலைகள் என் மூலம் நடக்கின்றன" என்று நன்மொழித் தேவன் சொல்கிறான்.

நாவலின் கதை செல்லும் முறையானது சிலப்பதிகாரம், மணிமேகலை போன்ற தமிழ்க் காப்பியங்களின் 'காதை' மாதிரியில் அமைந்திருப்பது வாசிப்பில் நெருக்கத்தைத் தருவதாக உள்ளது. பெரிய எழுத்து விக்கிரமாதித்தியன் கதை போல சுவாரசியமாகப் புனைகதையை வாசிப்பதற்கான தோது உள்ளது. கதையின் சரடில் தொங்கிச்செல்லும் வாசகன், ஒருநிலையில், புனைவாக விரியும் புதிர்களுக்குள் தொலைந்து போக இடமுண்டு. மரபு வழிப்பட்ட வாசிப்பில் பழக்கப்பட்ட மனம் தருக்க நிலையில் சம்பவங்களைக் கோர்த்து அவதானிக்கும்போது திடீரெனப் 'புலிவால்' என்ற ஒற்றைச்சொல் கதையாடலைச் சிதைப்பது நாவலின் சிறப்பம்சமாகும். சோழப்பேரரசின்போது ஈழத்திற்குப் படையெடுத்துச் சென்ற படைவீரர்களில் ஒருவனின் பிணம் ஆயிரமாண்டு களுக்கு மேலாக வங்காளவிரிகுடா கடலில் மிதந்து கொண்டிருக்கிற தென்ற புனைகதை, அரசியலை முன்னிலைப்படுத்துகிறது. இன்று சிங்கள அரசப்படையினரால் கொல்லப்பட்ட விடுதலைப் புலியின் பிணமும் சோழ மண்டலக்கரையில் மிதக்கிறது. வரலாறு முழுக்கக் கொலை களால் சிந்திய குருதி அப்பிக் கிடக்கிறது. இரத்தக் கவிச்சியற்ற அதிகார மென்பது சாத்தியமற்ற நிலையில், பிணமில்லாது எதுவும் பேசவியலாத

மாபெரும் தேசத்தில் சாதி, சமயம், இனம், மொழி, தேசியம் எல்லாம் குதியாட்டம் போடுகின்றன. எனினும் புனைவு குறிப்பிட்ட நிலையில் கதையை விடுதலைப் புலியுடன் உரையாடலுக்கு இழுத்துச் செல்லுகிறது. புலிவாலுடன் தென்புலத் தீவில் குழந்தைகள் பிறப்பார்கள் என்ற செய்தி வரலாற்றை மீண்டும் எழுதிப்பார்க்கும் ரமேஷ் - பிரேமின் கருத்தியல் நிலைப்பாட்டைச் சுட்டுகிறது.

கதையின் தொடக்கநிலையில் தகவல்களின் கிட்டங்கியான நூலகம் மர்மம் நிறைந்ததாகச் சித்திரிக்கப்படுவது வேடிக்கையானதாக இருப்பினும், இறுதியில் நுணுக்கமான கேள்விகளை வாசிப்பில் தோற்றுவிக்கின்றது. மனிதன் பூ + நூல் = அறிவுஜீவி என்ற சமன்பாட்டில் எல்லாம் எளிமையாக இருப்பதாகத் தோன்றுகிறது. பெரிய அளவில் பேதங்களற்ற தொல் பழங்குடியினரிடம் 'ஓலைச்சுவடியானது தீப்பந்தமாக நுழைந்தது மறுக்கவியலாத உண்மை. அதிகாரத்திற்குச் சார்பாகவும் எதிராகவும் நூல்கள் எழுதப்பட்டிருப்பினும் நூலகமானது அதிகார நிறுவனமாக ஆளுவோரின் சார்பு மையமாகவே உள்ளது. 'இதைப்படி; இதைப் படிக்காதே' என்ற குரலைத் தவிர்த்துவிட்டு நூலகத்தைப் புனிதமாகப் பார்ப்பது பாசாங்கானது. இன்னொருபுறம் புத்தகங்களுக்குள் பொதிந்து கிடக்கும் அளவற்ற தகவல்கள், வாசிப்பில் மர்ம வாசல்களுக்கு இட்டுச்செல்கின்றன. புத்தகங்களைப் புதிரான வஸ்துகளாக்கி, நூலகத்தைப் புதிரும் மாயமும் மர்மமும் நிறைந்த இடமாகக் காணும் ரமேஷ் - பிரேம் பார்வை நுட்பமானது; ஆழமான விவாதங்களுக்கு இட்டுச்செல்லக் கூடியது. கோடிக்கணக்கான சொற்களைப் பக்கங்களுக்குள் பதுக்கி வைத்திருக்கும் புத்தகங்கள் நிரம்பிய இடமான நூலகம் மர்மத்தைப் பொதிந்து வைத்துள்ளது என்பது ஏற்புடையதே.

விசித்திரமான சம்பவங்களும் புனைவுகளும் நிரம்பியதுதான் கதை என்ற புரிதலையும் சிதைத்து, எளிமையான மரவட்டைக் கதையைச் சித்திரிப்பதன் மூலம் சுற்றுப்புறச் சூழல் குறித்த அக்கறையையும் ரமேஷ் - பிரேம் வெளிப்படுத்தியுள்ளார். கிழக்குக் கடற்கரைச் சாலை என்று அழைக்கப்படும் பழைய மரக்காணம் சாலையில் கடந்து செல்லும் மரவட்டைகள் விரைந்தோடும் உந்துகளின் சக்கரங்களில் நசுக்கிக் கொல்லப்படுகின்றன. ஏதாவது ஒரு மரவட்டையாவது சாலையைக் கடந்து சென்று விடாதா என்ற ஏக்கம் வாசிப்பில் தோன்றுகிறது. ஊடகம், போக்குவரத்து இன்றி மனிதர்களைச் சூழலிலிருந்து பிரித்து அத்துவானக் காட்டில் தவிக்க விடுவது குறித்த பிரக்ஞையில் மரவட்டை குறியீடாக உள்ளது. இயற்கையின் சமநிலைப் பாதிப்பென்பது

மரவட்டைக்கு மட்டுமல்ல; எல்லோருக்கும்தான். மரவட்டைக்காகச் சிறுவன் சக்கரத்தில் நசுங்குவதென்பது ஒருவிதமான அபாய எச்சரிக்கை. ரமேஷ் - பிரேம் மொழி ஆளுகையின் சிறப்பினுக்கு எடுத்துக்காட்டாக மரவட்டைச் சித்திரிப்பு உள்ளது.

கதையாடலில் 'நானும் என் பிணமும்' பகுதியானது தமிழ் வாழ்க்கை குறித்த அடிப்படையான கேள்விகளை எழுப்புகிறது. தமிழ்ப்பிம்ப உருவாக்கலில் முக்கிய அம்சம் 'காதல்'. அழகிய இளம் பெண்ணைக் கண்டவுடன் காதல் வயப்படும் சராசரித் தமிழன்; அவளோ இன்னொருவனைக் காதலித்து, காதல் நிறைவேறாமையினால் தற்கொலை செய்துகொள்கிறாள். அவளை நேசித்துத் தோல்வியடைந்த இளைஞன், கண்களில் மோகம் பாய, அவளது பிணத்துடன் உறவு கொள்கிறான். இது வெறுமனே பிணத்துடனான வக்கிரப் புணர்ச்சியல்ல; தமிழ்ச்சூழலில் பெண்ணுடல் பிணமாகிப் போவதைச் சூசகமாகக் காட்டுகிறது. கதையாடல் வேறு தளத்திற்கு விரிகிறது.

தன்னுடலையே பிணம் என்று கருதும் இளைஞன், அதை தூக்கிச்சென்று வெளியே கடாசிவிட்டு அறைக்குத் திரும்புகையில் கட்டிலில் கிடக்கும் தன் பிணத்தைக் கண்டு எரிச்சலடைகிறான் தமிழர்களின் உடம்பு என்பது மனத்துடன் தொடர்பற்றுச் சமூகம் குடும்பத்தின் சொத்தாக மாறியுள்ளது. சொந்த உடல்களின்மீது சிநேகமும் நேசமும் அற்றவர்களாக மாற்றப்பட்டுள்ள தமிழர்களின் உடல்கள்மீது அரசியல் நுண்ணிய அதிகாரம் செலுத்துகின்றது. புற நெருக்கடியில் தன்னுடலை இழந்து நிற்கும் இளைஞன், சூழலில் உணர்தலற்று மரத்துப்போய் பிணமான இளம்பெண் என இருவருக்கும் இடையிலான உறவென்பது பிணத்துடனான உறவு என்ற வாசிப்புக்கு இடமுள்ளது. பெண்ணுடல் மீதான அத்துமீறல், வரலாறு முழுக்க அவளை வஸ்துவாக்கிவிட்டது. இன்று புணர்ச்சி நிகழ்வதற்கான களமாக மட்டும் மாறியுள்ள பெண்ணுடலைப் பிணமென்று கதையாடலின் மூலம் முன்மொழிவது அற்புதமான சித்திரிப்பு. குறியீட்டு நிலையில் பெண் பற்றிய கற்பிதங்களை தகர்த்துப் புதிய புனைவுகளை உருவாக்கும் ரமேஷ் - பிரேம் எழுத்தானது சாதனை படைத்துள்ளது. இருள் நகரமான தமிழ்நாட்டில், தமிழன் அடுத்து என்ன செய்வதென்று நுட்பமற்று ரப்பராகிப் போயுள்ளான். அப்பாலை உலகில் இடம் பிடிக்கலாமென்று கழிவிரக்கத்துடன் வாழும் தமிழரின் போலி அறிவு ஜீவித்தனத்தை நொறுக்குபவளாகப் பெண் சித்திரிக்கப்பட்டுள்ளது நுட்பமானது. இருள் நகரின் சகல அடக்கு முறைகளையும் மீறிப் பெண்ணின் யோனிக்குள் பத்திரமாகவுள்ள தீக்குமிழ் என்பது

கதையாடலை வேறு தளத்திற்கு இட்டுச்செல்கிறது. அதுபோல் எவ்விதமான உறுதியான நிலைப்பாடுகளையும் எடுக்காமல், வழவழத்த நிலையில் வாழ நிர்பந்திக்கப்பட்டுள்ள தமிழரின் உடல் ரப்பரலானது என்ற கருத்தும் ஆழ்ந்த சிந்தனைக்குரியது. யோனிக்குள் காத்து வந்த தீக்குமிழ்தான் அவனால் வெறுக்கப்பட்ட பிணம் போன்ற உடம்பை அழித்துப் புதிய மனிதனாக்கியுள்ளது. ரப்பர் உடலுக்குள் ஒளித்து வைக்கப்பட்ட தீக்குமிழ் என்பதும் தீக்குமிழைத் தந்தமைக்காகப் பெண்ணுடல் திராவகத்திலிட்டு உயிரோடு கொல்லப்பட்டது என்பதும் கதையாடலில் முக்கியமான அம்சங்கள். பெண் - பெண்ணுடல் - ஆண் ஸ்தானங்கள் பற்றிய புதிர்களைப் புதிய வடிவில் புனைகதையாக்கியுள்ள ரமேஷ் - பிரேம் சாதனையாளர்களாக மாறுகின்றனர். அதற்கான பலம் இரட்டையரின் எழுத்தில் பொதிந்துள்ளது.

பல கதைகளின் தொகுப்பாக விரியும் நாவலில் பல்வேறு அம்சங்கள் முதன்மைப்படுத்தப்பட்டுள்ளன. வைதிக சமய நெறியைச் சிதைத்து நாட்டார் வழக்கினை முதன்மைப்படுத்தும் ரெண்டாயிரம் வருஷத்துத் தமிழ்ப் பரப்பானது நுணுக்கமாகப் பதிவாகியுள்ளது. நவீனத் தமிழ் மனோபாவம் குறித்த சித்திரங்கள் நாவலெங்கும் அநேர்கோட்டுப் பரப்பில் சிதறிக்கிடக்கின்றன. வாசிப்பில் சில கதைகள் உவப்பானவையாக இல்லையெனில், அடுத்த காதைக்குப் போய் விடலாம். காதைதோறும் புதிய தகவல்களும் சம்பவங்களும் பொதிந்து கிடக்கின்றன. 'தமிழ்-தமிழன்' என்ற தொன்மக் கருத்தியல் கூறுபோட்டு விளக்கப்பட்டுள்ளதன் மூலம் அதன் சாதக பாதகமான அம்சங்களை உய்த்துணர முடிகிறது. நவீன உலகில் அமானுஷ்யத்தின் பங்கு என்ன வென்ற தேடலை வேறுபட்ட சாத்தியப்பாடுகளின் மூலம் முன் வைப்பதன் மூலம், நாவலானது இடைவிடாது புதிய சொல்லாடல்களை முன்வைத்துள்ளது. அவை, வாசிப்பில் கிளர்த்தும் அனுபவங்கள் முக்கியமானவை. வாசகனுடன் நெருங்கிக் கதைப்பதன் மூலம் வாழ்தல் குறித்த ஆழமான விவாதங்களை முன்வைத்துள்ள ரமேஷ் - பிரேம் எழுதியுள்ள 'சொல் என்றொரு சொல்' அண்மையில் தமிழுக்கு வந்துள்ள முக்கியமான படைப்பாகும். அது, ரமேஷ் - பிரேம் இரட்டையரை முன்னணிப் படைப்பாளர்களாக்கியுள்ளது.

(பன்முகம் 2002 ஏப்ரல் - ஜூன்)

துயில்: நோய்மையிலிருந்து விடுவிப்பு

மனம் சலித்தெடுக்கும் நினைவுகளினூடே கடந்த காலம் பற்றிய பதிவுகளின் தொகுப்பாக மனித இருப்பு சாத்தியப்படுகிறது. ஒவ்வொரு வருடைய மனமும் நடந்து முடிந்த சம்பவங்களை இடைவிடாமல், தொடர்ந்து அசை போடுகிறது. கடந்து போனவை ஒரு புள்ளியில் மறந்து போனால், மனப்பிறழ்வு என அடையாளப்படுத்த வாய்ப்புண்டு. இவையெல்லாம் நடப்பில் ஏன் இப்படி நடைபெறுகின்றன என்ற கேள்வியின்மூலம் அன்றாடம் எதிர்கொள்ளும் அனுபவங்களைப் பொருத்திக் காண வேண்டியுள்ளது. எல்லோருக்கும் பகிர்வதற்கு நிரம்ப அனுபவங்கள் நினைவுகளாகச் சேமிக்கப்பட்டுள்ளன. அவை சொல்வதன் மூலம் கதைகளாக உருமாறுகின்றன. விருப்பு வெறுப்பு அற்ற நிலையில் வெளிப்படும் கதைகளின் வழியே ஒருவரைப் புரிந்து கொள்ளவியலும், ஒருநிலையில் உரையாடல் என்பது பரஸ்பரம் கதைகளின் பகிர்தல்தான். ஒரு காலகட்டத்தில் தான் சம்பந்தப்பட்ட இக்கட்டான சம்பவத்தையே மூன்றாம் மனிதரின் வாழ்க்கையில் நடைபெற்றதுபோல விலகிநின்று சுவாரசியமாக விவரிப்பது மனித இயல்பாக உள்ளது. தனிமனித கொண்டாட்டம் அல்லது துயரம் பேசு பொருளாகும்போது, கதைகளின்மூலம் உணர்வுகளின் வடிகாலாக அவை வெளிப்படுகின்றன. தற்செயலாகத் தெருவில் எதிர்ப்பட்ட பெண்ணைப் பார்த்து "என்ன உன் மருமகள் இன்னும் குளிச்சுக்கிட்டுத் தான் இருக்காளா" எனக்கேட்கும் மூதாட்டிக்கு குறிப்பிட்ட நோக்கம் எதுவுமில்லை. எல்லாமே பேச்சுக்கள்! பேச்சுக்கள்! ஒருசொல் போதும், விடிய விடியப் பேசுகின்ற சாதுரியம் மிக்கவர்களின் புனைவுகள் அளவற்றவை. இத்தகைய பின்புலத்தின் நீட்சியாக எஸ்.ராமகிருஷ்ணனின் 'துயில்' நாவலைப் பொருத்திக் காணமுடியும். தமிழர் வாழ்வியலுக்கு நெருக்கமாகப் பல்வேறு கதைகளை 'நோய்மை' என்ற அடிப்படையில் தொகுக்கும்போது அது மாபெரும் நாவலாக வடிவெடுத்துள்ளது. துயில் தருமாதா ஆலயத்தை முன்வைத்து 1873-இல் தொடங்கி 1982-இல் முடிவடையும் காலகட்டத்தில் நிகழ்ந்த சம்பவங்கள் புனைவாக்கப்பட்டுள்ளன. அவை, வாசிப்பின் வழியாகப் புதிய வகைப்பட்ட புனைவுகளை உருவாக்குகின்றன. ஒருபோதும் முடிவற்ற

கதைகளின் வழியே வாழ்க்கை விரிகின்றது என்ற எண்ணத்தை நாவல் ஏற்படுத்துகிறது.

தமிழகத்தின் தென்கோடியில் தெக்கோடு கிராமத்திலுள்ள துயில் தருமாதா ஆலயத்தில் ஆண்டுதோறும் ஆனி மாதம் பத்து நாட்கள் திருவிழா விமரிசையாகக் கொண்டாடப்படுகின்றது. 1982ஆம் ஆண்டு அத்திருவிழாவில் கடற்கன்னி காட்சி நடத்துவதற்காக அழகரும் அவனது மனைவி சின்னராணியும், குழந்தை செல்வியும் ரயிலில் பயணிக்கின்றனர். கோவிலையும் கோயில் திருவிழாவையும் முன்வைத்து விரியும் புனைவுகள் நாவலாக உருவெடுத்துள்ளன. சமகாலத்தன்மை, வரலாற்று மாந்தர்கள், சமகால மனிதர்கள் என முப்பெரும் நிலையில் நாவலின் கதையாடலை எஸ்.ரா. முன்வைத்துள்ளார். பிரமாண்டமான ஆலயம், மாபெரும் திருவிழா என்ற சித்திரிப்பின் வழியே எஸ்.ரா. வரலாற்றை மீட்டுருவாக்க முயன்றுள்ளார். வறண்ட நிலப்பரப்பில் துயில் தருமாதா ஆலயம் எழுப்பப்பட்டுள்ளது. எங்கும் வறட்சி, வெக்கை, வெயில் எல்லாக் காலத்திலும் ஊர்ந்துகொண்டிருக்கும் தெக்கோடு கிராமத்தில் செழிப்பு எதுவுமில்லை. புழுதியுடன் அனல் காற்று வீசும் பூமியில் எழுந்தருளியுள்ள மாதா, நோயினால் பாதிக்கப்பட்ட ரோகிகளைக் குணப்படுத்தும் ஆற்றல் மிக்கவர் என்பது மக்களிடையே நம்பிக்கை. ஆனி மாதம் நடைபெறும் திருவிழாவில் கலந்துகொண்டு, அங்கிருக்கும் ஊசிக்கிணற்றுத் தண்ணீரை உடலில் தெளித்துக் கொண்டால் தீராத நோய்களும் தீரும் என்ற நம்பிக்கை வலுவாக உள்ளது. ரோகிகள் தங்கள் உடல் வேதனையைத் தீர்ப்பதற்காகத் தெக்கோடு நோக்கிக் கூட்டம்கூட்டமாக நடந்து செல்கின்றனர். முடிவற்று நீளும் புனித யாத்திரையாகத் தொடரும் நோயாளிகளின் துயரம் அளவற்றது. அதேவேளையில் அத்திருவிழாவில் வேடிக்கைகள், வித்தைகள் காட்டுவோர், பல்வேறு பொருட்களை வியாபாரம் செய்கின்றவர்களும் குவிகின்றனர். மருந்தினால் தீர்க்கவியலாத நோயை மாதா நிச்சம் குணப்படுத்துவார் என்ற நம்பிக்கை, நோயாளிகள் புனிதப் பயணம் மேற்கொள்ளத் தூண்டுகோலாக இருக்கின்றது.

மனித உடலில் ஏற்படுகின்ற நோய்களுக்கும் அதியற்புத ஆற்றலை முன்னிலைப்படுத்தும் மதங்களுக்கும் நெருங்கிய தொடர்பு உள்ளது. போன பிறவியில் செய்த வினைப்பயன் இப்பிறவியில் நோயாளி உடலை வதைக்கின்றது என்பது வைதிக சநாதன சமய நம்பிக்கை. இறைவன் தந்த நோயை இடைவிடாத 'ஜெபம்' மூலம் குணப்படுத்த முடியும் என்பது கிறிஸ்துவ (பெந்தகோஸ்) சமயத்தினர் நம்பிக்கை. உடல் என இருந்தால் உடல் நலமில்லாமல் போவது இயற்கை என்ற

அடிப்படைத் தர்க்கத்தை மதங்கள் முற்றாக நிராகரிக்கின்றன. உடலில் நோய்மை அல்லது நோக்காடு ஏற்படுவதற்குக் காரணம் இறைவன் அளித்த தண்டனை என்று நம்புகின்றவர்கள் உள்ளனர். நோயிலிருந்து குணமடைய வேண்டி இறைவனைத் துதிப்பதும் பலி கொடுப்பதும், மன்றாடுவதும் வழக்கினில் உள்ளன.

உடல் பற்றிய மதங்களின் மதிப்பீடுகள் மறுபரிசீலனைக்குரியன. மனித உடல்களும், உடலினால் ஏற்படும் புலன் இன்பங்களும் கீழானவை என்ற கருத்து மதங்களால் தொடர்ந்து வலியுறுத்தப்படுகிறது. உடல்களுக்குக் கொண்டாட்டம் மறுக்கப்பட்ட நிலையில், அவை தட்டையாகின்றன. உடலை வதைத்தல், விரதமிருத்தல், அலகு குத்துதல் போன்றவை மூலம் உடல்கள் பெரும் சேதத்துக்குள்ளாகின்றன. பூமியில் உடலைத் துறப்பதன் மூலம் விண்ணுலகில் சொர்க்கம் காத்திருக்கிறது என்ற அதியற்புதப் புளுகினை நம்பும் மனிதன் தனது இருப்பினையே புறக்கணிக்கின்றான்.

உடல் என்ற விநோதமான இயந்திரத்தின் செயல்பாட்டையும், மனதின் விழைவுகளையும் முன்னிறுத்தி ஒவ்வொருவரும் எதிர்கொள்ளும் அனுபவங்கள் தனித்துவமானவை. இந்நிலையில் தற்செயலாக உடலில் ஏற்பட்ட நோயினைத் தெய்வக் குற்றமாகக் கருதும் நிலையில், தீராத நோயாளிகள் சபிக்கப்பட்டவர்கள் ஆகின்றனர். நல்ல அகமும் உடல் நலமும் தரவேண்டி விசேஷமான ஆலயங்களுக்குப் புனிதப் பயணம் செல்வது மாற்றாக முன்வைக்கப்பட்டுள்ளது. குலதெய்வம், உள்ளூர் தெய்வம் போன்றவற்றை வழிபடும் கிராமத்தினர்கூட விலங்கினைப் பலியிட்டு உடல் நலம் தருமாறு வேண்டுகின்றனர்.

துயில் நாவலில் கிறிஸ்துவக் கடவுளான மேரிமாதா முக்கிய இடம் வகிக்கின்றார். துயிலைத் தருகின்ற மாதா என்ற பொருளில் 'துயில்தரு' என்பது மாதாவிற்குச் சிறப்புக் கருதி முன்னோட்டமாகச் சேர்க்கப்பட்டுள்ளது. (திருச்சியில் குணமளிக்கும் மாதா என்ற பெயரில் ஆலயம் உள்ளது). நோயினுக்கும் துயிலுக்கும் நெருங்கிய தொடர்பு உண்டு. நல்ல திடமான உடல் நலமுடையவரெனில் அவரைப் பொறுத்தவரையில் தூக்கம் இயல்பானது. நோயினால் உடலில் வலி, மனக்குழப்பமுடையவர்களுக்குத் தூக்கம் எப்பொழுதும் பிரச்சினைதான். உடல்களுக்கு நோயற்ற நிலையைத் தரும் ஆற்றல்மிக்க மாதாவினால் நிச்சயம் உடலுக்குத் துயிலைத்தர முடியும்.

புனித ஸ்தலமாகவும் அதியற்புத ஆற்றல் மிக்கதாகவும் கருதப்படும் தெக்கோட்டிலுள்ள துயில் தருமாதா ஆலயத்திற்குப் பின்னர் நீண்ட

வரலாறு உள்ளது. 19ஆம் நூற்றாண்டின் பிற்பகுதியில் அமெரிக்காவிலிருந்து இந்தியாவிற்குக் கிறிஸ்தவ மிஷனரிகளால் அனுப்பப்பட்ட பெண் மருத்துவர் ஏலன்பவர் தொடங்கிக் கதை விரிகின்றது. கல்வி, பொருளியல்ரீதியில் பின்தங்கியிருந்த காலனிய இந்தியாவிற்கு அதிகாரம் செலுத்த வந்தவர்கள் ஒருபுறம், யேசுவின் கருணையை போதிக்க வந்த பாதிரியார்களும் மருத்துவச் சேவை வழங்கிட வந்த மருத்துவர்களும் இன்னொருபுறம் உள்ளனர். மேலை நாடுகளுக்கு முற்றிலும் வேறுபட்ட பண்பாட்டுச் சூழலுடைய இந்தியாவிற்கு வந்த கிறிஸ்தவ மிஷனரிகள் எதிர்கொண்ட அனுபவங்கள் ஏராளம். அவை, இன்றும் காற்றில் மிதக்கின்றன. மேலை நாட்டிலிருந்து ஏன் இந்தியா வந்தனர்? என்ற கேள்வி எஸ்.ரா.வைத் தொந்தரவு செய்ததன் விளைவுதான் ‘ஏலன் பவர்’.

இந்தியாவெங்கும் பிரமாண்டமாக உயர்ந்து நிற்கும் ஊசி முனைக் கோபுரங்கள் மிக்க கிறிஸ்தவ தேவாலயங்கள் நிறுவப்பட்டமைக்கான பின்புலம் ஆய்விற்குரியது. அந்த ஆலயங்களில் நிறுவப்பட்டுள்ள கிறிஸ்தவக் கடவுள்களின் மகிமைகள் அல்லது அற்புதங்கள் குறித்த நம்பிக்கைகள் மக்களிடைய ஆழமாக எப்படி ஊடுருவின என்பது முக்கியமான கேள்வி. ஆசிய, ஆப்பிரிக்க நாடுகளுக்குச் சேவை செய்யச் சென்ற கிறிஸ்தவ மிஷனரியினர் எதிர்கொள்ளவிருக்கிற அபாயங்கள் குறித்து நன்கறிந்தும், துணிந்து மீண்டும் செல்ல விரும்பியவர்களை இயக்கியது வெறுமனே இறை நம்பிக்கை மட்டுமா? யோசிக்க வேண்டி யுள்ளது. தங்களுடைய பணியின்போது கொடூரமாகக் கொல்லப் படலாம்; பெண் ஊழியர்கள் பாலியல் வன்முறைக்குள்ளாக்கப்படலாம் என்பதை அறிந்தும் கப்பலேறியவர்களின் மனத்திடம் தனித்துவமானது. தகவல் தொடர்புக்கருவிகள் வலுவாக உள்ள இன்றைய காலகட்டத்திலேயே மொழியறியாத பழங்குடியினர் வாழும் காட்டுக்குள் சென்று திரும்புதல் சிக்கலானது. எனில் மருத்துவரான ஏலன் பலரைத் தனது நாட்டை விட்டுக் கிளம்ப தூண்டியது குறித்தத் தேடல் எஸ்.ரா.வைப் பொறுத்த வரையில் முக்கியமானது. பெண்ணான ஏலன் பவரை முன்வைத்து எஸ்.ரா. சித்திரித்துள்ள புனைவுகள் நம்பகத்தன்மையுடையனவாக உள்ளன.

1873இல் கிழக்கு வங்காளம், பெர்காம்புரில் மருத்துவப் பணியாற்றிய கிறிஸ்தவ மிஷனரியைச் சார்ந்த ஏலன் பவர் தமிழகத்திலுள்ள தெக்கோட்டினுக்குப் பணிமாற்றம் செய்யப்படுகிறார். பெர்காம்பூரில் ஏலன் பவர் பெற்ற அனுபவங்களை முன்வைத்து அவருடைய ஞானத் தந்தையான கல்கத்தாவிலுள்ள லகோம்பிற்கு எழுதும் கடிதங்களும் நேர்ப்பேச்சுகளும் முக்கிய இடம் பெறுகின்றன. இருவருக்கும் மதத்திற்கு

அப்பால் மனித இருப்புக் குறித்த புரிதல் உள்ளது. வங்காளத்தில் பூசாரியின் ஏவல்படி மத நம்பிக்கையினால் உடல்ரீதியில் வதைக்கப் படும் பெண்ணுடலை மருத்துவரான ஏலன் பவரால் காப்பாற்ற முடிய வில்லை. மதத்தின் பேரால் உருவாக்கப்படும் நம்பிக்கைகள், சாவிற்குக் காரணமான நிலையில் கடவுளை மறுவிசாரணை செய்ய முயலுகிறார். பாதிரிகள் மூலம் கிறிஸ்தவ மதநம்பிக்கையை விதைக்க முயலும் மிஷனரிதான் மருத்துவரான ஏலன் பவரையும் சேவை செய்ய அனுப்பியுள்ளது நகைமுரண்.

வெயிலினால் வறண்ட பூமியில், அன்றாட வாழ்க்கைப்பாட்டினுக்கே கடுமையாக உழைக்கின்ற தெக்கோட்டுவாசிகள் தொடக்கத்தில் ஏலன் பவரைப் புறக்கணிக்கின்றனர். அவரிடம் மருத்துவச் கிசிக்சை பெற யாரும் முன்வரவில்லை. அவர்களுடைய மாயமந்திரம், கடவுள் வேறு என்ற நிலையில் வெள்ளைத் தோலுடைய ஏலன் பவர் விநோதமாகப் படுகிறார். இதுவரை அவர்கள் உறுதியாக நம்பியவற்றுக்கு மாற்றாக ஏலனின் மருத்துவம் இருப்பது எரிச்சலைத் தருகிறது. தெக்கோட்டிலிருந்த ஆலயத்தில் இறைத் தொண்டாற்றும் செபாஸ்டியனுக்கு ஏலனின் பேச்சும் செயல்பாடும் பிடிக்கவில்லை. பல்லாண்டுகளாகத் தனது காது கேட்கும் திறனை இழந்த முதியவரை ஏலன் தனது மருந்தினால் குணமாக்கியவுடன், அது தேவனுடைய மகிமை, இறைவனின் சாட்சியம் என இறைமையுடன் தொடர்பு படுத்துகிறார், செபாஸ்டியன். எல்லா மனித முயற்சிகளின் விளைவுகளைத் தேவனுடைய சித்தம் என மகிமைப்படுத்துவது ஏலனுக்கு வெறுப்பாக உள்ளது.

வெயிலினால் வாடிவதங்கும் ஏலன் கைவிடப்பட்ட நிலை ஏற்படுகிறது. எனினும் நாளடைவில் தெக்கோட்டுவாசிகளின் நம்பிக்கைக் குரியவராக மாறும் வகையில் சில சம்பவங்கள் நடைபெறுகின்றன. திருடன்கூட அவர்மீது அன்பு செலுத்துவதாகச் சூழல் மாறுகின்றது. எல்லோரின் மீதும் தடைகள் எதுவுமற்ற நேசம் செலுத்துகின்றவராக மாறுகின்ற ஏலனின் சகிப்புத்தன்மை அளவற்றது. பாலியல் நோய்க்குள்ளான வேசையை மரத்தில் கட்டிப்போட்டுக் கொதிக்கும் சுண்ணாம்பு நீரை ஊற்ற முயலும் கூட்டத்தினரிடமிருந்து ஏலன் அவளைக் காப்பாற்றுகின்றார். தனது மருத்துவ சிகிச்சை மூலம் அவளைக் குணப்படுத்துகிறார். கூட்டத்தினரின் கல்லெறியிலிருந்த வேசையைக் காப்பாற்றிய யேசுவின் செயலுடன் ஏவலின் செயல் ஒப்பு நோக்கத்தக்கது. ஆனால் அவர்மீது பழி சொல்லப்படுகின்றது. இதனால் மதுரை மிஷனரியினரால் ஏலன் கிறிஸ்தவ திருச்சபையிலிருந்து விலக்கப்படுகிறார். மீண்டும் தனித்து விடப்பட்ட ஏலனின் மனம்

துயரமடைந்தாலும், அவர் நம்பிக்கையைக் கைவிடவில்லை. 1874இல் கல்கத்தாவிலிருந்து வந்த ஐவர் குழு முழுமையான விசாரணை நடத்தி அவரைக் குற்றமற்றவர் என அறிவிப்பதுடன் மருத்துவமனை விரிவாக்கத்திற்கு வேண்டிய பரிந்துரைகளையும் செய்கின்றது.

நோய் - கடவுள் - மதம் என்ற இணைப்பில் ஆண்டவரின் கிருபைதான் குணமடைதலா? என்ற எளிய கேள்வியை ஏலன் முன்வைக்கின்றார். நோயுற்ற உடலை மருத்துவத்தின் மூலம் குணமாக்க முடியும் என்ற நிலையில், அந்த நோய் உடலைவிட்டு நீங்குவதற்கு ஆண்டவரின் சகாயம் என்று தாம் வலியுறுத்துவதையும் கேள்விக் குள்ளாக்குகிறார். வறுமை, மூடநம்பிக்கை, அறியாமை, தூய்மையற்ற சுற்றுச்சூழல் போன்றவற்றால் உடல் நலிவுற்று, நோயினால் வதைபடும் விளிம்பு நிலையினர் குறித்த ஏலனின் பார்வை சமூக அக்கறை சார்ந்ததாகும். எளிய மக்களுக்கு மருத்துவச் சேவையை முழுமையாகச் செய்வதன் மூலம் இறைமையைக் கண்டறிய ஏலன் முயன்றுள்ளார்.

மருத்துவச் சேவையுடன் கல்வி வாய்ப்பினையும் தெக்கோட்டு வாசிகளுக்கு வழங்கவேண்டுமென ஏலனின் கனவு, விரிகின்றது. எவ்விதமான எதிர்பார்ப்புகளுமின்றி மக்களுக்குச் சேவை செய்தவர் காலப்போக்கில் மனநிறைவடைகின்றார். "நான் இப்போது தெக்கோட்டுவாசி. என்னை அவர்கள் தங்களில் ஒருவராகவே நினைக் கிறார்கள். நான் ஆசைப்பட்ட அங்கீகாரம் எனக்குக் கிடைத்திருக்கிறது" எனத் தனது மகிழ்ச்சியை ஞானத்தந்தைக்கு எழுதியுள்ள கடிதத்தில் குறிப்பிட்டுள்ளார். நான் பிறந்து வளர்ந்து படித்த அமெரிக்காவையும், குடும்பத்தினரையும் மறந்துவிட்டு தெக்கோட்டுவாசியாகத் தன்னை அடையாளம் கண்ட ஏலனுக்கு ஏற்பட்ட முடிவு கொடூரமானது. அவரது வண்டியோட்டி சிக்கிலி அவரைக் கொன்றதாக வாக்குமூலம் அளித்தாலும், அவருடைய மரணத்தில் மர்மம் பொதித்துள்ளது. சக மனிதர்களை நேசித்ததுடன் மருத்துவ சிகிச்சையும் அளித்த ஏலன் கொல்லப் பட்டதற்கான காரணங்கள் ஆய்விற்குரியன. எங்கோ பிறந்து, தெக்கோட்டுவாசியாகத் தன்னைக் கருதிய அந்த மேலை நாட்டுப்பெண் மருத்துவரின் துர்மரணம் மூலம் நாவலாசிரியர் எதை முன்னிலைப் படுத்த விழைகின்றார் என்பது முக்கியமான கேள்வி. தான் வாழும் காலத்தை மீறிச் சிந்தித்துச் சமூக அக்கறையுடன் செயலாற்று கின்றவர்கள், அதற்காகத் தருகின்ற விலை அதிகம். சில வேளைகளில் உயிரும்கூட. ஏன் இப்படியெல்லாம் நடைபெறுகிறது என்ற கேள்வியை நாவல் அழுத்தமாக எழுப்புகிறது.

ஏலனிடம் மருத்துவ உதவியாளராகப் பணியாற்றிய நாவிதர் இனத்தைச் சார்ந்த இளம் பெண்ணான சீயாளி, பின்னர் கன்னியர் மடத்தில் சேர்த்து துறவியாகின்றார். அவளுடைய சமூக சேவையினால் தெக்கோட்டு மாதாவின் பெருமை எங்கும் பரவுகிறது. மாதா கோவில் அருகிலிருக்கும் ஊசிக்கிணற்று நீரைக் குடித்தால், சகலவிதமான ரோகங்களும் குணமாகும் என்ற பேச்சு துயில் தருமாதா பற்றிய புதிய புனைவுகளைக் கட்டமைத்தது. அதியற்புத ஆற்றல் மிக்கவராக மாற்ற மடைந்த மாதாவினுக்காகக் கட்டப்பெற்ற பிரமாண்டமான தேவாலயமும், மரச்சப்பரமும் அடுத்தகட்ட வளர்ச்சிகள். இன்று குடும்பத்தினராலும், நண்பர்களாலும் கைவிடப்பட்ட நோயாளிகள் தங்கள் உடல் நலமடைய மாதாவிடம் மன்றாடுகின்றனர். துயில் தருமாதா குணமடையச் செய்வாள் என்ற நம்பிக்கை வலுவாக உள்ளது.

போக்குவரத்து வசதிகள் பெருகிய பின்னரும் சில மைல் தொலைவு நடந்துபோய் தரிசிப்பதுதான் புனிதமானது என்ற நம்பிக்கையில் பலரும் தெக்கோட்டினுக்கு நடைபயணம் மேற்கொள்கின்றனர். அது பாத யாத்திரை. தெக்கோடு செல்லும் வழியில் எட்டூர் மண்டபம் உள்ளது. அங்கு தங்கியிருந்து ரோகிகளுக்கு ஆறுதலளிக்கிறார் கொண்டலு அக்கா. நாற்பத்தைந்து வயதான அப்பெண்ணின் உடல் முழுவதும் வெண் தேமல் படர்ந்துள்ளது. அவரது பூர்வீகம் மர்மமானதாக உள்ளது. நாயக்கர் மன்னர் காலத்தில் கட்டப்பட்டுச் சிதலமடைந்திருந்த மண்டபம் சீராக்கப்பட்டு, அருகிலுள்ள பாழடைந்த குளமும் தூர்வாரப் பட்டு நீர் நிரப்பப்பட்டுள்ளது. நோயாளிகள் பாதயாத்திரையின் ஊடே செல்லும் வழியில் ஓரிரவில் எட்டூர் மண்டபத்தில் தங்குவதை வழக்கமாகக் கொண்டிருக்கின்றனர். நோயாளிகளின் துயரைப் பகிர்ந்துகொள்ளும் கொண்டலு அக்கா ஆறுதலாகப் பேசுகிறார். காலை உணவாகப் பச்சைக்காய் கனிகளும் தேங்காயும் தருகிறார். மதிய உணவாக ஓமம், வெந்தயம் போட்டு காய்ச்சப்பட்ட கஞ்சி தருகிறார்.

எட்டூர் மண்டபத்தில் தங்குகின்றவர், இரவினில் வெட்ட வெளியில் தான் உறங்க வேண்டும். மாலையில் எல்லோரும் சேர்ந்து பாடல் பாடுவதன் மூலம் நோய்மையிலிருந்து தங்களை விடுவிக்க முயலுகின்றனர். உடலை நோயிலிருந்து மீட்டு விடலாம். மனதை மீட்கவே முடியாது. ஆகவே யார் மீதும் வெறுப்போ கசப்போ கொள்ளாதீர்கள். "துவேஷமும், பொறாமையும், வன்மமும் எந்த வைத்தியனாலும் சரிசெய்ய முடியாத நோய்கள்" என்ற கொண்டலுவின் பேச்சில் உளவியல் பொதிந்துள்ளது. நோயாளிகள் இதுவரை யாரிடமும் சொல்லாமல் இருந்த மனத்துயரை வெளிப்படையாகக் கொண்டலுவிடம்

பகிர்ந்துகொள்கின்றனர். இதனால் மனபாரம் குறைந்த நிலையில் ஆறுதலடைகின்றனர். நோயாளிகளின் மனக்குறைகளைக் காது கொடுத்துக் கேட்கும் கொண்டலு, தனது ஆறுதலான மொழிகளின் மூலம் அவர்களை அமைதிப்படுத்த முயலுகிறார். இதனால் நோயிடமிருந்து நோயாளி மீள்வார் என நம்புகிறார்.

நோயினால் பாதிக்கப்பட்டவர்கள் ஒவ்வொருவருக்கும் சொல்வதற்குக் கதைகள் உள்ளன. கடந்தகாலம் என்ற நினைவுப் பரப்பில், நடைபெற்ற சம்பவங்கள் பலருக்கு முள்ளாக உறுத்துகின்றன; மனக் குமைச்சலை ஏற்படுத்துகின்றன. எல்லாம் இயல்பாக நடைபெறும் வேளையில், திடீரென ஏற்படும் குறுக்கீட்டினால் உடலும் மனமும் சிதலமடையும் அவலநிலை ஏற்படுகிறது. பல்வேறு மருத்துவ முறைகள், மருந்துகள் மூலம் நோயைக் குணப்படுத்திவிடலாம் என்ற முயற்சி தோல்வியடையும் போது, உடலே சுமையாகிறது. இடைவிடாமல் தொந்தரவு செய்யும் உடல் உபாதையினால் தூக்கம் சிக்கலுக்குள்ளாகிறது. இதனால் மனஅமைதி இழந்த நோயாளி சிடுசிடுப்பிற்குள்ளாகி எரிச்சல் அடையும் நிலை உருவாகின்றது. சிகிச்சை எதற்கும் கட்டுப்படாத நிலையில், தராத நோய் என்ற பிம்பம் மரண பயத்தை ஏற்படுத்துகிறது. மரணம் நிழல் போலத்தொடர்வதாக நம்பும் நோயாளி, துயில் தருமாதா போன்ற அதியற்புத ஆற்றலிடம் சரணடைகிறான். ஏதாவது அற்புதம் நிகழ்ந்து தனது நோய் நீங்காதா என இறைவனிடம் தொடர்ந்து மன்றாடுகிறான். சிலர் குணமடைகின்றனர். பலர் நோயுடன் வாழ வேண்டிய நிலை. சிலர் மரணமடைகின்றனர்.

நோய் உடலில் ஏற்படுவதற்கான காரணங்களை நோயாளிகளின் வாக்குமூலங்கள் மூலம் எஸ்.ரா, கண்டறிய முயன்றுள்ளார். இதுவரை நோய் எனில் உடலில் ஏற்பட்ட கோளாறு என்பதற்கு இணையாக நோயாளி வாழ்ந்த வாழ்க்கையைப் பரிசீலித்தல் என்பது புதிய பரிமாணமாக நாவலில் முன்வைக்கப்பட்டுள்ளது. குடும்பம், சூழல், சமூகம் தரும் நெருக்கடிகள் அல்லது தனிமனிதரீதியில் ஒவ்வொருவரும் உருவாக்கிட விழையும் வாழ்க்கை முறை காரணமாக மனதில் ஏற்படும் பாதிப்புகள் நாளடைவில் உடலில் நோயாக வெளிப்படுகின்றன என்ற கண்டுபிடிப்பை எஸ்.ரா. பல்வேறு கதைகளின் மூலம் நிரூபிக்க முயன்றுள்ளார். நோய்மை பற்றிய பேச்சுகள் என்பதைவிட நோய் பற்றி புதிய சொல்லாடலை வாசிப்பினால் உருவாக்குவது இந்நாவலின் தனிச்சிறப்பு.

நோயை முன்வைத்து விவரிக்கப்பட்டுள்ள கதைகள் அகப் பகுப்பாய்வினுக்கு உட்படுத்தப்பட வேண்டியவை. அவை நோயின்

மூலத்தை மனிதச் செயல்பாட்டிலிருந்து, பிரித்து அறிய வேண்டிய தேவையை வலியுறுத்துகின்றன. எட்டூர் மண்டபத்தில் கொண்டலு அக்கா முன்னிலையில் நோயாளிகள் பகிர்ந்துகொண்ட கதைகள், நாவலுக்கு வேறு புதிய பரிமாணத்தைத் தருகின்றன.

கண்டனூர் சீயன்னா, மூச்சிறைப்பு நோயினால் அவதிப்படுகிறார். மன அமைதியற்ற நிலை. ஏகப்பட்ட வைத்தியம் பார்த்தும் பயன் இல்லை. அவர் பர்மாவில் அரிசி வியாபாரம் செய்தபோது, தொழில் பங்குதாரர் ஆன பர்மியன் சூயினுடன் நெருக்கமாக உள்ளார். சூயினின் மனைவி மியாவை மிரட்டி உடலுறவு கொள்கிறார், சீயன்னா. தொடரும் அவ்வுறவினால் அவளுக்கு ஆண் குழந்தை பிறக்கிறது. அக்குழந்தையைப் பார்க்கக்கூட சீயன்னா மறுக்கிறார். நோயினால் அக்குழந்தை இறந்து விட்டது. அந்தக் குழந்தையின் தகப்பன் என்று அவரை ஒத்துக் கொள்ளுமாறு கேட்கும் மியாவின் வேண்டுகோளையும் மறுத்து விட்டார். பர்மாவிலிருந்து தமிழகம் வந்தபிறகு, பல்லாண்டுகள் கழிந்த பின்னர் பர்மியத் திருடன் ஏதோ வேண்டி கெஞ்சுவது போன்ற கனவுகள் தொடர்ந்து அவருக்கு ஏற்படுகின்றன. மனஅமைதி சிதைந்த நிலையில் அவருக்கு மூச்சிரைப்பு நோய் ஏற்படுகின்றது. அவருடைய கடந்தகால வாழ்வில் அவர் செய்த நம்பிக்கை துரோகத்தின் விளைவுதான் மூச்சிரைப்பு நோயாக வெளிப்பட்டுள்ளது என்று கொண்டலு அக்கா கூறுகின்றார்.

கூட்டுறவுத்துறையின் தணிக்கை அதிகாரியான சிவபாலன் லஞ்சம் வாங்குவதில் ஆர்வம் மிக்கவர். எதிராளிகளை அலைக்கழித்து, அதிகபட்ச தொந்தரவுகள் தந்து, மது, மாது, புதிய உடைகள் என எல்லாவற்றையும் பெற்றுக்கொண்டு, பெரும் தொகையையும் கறந்து விடுவது அவருடைய இயல்பு. ஒருநாள் அவருடைய உள்ளங்கைகள் வியர்க்கின்றன. கெட்டவாடை வீசுகிறது. எவ்வளவு நறுமணத் தைலங்கள் பூசினாலும், மருந்துகளைத் தின்றாலும் வியர்வையும் வாடையும் போகவே இல்லை. லஞ்சம் வாங்கிய குற்றத்தினுக்காகப் பணி நீக்கம் செய்யப்பட்டவர். காலப்போக்கில் குடும்பத்தினரால் புறக்கணிக்கப்படுகிறார். அநியாயமாக லஞ்சம் வாங்கியவரின் கரங்களில் நாற்றமடிக்கும் வியர்வை என்ற விளைவு ஒருவகையில் அறம் சார்ந்தது. சிவபாலன் தனது நோயைக் குணமாக்க வேண்டி துயில் தருமாதாவை வேண்டிப் பயணிக்கிறார். கரங்களைக் கடினமான வேலைகள் செய்யப் பழக்க வேண்டும் என ஆலோசனை தருகிறார் கொண்டலு.

பொருளியல் நிலையில் தனது அண்ணனுடன் நல்ல முறையில் வாழ்ந்துகொண்டிருந்த சரவணமுத்து, கோவில் அருகில் பூ விற்கும்

அமுதினியை விரும்புகிறார். வறுமையும் வெறுமையும் கொண்ட அமுதினியை மணக்க வேண்டாம் என்ற ஆலோசனைகளை மீறி அவளைத் திருமணம் செய்துகொள்கிறார். அமுதினி தனது அன்னையுடன் சேர்ந்து கொண்டு சரவணமுத்துவைப் பாடாய்ப் படுத்துகிறாள். அவனுக்கு மன உளைச்சலை ஏற்படுத்தி, தொடர்ந்து நெருக்கடி தரும் அமுதினியின் செயல்பாட்டில் கசப்புப் பொங்கி வழிகிறது. எல்லாவற்றையும் இழந்து நோய் வயப்பட்டு, தனிமையில் வாடும் சரவணமுத்து ஆறுதல் தரவேண்டி மாதாவை நோக்கிப் பயணிக்கிறார். கொண்டலு ஆறுதலான சொற்கள் மூலம் அவருக்குத் தேறுதலளிக்கிறார்.

எட்டூர் மண்டபம், கொண்டலு அக்கா மூலம் எஸ்.ரா. உருவாக்கியுள்ள ஆரோக்கிய நிலையம், நோய்மை குறித்த புதிய பார்வையை உருவாக்குகிறது. உறுப்புகளில் ஏற்படுகின்ற கோளாறுகள் காரணமாக உடலில் நோய்கள் ஏற்படுகின்றன என்ற பொதுப்புத்திக்கு மாற்றான நிலையைக் கொண்டலு அக்கா உருவாக்குகிறார். இன்றைய சமூகச்சூழல் ஏற்படுத்தும் மனப்பளு ஒருபுறம், குடும்பம் காரணமாக நொய்ந்து போகும் உடலின் விளைவு ஒருபுறம் என்ற நிலையில் மனத்தில் தோன்றும் குழப்பங்கள் அளவற்றவை. மனம் என்ற நுண் இயந்திரம் விநோதமானது. உடலுக்கு என்ன தேவை எனக் கண்டறிந்து பிரச்சினையைத் தீர்க்க விழையும் மனம், அதற்கே பிரச்சினை ஏற்பட்டால் கலங்கிப் போகின்றது; மனப்பிறழ்வுக்குள்ளாகின்றது. நோய் பற்றி மனம் உருவாக்கும் பிம்பங்கள் முக்கியமானவை. திடுக்கிடும் செய்தியைக் கேள்விப்பட்டவுடன் சிலர் மயங்குகின்றனர்; சிலர் மரணமடைகின்றனர். உணர்ச்சிகளின் கொந்தளிப்பு மையமாக விளங்கும் மனம், ஒருநிலையில் உடல் இயக்கத்தையே நிறுத்தும் வல்லமை பெற்றது. மனஉணர்வுகள் காரணமாக உடலில் ஏற்படும் நோய்கள் பெரிதும் மருந்துகளுக்குக் கட்டுப்படுவதில்லை. மனித மனதுக்கும் நோய்க்கும் இடையிலான நெருங்கிய உறவினைப் பரிசீலனை செய்யவேண்டியதன் சாட்சியமாக எட்டூர் மண்டபத்தில் சொல்லப்பட்டுள்ள கதைகள் உள்ளன.

ஒரு காலகட்டத்தில் வாழ்ந்த வாழ்க்கை முழுக்கக் கசப்புப் பொங்கி வழிகையில், காலப்போக்கில் மனமும் உடலும் நோய்க் குள்ளாவது இயல்பாக நடைபெறுகிறது. அதிலும் குற்றமனம் ஏற்படுத்தும் குமைச்சல்கள், ஒருவனை நிரந்தர நோயாளியாக்கும் தன்மையுடையன. சூழலின் வெக்கை காரணமாக நோய்மையடைந்தவர்களுக்குக் கனிவான பேச்சு, ஆதரவான அரவணைப்பு, எளிய உணவு, இதமான சூழல், தூய்மையான சுற்றுப்புறம் அவசியம் என்பதை வலியுறுத்த எட்டூர் மண்டபம் பயன்பட்டுள்ளது.

நாவலின் இன்னொரு முதன்மையான கதைப்போக்கு அழகர், சின்னராணி என இருவரையும் மையமிட்டு விரிகின்றது. உடலில் ஏற்படும் நோய் ஒருபுறம் எனில், உடலைக் காட்சிப் பொருளாகச் செயல் படுகின்றவர்களின் கதை இன்னொருபுறம் உள்ளது. யோசிக்கையில் எல்லோருடைய வாழ்விலும் ஏகப்பட்ட கதைகள் பின்னிப் பிணைந் திருப்பதைக் கண்டறியலாம். அவை, சிலருக்குத் துயரத்தையும் சிலருக்குக் கொண்டாட்டத்தையும் அளிக்கின்றன.

திருவிழாவில் தனது மனைவியான சின்னராணிக்குக் கடற்கன்னி போல ஒப்பனையிட்டு, கண்ணாடி கூண்டுக்குள் வைத்து 'ஷோ' நடத்தும் அழகரின் இளமைக்காலம் கசப்பு தோய்ந்தது. தன்னுடலைப் பலரும் காட்சிப் பொருளாகப் பார்ப்பதும், சிலர் கேலி செய்வதும், ஆபாசமாகப் பேசுவதும் ஆன நிலை, சின்னராணிக்கு வெறுப்பைத் தருகிறது. வேறு வேலை செய்து வாழலாம் என்ற சின்னராணியின் பேச்சு மறுக்கப்பட்டு, அவள் இறுதிவரை காட்சிப் பொருளாகும் அவலம் தொடர்கின்றது. சின்னராணியினுடைய அய்யாவின் அடி உதைக்குப் பயந்து அவளுடைய அம்மா, பாழும் கிணற்றினுள் குதித்துத் தற்கொலை செய்து கொள்கிறாள். அவளுடன் பிறந்த முத்து அண்ணன் சாலை விபத்தில் இறந்து போகிறான். தனது அய்யாவுடன் தனித்து விடப்பட்ட சின்னராணியின் தேர்வு என எதுவுமில்லை. அய்யா காட்டிய அழகரைத் திருமணம் செய்துகொண்டு, அவன் இழுத்த இழுப்பினுக்கு வளைந்துகொண்டு தனது மகள் செல்விக்காக உயிர் வாழ்கிறாள்.

இன்று ஒவ்வொருவரும் வாழும் வாழ்க்கை அவரவர் சுய விருப்பின் அடிப்படையிலான தேர்வு எனச் சொல்ல முடியாது; அசலான வாழ்க்கை எனவும் சொல்லவியலாது. சூழலின் அழுத்தம் காரணமாகத் தனது மனம்போன போக்கில் வாழ முயலும் அழகரின் வாழ்க்கை குழப்பமானது. அழகரின் அம்மா இறந்தபிறகு காரியாபட்டிக்கு அய்யா குடிபெயர்ந்தார். சிறிய ஓட்டு வீடு. அய்யாவுக்குத் திரையரங்கில் காவலர் பணி. கிட்ணன் ஹோட்டலில் டம்ளர் வைப்பது, தண்ணீர் ஊற்றுவது, திரைப்படம் பார்ப்பதுதான் அழகரின் அன்றாடப் பணி. அவனுடன் பிறந்த அண்ணனுக்கு வட இந்தியாவில் லாரி ஓட்டுநர் வேலை. எப்பொழுதாவது ஊருக்கு வருவான். அவனது அய்யாவும் கிட்ணனின் மனைவியும் உறவுகொள்வதைத் தற்செயலாகப் பார்த்ததினால், அடி உதைக்குள்ளாகும் அழகர் ஊரைவிட்டுக் கிளம்புகிறான். லாரியில் பயணம். பழநியில் பாரியின் நட்பு,பேரின்ப விலாஸ் ஹோட்டலில் வேலை, ஜிக்கியின் அழைப்பை ஏற்று விபச்சார வீட்டில் எடுபிடி வேலை.

அங்கிருந்த ராமியுடன் கிளம்பி, அவளை வைத்து நாகக்கன்னி 'ஷோ' நடத்துகிறான். அவளுடன் ஏற்பட்ட சண்டையினால் பிரிந்த அழகர், பொய் சொல்லி சின்னராணியைத் திருமணம் செய்கிறான். தெக்கோடு திருவிழாவில் கடற்கன்னி ஷோ நடத்தப்போய், அங்கு ஏற்பட்ட பிரச்சினையினால் சின்னராணி, தம்பியைக் கொலை செய்கிறாள்.

அழகரின் வாழ்க்கையில் வறுமையும் பாலியல் விழைவும் அவனை அலைக்கழிப்பிற்குள்ளாக்குகின்றன. அவன்மீது ஆதரவு செலுத்த யாருமற்ற சூழலில் சொந்தமான யாருடனும் உரிமைகொள்ள இயலாத நிலையில், அவனுக்கு வயதுக்கு மீறிய அனுபவங்கள் ஏற்படுகின்றன. வீடு பாதுகாப்பானது என்பதைவிட வெளியே போய் எப்படியாவது பிழைத்துக் கொள்ளலாம் என்ற எண்ணம் காரணமாக வீட்டைவிட்டு வெளியேறுகிறான். ஹோட்டல்களில் தட்டுக் கழுவுதல், டேபிள் துடைத்தல் எனக் குற்றேவல் செய்யும் சிறுவர்கள் மீது யார் வேண்டுமானாலும் வன்முறையைப் பிரயோகிக்கலாம். அதுதான் அழகருக்கும் நடைபெறுகிறது. "என்னுடன் வருகின்றாயா?" என ஜிக்கி கேட்டவுடன் உடன் அழகர் கிளம்பியது, இதைவிட மேலான இடத்தில் வேலை என்ற கனவுடன்தான். ஏழெட்டுப் பெண்களை வைத்துக் கொண்டு விபச்சாரம், தொழிலாக நடத்தப்பெறும் வீட்டில் எடுபிடியாக வேலை செய்வது எரிச்சலைத் தந்தாலும், பாலியல் வேட்கை குதூகலமானதாகப்படுகிறது. உடலைத் துச்சமாக மதிக்கும் பெண்கள் மூலம் அழகர் அடைந்த பாலியல் அனுபவங்கள் அவனது அகத்தைச் சிதைக்கின்றன. ஒருவகையில் அவனுடைய சுயம் நோய்மைக் குள்ளாகிறது. எல்லாவிதமான மதிப்பீடுகளும் சிதிலமாகும் நிலையில் பணத்தை முதன்மையாக நினைக்கும் மனநிலை அவனுக்கு ஏற்படுகிறது. குடியினால் ஏற்பட்ட போதைப் பழக்கமும் அவனது இயல்பைச் சிதைத்து எப்படியும் வாழலாம் என்ற மனநிலையை அவனுக்குள் ஏற்படுத்துகிறது.

பணம் சம்பாதிப்பதற்கு நிரம்ப வழிகள் உள்ளன. அன்றாடம் செய்வதற்கு நிரம்ப வேலைகள் உள்ளன. மனைவி சின்னராணியை வைத்துக் கடற்கன்னியாக்கி 'ஷோ' காட்டுவதுதான் வாழ்வதற்கு வழி என்ற அழகரின் முடிவு விநோதமானது. உடலுழைப்பு செய்வதற்குத் தயார் அற்ற மனநிலை அவனுக்கு வாய்த்துள்ளது. பொதுவாக மைக்செட் போடுதல், தியேட்டரில் டிக்கெட் கிழித்தல், வித்தை காட்டுதல் போன்ற வற்றை செய்கிறவர்கள் வேறு எந்த வேலையும் செய்யவியலாத மனநிலை உடையவர்கள். அழகரும் அத்தகைய மனப்போக்குடையவன். திருவிழாவில் கடற்கன்னி காட்சி நடத்திப் பணம் வசூலித்தல், குடித்துச்

சோம்பியிருத்தல், அவனுடைய இயல்புகளாக உள்ளன. குழந்தையும் மனைவியும் பசியால் வாடும்போது புகைக்க பீடி கிடைக்குமா எனத் தேடியலையும் அழகரை நம்பி வாழும் சின்னராணிக்கு வேறு போக்கிடம் இல்லை.

உடலை விற்றுத் தொழில் செய்யும் ஜிக்கியின் வாழ்க்கையும் துயரம் தோய்ந்தது. தமிழகத்திலுள்ள திருவாடானையிலிருந்து கேரளாவிற்கு தச்சுவேலை செய்யப்போன தேவராசன் சூழல் காரணமாக மலையாளியான சூசனாவைச் சர்ச்சில் வைத்துத் திருமணம் செய்து கொள்கிறார். ஜிக்கி, டோலி என அழகிய பெண் குழந்தைகள் பிறக்கின்றன. தான் விரும்பியவனைத் திருமணம் செய்யவியலாத வெறுப்பினில் ஊறிய சூசனாவிற்குத் தேவராசன் மீது காரணமற்ற வெறுப்பு. மரவேலை, வீட்டிற்குப் பணம் தருதல் என ஒதுங்கி வாழும் தேவராசன் தனக்குள்ளே குமைகின்றார். தனது சொந்தங்களை மறந்து விட்டு வாழும் தேவராசனால், கேரளச் சூழலுடன் பொருந்த இயல வில்லை. அவரது மரணத்திற்குப் பின்னர் சூசனாவின் பொருளியல் வாழ்க்கை தடுமாறுகிறது. வேறு ஒருவருடன் சேர்ந்து வாழப் போனவள் திடீரெனத் தூக்கில் தொங்குகிறாள். தனித்து விடப்பட்ட ஜிக்கியும், டோலியும் உடலை விற்று வாழ்கின்றனர். எல்லோர் மீதும் அன்பு செலுத்தும் ஜிக்கியைவிட்டு யாருடனோ ஓடிப்போன டோலி, ஒரு குழந்தைக்குத் தாயாகி தெருவோரத்தில் 'கிராக்கி' பிடிக்கிறவளாக மாறி இறுதியில் நோய்வயப்பட்டுத் தெருவோரத்தில் செத்துக்கிடக்கிறாள். அக்குழந்தையைத் தூக்கிக் கொண்டு ஜிக்கி, மனஅமைதி வேண்டி மாதா கோவிலுக்கு வருகிறாள். அவளது அகம் முழுக்கத் துயரம். சீரழிவான வாழ்க்கை வாழச் சபிக்கப்பட்ட ஜிக்கியின் மனநோய்மையைத் துயில் தருமாதாவினால் குணமாக்க முடியுமா? குறைந்தபட்சம் அமைதியாவது தரவியலுமா?

நாவலில் இடம்பெற்றுள்ள சிறிய மாந்தர்கள்கூட முழுமையாக வடிவமைக்கப்பட்டுள்ளனர். ஏகப்பட்டவர்கள் புனைவின் வழியாகத் தடம் பதிக்கின்றனர். டெய்லர் ராஜப்பா அற்புதமான வடிவமைப்பு. முன்னர் நாடகங்களின் பபூன் வேடமிட்டு நடித்த மிடுக்கான தோற்ற மடையவர். எப்பொழுதும் வாய் நிறைய வெற்றிலையும் பேச்சும். நாடக நடிகர்கள், கரகாட்டக் கலைஞர்கள், கடற்கன்னிகள் போன்றோருக்கு விசேஷமான முறையில் ஆடைகள் வடிவமைப்பதில் முத்தப்பா கெட்டிக் காரர். சின்னராணி கடற்கன்னியாக உருவெடுப்பது முத்தப்பாவின் கை வேலைப்பாட்டினால்தான் சாத்தியப்படுகிறது. இதுவரை யாரும் பார்த்திராத கடற்கன்னியின் தோற்றத்தைக் கற்பனையால் வடிவமைக்கும்

முத்தப்பாவிற்குள் கலைத்துவம் ஆளுகை செலுத்துகின்றது. இளம் வயதில் சிறுமியாக இறந்துபோன தங்கையின் நிழல் படத்தைக் கடையில் மாட்டி வைத்து வழிபடும் முத்தையா பற்றிய கோட்டுச் சித்திரம் உயிரோட்டமானது. முத்தையா போல ஒருவர் மதுரையில் தையல் கலைஞராகப் பணியாற்றுகிறார் என்ற நம்பிக்கையை ஏற்படுத்துவதில் எஸ்.ரா.வின் புனைவு மொழி ஆளுகை மிக்கது.

உடலில் ஏற்படும் நோய்களை முன்வைத்துப் பேச்சுக்களை உருவாக்கும் துயில் நாவல், செவ்வியல் தன்மையுடன் விரிந்துள்ளது. இருவேறு காலகட்டங்களில் நடைபெறும் கதைப்போக்குகளின் வழியாக அதியற்புத ஆற்றலுக்கும் மனிதனுக்கும் இடையிலான உறவு மறுபரிசீலனைக்குட்படுத்தப்பட்டுள்ளது. சாதாரண நிலையில் தனது உடல் பற்றிய எவ்விதமான பிரக்ஞையுமற்ற மனிதன் நோய்மைக் குள்ளான நிலையில் உடலைத் தூக்கிக்கொண்டு அலைகின்றவனாக மாறுகின்றான். நோயிலிருந்து விடுபடலைக் குறைவற்ற செல்வம் எனக் கருதும் தமிழர் மனநிலையை முன்வைத்து விரிவான சொல்லாடலை எஸ்.ரா. முன்வைத்துள்ளார். அவை, புனைவின் பக்கங்களாக விரிந்துள்ளன. நாவலை வாசிக்கிற ஒவ்வொருவரும் தன்னளவில் தனது உடலையும் நோயையும் பற்றிய புதிய பரிமாணத்தைக் கண்டறிவது இயல்பாக நடைபெறுகிறது. அதுவே இந்நாவலின் ஆகப்பெரிய பலம்.

(உயிர்மை, 2013 ஏப்ரல்)

கூளமாதாரி: ஒடுக்குமுறையின் வெளிப்பாடு

ஆங்கிலேயக் காலனிய ஆதிக்கத்திலிருந்து இந்தியா விடுதலை அடைந்தாலும், வைதிக சமயத்தின் மேலாதிக்கம் காரணமாகச் சாதியத்தின் ஆளுகை இன்றளவும் தொடர்கின்றது. பிறப்பின் அடிப்படையில் மனித உடல்களை மேல்-கீழ் எனப் பகுத்துப் பொருளியல்ரீதியில் ஒடுக்குவதற்குச் சாதிய அடுக்குமுறை பல்லாண்டுகளாகப் பயன்படுகிறது. குறிப்பிட்ட சாதியில் பிறந்தவர் அந்தச் சாதிக்கெனச் சநாதன தருமம் வகுத்துள்ள விதிகளைப் பின்பற்ற வேண்டுமென்ற நியதி நிலவுவது, சமூகக் கொடுமையாகும். கிராமப்புறத்தில் வாழ்கின்ற ஒவ்வொருவரும் சாதியம் வகுத்துள்ள விதிகளின்படி வாழ வேண்டியுள்ளது. சாதியமும் பொருளாதாரச் சுரண்டலும் கிராமத்து விளிம்புநிலையினரை ஒடுக்குவதில் முன்னிலை வகிக்கின்றன. இத்தகைய சமூகப் பின்புலத்தில் வாழ்கின்ற சாதியினால் தாழ்த்தப்பட்ட கிராமத்துச் சிறுவர் சிறுமியர் வாழ்க்கையினைப் பின்புலமாகக்கொண்டு, பெருமாள் முருகனின் கூளமாதாரி நாவலின் கதை விரிந்துள்ளது. தகவல் தொடர்பில் ஏற்பட்டுள்ள பிரமாண்டமான மாற்றங்களால் உலகமே பூலோகக் கிராமமாகச் சுருங்கி விட்டது என்ற நிலையிலும், சக்கிலியர் சாதியைச் சார்ந்த சிறுவர்கள், அடுத்தவேளைக் கூழுக்காக அத்துவானக் காட்டில் ஆடுகளின் பின்னே அலைந்து கொண்டிருக்கின்றனர். யதார்த்தமான கதைசொல்லல்மூலம் பெருமாள்முருகன் சித்திரித்துள்ள உலகம், மனித இருப்புக் குறித்த ஆழமான கேள்விகளை முன்வைத்துள்ளது. சின்னச்சின்ன சம்பவங்களின் தொகுப்பாக விரியும் கதைப்பரப்பினுள் நுழைகையில், ரத்தமும் சதையுமான அனுபவங்களைச் சந்தித்த அனுபவம் ஏற்படுகின்றது.

குறிப்பிட்ட பகுதியில் வாழும் குழுவினரை மையமாக வைத்துப் பல்வேறு சம்பவங்களை வெறுமனே விவரிப்பது அலுப்பை ஏற்படுத்தும். எதைச் சொல்வது, எப்படிச் சொல்வது என்ற தேர்ந்தெடுப்பு முக்கியமானது. தகவல்தொடர்புக் கருவிகள், போக்குவரத்து பன்மடங்கு அதிகரித்த பின்னரும் தமிழகத்திலுள்ள பெரும்பான்மையான கிராமங்கள் இறுக்கமாக உள்ளன. சாதிய மேலாதிக்கம் வலுவாக ஊடுருவியுள்ள கிராமப்புறங்களில் கண்காணிப்பின் அரசியல் காத்திரமாக உள்ளது. ஆதிக்க சாதியினர்தான் ஒவ்வொரு பகுதியிலும் அதிகாரத்தினைச்

செயல்படுத்துகின்றனர். குறிப்பிட்ட பிரதேசம் சார்ந்து வாழ்கின்ற விளிம்பு நிலையினர் அன்றாட வாழ்வில் துயரங்களை எதிர்கொண்டாலும், தங்கள் முன்னோர் வகுத்த வழியிலே செல்கின்றனர். தலைவிதித் தத்துவம் போன்ற ஏதோ ஒன்று அவர்களுடைய இருப்பினை நியாயப்படுத்துகிறது. அதிலும் நிலத்தினை நம்பி வாழ்கின்றவர்கள், பண்ணையத்தில் படுகின்ற பாடுகளை இயல்பானதாகக் கருதுகின்றனர். காலங்காலமாகக் கவுண்டர்களின் ஆட்டு மந்தையைச் சக்கிலியர் இனத்துக் குழந்தைகள் தான் மேய்க்க வேண்டும் என்பது விதியாக நிலவும் சமூகம் பற்றிய புனைகதையினை வட்டார வழக்கு நாவல் என்ற வகைக்குள் மட்டும் அடக்க முடியுமா? யோசிக்க வேண்டியுள்ளது. பெருமாள்முருகனுக்குக் கொங்கு வட்டாரம் பற்றிய தகவல்களைப் பதிவாக்குவது நோக்கமன்று. ஏன் இப்படியெல்லாம் மனிதர்கள் கொடூரமாகக் குழந்தைகளை வதைக்கின்றனர் என்ற மனநிலையின் வெளிப்பாடுதான் நாவலாகி யுள்ளது. குழந்தைத் தொழிலாளர் சட்டம் இயற்றப்பட்டு எவ்வளவோ ஆண்டுகள் கடந்த பின்னரும், சமூகச் சூழலில் மாற்றம் ஏற்படாத நிலை குறித்த பெருமாள்முருகனின் ஆதங்கம்தான் நாவலுக்கான மூலமாக உள்ளது.

இந்திய அளவில் அரசியல்ரீதியில் அடுத்தடுத்துப் பெரிய மாற்றங்கள் ஏற்பட்ட பின்னரும், கிராமத்தில் நிலத்தை நம்பி வாழும் சிறு விவசாயிகளின் அன்றாட வாழ்க்கை, பொருளாதாரரீதியில் சிக்கலாக உள்ளது. அரசாங்கம் விவசாயத்திற்கு முக்கியத்துவம் தராத சூழலில், நிலத்தை நம்பி வாழும் சிறு விவசாயிகள் தற்கொலை செய்துகொள்ளும் அவலநிலை துயரமானது. அதேவேளையில் விவசாயத்தைச் சார்ந்து கூலிக்காக வாழ்கின்றவர்களின் நிலை இன்னும் பரிதாபகரமானது. இத்தகு நிலையில் யாரையாவது சுரண்டி வாழ வேண்டிய நெருக்கடியில் சிக்கியுள்ள கவுண்டர்களின் தேவைக்குச் சக்கிலியச் சிறுவர்கள் பலியாக்கப் படுகின்றனர். வயிறார உணவு கிடைக்கும் என்ற நம்பிக்கைக்காகத் தங்களுடைய குழந்தைப் பருவத்தைத் தொலைத்த சிறுவர்கள் எதிர்கொள்கின்ற துயரங்களைப் பதிவாக்கியுள்ள கூளமாதாரி நாவலில் இனவரைவியல் கூறுகள் பதிவாகியுள்ளன. கொங்கு வட்டாரக் கிராமப் புறங்களில் ஆடு மேய்க்கும் சிறுவர் சிறுமியரின் வாழ்க்கை பற்றிய விசாரணை எனவும் நாவலை வாசிக்கலாம்.

வளமான ஆறு எதுவும் பாயாத வானம் பார்த்த பூமியான கொங்குப் பிரதேசத்தில், சிறிய நில உடமையாளர்கள் கடுமையாக உழைத்து விவசாயம் செய்கின்றனர். கவுண்டர் சாதியினருக்குத்தான் பெரும்பாலும் நிலம் சொந்தமாக உள்ளது. அவர்களுடைய நிலத்தில்

விவசாய வேலைகளில் ஈடுபடுகின்றவர்கள் தெலுங்கு மொழி பேசும் அருந்ததியினர் எனப்படும் சக்கிலியர் சாதியினர் ஆவர். ஆண்டு முழுக்க உழைத்தாலும் பொருளியல்ரீதியில் வளமற்ற வாழ்க்கை வாழும் சக்கிலியர்கள், ஆறு வயதான குழந்தைகளையும் ஆடு மேய்க்கக் கவுண்டர் வீடுகளுக்கு அனுப்புகின்றனர். மாட்டுத் தொழுவத்தில் தங்கும் சிறுவர்கள், மாட்டுச்சாணத்தைக் கூட்டித் தள்ளுவதுடன், வயிற்றுக்குப் போதாத கூழைக் குடித்துவிட்டு, மேய்ச்சலுக்கு ஆடுகளைக் காடுகளை நோக்கி விரட்டுகின்றனர். ஆண்டுக்கு இவ்வளவு எனப் பேரம் பேசித் தங்கள் பிள்ளைகளை மாடு மேய்க்க அனுப்பும் பெற்றோர்களுக்கு வறுமை ஒருபுறம் எனில், பிள்ளைகள் மீது அக்கறையற்ற தன்மை இன்னொருபுறம் உள்ளது. குழந்தைகள் படிக்க வேண்டும் என்ற விருப்பமற்றுக் கவுண்டரிடமிருந்து பணம் வாங்கிக் குடித்துத் திரியும் தந்தையரை என்னவென்று சொல்ல? பள்ளிக்குச் செல்லும் வயதில் சிறுவன் இருபது அல்லது முப்பது ஆடுகளை அத்துவானக் காட்டில் மேய்ப்பது சிரமமானது. பயிர் அறுவடை செய்யப்பட்ட பின்னர் தரிசாகக் கிடக்கும் நிலத்திலும், அதையொட்டி விரியும் வறண்ட பூமியில் தினமும் ஆடுகளைக் கவனத்துடன் மேய்க்க வேண்டியுள்ளது. குத்துச் செடிகள், மரங்கள், பறவைகள் எனச் சிறுவர்கள் தங்களுக்கான உலகைக் கட்டமைத்துக் கொள்கின்றனர். கொதிக்கும் வெயில், அனல் காற்று, வெக்கை, புழுதி என நாளும் வாடி வதங்கும் சிறுவர்களுக்கு நாளை மற்றுமொரு நாளைதான். திடீரென வீசும் சூறைக்காற்று, மழைக்குக்கூட ஒதுங்க இடமற்ற நிலப்பரப்பில் ஆடுகளை மேய்ப்பதில் எப்பொழுதும் எச்சரிக்கை தேவை.

கிழிந்த உடை, சிக்குப் பிடித்த தலைமுடி, குளிக்காத உடல், கோவணம் என ஆடுகளின் பின்னால் திரிகின்ற சிறுவர் சிறுமியரின் வயிறுகள் எப்பொழுதும் நிறையாமல் உள்ளன. என்றாலும் ஊருக்கு வெளியே விரியும் நிலப்பரப்பில் சிறுவர்கள் தங்களுக்கான உலகை வடிவமைத்துக்கொண்டு விசித்திரக்குள்ளர்கள் போல அலைந்து திரிகின்றனர். மேய்கின்ற ஆடுகளின்மீது கண் வைத்துக்கொண்டே இயற்கையின் ரகசியங்களை எளிமையாகக் கடந்து செல்கின்றனர். சலிப்பும் அலுப்பும் நிரம்பிய மேய்ச்சல் வேலையினூடாகச் சக சிறுவர் சிறுமியருடன் விளையாட்டுகளில் ஈடுபடுகின்றனர். பனம் பழத்தினைச் சுட்டுச் சாப்பிடுதல், குட்டையில் மீன் பிடித்துச் சுட்டுத் தின்னுதல், காடை பறவையின் முட்டைகளை எடுத்துவந்து பொறித்துச் சாப்பிடுதல் எனச் சிறுவர்கள் பசித்திருக்கும் வயிற்றினை நிரப்ப முயலுகின்றனர். ஒருபோதும் நிரம்பிடாத பசித்த வயிறு என்பது வறுமையின்

வெளிப்பாடு. சிறுவர்களின் வயிற்றுக்குப் போதுமான உணவுகூட அளிக்காத ஆடுகளின் உரிமையாளர்கள், அவர்களைக் கொத்தடிமையாக நடத்துகின்றனர். வயிற்றுப் பசியினால் தேங்காய் பறித்த சிறுவனான கூளையனுக்குத் தரப்பட்ட தண்டனை கொடூரமானது. கிணற்றுக்குள் தலைகீழாகக் கூளையனைத் தொங்கவிடும் கவுண்டரின் சித்ரவதை செயல், குழந்தையின் உடலில்மீது நிகழ்த்தப்படும் அதிகபட்ச வன்முறை யாகும். சிறிய அத்துமீறலுக்குக்கூட உடல்களை அடக்கியொடுக்கும் செயலானது, அதிகாரத்தைக் கட்டமைப்பதாகும். சாதிய அடுக்கில் உயர்நிலையில் இருப்பதாக நம்புகின்ற மேலாதிக்க சாதியினரான கவுண்டர்கள், ஒடுக்கப்பட்ட சாதியைச் சார்ந்த சக்கிலியர் சிறுவர்களை அடக்கியொடுக்குவதில் சநாதனம் நுட்பமாக வினையாற்றுகிறது.

இளமையிலே வறுமை, சாதிய இழிவினைக் குழந்தைகள்மீது திணிக்கும் கொடூரமான சமூக அமைப்பு பற்றிய சித்திரிப்பு நாவலில் ஆழமாகப் பதிவாகியுள்ளது. குழந்தைகளின் இயற்கையான வேடிக்கையும் விளையாட்டும் நிரம்பிய கொண்டாட்டமான உலகினை முளையிலே கிள்ளி எறிந்து, துயர வாழ்க்கை வாழ வேண்டிய நெருக்கடி பற்றிய விவரிப்பு முக்கியமானது. அன்பும் ஆதரவும் காட்டாத சூழலில் வாழ்ந்திட நேரிடுகின்ற குழந்தைகளின் அவலம் அளவற்றது. குழந்தைப் பருவத்தினைப் பறித்துவிட்டு, ஆடுகளின் பின்னால் சிறுவர்களைத் துரத்திவிட்ட சூழல் குறித்த கேள்வியை நாவல் எழுப்புகிறது.

ஆடு மேய்க்கிற சிறுவர்கள் ஆடுகளை மேய்க்கிறபோது ஒவ்வொரு கணமும் விழிப்போடு இருக்க வேண்டியது அவசியம். ஆடு காணாமல் போய் விடலாம். ஆடுகள் சோளத்தட்டையைத் தின்று வயிறு ஊதி மந்தமாகிச் சாக நேரிடலாம். கவுண்டர், கவுண்டச்சி ஏவும் ஒவ்வொரு வேலையையும் கட்டாயம் செய்ய வேண்டிய நிலை. இளவயதிற்குரிய குறும்புகளை ஒதுக்கிவிட்டு, தன்னைப் பெரிய மனிதனாகப் பாவித்து ஆட்டு மந்தையை வழி நடத்த வேண்டிய சூழலில், சிறுவர்களின் நிலை சிக்கலானது. எனவேதான் ஆடு மேய்க்கும் சிறுவனான கூளையன் வயதுக்கு மீறிய எச்சரிக்கை உணர்வுடன் செயல்படுகின்றான். மேய்ச்சலின்போது பிசிறு தட்டினால், கவுண்டரின் சித்ரவதை அல்லது கொடிய தண்டனை காத்திருக்கின்றது என்பது அவனுக்குத் தெரியும். இன்னொருபுறம் சாதியரீதியில் தீண்டத்தாகதவர்களாகத் தங்களை ஒதுக்கிக் கேவலமாகக் கருதும் சமூக அமைப்பின் விதிகளுக்கும் தண்டனைகளுக்கும் கட்டுப்பட்டு நடக்க வேண்டிய அவலத்தை மௌனமாக ஏற்றுக்கொள்கின்றனர்.

கிராமியப் புனைவில் அமானுஷ்ய ஆற்றலுக்கும் மனிதர்களுக்குமான உறவு நுட்பமானது. கிராமத்துச் சந்துகளிலும், ஊரினைச் சுற்றியுள்ள வெளியிலும் எதுவும் நடப்பதற்கான சாத்தியப்பாடுகள் உள்ளன என நம்பும் கிராமத்தினரின் மனதில் பயம் பொதிந்துள்ளது. மரங்கள், நீர்நிலைகள், தோப்புகள், வயல்வெளி, தெருமுக்குகள் எனச் சகல இடங்களிலும் துடியான தெய்வங்கள், முனிகள், பேய்கள் உறைந்து உள்ளன. வாய்மொழிக் கதைகள் மூலமாகத் தலைமுறைகளாக வாழ்ந்து வரும் அமானுஷ்ய சக்திகள் ஒவ்வொருவருக்குள்ளும் ஆழமாக ஊடுருவி யுள்ளன, எல்லாம் ஒழுங்காக நடைபெற வேண்டியது அவசியம். இல்லாவிடில் முனிகளின் கோபத்திற்கு ஆளாகி உயிரை இழக்க நேரிடலாம். இத்தகைய சூழலில் பிறந்து வளர்ந்த சிறுவன் வீட்டைவிட்டு வெளியே வருகையில், அவனது நனவிலி மனதில் புனைந்துள்ள கதைகள் பயத்தைத் தந்துகொண்டேயிருக்கும். கடவுள் நம்பிக்கையைவிடக் கோபம் கொண்ட துடியான தெய்வங்கள் ஆளுகை செலுத்தும் கிராம வெளியினில் சிறுவர்கள் ஒற்றையாகவும் இருக்க நேரிடுகிறது. ஊருக்கு வெளியே பொட்டல் காட்டில் இரவுவேளையில் வயலில் போடப்பட்டுள்ள பட்டியில் அடைக்கப்பட்டுள்ள ஆடுகளுக்குக் காவலாகக் கூளையன் இருக்கிறான். பேய்களும் முனிகளும் புனைகதைகளாக நிரம்பிய பகுதியில், இரவினில் சிறுவன் காவல் இருப்பது ஒருவகையில் சித்ரவதைதான். வாமுனி வேட்டைக்குப் போற வழியை அடைத்துப் பட்டி போட்டதற்காக ஆத்திரமடைகையில், கோவிலுக்கு நேர்ந்து விடப்பட்ட ஆடான வீரன் முன் வந்து கூளையனைக் காப்பாற்றுகிறது. எது புனைவு எது நிஜம் என்ற எல்லை தகர்ந்துபோய் கதையின் தளம் வேறு தளத்திற்குள் நுழைகிறது. துடியான தெய்வம் பற்றிய பயமே கிடாய் வீரனையும் தெய்வத்தின் அங்கமாக மாற்றுகிறது. மாபெரும் ஆற்றல் மிக்கதாக நம்பப்படும் வீரன், முனியப்பனுக்காகப் பலியிடப் பட்டபோது, கூளையனுக்கு ஏற்படும் மனஉணர்வுகள் அன்பில் தோய்ந்தவை. மந்தையில் மேய்ந்த வீரன் என்ற உயிரினம்மீது கூளையனுக்கு ஏற்படும் வாஞ்சை அளவற்றது.

இரவினில் திடீரென வீசத் தொடங்குகின்ற காற்றின் உக்கிரத்தின் முன்னர், பட்டியில் காவலுக்குப் படுத்திருக்கும் கூளையனும் செல்வமும் பயந்து நடுங்குகின்றனர். மின்னலுடன் கொட்டுகிற மழையினால் பட்டியின் படல்கள் காற்றில் பறக்கின்றன. ஆடுகளைக் காப்பாற்ற சிறுவர்கள் படுகின்ற பாடுகள் வலி மிக்கவை. கும்மிருட்டில் இயற்கையின் சீற்றத்தினுக்கு எதிராகக் கூளையனின் மனத்துணிவும் செயல்களும் குறிப்பிடத்தக்கன. எந்தச் சூழலிலும் ஆடுகளைக் காப்பாற்ற

வேண்டியது கூளையனைப் போன்ற ஆடு மேய்க்கும் சிறுவர்களின் முதன்மையான கடமை. கொஞ்சம் கவனம் பிசகினாலும் எதுவும் நடப்பதற்கான சாத்தியப்பாடு மிக்க சூழலில், விழிப்புணர்வு என்பது, சிறுவர்களிடம் வயதுக்கு மீறிய அளவில் உள்ளது. இயற்கையுடனான போராட்ட வாழ்க்கையினூடே சிறுவர்கள் விளையாட்டு, மீன் பிடித்தல், பனங்கிழங்கு விவசாயம், வேட்டை, கிணற்றுக் குளியல் எனத் தங்களுக்கான உலகினை உருவாக்கிக் கொள்கின்றனர். தங்களிடம் இருப்பதை நண்பர்களுடன் பகிர்ந்து உண்டாலும் அவ்வப்போது சண்டையிட்டுக் கொள்கின்றனர். நெருக்கடியான வேலைப் பளுவையும் மீறிச் சிறுவர்களின் அன்றாட உலகம் ஒருவகையில் கொண்டாட்டமானது தான்.

பண்ணையத்துக்கு இருக்கிற கவுண்டரின் வீட்டிலும் சிறுவர்கள் மறுப்பு எதுவும் சொல்லாமல் வேலை செய்ய வேண்டும். சிறிய முணுமுணுப்புக்கூட இல்லாமல் இயந்திரம் போல வேலை செய்யாவிடில், பெரிய தண்டனை காத்திருக்கிறது. பெரிய கவுண்டர் கீழே விழுந்து நடக்க முடியாதபோது அவரை மாட்டுத் தொழுவத்தில் கொண்டு வந்து போடுகின்றனர். அவருடைய மூன்று மகன்களும் மருமகள்களும் நடக்க இயலாத கிழவரைப் பார்ப்பதுகூட இல்லை. கிழவர் மோண்ட மூத்திரத்தையும் பேண்ட மலத்தையும் தூக்கிக்கொண்டுபோய் கொட்டுகிற வேலையை வளரிளம் பருவத்திலுள்ள நெடும்பன் செய்கிறான். சொந்த மகன்களே அருவருப்படைந்து கிழவரை ஒதுக்கி வைக்கும்போது, நெடும்பன் வேறு வழியில்லாமல் வெறுப்புடன் செய்கிறான். கிழவருக்கான அருவருப்புத்தரும் வேலைகளைச் செய்து விட்டு நெடும்பன் ஆடுகளை மேய்ப்பதற்காக ஓட்டிச் செல்லுகிறான். வறுமையும் இல்லாமையையும் அலைக்கழிக்கும் துயரமான வாழ்க்கையிலிருந்து விடுவிப்பு நிகழலாம் என்ற எண்ணம் சிறிதளவு கூட இல்லாத சிறுவர்கள் பற்றிப் புனைகதையின் வழியே பெருமாள் முருகன் சித்திரிப்பது மனதை உலுக்குகிறது.

அஞ்சாறு குழந்தைகளை அடுத்தடுத்துப் பெற்றுக்கொண்டு வாழும் சக்கிலியர் சாதியினர், தங்களுடைய பெண் குழந்தைகளையும் ஆடு மேய்க்கக் கவுண்டர் வீடுகளுக்கு அனுப்புவதில் ஆர்வம் காட்டுகின்றனர். ஆடுகளை மேய்க்கும் சிறுமிகளின் கதைகளும் துயரம் தோய்ந்த வையாக உள்ளன. கவுண்டரின் வீட்டில் வேலைகளைச் செய்து விட்டுக் கவுண்டச்சியின் கைக்குழந்தையைத் தூக்கிக்கொண்டு ஆடுகளை மேய்ப்பதற்காக விரட்டிவரும் செவுடிக்கு ஓயாத வேலை. எப்பொழுதும் இடுப்பில் உட்கார்ந்துகொண்டு கீழே இறங்க மறுத்து

அழுது அடம் பிடிக்கும் குழந்தையைப் பராமரிப்பது அவளுடைய வயசுக்கு மீறிய செயல்.

ஏழெட்டு வயதான பெண் குழந்தைகூட ஆடுகளை மேய்த்துக் கொண்டு அத்துவானக் காட்டில் அலைந்து திரிகிறது. வயதுக்கு வந்த சிறுமியை ஆடு மேய்க்க அனுப்பாமல், மில் வேலைக்கு அனுப்பு கின்றனர். பொட்டல்காட்டில் சிறுவர்களுக்குச் சமமாகத் துணிச்சலுடன் ஆடுகளை மேய்ப்பதில் பெண் எனப் பால் பேதம் எதுவுமில்லை. சிறுவர்களுக்கு இணையாகக் கிணற்றில் குதிப்பது என எல்லாச் செயல்களிலும் சிறுமிகள் உற்சாகத்துடன் ஈடுபடுகின்றனர்.

கவுண்டர் வீட்டுச் சிறுவர்கள் செல்வம், மணி போன்ற பெயர்களால் அழைக்கப்படுகின்றனர். சக்கிலியர் சாதிச் சிறுவர்களின் பெயர்கள் கூளையன், நெடும்பி, மொண்டி, பொட்டி எனவும் சிறுமிகளின் பெயர்கள் வவுறி, செவிடி எனவும் உள்ளன. பெயரில்கூட சாதிய ஆதிக்கத்தின் அடையாளம் நுட்பமாகப் பதிவாகியுள்ளது.

ஒவ்வொரு குழந்தையும் பூமியில் பிறக்கும்போது வளமான எதிர்காலம் குறித்த கனவுகளுடன்தான் பிறக்கின்றது. சாதி, மதம், பால், மொழி எனப் பாகுபடுத்தும் உலகில் ஆறேழு வயதில் அடியெடுத்து வைக்கும்போது சில குழந்தைகள் எதிர்கொள்ளும் உலகம் கசப்பானதாக உள்ளது. தீண்டத்தகாத குழந்தைகள் எனப் பிஞ்சுப் பருவத்திலேயே ஒதுக்கப்படுவதுடன், அடுத்தவேளை உணவிற்காகக் கடுமையாக உழைக்க வேண்டுமென நிர்பந்தப்படுத்தப்படும் சமூகக் கொடுமையை முன்வைத்துப் பெருமாள்முருகன் எழுதியுள்ள கூளமாதாரி நாவல், சாதிய ஒடுக்குமுறையையும் பொருளியல் சுரண்டலையும் இனவரைவியல் தன்மையுடன் பதிவாக்கியுள்ளது.

(உங்கள் நூலகம் – செப், 2014)

சூல்: தமிழின் முதல் திணைசார் சூழலியல் நாவல்

பூமியில் மனித இருப்பு, ஐம்பூதங்களுடன் தொடர்புடைய நிலையில் நிலமும் நீரும் ஏற்படுத்துகிற உறவென்பது, ஒருபோதும் முடிவற்றது. உயிரினங்களுக்கும் தண்ணீருக்குமான நெருக்கமானது உயிர் வாழ்தலுக்கு ஆதாரமான நிலையில், நீர் பற்றிய பதிவுகள், தமிழைப் பொறுத்த வரையில், சங்க காலம் தொடங்கி, இன்றுவரை தொடர்கின்றன. சங்கத் திணைசார் வாழ்க்கையில் நிலமும் நீரும் நெருக்கமானவை என்ற புரிதலுடன், பண்டைத் தமிழரின் நீர் மேலாண்மை தனித்து விளங்குகிறது. ஆறு, ஏரி, கண்மாய், குளம், ஊரணி, குட்டை, ஏந்தல் என இயற்கையுடன் நெருக்கமான சூழலில் நீர் சேகரிப்பு, பராமரிப்பு, பயன்பாடு பற்றிய புரிதலின் விளைவுதான், நீரின்றி அமையாது உலகு என்ற வள்ளுவரின் வாசகம். ஐவகையான நிலப் பாகுபாடு என்பது ஒருவகையில் நீருடன் தொடர்புடையது. சமூக வாழ்க்கை மேம்பட்ட சூழலில், மருதம் என அழைக்கப்படுகிற வயலும் வயல் சார்ந்த நிலமும் நாகரிக வளர்ச்சியில் முக்கிய இடம் வகிக்கின்றன. வானம் பார்த்த வேளாண்மையுடன் ஏரி, கண்மாய்ப் பாசனம் என்ற நிலை, ஒருவகையில், குறிப்பிட்ட சமூகத்தின் பொருளியல் வளர்ச்சியைக் குறிக்கிறது. நிலம், நீர், வேளாண்மை என்ற சமன்பாட்டில் உழுது பயிர் விளைவித்திடும் உழவர்களின் சமூகச் செயல்பாட்டின் முக்கியத்துவத்தினை அறிந்திட்ட திருவள்ளுவர், ‘மற்றவரெல்லாம் தொழுதுண்டு பின்செல்பவர்’ என்கிறார். வேளாண்மையின் சிறப்புகளைக் கொண்டாடிய பாரம்பரியமான தமிழர் வாழ்க்கையில், எப்பொழுது விவசாயம் குறித்து எதிர்மறையான சிந்தனை தோன்றியது என்பது ஆய்விற்குரியது. கி.பி.10ஆம் நூற்றாண்டிற்குப் பின்னர் தமிழகத்தில் அரசியல் மேலாதிக்கம் பெற்றிருந்த வைதிக சமயம், மனுதர்ம சாஸ்திரத்தின் அடிப்படையில் மண்ணைக் கீறி உழுகிற உழவுத் தொழிலை இழிவானதாகக் கருதிய நிலை பரவலானது. என்றாலும், தமிழகத்தின் மருத நிலத்தில் வழமையான முறையில் நடைபெற்றுவந்த வேளாண்மையின் விரிவினால் நிலையான அரசுகள் மேலாதிக்கம் பெற்றன. தஞ்சை பெரிய கோவில் உள்ளிட்ட பிரமாண்டமான கோவில்கள் கட்டப்பட்டதற்கும், சோழ மன்னர்களின் தென்கிழக்காசிய நாடுகளின் படையெடுப்பினுக்கும் பின்புலமாக விளங்கியது, வளமான

நஞ்சை விவசாயம்தான். தமிழகத்தின் அரசியலதிகாரம் பின்னர் சுல்த்தான், தெலுங்கர், மராட்டியர், ஆங்கிலேயர் போன்ற வேற்று மொழியினரின் ஆதிக்கத்திற்குட்பட்டிருந்த போதிலும், நிலத்தின் மூலம் கிடைத்த வருவாய் ஆட்சியாளர்களுக்கு முக்கியமாக இருந்தது. தொடர்ந்து மழை பொழியாத சூழலில் நிலவிய கடுமையான வறட்சியின் காரணமாகத் தமிழகத்தின் விவசாயக் கூலிகள் மொரிஷியஸ், இலங்கை, பிஜி போன்ற நாடுகளுக்குப் புலம்பெயர்ந்தது, தனிக்கதை. ஆங்கிலேயரின் ஆட்சியிலும் செழித்திருந்த கிராமத்து வேளாண்மையானது, இந்திய நாட்டின் விடுதலைக்குப் பின்னர் எதிர்கொண்ட மாற்றங்கள் அளவற்றவை. சூழலியல் சார்ந்து வளத்துடன் செழித்திருந்த மருத நிலமானது, இன்று பொட்டல் தரிசாக மாறி, எங்கும் சீமைக் கருவேல மரங்கள் முளைத்துள்ளன. இத்தகு சூழலில் எழுபதாண்டு காலகட்டத்தில் விவசாயம் சிதலமாக்கப்பட்டதற்கான காரணங்களைக் கண்டறிந்திடும் முயற்சியாக சோ.தர்மனின் சூல் நாவல் விரிந்துள்ளது. கரிசல் பூமியில் எட்டையபுரம் ஜமீந்தாரின் ஆளுகைக்குட்பட்டிருந்த உருளைக்குடி கிராமமும் அந்த ஊர்க் கண்மாயும் எனத் தர்மன் விவரிப்பது, வரலாற்றை மீளுருவாக்கம் செய்துள்ளது. கரிசல் பூமியில் செழிப்போடிருந்த கண்மாய்களின் சீரழிவுகள் எப்படி நிகழ்ந்தன என்பதைக் கடந்த நூற்றாண்டின் முற்பகுதியில் நடந்த சம்பவங்களின் பின்புலத்தில் சொல்லப்பட்டுள்ள கதை, தமிழகம் எதிர்கொண்ட சீரழிவு குறித்த நுட்பமான பதிவு. சூழல் சார்ந்து செழித்தோங்கிய நிலவெளியானது காலப்போக்கில் நசிவடைந்ததில், நிலத்துடன் பொருந்தி வாழ்ந்த கிராமத்து மக்கள் அடைந்த துயரத்தைப் பதிவாக்கியுள்ள தர்மனின் நாவல், இழப்பின் அவலத்தைப் பேசுகிறது.

கடந்த அறுபதுகளில்கூடத் தமிழகக் கிராமங்களில் குடிமராமத்து முறை வலுவாக நிலவியது. மரபான முறையில் இயற்கை வேளாண்மை நடைபெற்ற சூழலில், பாசன வசதி பெறுகிற நிலவுடமையாளர்கள் கால்வாய்கள், ஏரிகள், கண்மாய்களை முறையாகப் பராமரித்தனர். அரசாங்கத்தின் தயவை நம்பியிராமல், ஒவ்வொரு கிராமத்து விவசாயிகளும் கண்மாயைத் தங்களுக்கான உடைமையாகக் கருதினர். அவர்கள் வேளாண்மையின் ஆதாரமான நீர்நிலைகளைக் கண்காணிக்கிற தொழில்நுட்பத்தை முன்னோர்களிடமிருந்து அறிந்திருந்தனர். நாவலாசிரியர் தர்மனின் மொழியில் சொல்வதெனில் நிறைசூலிப் பெண்ணாகத் ததும்பிடும் கண்மாயைச் சார்ந்து பறவைகளும் கால்நடைகளும், மீன்களும் மனிதர்களும் வாழ்ந்தனர். ஆங்கிலேயரின் ஆட்சிக்காலத்தில்கூட எட்டையபுரம் ஜமீந்தாரின் ஆளுகைக்குட் பட்டிருந்த காலகட்டத்தில் கிராமத்தினருக்கும் பொதுச்சொத்தான

கண்மாய்க்கும் இடையில் பிரிக்க முடியாத உறவு நிலவியது. கண்மாய்க் கரையை வெட்டி ஏற்படுத்திய வழியில் கரம்பை மண்ணை வண்டியில் அள்ளிச் செல்வதற்கு ராஜா தொட்டுக் கொடுத்த மண்வெட்டிதான் முதல் வெட்டு வெட்டிடப் பயன்படுத்தப்பட்டது. விவசாய வேலைகள் தொடங்கிடும்போது ஒவ்வொன்றையும் புனிதமானதாகவும் முக்கிய மானதாகவும் கிராமத்தினர் கருதினர். சுதந்திர இந்தியாவில் மக்களின் நலன்களைக் காப்பதற்கென்று உருவாக்கப்பட்ட துறைகள், காலப்போக்கில் மக்கள்மீது மொட்டை அதிகாரம் செய்கின்றனவாக உருமாறியதற்கு அடையாளமாகக் கண்மாய், குளங்கள் போன்ற நீர்நிலைகளின் சீரழிவுகள், சாட்சியமாக உள்ளன. பொதுப்பணித் துறை கண்மாயைக் கண்காணிக்கவும், வனத்துறையானது கண்மாயில் முளைத்திருக்கிற மரங்களைப் பராமரிக்கவும், கண்மாய்க்குள் படிந்திருக்கிற வண்டல் மண் கனிமத் துறையின் கட்டுப்பாட்டிற்குள்ளும், கண்மாய் நீரைப் பாசனதாரர்களுக்குப் பகிர்ந்தளிப்பது வேளாண்மைத் துறையினரின் அதிகாரத்திற்குள்ளும் என்ற நிலைமை இன்றளவும் நீடிக்கிறது. ஊழல் பெருச்சாளிகளான அரசியல்வாதிகளின் கைகோர்த்திருக்கிற அரசு அதிகாரிகள் பலருக்கும் கண்மாய், சம்சாரித்தனம் என்றால் என்னவென்று எதுவும் தெரியாது. இத்தகைய அதிகாரிகளின் தலைமையில் இயங்குகிற துறைகளின் கட்டுப்பாட்டிற்குள்ளான கண்மாய்கள், தூர் வாருதல் இன்றி, மண் மேடிட்டு, கருவேலம் முட்கள் மண்டிய புதர்களாக மாறிவிட்டன. கிராமத்தினர் தங்களுடைய கண்மாய் என்று கருதிய மனநிலை முற்றிலும் மாறிவிட்டது. நிலத்தடி நீர் மட்டம் மிகவும் குறைந்து விட்டது என்று சூழலியலாளர்கள் கூப்பாடு போட்டாலும் கண்டுகொள்ளாத அரசாங்கம், ஆற்றிலிருந்து தண்ணீரை 200 கி.மீ. தொலைவிலுள்ள நகரத்திற்குக் கொண்டு செல்கிறது. சுமார் 1000 கோடியில் கூட்டுக் குடிநீர்த் திட்டம் என்றால் அதில் கைமாறும் பணத்தில் அரசியல்வாதி களுக்கும் உயர் அதிகாரிகளுக்கும் கணிசமான பங்கிருக்கிறது. அதே வேளையில் வேதியியல் உரம், பன்னாட்டுக் கம்பெனிகளின் பூச்சிக் கொல்லிகள், மரபணு மாற்றப்பட்ட விதைகள் என நாசகாரக் கும்பல்களின் பேராசைக்குப் பலியாகியுள்ள சம்சாரிகள் இன்றும் நம்பிக்கையுடன் நிலத்தில் உழுதுகொண்டிருக்கின்றனர். இயற்கையான நீர் என்பது போய் லட்சக்கணக்கில் பணம் செலவழித்து அறுநூறு அடி ஆழத்தில் ஆழ்குழாய்க் கிணறு தோண்டி விவசாயம் செய்கிற சம்சாரிக்கு கடைசியில் என்னதான் மிச்சமாகும்? கடந்த நூற்றாண்டு காலகட்டத்தில் பாசனத்திற்கான இயற்கையான தண்ணீர் எப்படியெல்லாம் புறக்கணிக்கப்பட்டுள்ளது என்ற துயர வரலாற்றைச் சொல்கிற கதைசொல்லியான தர்மனின் படைப்பு நோக்கம், சூழலியல் சார்ந்தது.

கடந்த காலத்தில் தமிழகத்தின் திணைசார் சுற்றுச்சூழல் எப்படியெல்லாம் சீரழிக்கப்பட்டுள்ளது என்பது சூல் நாவலின் கதையாடலில் விரிவாகப் பதிவாகியுள்ளது. முன்னோர்களின் பாரம்பரியமான இயற்கை பற்றிய புரிதலை மறுதலித்துவிட்டு, அறிவியலினால் எதையும் சாதிக்க முடியுமென்ற போக்கின் விளைவுதான், அயனான விளைநிலங்கள் புறக்கணிக்கப்படும் நிலை ஏற்பட்டுள்ளது. நாவலாசிரியரான தர்மனின் நிலமும் கண்மாயும் எனப் பின்னிப்பிணைந்திருந்த இயற்கைச் சூழலின் பேரழிவு குறித்த சமகாலத்தின் பதிவு, காத்திரமானது. விளக்கி வைத்த வெங்கலச் செம்பு போன்றிருந்த கண்மாய்கள் இன்று கைவிடப்பட்ட அரசியலை வலியுடன் பேசுகிறது நாவல். சப்பாத்திக் கள்ளிகளும் சங்கம் புதர்களும் மண்டிக்கிடந்த கண்மாய்க் கரையில், அரசாங்கத்தின் முயற்சியினால் சீமைக் கருவேல மரங்கள் முளைத்தன. அவை ஆடு மாடுகள் உண்ணுவதற்குக்கூடப் பயன்படாத விஷச் செடிகள். ஆப்பிரிக்காவில் இருந்து அரசினால் கொண்டுவரப்பட்ட ஜிலேபி மீன், ஏற்கனவே இங்கிருந்த உழுவை, கெழுத்தி போன்ற பாரம்பரியமான மீன்களின் அழிவிற்குக் காரணமானது. இன்னொருபுறம் கிராமத்தில் புதிதாக உருவான கட்சிகளும் அரசியல்வாதிகளும் விளிம்புநிலையினர் மீது அதிகாரம் செலுத்துவதுடன், கிராமத்து வளங்களைக் கொள்ளையடிக்க முயன்றபோது, மரங்கள் வெட்டப்பட்டன; கண்மாய்கள் சீரழிவிற்குள்ளாயின; மணல் கடத்தப்பட்டது; குளங்கள், ஊரணிகள் ஆக்கிரமிப்பிற்குள்ளாகின. இன்றையச் சூழலியல் சீர்கேட்டினுக்கு மூலகாரணம் அரசாங்கம்தான் என்ற கருத்தியலுக்குச் சூல் நாவல் வலுச் சேர்த்துள்ளது. வேளாண் துறை அதிகாரிகளின் ஆலோசனையின் பேரில் திட்டமிடுகிற அரசின் விவசாயம் பற்றிய திட்டங்கள், பெரிய அளவில் சம்சாரிகளைப் போய்ச் சேர்வதில்லை என்பதுதான் உண்மை.

பூமியில் ஒவ்வொரு நிலத்துக்குமென இயற்கையாக உருவாகியிருக்கும் தனிப்பட்ட பண்புகள், அங்கு வாழ்கிற அனைத்து உயிரினங்களின் இருத்தலையும் நுட்பமாகத் தீர்மானிக்கின்றன. கரிசல் மண் சார்ந்த நிலவெளியில் பல நூற்றாண்டுகளாக வாழ்ந்து வருகிற மக்கள் திரளின் செயல்பாடுகள் இனக்குழுத் தன்மைகளுடன் இருப்பது தவிர்க்க இயலாதது. கண்மாய்ப் பாசனத்தில் செழித்திருக்கும் கரிசல் பூமியில் நிலத்துடனான உற்பத்தி உறவுமுறையானது, பண்பாட்டுரீதியில் அழுத்தமான தாக்கத்தை ஏற்படுத்தியுள்ளது. நிலமான்ய அமைப்பு உருவாக்கியிருக்கும் ஆண்டான் - அடிமை உறவு ஒருபுறம் எனில், இந்திய மண்ணிற்கே உரித்தான வைதிக சநாதனம் உருவாக்கி இருக்கும் சாதிய மேல்-கீழ் அடுக்கு இன்னொருபுறம் ஆதிக்கம் செலுத்துகிறது. வயலின்

உரிமையாளர்கள் பெரும்பாலும் ஆதிக்க சாதியினர் அல்லது உயர் சாதியினர் என்றால், வயலில் இறங்கி வேலை செய்கிற விளிம்பு நிலையினர் ஒடுக்கப்பட்ட சாதியினராகவே உள்ளனர். இத்தகைய சூழலில் கரிசல் வட்டாரத்திற்கு உரித்தான நிலவுடைமைப் பின்புலத்தில் மக்களின் வாழ்க்கையைப் பதிவு செய்துள்ள சூல் நாவல், இனவரைவியல் தன்மையுடன் விரிந்துள்ளது. அன்றாடம் கடினமான வயல் வேலை என்றாலும் சம்சாரிகள் எந்தவொரு சூழலிலும் பகடி செய்துகொண்டிருக்கின்றனர். குறிப்பாக இரட்டை அர்த்தம் தொனிக்கிற பாலியல் பேச்சுகள் மாமன் - மச்சான் உறவினரிடையே இயல்பாகப் பேசப்படுகின்றன. இத்தகைய பேச்சுகளுக்காக யாரும் கோபித்துக் கொள்வதில்லை. காமம் குறித்த வெளிப்படையான பேச்சுகள், ஒருவகையில் அலுப்பான கிராமிய வாழ்க்கையில் சுவராசியத்தை ஏற்படுத்துகின்றனவா? யோசிக்க வேண்டியுள்ளது. கண்மாயில் நாமக் கோழி தென்பட்டால் அந்த வருடம் நல்ல மழை பொழிந்து கண்மாய் நிரம்பும் என்பது சம்சாரிகளின் நம்பிக்கை. பனை மரத்தில் கூடு கட்டியிருக்கிற தூக்கணாங்குருவிகள் எந்தப் பக்கம் வாசல் வைத்துள்ளன என்பதைக் கண்டறிந்து, அந்த வருடம் வடக்கத்தி மழையா, தெற்கத்தி மழையா எனச் சொல்கிற கிராமத்துப் பெரியவர்களின் கணிப்பு சரியாக இருக்கிறது. பிற உயிரினங்களின் செயல்களை வைத்து மழை பற்றி அறிந்திட முயலுகிற சம்சாரிகளின் இயற்கை பற்றிய புரிதலை நாவல் நுட்பமாகப் பதிவாக்கியுள்ளது. சம்சாரித்தனம் என்பது இயற்கையுடன் முழுக்க நெருங்கிய தொடர்புடையது, கதைசொல்லல் முழுக்க வெளிப்பட்டுள்ளது.

இயற்கையைக் குறியீட்டு நிலையில் புரிந்துகொள்ள முயலுகிற கிராமத்தினர், அதியற்புத ஆற்றல்களுடன் சமரசம் செய்திட விழைகின்றனர். பருவ மழை பொழிந்து கண்மாய் மறுகால் போனவுடன் மகிழ்ச்சியடைகிற கிராமத்தினர், விடாமல் மழை கொட்டியபோது செய்கிற சடங்கு, இயற்கை மீதான நெருக்கத்தின் வெளிப்பாடாகும். மழை வேண்டாமெனக் கிராமத்தினர் நடத்தும் பாவனைச் சடங்கு, மானுடவியல்ரீதியில் முக்கியமானது. மழை வேண்டுமெனக் கிராமத்தினர் நடத்துகிற சடங்குகள் போலவே மழையை வழியனுப்புகிற சடங்கு, ஒருவகையில் இயற்கையுடன் கை குலுக்குகிற மனித முயற்சி தான். அம்மனை வழிபட்ட பெண்கள், கூடையில் மாவைக் கையால் அள்ளி, காற்றில் வீசியெறிந்து மழைக்கு விடை தருகிற காட்சி, சுவராசியமானது. மாவு புகையாகக் காற்றில் மிதந்து, மேகங்களை ஊரைவிட்டு விரட்டிவிடும் என்ற நம்பிக்கைதான் ஒருவகையில் எளிய மக்களின் இருப்பினுக்கான ஆதாரமாகும்.

அமானுட சக்திகளின் ஆதிக்கம் எப்படிக் கதைகளாகக் கிராமத்து வெளியில் மிதக்கிறது என்பதைக் கதைசொல்லியான தர்மன் முடிவற்றுக் கதைக்கிறார். பரம்பரைகள்தோறும் வாய் மொழியாகப் பரவிடும் நாட்டார் கதைகள் கட்டமைத்திடும் புனைவுகள் குறித்துக் கேள்விகள் கேட்பதற்கு யாருக்கும் துணிச்சலற்ற வாழ்க்கையை அசலாகப் பதிவாக்கியுள்ள தர்மனின் முயற்சி, கவனத்திற்குரியது. பேய், முனி, காத்து கருப்பு, துடியான தெய்வங்கள் போன்றவை எந்த நேரத்திலும் தங்களுடைய வாழ்க்கையில் குறுக்கிட நேரிடலாம் என்ற புரிதல் நாட்டார் பண்பாட்டில் முக்கியமான அம்சம். இரவில் கிடையைக் காவல் காக்கிற கீதாரியுடன் காம இச்சை நிறைவேறாமல் அலைகிற பெண் பேயானது, அவருடைய மனைவி உருவில் வந்து உடலுறவு கொள்கிறது என்ற கிராமத்து வெளியில் மிதந்திடும் கதைக்குப் பின்னால் சபிக்கப்பட்ட பெண்ணின் வேதனை பொதிந்திருக்கிறது. கண்மாயைக் காக்கிற அய்யனார், கண்மாய் மடையைத் திறந்திடும் முயற்சியில் உயிரைத் தந்த நீர்ப்பாய்ச்சிக் கட்டக் கருப்பன் சாமி, கண்மாயில் இறந்துபோன கள்ளனுக்குக் குலதெய்வமான உளிக்கருப்பன் கோவிலில் சிலை, கிணற்றின் சொருகு கல் உடைந்திட இறந்துபோன மகாலிங்கம் பிள்ளையின் கொடிக்கால் பிள்ளை கோவில் என ஊரெங்கும் பரவி யிருக்கிற கோவில்கள் இறந்துபோன மனிதர்கள்தான். ஏதோவொரு இக்கட்டான சூழலில் இறந்தவர்கள், தங்களை வணங்குகிறவர்களுக்கு நல்லது செய்வார்கள் என்பது கிராமத்தினரின் நம்பிக்கை.

சூல் நாவலின் அடியோட்டமாக அறம்/ஒழுங்கு பற்றிய சொல்லாடல்கள் நுட்பமாகப் பதிவாகியுள்ளன. பகுத்தறிவின் வலிமை முன்னிறுத்தப்படுகிற காலகட்டத்தில், இப்படியெல்லாம் நடைபெறுகின்ற சம்பவங்கள் எவற்றின் அடைப்படையில் நிகழ்கின்றன என்ற கேள்வியைக் கதையாடல் முன்வைத்துள்ளது. ஏதோவொரு நம்பிக்கை சார்ந்து கிராமத்தினரால் உருவாக்கப்படுகிற ஒழுங்கு பற்றிய புரிதல் முக்கியமானது. சூலியாகத் ததும்பிய கண்மாய் நீரைச் சொந்த பகையின் காரணமாக வெட்டிவிட்டுக் கிராமத்தினரையும் பிற உயிரினங்களையும் தவிக்கவிட்ட சொக்கலிங்கபுரம் சித்தாண்டியின் செயல் யாருக்கும் தெரியாது. ஆனால் அவனுடைய மனைவி மயில் பெற்ற இரு குழந்தைகளும் ஊமையாகப் பிறந்தன. அவன் செய்த செயல் பாவமானது என்று மனம் குமைந்த நிலையில், கீழ்நாட்டுக் குறிச்சி அய்யரிடம் பரிகாரம் கேட்கச் செல்கிறான். அவனைப் பார்த்தவுடனே அய்யர், "பாவக் கைகள் தீண்டிய தேங்காயும் பழமும் என் கண்ணில் பட வேண்டாம். ஊரைச் சுற்றிலும் மரங்கள் நடு..." எனப் பரிகாரம் சொல்கிறார்.

புலமாடன் தனது பங்காளியான பன்னி மாடனை ஊர்ப் பஞ்சாயத்தில் எல்லோர் முன்னாலும் காலில் கும்பிட்டு விழ வைத்தான். அதற்குப் பழி வாங்குவதற்காகப் புலமாடனின் மகன் கண்ணாடி விரியனால் கொத்தப்பட்டு அநியாயமாக இறப்பதற்குப் பன்னி மாடன் தந்திரமாகச் செயலாற்றினான். அந்தச் சம்பவம் யாருக்கும் தெரியாது. பன்னி மாடனின் மனைவி மாரி பெற்ற குழந்தையின் உடலில் கண்ணாடி விரியன் பாம்பின் தோல் போலச் செதில்களாக உதிர்ந்ததைப் பார்த்ததும் பயந்து போனான். அவனது செயலுக்குப் பரிகாரம் சொன்ன கீழ்க்குறிச்சி அய்யர், உனது மனதில் விஷமேறி விட்டது, ஓடைகளைத் தூர் வாரு, உசுப்பிராணிகள் வாழ்ந்திட வழிவகை செய் என்கிறார்,

எட்டையபுரத்து அரண்மனையில் பசுக்களைப் பராமரித்துவருகிற நங்கிரியான், இறைச்சி உணவிற்காகத் தந்திரமான செயலினால் பசுக்களைக் கொல்கிறான். அவனது செயலைக் கேள்விப்பட்ட மன்னர், அவனைத் தண்டிக்காமல் பாவத்தில் மூழ்கட்டுமென வெளியே அனுப்பிவிட்டார். ஏன் அரண்மனை வேலையில் இருந்து நங்கிரியான் நீக்கப்பட்டான் என்ற கேள்வியை எதிர்கொள்ள முடியாமல் தவிக்கிறான். தான் செய்த செயலினால் வருந்துகிறவனின் நடுமுதுகில், தண்டுவடம் முடிகிற இடத்தில் முளைத்த சிலந்திக் கட்டியினால், எப்பொழுதும் குனிந்தவனாக மாறினான். அவனுடைய மகனின் முதுகிலும் சிலந்திக் கட்டி முளைத்தபோது, தனது வம்சமே பாவத்தினால் அழியப் போவதை நினைத்துத் தீராத கவலைக்குள்ளானான்.

வயலில் புகுந்து மேய்ந்த ஆட்டுக்குட்டியைச் சுட்டுக் கொன்றதுடன், கிராமத்தினர் வழக்கமாக நடந்து செல்கிற பாதையில் செல்லக்கூடாது எனத் தடுத்த பயனாரெட்டியார் ஊராரின் வயிறெரிச்சலுக்கும் பழிப்பினுக்கும் ஆளானார். ராணுவத்திற்குச் சென்றவரின் தலையில் துப்பாக்கிக்குண்டு பாய்ந்து மூளை சிதறி இறந்து போனார்.

ஆத்தூர் வெற்றிலைக் கொடிக்கால் நாடாரிடம் பொய் சொல்லி, அவரிடமிருந்து வெற்றிலை பற்றிய தகவல்களைப் பெற்று வந்த மகாலிங்கம் பிள்ளை, கொடிக்காலில் தோண்டிய கிணற்றின் சொருகு பலகைக் கல் தலையில் விழுந்ததினால் செத்துப்போனார். அவர் இறப்பினுக்கு முன்னர் தலையில் எச்சத்தைப் போட்ட பறவை, நொடிப்பொழுதில் காற்றில் பரவவிட்ட சேதியை யார் அறிவார்?

நாவல் முழுக்க விவரிக்கப்பட்டுள்ள பல்வேறு சம்பவங்கள் அறத்தினுக்கெதிராகச் செயல்படுகிறவர்கள் அடைந்த துயரங்களை

நாட்டார் கதை மரபில் சொல்கிறது. இப்படியான சம்பவங்கள் நிகழ்ந்தன எனக் கிராமத்தினரின் பேச்சுகளில் மிதந்திடும் கதைகள், சமூக ஒழுங்கினை நுணுக்கமாகக் கட்டமைக்கின்றன. கதைசொல்லியான தர்மன் எந்த இடத்திலும் தனது அபிப்ராயத்தை முன்வைக்காமல் விலகி நிற்கிறார். முடிவற்ற கதைகளின் மூலம் உயிர்த்திருக்கிற கிராமத்தினர், ஒழுங்கின்மை/அறமற்றவை நிச்சயம் அழியும் என்ற நம்பிக்கைதான் வாழ்வின் ஆதாரமா?

மார்க்ஸ் கணித்தது போல சுயதேவையைப் பூர்த்தி செய்துகொண்டு மோன தவத்தில் உறைந்திருந்த தமிழகக் கிராமங்களில் ஒன்றான உருளைக்குடியின் பின்புலத்தில் தர்மன் விவரிக்கிற வாழ்க்கை, பன்முகத் தன்மையுடையது. சாதிய ஏற்றத்தாழ்வுகள் வலுவாக நிலவினாலும் சேவை சாதியினரின் உழைப்பு, சமூக வளர்ச்சிக்கு ஆதாரமாக விளங்கியது. நிலத்தில் விவசாயம் செய்கிற பள்ளர்கள், மண்பாண்டங்கள் செய்கிற குயவர்கள், மர வேலை செய்கிற தச்சாசாரிகள், இரும்பு வேலை செய்கிற கொல்லர்கள் எனக் கிராமத்தினரின் தேவைகள், குறுகிய வட்டத்திற்குள் அழுத்தமாகச் சுழன்றன. உழவு முதன்மையான கிராமத்து வாழ்க்கையில் மக்களின் தேவைகளை நிறைவு செய்கிற சேவைத் தொழிலாளர்கள், ஒப்பீட்டளவில் இழிவாகக் கருதப்பட்டனர். இந்நிலையில் நிலத்தில் தானியங்களை விளைவிக்கிற ஆதாரமாக விளங்குகிற பள்ளர்களைச் சமூக அடுக்கில் இழிந்தவர்களாக ஒடுக்கப்பட்டதற்கான காரணங்கள் ஆய்விற்குரியன. கிராமத்து விவசாயத்தின் அடிப்படையான கண்மாயைப் பராமரிக்கிற வேலையைச் செய்வதற்கு நீர்ப்பாய்ச்சி அல்லது மடையன் எனப் பள்ளர் சாதியினர் ஆட்சியாளர்களால் நியமிக்கப்பட்டனர். பிறப்பின் அடிப்படையில் பேதம் கற்பித்து, அதிகாரம் செலுத்திய வைதிக சமயத்தின் மேலாதிக்கம் வலுவாக நிலவியபோதும், பள்ளர் சாதியினர் நீர் மேலாண்மை செய்தனர். தர்மனின் சூல் நாவலில் இடம்பெற்றுள்ள நீர்ப்பாய்ச்சியான முத்துக் கருப்பன், பரம்பரைரீதியாக வேலை செய்கிறார். மடையின் வழியாகக் கண்மாய் நீரை வயல்களுக்குத் திறந்துவிடும் பணியுடன், கண்மாயைப் பராமரிக்கவும் பாதுகாக்கவும் செய்கிற பணியை மனவிருப்பத்துடன் செய்கிறார். மழை பொழிந்து தண்ணீர் நிரம்பி நிறைசூலியாகத் ததும்பிடும் கண்மாய் நீரை முறைவைத்து நிலத்திற்குப் பாய்ச்சுகிற நீர்ப்பாய்ச்சியின் பணியானது, ஊரின் செழிப்பினுக்கு ஆதாரமாகும். கிராமத்து சம்சாரிகளின் வளமான வாழ்க்கைக்கு ஆதாரமான நீர்ப் பாய்ச்சி பற்றிய விவரிப்பு, நாவல் முழுக்கத் தனித்து விளங்குகிறது. பிரமாண்டமான கண்மாயை நிர்வகிக்கிற நீர்ப் பாய்ச்சியான பள்ளர்

சாதியினரான முத்துக்கருப்பன் சுயமரியாதையுடன் விளங்குகிறார். பல்வேறு சாதியினர் வேளாண்மையில் ஈடுபட்டிருந்த சூழலில், பள்ளர்களும் தங்களுக்கு உடைமையான நிலத்தில் கௌரவத்துடன் விவசாயம் செய்தனர். இந்நிலையில் பிற சேவை சாதியினர் போல பள்ளர்களும் சம மதிப்புடையவர்கள் என்ற நிலையில், அவர்கள் எப்படி அட்டவணை சாதியினர் வரிசையில் சேர்க்கப்பட்டனர் என்ற கேள்வியை வாசிப்பில் நாவல் நுட்பமாக எழுப்புகிறது. உணவு உண்ணும் பழக்கத்தில் மாட்டிறைச்சியைத் தவிர்த்திடும் பள்ளர்கள், பிற இடைநிலைச் சாதியினரைப் போல ஆட்டிறைச்சி மட்டும் உண்ணுகின்றனர். ஒருநிலையில் நாடார் சாதியினரிடமிருந்து தின்பண்டம் வாங்குவதை விலக்காகக் கொண்டிருந்தனர். இன்று நாடார் சாதியினர், சாதிய இழிவிலிருந்து விலகித் தங்களை பிற்படுத்தப் பட்டவர்களாக மாற்றிக்கொண்ட சூழலில், பள்ளர்கள் மட்டும் ஏன் இன்னும் ஆதி திராவிடர் அல்லது தலித் என்ற ஒற்றைச் சொல்லுக்குள் சிக்கிக்கொண்டிருப்பது நியாயம்தானா என்ற கேள்வியைக் கதை யாடலின் மூலம் தர்மன் எழுப்பியுள்ளார். சமூகத்தின் மேம்பாட்டிற்காக இன்றளவும் நிலத்தில் உழைக்கிற பள்ளர்கள் பற்றி மறுஆய்வு செய்ய வேண்டிய நேரமிது. கிராமத்து வாழ்க்கையில் தங்களுக்கான இடத்துடன் மரியாதையுடன் வாழ்கிற பள்ளர்களைத் தலித் என்ற சொல்லாடலுக்குள் அடக்குவது பொருத்தம் இல்லை என்ற நுண்ணரசியலை வாசிப்பில் நாவல் முன்வைக்கிறது.

கார்ப்பரேட்டுகளின் நலன்களுக்காகச் சிறப்புப் பொருளாதார மண்டலம் உருவாக்கிட கிராமத்துச் சம்சாரிகளின் அயனான விளை நிலங்களைப் பறித்திடத் துடிக்கிற அரசாங்கங்களின் மக்கள் விரோதப் போக்கின் இன்னொரு முகத்தைச் சூல் நாவல் பதிவாக்கியுள்ளது. சூழலியல் நோக்கில் எழுதப்பட்டுள்ள எம்.கோபாலகிருஷ்ணனின் மணல் கடிகை, டி.செல்வராஜின் தோல், சுப்ரபாரதி மணியனின் சாயத்திரை, இரா.முருகவேளின் முகிலினி போன்ற நாவல்கள் குறிப்பிட்ட தொழில் காரணமாக ஏற்படுகிற சுற்றுப்புறச் சீரழிவுகளுக்கு முக்கியத்துவம் தந்துள்ளன. சூல் நாவல் திணைசார் சூழலியல் மரபின் தொடர்ச்சியை முன்னிலைப்படுத்திய நிலையில், புதிய போக்கினுக்கு வழி வகுத்துள்ளது. தமிழகத்தின் பாரம்பரியமான கிராமிய வாழ்க்கை முறையையும், அதனைச் சிதலமாக்கிய அதிகாரத்தின் மேலாதிக்கத்தையும் முன்வைத்து சோ.தர்மன் எழுதியுள்ள சூல் நாவல்தான், தமிழின் முதல் திணைசார் சூழலியல் நாவல். தமிழ் அடையாளத்தையும் பண் பாட்டையும் வலியுறுத்துகிறவர்கள் அவசியம் சூல் நாவலை வாசித்து விவாதிக்க வேண்டும்.

(தீராநதி, 2017 ஆகஸ்ட்)

வனசாட்சி:
மலையகத் தமிழரின் புலம்பெயர்தலின் வலி

அறுபதுகளில்கூட மதுரை வட்டாரத்தில் தாடியும் மீசையுமாகச் சோர்ந்த முகத்துடன் வறுமையான தோற்றத்துடன் யாராவது எதிர் பட்டால், 'என்ன கண்டிக்குப்போன ஆளு மாதிரி இருக்கீங்க' என்று சொல்வது வழக்கம். அன்றைய காலகட்டத்தில் இலங்கைக்குப் போய் ஏதாவது வேலை செய்து, பணம் சம்பாரித்துவிட்டுத் திரும்புவது, தமிழகத்தின் தென்மாவட்டங்களில் பரவலாகக் காணப்பட்டது. 1977 ஆம் ஆண்டில் மதுரை ரயில்வே நிலையத்தில் இருந்து இலங்கையிலுள்ள தலைமன்னார் நகருக்குச் செல்ல ராமேஸ்வரம் வரை ரயிலிலும், அங்கிருந்து கப்பலிலும் பயணம் செய்திட ரூ.10/-தான் கட்டணம் வசூலிக்கப்பட்டது என்ற தகவல் இளைய தலைமுறையினர் அறியாதது. இலங்கைக்கும் தமிழகத்திற்குமான தொடர்புகள் இரண்டாயிரமாண்டு களாகத் தொடர்கின்றன. இடையில் கடல் பிரிவை ஏற்படுத்தினாலும், தமிழகத்துத் தமிழர்களைப் பொறுத்தவரையில், இலங்கையை நேச நாடாகவே கருதினர். தூத்துக்குடியில் இருந்து தோணிகள்மூலம் இலங்கைக்குச் சரக்குகளைக் கொண்டுசென்ற தமிழ் வியாபாரிகள், கொழும்பு மாநகரில் வளமாக வாழ்ந்தனர். யாழ்ப்பாணம் உள்ளிட்ட நிலப்பகுதியில் பூர்விகக் குடிகளாக வாழ்ந்துவந்த தமிழர்களின் நிலை, செல்வாக்குடன் விளங்கியது. ஆங்கிலேயரின் காலனியாதிக்கக் காலகட்டத்தில் தேயிலை, ரப்பர் போன்ற பணப்பயிர்களை இலங்கையின் மலையகப் பகுதியில் விவசாயம் செய்வதற்காகத் தமிழகத்தில் இருந்து அழைத்துச் செல்லப்பட்ட விளிம்புநிலையினரான தமிழர்களின் அவல வாழ்க்கை, துயரம் தோய்ந்தது. பொருளியல் நிலையில் ஏற்றத்தாழ்வுகள் காரணமாகத் தமிழர்களிடையே வலுவாக நிலவிய பாகுபாடுகள் கவனத்திற்குரியன. சிறிய தீவான இலங்கையில் இன அடிப்படையில் பெரும்பான்மையினரான சிங்களவர்களுக்கும், சிறுபான்மையினரான தமிழர்களுக்கும் இடையில் ஏற்பட்ட முரண்களும் அதன் விளைவான ஆயுதப் போராட்டமும் அழுத்தமான வரலாற்றுப் பின்புலமுடையன. ஐந்தாறு தலைமுறைகளுக்கும் கூடுதலாகக் கடுமையாக உழைத்திட்ட மலையகத் தமிழர்களைக் கட்டாயமாக நாடு கடத்திய சிங்கள

அரசாங்கத்தின் முயற்சியின்போது, தலை தூக்கிய இன அடிப்படை வாதம், பின்னர் வலுவடைந்தது. சாஸ்திரி-ஸ்ரீமாவோ ஒப்பந்தத்தின்படி கணிசமாக தமிழர்கள் வெளியேற்றப்பட்ட பின்னரும், அங்கேயே தங்கி மலையகத்தில் வாழ்கிறவர்களின் பொருளியல் நிலைமையும் பெரிய அளவில் வளமாக இல்லை. கடந்த இருநூறு ஆண்டு வரலாற்றுப் பின்புலத்தில், இந்தியாவில் இருந்து இலங்கைக்குப் போய் மலையகத் தோட்டத் தொழிலாளர்களாக வாழ்கிற தமிழர்கள் குறித்த பதிவுகள், படைப்புகளாகப் பதிவாகியுள்ளன. துன்பக்கேணி என உருவகமாக மலையகத் தமிழர்களின் சீரழிவான வாழ்க்கையை எழுதியுள்ள புதுமைப்பித்தன் 'முன்னத்தி ஏர்' ஆவார். பொதுவாக மலையகத் தமிழரின் வாழ்க்கை குறித்து ஆய்வுகளும் படைப்புகளும் கணிசமான எண்ணிக்கையில் தமிழில் எழுதப்படாமைக்கான காரணங்கள் ஆய்விற் குரியன. இத்தகு சூழலில் தமிழ்மகன் எழுதியுள்ள வனசாட்சி (2011) நாவல் சித்திரித்துள்ள மலையகத் தமிழரின் வரலாற்றுப் பின்புலத்திலான சம்பவங்களும் கதைகளும் தனித்து விளங்குகின்றன. வரலாற்றை நாவலாக்கும் போது, தமிழ்மகன் நுணுக்கமான தகவல்களைக் கவனமாகக் கையாண்டு உள்ளதால், யதார்த்த நாவலுக்குரிய நம்பகத்தன்மையுடன் கதையாடல் விரிந்துள்ளது.

முந்நீர் வழக்கம் மகடுவோடு இல்லை என்ற தொல்காப்பியரின் பதிவுடன் திரை கடலோடியும் திரவியம் தேடு என்ற சொலவடையைப் பொருத்திக் காண வேண்டியுள்ளது. சோழரின் ஏகாதிபத்தியக் கால கட்டத்தில் இலங்கை உள்ளிட்ட தென்கிழக்காசிய நாடுகளில் கடற்படை வலுவாக இருந்தது. மும்மடிச் சோழமண்டலம் என்பதில் இலங்கை தீவும் உள்ளடங்கியதுதான். கி.பி.14-ஆம் நூற்றாண்டில் மதுரையில் ஏற்பட்ட டில்லி சுல்தானின் ஆட்சியைத் தொடங்கி, தெலுங்கர், மராட்டியர், போர்த்துகீசியர், பிரெஞ்சுக்காரர், ஆங்கிலேயர் என அறுநூறு ஆண்டு களாகத் தமிழகத்தில் நிலவிய வேற்று மொழியினரின் ஆட்சியதிகாரத்தில், அடிப்படைத் தொழிலான வேளாண்மை நலிவடைந்தது. தடியெடுத்தவன் எல்லாம் தண்டல்காரன் என்ற சூழலில்தான் உழுதவன் கணக்குப் பார்த்தால் உழவுக்கோல் மிஞ்சாது என்ற பழமொழி தோன்றியிருக்க வேண்டும். பாளையக்காரர், ஜமீந்தாரின் ஆட்சியில், ஈவிரக்கமற்றவாறு வசூலிக்கப்பட்ட வரியினால் சிறு விவசாயிகள் கைவிடப்பட்ட சூழல் ஏற்பட்டது. தொடர்ச்சியாக மழை பொழியாமல், பஞ்சம் நிலவியபோது, நிலத்துடன் தொடர்புடைய உழைப்பாளர்களும், கைவினைஞர்களும் வறுமைக்குள்ளாயினர். அதேவேளையில் வைதிக சநாதன சமயத்தின் மேலாதிக்கம் காரணமாகத் தீண்டாமையும் பால்ரீதியில் பெண்கள் மீதான

ஒடுக்குமுறையும் அதிகரித்தன. நிலத்தில் பாரம்பரியமாக உழுது, பயிர் விளைவித்த பள்ளர் போன்ற உழைக்கும் மக்கள் தீண்டத்தகாதவரென ஒதுக்கப்பட்டனர். அன்றாட உணவிற்குக்கூட குடும்பத்துடன் சிரமப்பட்ட விளிம்புநிலையினர், தமிழகத்தில் நாளும் துயரப்படுவதைவிட, வேறு எங்காவது சென்று வாழலாம் என்ற முடிவெடுத்துப் புலம்பெயரத் தொடங்கினர். செல்லும் இடத்திலாவது வயிறார உணவு உண்ணலாம் என்பது கப்பலேறியவர்களின் நம்பிக்கையாக இருந்திருக்கும். கிராமத்தில் வாழ்ந்த எழுதப் படிக்க அறியாத தமிழர்கள் புலம்பெயர்ந்ததில், அன்றைய சாதியக் கொடூரமும், வறுமையும் முக்கியக் காரணிகளாகும். ஐரோப்பியரின் காலனிய நாடுகளில் கடுமையான உடலுழைப்புச் செய்வதற்காக மந்தைகளாக ஓட்டிச் செல்லப்பட்ட தமிழர்களில் பெரும் பான்மையினர் தலித்துகளும் இடைநிலைச் சாதியினரும்தான். சொந்த மண்ணில் நாயைவிடக் கேவலமாக நடத்தப்படுவதைவிட, கங்காணிகளின் பேச்சுகளை நம்பி, ஏதோவொரு நாட்டுக்குக் கப்பலேறிய தமிழர்கள், அங்கும் கடினமான வேலைகளில் ஈடுபடுத்தப்பட்டனர். காடுகளை அழித்தல், காப்பி, தேயிலை, ரப்பர் எஸ்டேட் உருவாக்குதல், சாலைகள் போடுதல் போன்ற வேலைகளில் அடிமைகளைப் போல நடத்தப்பட்டனர். ஒருவகையில் கொத்தடிமைகளாகப் புலம்பெயர்ந்தவர்கள், பணம் சம்பாதித்துவிட்டு, மீண்டும் தமிழகம் வரலாம் என்ற நம்பிக்கையுடன் தான் பயணமாயினர். ஆனால் பெரும்பாலானோர் அந்த மண்ணிலே மடிந்து போனதுதான் மாபெரும் சோகம். ஆங்கிலேயரின் ஆட்சிக் காலத்தில் உலகமெங்கும் கூலிகளாகப் பயணமான தமிழர்கள் எதிர்கொண்ட துயரங்கள், இன்றளவும் காற்றில் மிதக்கின்றன.

இலங்கைத் தீவுக்குப் புலம்பெயர்ந்த தமிழர்களின் வரலாற்றைப் புனைவாக்கி நாவல் வடிவில் தந்துள்ள தமிழ்மகனின் படைப்பாக்க முயற்சி, குறிப்பிடத்தக்கது. கடந்த ஐம்பதாண்டுகளில் இலங்கையில் இருந்து தமிழகத்திற்குக் கட்டாயமாகத் துரத்தப்பட்ட மலையகத் தமிழர் களைப் பற்றிப் பெரிய அளவில் படைப்புகள் வெளியாகாத சூழலில், வனசாட்சி நாவல், கடந்த காலத்தின் சாட்சியமாக விளங்குகிறது. இன்று தென்மாவட்டங்களில் பெரும்பாலான கிராமங்களில் குற்றேவல் செய்தும், கொடைக்கானல், ஊட்டி, கூடலூர் போன்ற மலைப் பிரேதசங்களில் உள்ள எஸ்டேட்டுகளில் வேலை செய்துகொண்டிருக்கிற மலையகத் தமிழர் குறித்து யாருக்கும் அக்கறை இல்லை. தமிழகப் படைப்பாளர்களும் மலையகத் தமிழர் உள்ளிட்ட புலம்பெயர்ந்த தமிழர்களின் வாழ்க்கையைப் படைப்பாக்குவதில் கவனமற்று உள்ளனர்.

தமிழ்மகனின் வனசாட்சி நாவல் பத்தொன்பதாம் நூற்றாண்டில் பெரிய படகுகள் மூலம் இலங்கைக்குப் பயணமான தமிழகக் கிராமத்தினர் பற்றிய விவரிப்புடன் தொடங்குகிறது. இராமேஸ்வரம் அருகிலுள்ள மண்டபம் என்ற இடத்திலிருந்து கங்காணி வைத்தியின் ஆசை வார்த்தைகளை உண்மையென நம்பிய ஆண்களும் பெண்களும் குழந்தைகளும் சீறுகிற கடலில் பயணிக்கின்றனர். இதுவரை கடலை நேரில் பார்க்காதவர்கள், திடீரெனப் படகில் இரவுவேளையில் பயணிப்பது, அவர்கள் மனதில் பீதியைக் கிளப்பியிருக்கும். இதுவரை சொந்த பந்தமென வாழ்ந்தவர்கள், பூர்வீகக் கிராமத்தைவிட்டுப் பிரிவதனால், மனதில் ஏக்கத்துடனும் வலியுடனும் தவித்திருப்பார்கள். பெரிய அளவில் கிராமத்தினர் ஏதோவொரு நம்பிக்கையினால் இலங்கைக்குக் கிளம்புவது சாதாரணமான செயல் அல்ல. இருப்பதைவிட எங்காவது சென்று நன்கு வாழ்ந்திடலாம் என்ற விருப்பம்தான் அவர்களைப் புலம் பெயர்ந்திடத் தூண்டியிருக்க வேண்டும். இலங்கையின் கடற்கரையில் இறங்கியவுடன் கங்காணியின் அதிகாரக் குரல் ஓங்கி ஒலிக்கிறது. வெள்ளைச் சிப்பாய்கள் காவலுடன் கால்நடையாக அழைத்துச் செல்லப் படுகிறவர்கள், வழி முழுக்கத் துயரங்களை எதிர்கொள்கின்றனர். கிராமத்தினர், உடலில் உயிர் தங்கிடுவதற்காகத் தரப்படுகிற உணவை உண்டுவிட்டுக் குளிரிலும் கொட்டுகிற மழையிலும் நனைந்தவாறு மலையகத்தை நோக்கி நடக்கின்றனர். வளமான வாழ்க்கை காத்திருக்கிறது என்ற நம்பிக்கையில் கிளம்பியவர்கள், காட்டு வழியில் கங்காணியின் அதிகாரத்தினுக்குக் கட்டுப்படுகின்றனர். சிறிய அளவில் உலகநாதன் கிளப்பிய முணுமுணுப்புக்கூட தண்டனைக்குரிய குற்றமாகக் கருதப்படுகிறது. கைக்குழந்தையுடன் வந்த கங்கம்மா நோயின் பாதிப்பினால், வழியிலே இறந்திட, பிணத்தை இரண்டடி ஆழக் குழி தோண்டிப் புதைத்துவிட்டு, துயரத்துடன் நடக்கின்றனர். நடு ஆறு தோட்டம் என்று அழைக்கப்பட்ட தேயிலை எஸ்டேட்டில் சிறிய வீடுகளில் குடியேறியவர்கள், எஸ்டேட் வாழ்க்கையில் படுகிற பாடுகள் அளவற்றவை. இதுவரை மனிதர்களின் கரங்கள் தொட்டிராத காட்டை அழித்துத் தோட்டமாக்கியதில் ஆண்களும், தேயிலைக் கொழுந்து பறிப்பதில் பெண்களும் என அன்றாடம் கடுமையான உழைப்பில் ஈடுபடுகிற சூழலில், நாளை மற்றுமொரு நாளாகக் கழிகிறது. மலைநாட்டிற்குரிய கொட்டுகிற பனியிலும், அட்டைக் கடியிலும் வாடி வதங்குகிற சூழலில், பொருளியல் நிலையிலும் மாற்றம் எதுவுமில்லை. எப்படியும் வாழலாம் என்ற எண்ணத்தில் இளம்பெண் ரத்தினம், கங்காணியின் ஆலோசனையின்பேரில், எஸ்டேட்டின் உரிமையாளரான ஆங்கிலேயருடன் நிரந்தரமாகப் பாலுறவு வைத்துக்கொள்கிறாள்.

தமிழகத்தின் கிராமப்புறத்தில் நிலவிய கொடுமைகளுக்குப் பயந்து, இலங்கைத் தீவுக்குப் போனவர்களின் துயரம் வெவ்வேறு வழிகளில் தொடர்கிறது. காம்பெரா என அழைக்கப்படுகிற லைன் வீடுகளில் வசிக்கிறவர்கள் எப்பொழுதும் கைக்கும் வாய்க்கும் போதாத வருமானத்தில், கஷ்டப்பட, தோட்டத் துரைமார்களும் கங்காணிகளும் வளமான வாழ்க்கை வாழ்கின்றனர்.

இந்தியாவில் பல்வேறு மொழிகள் பேசுகிறவர்களில் தமிழர்கள் கூட்டம் கூட்டமாகக் கிளம்பிக் கூலி வேலைக்குப் போனதற்குக் காரணம் வெறுமனே வறுமை மட்டுமல்ல. சாதிய இழிவின் அடையாளத்தைத் தொலைதூரப் பிரேதசத்திற்குச் செல்வதன்மூலம் மறைத்துவிடலாம் என்ற நம்பிக்கையுடன் தமிழ்நாட்டிலிருந்து கிளம்பியவர்களின் எண்ணிக்கைதான் அதிகம் என நாவலாசிரியர் குறிப்பிடுவது கவனத்திற் குரியது. சிறிய அளவில் முன் பணம் தந்து அழைத்து வரப்பட்டவர்களின் அபிப்ராயங்கள் எதையும் கேட்பதற்குத் தயாராக இல்லாத கங்காணிகள், சந்தையில் மாடுகளைக் கைமாற்றி விடுவதுபோல தோட்ட உரிமை யாளரிடம் ஒப்படைத்தனர் என்பது, அன்றைய காலகட்டத்தில் மனித உயிர்கள் பற்றிய மதிப்பீட்டினை வெளிப்படுத்துகிறது.

தோட்டத் தொழிலாளர்கள் வாழ்க்கையில் எவ்விதமான மாற்றங்களும் ஏற்படாத சூழலில், பெரிய கங்காணி இதுவரை சம்பாதித்த பணத்துடன், தமிழகத்திலுள்ள திருச்சி நகருக்குப் போய் செட்டில் ஆனார். திடீரெனத் துரை, மாரடைப்பால் மரணமடைந்தவுடன், துரைசாணி சுமாரான விலைக்குத் தோட்டத்தைச் சில்லறை கங்காணியான வைத்திக்கு விற்று விட்டு லண்டனுக்குப் பயணமானார். ஆங்கிலேயரின் வசமிருந்த தேயிலை எஸ்டேட் தமிழனுக்கு உரிமையான பிறகும் தொழிலாளர்களின் வாழ்க்கையில் மாறம் எதுவுமில்லை.

இந்தியாவில் இருந்து வந்த நடேசய்யரும் அவருடைய மனைவி மீனாட்சியும் தோட்டத்திற்குத் துணி விற்பது போல வந்து, தொழிலாளர் களைச் சம்மேளனத்தில் உறுப்பினர்களாக்க முயன்றனர் என்ற வரலாற்றுத் தகவல், நாவலில் இடம் பெற்றுள்ளது. ஓரளவு அரசியல் விழிப்புணர்வு பெற்றாலும், கல்வியறிவற்ற தோட்டத் தொழிலாளர் நிலைமை வழமை போலத் தொடர்ந்தது. 1931ஆம் ஆண்டை ஹட்டன் தொகுதியில் பெரி.சுந்தரம் போட்டியின்றி நாடாளுமன்றத்திற்குத் தேர்ந்தெடுக்கப் பட்டார். இந்திய இலங்கைத் தொழிலாளர் காங்கிரஸ் என்ற தோட்டத் தொழிலாளர் அமைப்பு வலுவானது. ஆங்கிலேயரின் காலனியாதிக்கத்தில் இருந்து விடுதலையான இலங்கையின் வடகிழக்குப் பகுதியில் தமிழரசுக்

கட்சியின் துணையில்லாமல் ஆட்சி அமைக்க முடியாத நிலை ஏற்பட்டது. இந்நிலையில் வந்தேறிகளான தோட்டத் தொழிலாளர்களுக்கு வாக்குரிமை இல்லை என்ற சட்டத்தை இயற்றி அமல்படுத்திய பிரதமர் டி.எஸ்.சேன் நாயகாவின் முடிவு, இலங்கையின் வரலாற்றில் முக்கியமான திருப்பு முனை. தமிழகத்தில் இருந்து பஞ்சம் பிழைப்பதற்காக இலங்கையின் மலையகப் பகுதியில் குடியேறி, மண்ணுடன் போராடிய தமிழர்களின் வாழ்க்கை இன்னும் சிரமத்திற்குள்ளானது.

கள்ளத்தோணி, பனங்கொட்டை, வடக்கத்திக்காரன், தோட்டத்துக் காரன் போன்ற பெயர்களால் இழிவாகக் குறிப்பிடப்படுகிற மலையகத் தமிழர்கள், வெளி உலகம் அறியாமல், மலைத் தோட்டத்திற்குள்ளேயே வாழ்கின்றனர். மலேரியா காய்ச்சல், கொசுக்கடி, குளிர் என உடல்நலப் பாதிப்பிற்குள்ளானாலும், உழைப்பைத்தவிர வேறு எதுவும் அறியாத அப்பாவிகளாக இருக்கின்றனர். தொண்டைமான் தலைமையிலான தொழிலாளர் அமைப்பினாலும் பெரிய அளவில் விடிவு எதுவுமில்லை. நாடாளுமன்ற உறுப்பினர் மட்டுமின்றி பல தோட்டங்களுக்கும் உரிமை யாளரான தொண்டைமான், மலையகத் தமிழர்கள் பற்றிய ஆளும் வர்க்கத்தினரின் முடிவுகளுக்கு உடன்படுகிறார். “இந்த மொத்த மலையிலும் பத்து லட்சம் பேர் இருக்கோம். கேட்டியா? அதில் பாதிப் பேர் இங்கன கெடந்து சாகணும். பாதிப்பேர் இந்தியா போய்ச் சாகணும்னு இரண்டு ராஜாங்கமும் சேர்ந்து முடிவு பண்ணி வெச்சுப்புட்டாங்க” எனக் காசி சொல்வது அரசியல் பின்புலமுடையது. நூறாண்டுகளுக்கும் கூடுதலாக மலையகத்தில் தங்கியிருந்து, தேயிலையை உற்பத்திசெய்து, இலங்கையின் பொருளாதாரத்தை மேம்படுத்திய தோட்டத் தொழிலாளர் களைக் கலந்து ஆலோசிக்காமல், சரிபாதியான எண்ணிக்கையினரான ஐந்து லட்சம் பேர்கள் உடனடியாகக் கிளம்பிட வேண்டுமென இலங்கை அரசின் உத்திரவு போட்டது, பாசிசமாகும். தோட்டத்தினரின் நினைவுகளில் இந்தியாவிலுள்ள தமிழகம் இருந்தாலும், பல்லாண்டுகள் பிரிந்திருந்த பின்னர், மீண்டும் அங்கே போனால் என்ன செய்ய என்பது முக்கியமான கேள்வி. அரசின் ஆணைக்கேற்ப கடவுச்சீட்டு பெற்று உடனடியாகக் கிளம்பாவிட்டால், சிறைக்குள்ளாக நேரிடும் என்ற பயத்தினால், தோட்டத்தைவிட்டு வேண்டா வெறுப்பாகக் கிளம்பியவர்கள், மீண்டும் ஒரு புலம்பெயர்வை எதிர்கொள்கின்றனர். பெரியசாமியின் பதின் பருவ மகள் லட்சுமிக்குக் கிளம்பிட ஆணை கிடைக்காத காரணத்தினால், அவளைத் தோட்டத்திலே விட்டுவிட்டு தாங்கமுடியாத வருத்தத்துடன் குடும்பத்தினர் கிளம்பிட நிர்பந்திக்கப்படுகின்றனர். ஒட்டுமொத்தமாகக் குடும்பத்தினரை அனுப்பாமல், அதிகாரிகள் செய்த தவறினால்,

பிரிந்திட்ட குடும்பங்கள் பிரிவின் வலியினால் துடித்தன. தாய்நாடு என இந்தியாவைச் சொன்னாலும் முற்றிலும் புதிய நிலத்திற்குப் போய், அங்கே எப்படி வாழ்வது என்ற கேள்வி, புலம்பெயர்ந்தவர்களை விடாமல் துரத்துகிறது. ஓரளவு கல்வியறிவினை மலையக இளைய தலைமுறையினர் பெற்றிருந்தாலும், அரசியல் சூதாட்டத்தில் எதுவும் செய்ய முடியாமல் தத்தளிப்பதுதான் யதார்த்தம். மலைத்தோட்டம் சிங்கள முதலாளிமார் வசம் கைமாறும்போது, அங்கே சிங்களத் தொழிலாளர்களை குடியேற்றிட முயலுகின்றனர். இன்னொருபுறம் மலையகத் தமிழர்களுக்குத் தேர்தலில் வாக்குரிமை அளிக்கும் உரிமை தரும்போது, நாடாளுமன்றத்தில் அவர்களுடைய பிரதிநிதித்துவம் அதிகரிக்கும். இந்நிலையில் ஏற்கனவே வடகிழக்கு மாநிலங்களில் பூர்வீகமாக வாழ்ந்து வருகிற தமிழர்களின் ஆதிக்கம் இன்னும் மேலோங்கிடும் எனக் கண்டறிந்திட்ட சிங்களப் பேரினவாதத்தின் அரசியல் சூழ்ச்சிதான், மலையகத் தமிழர்கள் நாட்டைவிட்டுத் துரத்தப் பட்டதற்கு முதன்மைக் காரணம்.

நடேசய்யர் ஒன்று திரட்டிய மலைத்தோட்டத் தொழிலாளர்களைப் பாதுகாத்திடத் தலைவர் தொண்டைமான் இருக்கும்போது, இலங்கை குடியுரிமை பெற்றவர்களைச் சிங்களக் காடையர்களால் ஒன்றும் செய்ய முடியாது என்ற நம்பிக்கையும் மலையகத்தில் நிலவியது. அதே வேளையில்”... சிங்களவன், தமிழன் எல்லாம் ஒத்துமையாத்தான் வேலை பார்த்தானுக. எல்லாம் தொழிலாளிதானேய்யா? தொழிலாளி, முதலாளி பிரச்சினையை இப்ப தமிழன் சிங்களவன் பிரச்சினையா மாத்தியாச்சுன்னா முடிஞ்சது. யாழ்ப்பாணத்துலயும் கொழும்புலயும் இருக்கவன் சிங்களவன் மேலே கோபப்படறான் செரி.. இங்க இருக்கிற வனுக்கு என்ன வந்தது?...” எனத் தோட்டத் தொழிலாளர் ஒருவர் ஆத்திரத்துடன் சொல்வது புலம்பெயர்ந்த மக்களின் யதார்த்த நிலையைச் சுட்டுகிறது. ஓரளவு அரசியல் விழிப்புணர்வு மலையகத்தில் நிலவினாலும், அரசை எதிர்த்து எதுவும் செய்யவியலாமல், தலைமுறைகளாக வாழ்ந்த மண்ணில் இருந்து வலுக்கட்டாயமாக வெளியேற்றப்படும்போது, கையறு நிலையில் தவிப்பது மாபெரும் சோகம். நாவலாசிரியர் தமிழ்மகன் மலையக மக்களின் துயர வாழ்க்கையைச் சித்திரிப்பதுடன் நுண்ணரசியல் சார்ந்த கேள்விகளை வாசிப்பில் எழுப்பியுள்ளார். அரசியல் சூதாட்டத்தில் தன்னிலை இழந்த மலையக மக்களின் புலம் பெயர்வு பற்றிய விவரிப்பு, நுணுக்கமான பதிவாக வெளிப்பட்டுள்ளது.

மலையகத் தமிழரான பெரியசாமி, தனது மகள் லட்சுமியைப் பிரிந்த வேதனையுடன் இந்தியாவிற்கு வந்து, கூடலூர் எஸ்டேட்டில்

வேலை செய்கிறார். அவருடைய பேரனான முருகன், கல்லூரியில் ஆசிரியராகப் பணியாற்றுகிறார். நவீன கங்காணியான கல்லூரி முதல்வரின் அதிகாரத்தின்கீழ் முருகன் ஒருவகையில் கொத்தடிமையாக இருக்கிறார். அவர் கல்லூரி நூலகத்தில் தற்செயலாகப் பார்த்த சி.வி.வேலுப்பிள்ளையின் நாடற்றவர் கதை என்ற புத்தகத்தில் இருந்த லட்சுமியின் கடிதம், லட்சுமியைத் தேடுவதைத் துரிதப்படுத்தியது. பின்னர் முருகன் இலங்கைக்குக் கல்லூரிப் பணியின் காரணமாகச் சென்றபோது, தனது அத்தை லட்சுமியைத் தேடிச் செல்கிறார். லட்சுமி விடுதலைப் புலிகள் இயக்கத்தில் தீவிரமாக இயங்கி, முள்ளிவாய்க்கால் போரில் மரணமடைந்த செய்தியைக் கேள்விப்படுகிறார். மலையகத் தமிழர் என்றால் உலகம் அறியாத அப்பாவிகள், விவரக் குறைச் சலானவர்கள் என்று பொதுப்புத்தியில் கட்டமைக்கப்பட்டிருந்த பிம்பத்தை லட்சுமியின் போராட்டக் கதை சிதலமாக்குகிறது. சிங்களப் பேரினவாதத்திற்கெதிரான ஈழத் தமிழரின் ஆயுதமேந்திய போரில், மலையகத் தமிழர்கள் கணிசமாக இணைந்திருந்தனர் என்பது தமிழ்மகன் சொல்ல விரும்புவதா? யோசிக்க வேண்டியுள்ளது.

சில நூற்றாண்டுகளுக்கு முன்னர் தமிழகத்தில் வாழ வழியற்ற நெருக்கடியான சுழலில் இலங்கைக்குப் புலம்பெயர்ந்திட்ட தமிழர்களில் முதல் தலைமுறையினர் அனுபவித்த கொடுமைகளும் உயிரிழப்புகளும் பற்றிய விவரிப்புடன் தொடங்கியுள்ள வனசாட்சி நாவல் காத்திரமான பதிவாகும். அடுத்த நிலையில் மலையகத்தமிழர் அநியாயமாக இந்தியாவை நோக்கி விரட்டப்பட்ட கதையில், நாடற்றவரின் குரல்கள் வெளிப்பட்டுள்ளன. இன்றும் மலையகத்தில் வாழ்ந்துகொண்டிருக்கிற தமிழர்கள், பூர்வீகத் தமிழர்களுடன் இணைந்து போராடி உயிரைத் துறந்தது அண்மைக்காலத் தகவல். காலந்தோறும் அதிகாரத்தின் ஆதிக்கம் மேலோங்கியிருக்கிற சூழலில் மனித உயிர்கள் எதிர்கொண்ட வலிகளைப் புலம்பெயர்ந்த தமிழர்களை முன்வைத்துத் தமிழ்மகன் விவரித்துள்ள வனசாட்சி நாவல், வரலாற்றைப் புனைவுடன் மீட்டுருவாக்கம் செய்துள்ளது.

(காக்கைச் சிறகினிலே, 2017, அக்டோபர்)

இச்சா:
ஈழத்தமிழரின் வலியும் வேதனையும் ததும்பிடும் துன்பியல் கதை

'இலங்கைத் தீவே செத்துக் கடலில் வெள்ளைப் பிரேதமாக மிதந்து வருவதான ஒரு படிமம் இப்போது என் மனதில் தோன்றி என் இருதயத்தை முறித்துப் போட்டது.' - 'இச்சா' நாவலின் கதைசொல்லி.

கொலைகளும், தற்கொலைகளும் நிரம்பிய சிறிய தீவான இலங்கையைச் சாபமும், இருளும் காலந்தோறும் துரத்துகின்றன. பௌத்தம் X சிறுபான்மையினரின் மதங்கள், தமிழ் X சிங்களம் என இரு அடிப்படை வேறுபாடுகளின் பின்புலத்தில் வன்மமும், குரோதமும், வெறுப்பும் நாடெங்கும் பரவலானதற்குக் காரணம், வெறுமனே மதவெறி மட்டும்தானா? புத்தர் என்ற கருணையான ஆளுமையும், அவருடைய போதனைகளும் பெரும்பான்மையான சிங்களப் பிக்குகள் மனதில் சின்ன சலனத்தைக்கூட ஏற்படுத்தவில்லையா? மனதில் துளியளவுகூட ஈரம் இல்லாதவர்களாகத் தீவின் சராசரி மனிதர்கள் மாறியுள்ளதில் நுண்ணரசியல் பொதிந்துள்ளது. தெருச்சந்தி முக்கு விளக்குத்தூண், கார் டயரினால் மனித உடல்களை உயிருடனோ அல்லது உயிரற்றோ எரிக்கப்படும் இடமாக மாறியதை வேடிக்கை பார்க்கிற சூழல், வன்முறையின் உச்சம். இன ஆதிக்க அரசியல் காரணமாகச் சிந்திய மனிதக் குருதியும், கொல்லப்பட்ட உடல்களும் குட்டித் தீவெங்கும் சிதறிக் கிடக்கின்றன. ஈழத் தமிழரின் போராட்டமும், அதற்கெதிரான சிங்களப் பேரினவாத ராணுவத்தின் ஒடுக்குமுறையும் 1981 இல் தொடங்கி, 2009 முள்ளிவாய்க்கால் அழித்தொழிப்பு வரை நீண்ட வரலாற்றுப் பின்புலமுடையன. எவ்விதமான அறமும் இல்லாமல் மனித உடல்களைத் துச்சமாகக் கருதிச் சிதலமாக்கிய கொடூரம், இலங்கையில் இயல்பாக நடந்தேறியுள்ளது. தமிழின விடுதலைக்கான இயக்கங்களின் போராட்டங்கள், குறிப்பாக விடுதலைப் புலிகளின் அரசுக்கெதிரான கடுமையான போர், சிங்களப் பேரினவாத அரசின் கொடூரமான ராணுவத் தாக்குதல்கள், இந்தியா, சீனா உள்ளிட்ட மேலை நாடுகளின் ஆதரவுடன் அழித்தொழிக்கப்பட்ட புலிகளின் ஆயுதப்

போராட்டம்... வரலாற்றின் பக்கங்களில் ரத்தக் கவிச்சியடிக்கிறது. இரண்டாயிரம் ஆண்டுத் தமிழர் வரலாற்றில் பிரபாகரனின் தலைமையில் நடைபெற்ற ஆயுதயமேந்திய ஈழப் போர், ஒப்பீடு அற்றது; காத்திரமானது. புலிகளின் வீரமான போர்களும், புலிகள் அழித்தொழிக்கப்பட்ட பேரழிவும் அழியாத நினைவுகளாக காற்றில் மிதக்கின்றன. ஈழத்தமிழரின் முப்பது ஆண்டு கால ஆயுதமேந்திய போராட்டம், எதிர்காலத் தலை முறையினருக்குக் கதைகளாக இன்று மிஞ்சியுள்ளது. போரின் மறுபக்கத்தையும், விளைவுகளையும் அண்மையில் வெளியான நாவல்கள் பதிவாக்கிட முயன்றுள்ளன. அவை, எதிர்காலத் தலைமுறையினரின் நினைவுகளில் என்றும் அதிர்வை ஏற்படுத்தும் வல்லமையுடையன. விடுதலைப் புலிகளின் வெற்றிகரமான தாக்குதல்கள், பிரபாகரனின் போர்த் தந்திரங்கள் எனச் சிலாகித்து எழுதப்பட்ட பெரும்பாலான நாவல்களில் தமிழ்ப் பெருமிதமும், தமிழர் அடையாள அரசியலும் பொதிந்துள்ளன. வெறுமனே உணர்ச்சிவயப்பட்ட நிலையில் தமிழகத்தின் தமிழ்த் தேசியவாதிகளும், கணிசமான ஈழத் தமிழர்களும், புலம்பெயர்ந்த தமிழர்களும் கேள்விகளுக்கு அப்பாற்பட்டு விடுதலைப் புலிகளைக் கொண்டாடுகிற பொதுப்புத்தி, இன்றும் நிலவுகிறது. படைப்பு என்பது அரசியல் செயல்பாடு என்ற புரிதலுடன் ஷோபாசக்தி போன்ற படைப்பாளர்கள் நடந்து முடிந்த ஈழப் போரை முன்வைத்து எழுதியுள்ள நாவல்கள், சமூக விமர்சனமாக வெளிப்பட்டுள்ளன. எண்பதுகளில் விடுதலைப் புலிகள் இயக்கத்தில் சில ஆண்டுகள் செயல் பட்டுப் பின்னர் ஐரோப்பாவிற்குப் புலம்பெயர்ந்த ஷோபாசக்தியின் முந்தைய நாவல்களின் தளத்தில் இருந்து அண்மையில் வெளியாகியுள்ள இச்சா நாவல் முழுக்க வேறுபட்டுள்ளது. மனித மாண்புகளையும், விழுமியங்களையும் நாசமாக்குவதில் பின்னர் பொதிந்திருக்கிற அதிகார அரசியலைக் கேள்விக்குள்ளாக்கியிருப்பது, இச்சா நாவலின் தனித்துவம். ஷோபாசக்தி, சித்திரித்துள்ள கதையாடல், அதிகாரத்தின் பெயரில் ஏன் இப்படியெல்லாம் மனிதர்கள், சக மனித உடல்களைச் சித்ரவதைக்குள்ளாக்குகின்றனர் என்ற கேள்வியை எழுப்புகிறது.

வன்முறை என்ற கொடிய ஆயுதம், வரலாறு முழுக்க ஆதிக்க வாதிகளால் விளிம்புநிலையினர் மீது தொடர்ந்து பயன்படுத்தப் படுகிறது. தனிமனிதக் கொலையைத் தண்டனைக்குரிய குற்றம் எனக் கருதுகிற அரசு, போரை முன்வைத்து நடைபெறுகிற கூட்டக் கொலை களையும், அரச பயங்கரவாதச் செயல்களையும் நியாயப்படுத்துகிறது. கொடூரமாக நடந்து முடிந்த போரும், அதன் விளைவுகளும் படைப்பாக விவரிக்கப்படும்போது, கொலைகள், ராணுவத்தினரின் சித்ரவதைகள்,

குடும்பச் சிதைவு, பெண்ணுடல் மீதான வன்புணர்வு, சதிகள், தற்கொலைப் படையினரான மனித வெடி குண்டுகள், காணாமல் போகும் மனிதர்கள், ஊரின் அழிவு... என எங்கும் ரத்தக்களறிதான். அதிலும் இலங்கையில் நடைபெற்ற தமிழின அழித்தொழிப்பு, இச்சா நாவலில் வலியின் உச்சத்தில் சொல்லப்பட்டுள்ளது. வெறுமனே கதை என்று நாவலை வாசித்துவிட்டுப் போவதற்கான சாத்தியம், இச்சா பிரதியில் பதிவாகியுள்ள வரிகளில் இல்லை. இச்சா நாவலின் முதன்மைப் பாத்திரமான கப்டன் ஆலா என்ற வெள்ளிப்பாவையின் வாழ்க்கைச் சம்பவங்களை வாசிக்கிற வாசகன், பிரதியின் மையத்தில் இருந்து விலகி, அடுத்து என்ன நடக்குமோ என்ற பதைபதைப்புடன், தனக்கான கதையை உருவாக்கிட வாய்ப்புண்டு. துப்பறியும் நாவலின் விவரிப்பு போன்ற அதிர்ச்சியூட்டும் சம்பவங்கள், வாசிப்பில் தொந்தரவு செய்கின்றன; மனதில் பதற்றத்தை ஏற்படுத்துகின்றன. யதார்த்த வாழ்க்கையில் துப்பாக்கிகளும், மனித வெடிகுண்டுகளும், சித்ரவதைகளும் நிரம்பிய கதையாடல், அதிகாரத்தின் மொழியில் பதிவாகியுள்ளது. ஷோபாசக்தியின் காத்திரமான மொழி ஆளுகையும், கதையாடல் விவரிப்பும் நாவலைக் காப்பியத்தன்மையுடையதாக ஆக்கியுள்ளன.

நாவலின் பின்னட்டையின் வெளிப்புறம் இடம் பெற்றுள்ள பன்னிரு வயதான ஈழத்துச் சிறுமியின் படம், பிரதிக்கு வெளியே விவரிக்கிற கதை, உக்கிரமானது. நாவலின் கதைக்கும், சிறுமியின் படத்துக்கும் நேரடியான தொடர்பு இல்லாவிடிலும், நாவலை வாசிக்கும்போது, போரில் மாண்ட பெண் புலிகளைப் படம் நினைவூட்டுகிறது. யாரோ ஒரு சிறுமி பூப்படைந்த போது பட்டுச் சேலை உடுத்தி, தங்க நகைகள் அணிந்து, தலையில் பூச்சூடி, சடையில் பூத்தைத்துக் கொண்டாட்டத்துடன் புல்தரையில் ஒயிலாக அமர்ந்திருக்கிறாள். அவளுடைய மகிழ்ச்சியான முகபாவமும், சிநேகமான கண்களும் ஆயிரமாயிரம் நம்பிக்கை மலர்களைத் தூவுகின்றன. ஒருகணம் அந்தச் சிறுமிதான் கப்டன் ஆலா என்று வாசிப்பில் தோன்றினால், நாவலின் கதையாடலுக்குள் மூழ்கி, திணறிட நேரிடும். ஷோபாசக்தி சித்திரித்துள்ள கப்டன் ஆலா என்ற பெண் பாத்திரம், ஈழத் தமிழரின் நெடிய போராட்டத்தில் தொன்மமாக வெளிப்பட்டுள்ளது. பெண் புலிகளின் சாகசங்கள், வீரதீரச் செயல்கள், சமரசமற்ற தாக்குதல்கள், தியாகங்கள் என்று முப்பதாண்டுகளாகப் பல்வேறு பிரதிகளின் ஊடாக அவர்கள் அசலான மனுஷிகளாக வாசகர்களுடைய கூட்டுக் கற்பனையில் பதிவாகியுள்ளனர். வாய்மொழியாகவும், பிரதிகள் மூலமாகவும் காலந்தோறும் உருவாக்கப்பட்டுள்ள கதை மாந்தர்கள் மீது, உணர்ச்சிகளை முதலீடு செய்வது புனைவில் தொடர்கிறது.

வீரத்தின் அடிப்படையில் தமிழச்சியான ஆலா குறித்த புனைவுகளில் வாசகர்கள் அளவற்ற உணர்ச்சியில் திளைத்தல், வாசிப்பில் நிகழ்கிறது. ஒருவகையில், யதார்த்த எழுத்தின் புனைவை உண்மை என நம்பி, ஆலா பாத்திரத்துடன் வாழ்தல் நாவல் கதையாடலின் தனித்துவம். இது, இச்சா நாவலின் பலம்.

ஷோபாசக்தி கதைசொல்லியாகவும், ஆலாவின் சிறைக் குறிப்புகளில் ஆலா கதைசொல்லியாகவும் இரு வேறுபட்ட விவரிப்புகளாக நாவலின் கதையாடல் விரிந்துள்ளது. இரண்டாயிரத்திற்குப் பின்னர் தொடங்கிடும் கதை, 2004இல் போர் நிறுத்தக் காலகட்டத்தில் மையம்கொண்டு, இறுதிப் போரை நோக்கி நகர்கிறது. புனித வியாழன் அன்று யேசுவின் புனித இராப்போசன விருந்துடன் தொடங்குகிற நாவல், பிரான்ஸ் நகரத் தெருக்களில் குளிரிலும் பசியிலும் வாடி வதங்குகிற ஏதிலிகளை இயேசு கிறிஸ்துக்களாக அடையாளப்படுத்துகிறது. உலகமெங்கும் அரசியல், பொருளாதார நெருக்கடிகளினால் புலம்பெயர்ந்த அகதிகளின் வலிகள், யேசுவின் துயரங்களாக மாறுகின்ற காட்சிகளை ஷோபாசக்தி சித்திரித்துள்ளார்.

இலங்கையில் ஈஸ்டர் திருநாளில் வெடித்த குண்டுவெடிப்புச் சம்பவத்தினால் தனது தாய்க்கும், உறவினர்களுக்கும் என்ன ஆனது என்று அறிந்திடாமல் தவிக்கிற கதைசொல்லி, கொல்லப்பட்டவர்களின் படங்களில் மர்லின் டேமி என்ற பறங்கிப் பெண்ணின் படத்தைப் பார்க்கிறார். அவள்தான் சிறையிலிருந்தபோது ஆலா, உரோவன் மொழியில் எழுதிய குறிப்புகளைக் கதைசொல்லிக்குக் கொடுத்தவள். சிறையில் அடைக்கப்பட்ட ஆலா, கற்பனையான உரோவன் மொழியில் எழுதிய குறிப்புகள் அடங்கிய காகிதக் கத்தை, மர்லின் டேலியால் தற்செயலாக ஷோபாசக்திக்குக் கிடைக்கிறது. அந்தக் குறிப்புகளின் அடிப்படையில் எழுதப்பட்டுள்ள நாவலில் ஈழப் போராட்டத்தின் பின்புலம் சங்கேதமாகவும், நுட்பமாகவும் விளக்கப்பட்டுள்ளது. ஆலா உருவாக்கிய லண்டோ ப்ளான்சோ என்ற கற்பனையான பனிநிலத்தில், அவர் உருவாக்கிய உரோவன் மொழியும் புனைவானது. இச்சா என்ற சொல்லுக்குப் பொருளாகக் குறளி, முளரி, லிபி, நெடும்மின்னி, மந்திரிகுமாரி ஆகிய ஐந்து சொற்கள் தரப்பட்டுள்ளன.

1989இல் அடைமழைக் காலத்தில் இலுப்பங்கேணி என்ற கிராமத்தில் பிறந்தாள் வெள்ளிப்பாவை. இலுப்பங்கேணியில் எண்பது வீடுகளில் எளிமையாக வாழ்ந்த தமிழர்களின் கிராமிய வாழ்க்கை, மடுப்பமகச் சிங்களக் குடியேற்றத்தினால், மெல்லச் சிதலமடையத் தொடங்குகிறது.

கிராமத்தின் பெயர்கூட 'மடுப்பமக' எனச் சிங்களப் பெயராகவும், களியோடை என்ற ஆற்றின் பெயர் கல்லோயா என்ற சிங்களப் பெயராகவும் மாற்றப்பட்டன. தமிழரின் அடையாளம் அழிக்கப்படுகிற அரசியல், தீவு முழுக்கப் பரவத் தொடங்கியதன் எடுத்துக்காட்டுதான் இலுப்பங்கேணியின் அழிவு. வெள்ளிப்பாவையின் தன்வரலாறு போலச் சொல்லப்பட்டுள்ள எந்தவொரு சம்பவமும் ஏதோவொரு அரசியல் நிகழ்வுடன் தொடர்புடையதாகக் கதைக்கப்பட்டுள்ளது. வெள்ளிப்பாவை பிறந்தநாளுக்கு முந்திய நாளில் இந்தியப் படை, ஆசாரிக்குடியில் நடந்த சனிக்கிழமைச் சந்தைக்குள் புகுந்து சுட்டதில் பதினேழு பேர் மரணம்; தேன் விற்ற பெரியாத்தை தெய்வகலை கொல்லப்பட்டார். வெள்ளிப் பாவைக்கு ஒன்றரை வயதாகும்போது நானூறு தமிழர்கள் அருகிலுள்ள வீரமுனை சிந்தா யாத்திரை பிள்ளையார் கோயிலில் ஊர்க்காவற்படை யினரால் வெட்டிக் கொல்லப்பட்டனர். காட்டுக்குள் போன சிவஞானம் அம்மாச்சி கொல்லப்பட்டு, சடலம் கிடைக்கவில்லை. இலுப்பங் கேணிக்குள் புத்தர் சிலையுடன் வந்த சிங்களவர்களின் கையில் துப்பாக்கி, கத்தி, வாள் போன்ற ஆயுதங்கள். உறாப்பிட்டியச் சிங்களவர்கள், தமிழ்ப் புத்தாண்டு நாளில் இலுப்பங்கேணிக்குள் நுழைந்து தமிழர் வீடுகளுக்குத் தீ வைத்ததுடன், நான்கு பெண்கள், ஐந்து குழந்தைகள் உள்பட பதினேழு தமிழர்களை வெட்டிக் கொன்றனர். கல்யாண விருந்துக்கு இலுப்பங்கேணிக்கு வந்துவிட்டு, மாலையில் உள்ளான்வெளிக்கு ட்ராக்டரில் திரும்பிப்போன அப்பாவின் அப்பா, அம்மா, ஐயா, சகோதரர்கள் காட்டுப்பாதையில் வழிமறித்துக் கொல்லப்பட்டனர், தம்பி விபுல் கொலை... இப்படி நாவல் முழுக்கப் பல்வேறு கொலை நிகழ்வுகளுடன் தொடர்புடையதாக வெள்ளிப் பாவையின் இளம்பிராயத்து வாழ்க்கை இருக்கிறது. எந்தவொரு கொலையும் காவல்துறையினரால் புலன் விசாரிக்கப்பட்டு, குற்றவாளிகள் தண்டிக்கப்படவில்லை. "எல்லோரும் எல்லாரையும் கொலை செய்யும் காலமாக அது இருந்தது" என்கிறார் கதை சொல்லியான வெள்ளிப்பாவை. 'மரம் ஓய்வை நாடினாலும் காற்று தணியாது' என்ற சீனப் பழமொழிக்கேற்பச் சராசரியான கிராமத்துச் சிறுமியான வெள்ளிப்பாவை, ஒரு நாளில் ஆலாவாக மாறினார். பின்னர் கப்டன் ஆலா. சிங்கள அரசுக்கும், புலிகள் இயக்கத்தினருக்குமான போர் ஒருபுறம் என்றால், கிராமத்துத் தமிழர்களின் வாழ்க்கையில் பலரும் கொல்லப்படுவதை இயல்பாகக் கருதுமாறு சூழல் மாறியதுதான் கொடூரமானது. சக மனிதர்களைக் கொன்றொழிக்கிற வாழ்க்கை சகஜமாகிப் போனதுதான், சூழலில் ஏற்பட்ட பெரும் அவலம்; அறத்தின் வீழ்ச்சி.

நாட்டார் கூத்துப் பாடல்கள், நாட்டார் பாடல்கள், பழமொழிகள், மரபுத் தொடர்கள் என நாவல் முழுக்கப் பதிவாகியுள்ள விவரணைகள், ஈழத்தமிழர் வாழ்வியலுடன் இரண்டறக் கலந்த மரபின் வெளிப்பாடுகள். நாட்டுப்புற நம்பிக்கை சார்ந்த விஷயங்கள், வெள்ளிப்பாவையின் கோணத்தில் நாவலில் பதிவாகியுள்ளன. அம்பாலை மரக்காலைக்காரர் செய்த ஊழைச் சூனியம், அப்பாவை முடக்கி, விசர்க்கோலமாக்கி விட்டது. பெத்தப்பா மீது யாரோ மூதேவி அழைப்பை ஏவிவிட்டிருந்தனர். பெத்தாவுடன் வீட்டுக்கு வந்த புலுடு என்ற பேய், பெத்தாச்சியின் தூஷணத்துக்கு நாணி அகன்றது. அம்பாறையில் வைகாசிப் பூரணையன்று குளத்துக் கண்ணகி அம்மன் கோயில் திருக்குளிர்த்தி, போர்த்தேங்காய் அடித்தல் அல்லது கொம்புமுறி விளையாட்டு. காசிப முனிபத்தினியான கந்துருவுக்கு நூற்றைம்பது நாகங்கள் குழந்தைகளாகப் பிறந்த புராணிகக் கதையாடல். ஞானசௌந்தரி கூத்தில், கைகள் வெட்டப்பட்ட சௌந்தரி, நினைவில் பிலேந்திரனைத் தன்னிடம் அழைத்து வருதல். இவைதவிர கதையாடல் முழுக்க இடம் பெற்றுள்ள தமிழ், சிங்களத் தொன்மங்கள், சொலவடைகள் போன்றன நீட்சியாகி, நாவலின் கதைமாந்தர்களின் உருவாக்கத்தில் தடத்தைப் பதித்துள்ளன.

சிங்கள அரச வம்சம், கொடூரமான முறையில் உடல்களைச் சித்ரவதை செய்த கதை, கண்டி அரசன் ஸ்ரீவிக்கிரம் இராஜசிங்கன் கூத்தை முன்வைத்துக் காலங்காலமாக நிகழ்த்துக் கலையாக இலங்கையில் நிகழ்த்தப்படுகிறது. பாரம்பரியமாக நடத்தப்படுகிற கண்டி அரசன் கூத்து, சிங்களவர்களிடமும், தமிழர்களிடமும் பிரபலமானது. துரோகி எனக் கருதப்படுகிற மந்திரியின் குழந்தைகள் கழுத்தை வெட்டிக் கொல்லப் படுகின்றன. மந்திரியின் மனைவி குமாரிரஹாமி, பிறந்து பத்து நாட்களான தன்னுடைய கைக்குழந்தையான டிங்கிரி மெனிகேயை உரலில் போட்டு, உலக்கையால் குற்றி இடிக்க வேண்டுமென்ற கட்டளை அரசனால் பிறப்பிக்கப்படுகிறது. அப்போது அவள் குழந்தையை உரலில் போட்டுக் குத்தியவாறு பாடும் பாடல், இன்றளவும் நாட்டார் கூத்தில் பாடப்படுகிறது.

அமிர்த சுகிர்த அழகொளிர் விளக்கே
அகக்கடலில் சுமந்த அருமைப் பாலகியே
பொன்னின் மேனிதன்னை உரலில்
பூனின் உலக்கை கொண்டு
ஊணும் பாதி தந்த பாலும் வாயிலோட
அம்மா குத்தி இடித்தாளோ உரல்

தாய் “அழுது புலம்பிப் பாடும்போது, பரவசம் அடையாமலா அதை மறுபடியும் மறுபடியும் காலங்காலமாகத் திருவிழாக்களில் பார்த்துக் கொண்டிருக்கிறார்கள்” என்று கதைசொல்லி சொல்கிறார். கூத்து நிகழ்த்தப்படும்போது, பார்வையாளர் வரிசையில், சிறிய நாற்காலியைப் போட்டு, அந்த இருக்கையில் இருந்து, கொடூரமாகக் கொல்லப்பட்ட பச்சிளம் சிசுவும் கூத்தைப் பார்க்கிறது என்ற நம்பிக்கை, நிஜத்துக்கும் புனைவுக்கும் இடையில் ஊசலாடுகிறது. இலங்கையர்களின் மனதில் வன்முறையும், கொடூரமும் ரசனைக்குரியதாக உறைந்திருப்பதைக் கூத்தின் வழியாகக் கண்டறிந்திட முயன்றுள்ளார், ஷோபாசக்தி. அந்தக் கொடூரமான ரசனை, உளவியல்ரீதியில் ஏற்படுத்தும் சேதங்கள்தான் இலங்கையில் வெளிப்படுகிற வன்முறையின் வெளிப்பாடா? யோசிக்க வேண்டியுள்ளது.

பதின்மூன்று வயதான வெள்ளிப்பாவை தனது தம்பி விபுலுடன் ஊருக்கு வரும்போது, காட்டுக்குள் பதுங்கியிருக்கிற விடுதலைப் புலிகளைத் தற்செயலாகச் சந்திக்க நேரிடுகிறது. சக மனிதர்கள் என்ற நிலையில் செய்த சிறிய உதவிக்காக ஊர்க் காவல்படையைச் சார்ந்த காக்கிலால், தம்பியின் தலையைத் துண்டித்துத் தெருவில் போடுகிறான். கொல்லப்பட்ட விபுல் ஏற்கனவே புலிகளுக்கு எதிராக அரசின் காவல் படையில் சேர்ந்து, செயல்பட்டவன். கஞ்சா போதையில் விபுல் உளறி யதற்காக அவனைக் கொடூரமாகக் கொல்லப்படுவதில் தொடங்குகிறது, ஆலாவின் அரசியல் நுழைவு. கொல்லப்பட்ட தம்பிக்காக நியாயம் கேட்ட வெள்ளிப்பாவையின் மீதான தாக்குதல் வலுவடைந்தபோது, அதிலிருந்து தப்பித்தவளின் அடுத்த முயற்சி, புலிகள் இயக்கத்தில் சேர்ந்தது தான். வேறு வழி? பொதுமக்கள் சராசரியான வாழ்க்கை வாழ்ந்திட உத்திரவாதம் இல்லாத சூழலில் அன்பும் நேசமும் மிக்க வெள்ளிப் பாவை, கரும்புலியாகப் பயிற்சிபெற்று, வெடிகுண்டை உடலில் கட்டிக்கொண்டு, வெடித்துச் சிதறிடத் தயாராகிறாள். குழந்தையைப் பெற்று வளர்க்கிற இயல்புடைய பெண், தன்னையே அழித்துக்கொள்ள முடிவெடுப்பதன் பின்புலத்தில் பொதிந்திருக்கிற அரசியலும், உளவியலும் முக்கியமானவை. குடும்ப நிறுவனத்தில் இயல்பாக வாழ்ந்த பெண்தான், எங்கும் மனித ரத்தம் சிந்துகிற சூழலில் தற்கொலைப் படையினராக மாறுகிறாள். போராளிகளை வெடிகுண்டாக மாற்றுகிற புலிகளின் அரசியலில் கருத்து வேறுபாடு இருந்தாலும், போர்க் காலச் சூழலை ஆராய்ந்திடும்போது, இயக்கம் மூளைச்சலவை செய்து கரும்புலிகளை உருவாக்கவில்லை என்பது புலப்படும். எதிரியான சிங்கள ராணுவத்துடன் தாக்குதலில் ஆயுதத்துடன் போரிடும்போது, முகாமுக்குத் திரும்பி வருவதற்கான சாத்தியம் குறைவு என்பது தமிழ்ப் போராளிகளுக்குத்

தெரியும். போர் முனையில் நிகழவிருக்கிற சாவு, உடலில் கட்டியிருக்கிற வெடிகுண்டால் ஏற்பட்டால் என்னவென்ற துணிச்சலான முடிவுதான் கப்டன் ஆலா போன்ற போராளிகளை இயக்குகிறது. இருப்பதா? இறப்பதா? என்ற ஷேக்ஸ்பியரின் வரி, போராளிகளுக்கு முழுக்கப் பொருந்துகிறது. ஆலாவுக்கும்தான்.

'போர் என்பது ரத்தம் சிந்தும் அரசியல்' என்ற புரிதல் இல்லாத ஆலா, மனித வெடிகுண்டாக மாறி, பலரின் மரணத்திற்குக் காரணமாவது அறிந்தும் தன்னுடலைப் பொருட்படுத்தாத மனநிலை, அவளுக்குள் ஏதோ ஒரு புள்ளியில் உறைந்திருந்தது. ஆலா தன்னுடைய உடலுடன் வெடித்துச் சிதறும்போது, எதிரிகளும் கொல்லப்படுவார்கள் என நம்பியிருக்கையில், பாலம் திறப்புவிழாவில் அயல்நாட்டுத் தூதரும் கலந்துகொள்கிறார் என்பதனால், கடைசி நிமிடத்தில், நடவடிக்கை மாற்றப்படுகிறது. யாருக்கும் சேதம் விளைவிக்காமல், பாலத்தின் பக்கவாட்டுச் சுவரில் மோதி வெடித்துச் சிதற வேண்டுமெனக் கட்டளை கிடைக்கிறது. "இது தானா என் மகிமை பொருந்திய சாவு! சுவரில் மோதிக் குருட்டு வௌவால் போலவா சாகப் போகிறேன்" என்ற ஆலாவின் மனவோட்டம் முக்கிய மானது. இராணுவத்திடம் சிக்கினால் என்னவகையான சித்ரவதைகளை எதிர்கொள்ள நேரிடும் என்பதை அறிந்தும் ஆலா திகைத்து நிற்கிறாள். மனுஷி என்ற நிலையில் ஆலாவின் லட்சியம் நிறைவேறவில்லை. இலங்கை மற்றும் இந்திய ராணுவத்தினரின் சித்ரவதைக்குள்ளாகி, இறுதியில் 300 ஆண்டுகள் தண்டனையடைந்து சிறையில் வாடுகிறாள். பதின்பருவப் பெண்ணான ஆலா சிறையில் இறந்துவிட்டாள் என்று பிரதி தரும் தகவலினால் துயரத்தில் வாசகர் தவிக்க நேரிடுகிறது. நடந்து முடிந்த ஈழப் போர்களில் பங்கேற்ற நூற்றுக்கணக்கான பெண் புலிகளைப் பெருமையுடன் நோக்குகிற தமிழ்ச் சமூகத்தில், இத்தகைய மாந்தர்கள் படைப்பின் சொற்களுக்கு இடையில் துயரத்துடன் எங்கோ வாழ்ந்து கொண்டிருக்கின்றனர்.

அன்றாட வாழ்க்கையில் குறிப்பிட்டமுறையில் சம்பவங்கள் இடைவிடாமல் தொடர்ந்து நடைபெறுகின்றன. அவை, படைப்புகளில் பதிவாகிடும்போது, வாசகர்களின் விருப்பத்திற்கு மாறானவையாக இருந்திட வாய்ப்புண்டு. இச்சா நாவலின் கதையாடலில் ஆலாவை முன்வைத்து ஷோபாசக்தி விவரித்துள்ள சம்பவங்கள், வலிகளும் வதைகளும் நிரம்பியவை. ஆலா, தான் தேர்ந்தெடுத்துள்ள கரும்புலி பயிற்சி பற்றியும் அதனுடைய முடிவு பற்றியும் துல்லியமாக அறிந்த நிலையில் துணிச்சலுடன் செயல்படுவது, துன்பியல் நாடகத்தின் உச்சம்; காப்பிய சோகம். இதனால் வாசகன் துக்கத்தில் ஆழ்கிறான். மாற்ற

முடியாத விதியா? அல்லது கடவுளின் விருப்பமா? என்ற கேள்விகள், வாசகர்களை முடிவற்ற துயரத்திற்கு இட்டுச் செல்கின்றன. மாபெரும் இதிகாசங்கள், காப்பியங்கள் இரக்கமற்ற மனித வாழ்க்கையின் சட்டகங்களை மீண்டும்மீண்டும் சொல்வதன்மூலம் ஒருவகையில் மனிதர்களின் சொந்தக் கதைகளைத்தான் சொல்கின்றன. அவை, நமது விருப்பங்களுக்கு எதிரானவை என்றாலும், அவற்றை விருப்பத்துடன் வாசிக்கிறோம். எனவேதான் ஆலாவின் அவலமான கதை, பரந்துபட்ட வாசகர்களால் ஆர்வத்துடன் வாசிக்கப்படுகிறது. விதி அல்லது மரணம் பற்றிய கருத்துருக்களின் மீதுதான் இலக்கியப் பிரதியின் அடிப்படைச் செயல்பாடு இயங்குகிறது என்ற நிலையில்தான் ஈழத்தில் லட்சிய நோக்குடன் போரில் உற்சாகத்துடன் போராடி இறந்த போராளிகளின் மனநிலையைப் புரிந்திட முடியும்.

யதார்த்தத்தில் ராணுவத்தினர் முன்னர் செய்த சித்ரவதையினால் உடல் நலிவுற்றுச் சிறையில் ஆலா மரணமடைகிறாள். அது, ஷோபா சக்திக்கு உடன்பாடாக இல்லை. சிறையில் இருந்து ஒருக்கால் ஆலா வெளியேறும் சூழல் ஏற்பட்டால் என்ன ஆகும் என்று புனைவின் வழியாகச் சித்திரித்துள்ள காட்சிகள், கவனத்திற்குரியன. கண்டி ராஜாவின் மந்திரிகுமாரி சாமலிதேவி போலத் தன்னை அறிந்திடும் ஆலாவின் துயரம் ஏன் தொடர்ந்தது என்பது பிரதி முன்வைக்கிற கேள்வி. ஆலாவின் சுயேச்சையான வாழ்க்கை குறித்த ஆவேசமான தேடலின் தோல்வி ஒருபுறம் என்றால், இறந்த காலத்தில் சபிக்கப்பட்ட வாழ்விலிருந்து விடுதலை இன்னொருபுறம் எனப் புனைவின் சிறகுகள் விரிகின்றன. ஆலா என்ற மனுஷி, கற்பனையான வாழ்க்கையிலும் ஏன் துயரம் தோய்ந்த வாழ்க்கையைத் தேர்ந்தெடுத்தாள் என்ற கேள்வி தோன்றுகிறது. எல்லாம் கதைகள்தான் என்றாலும், நாவலின் இறுதி வாசகமாகக் கதைசொல்லி, "உயிருள்ள ஆலாப் பறவையொன்றை நீங்கள் பார்த்திருக்கிறீர்களா?" என்று கேட்பது, இதுவரை வாசித்த வாசிப்பைக் கேள்விக்குள்ளாக்குகிறது.

கடூழியச் சிறையில் இருந்து வாமனனின் முயற்சியால் விடுவிக்கப் பட்ட ஆலா, ஐரோப்பாவிற்குப் புலம்பெயர்ந்து, வாமனனைத் திருமணம் செய்து, பதுமன் என்ற ஆண் குழந்தைக்குத் தாயாகிறாள். இருவருக்கு மிடையில் வழமையான குடும்ப உறவுகூட இல்லை. அவள், மனப் பிறழ்விற்குள்ளானவள் எனப் புறக்கணிப்பிற்குள்ளான நிலையில், பனி பொழிந்திடும் சதுக்கத்தில் துப்பாக்கியால் சுட்டு, குழந்தையுடன் தற்கொலை செய்துகொள்கிறாள். ஆலாவின் வாழ்க்கை, கற்பனைப் பின்புலத்தில்கூட ஏன் சீராகவில்லை என்ற கேள்வி முக்கியமானது. இந்நிலைமை ஆலாவுக்கு மட்டுமல்ல இன்று ஈழத்தில் சிரமத்துடன்

வாழ்கிற மேனாள் பெண் புலிகளுக்கும், போராளிகளுக்கும் பொருந்தும். பிரதியானது இலக்கிய உலகில் நிலவுகிற கேள்விகளுக்கு உட்படுத்த முடியாத யூகங்கள், பாவனைகள் மூலம், புனைவாக இருந்தாலும்கூட, அது உண்மை எனக் கருதுகிறவகையில் சில மாதிரிகளை விட்டுச் செல்கிறது. இத்தகைய இலக்கிய உண்மைதான் ஷோபாசக்தி சித்திரித்துள்ள ஆலாவின் ஐரோப்பியப் பயணம். அது, காரண காரிய அறிவுக்கு அப்பாற்பட்டது. ஆலா, இலக்கியப் பிரதியிலிருந்து வெளியேறி, தொன்மமாகி விட்டார்.

“நானும் உங்களைப் போலவே அன்பும், காதலும், இச்சையும், இரக்கமும், விளையாட்டுத்தனமும் கொண்டவள்தான்” என்று தன்னைப் பற்றி ஆலா குறிப்பிட்டுள்ள வாசகங்கள், அழுத்தமானவை. விசாரணையின் போது கொடிய சித்ரவதைகளைத் தாங்கிக்கொண்டு, தற்சமயம் சிறையில் அடையாளமற்று வெறுமையில் தவிக்கிற ஆலாவின் மனம், பெண்ணுடல் என்ற நிலையில் தன்னைக் கண்டறிந்திட முயலுகிறது. பெண்ணாகிய தான் புழுவாக மாறிவிடாமல் எத்தனிக்கையில் அவளுக்குள் காமம் ஒளிர்கிறது. மரணமும், காமமும் தனிமனுஷியான ஆலாவின் உடலிலும், மனதிலும் நுண்ணிய பாதிப்புகளை உருவாக்குகின்றன. எவ்விதமான மகிழ்ச்சியுமற்று தக்கையாகிப்போன உடலை மீண்டும் இயங்கிடுவதற்குக் காமம் தூண்டுகோலாக இருக்கிறது. பாலுறவு நிலைகள் தரும் கற்பனைச் சித்திரத்தில் மனவெளியில் ஆலா சிறகடிக்கிறாள். சிறையின் வெறுமையில் மெல்ல அழிந்து கொண்டிருக்கிற உடலுடன் போராடுகிற ஆலாவுக்குக் காமம், ஒருவகையில் தன்னிருப்பை உணர்த்துகிறது; உடல் மரத்துப் போய்விடாமல், மனம் கொந்தளிப்புடன் இருக்கச் செய்கிறது. பதின் பருவத்தில் புலன்களின் கொண்டாட்டங்கள் நிரம்பிய உடலை ஏதோவொரு லட்சியத்திற்காக ஒடுக்கினாலும், உடல் தன்னைக் காமத்தின் வழியாக மீட்டுக்கொள்கிறது.

ஷோபாசக்தி, ஈழ வரலாற்றுக்குள் புனைவையும், புனைவுக்குள் வரலாற்றையும் கண்டறிந்திட முயன்றுள்ளார். இதனால் கடந்தகால வாழ்க்கை, பிரதிக்குள் பிரதியாகப் பின்னிக் கிடப்பது வெளிப்பட்டுள்ளது; மொழி என்னும் பிரபஞ்சத்திற்குள் அலைபாய்ந்திடும் மனித விதிகளின் விளையாட்டு, விளையாட்டுத்தனமாகப் பிரதியில் எடுத்துரைக்கப் பட்டுள்ளது. அன்பு, தாய்மை, காதல், ப்ரியம் என்று எப்பொழுதும் கசிந்திடும் ஈரமான இயல்புடைய வாழ்க்கையில், ஆலாப் பறவை என்ற குறியீடு மூலம் எல்லாம் வி[illegible]வெளியில் சிறகடிகின்றன. மொழி, இனம், மதம், சாதி என்று ஏதோவொன்றின் பின்புலத்தில் அதிகாரத்தின் வெளிப்பாடாகத் தீமையின் பின்னர் பயணிக்கிற வாழ்க்கை பலருக்கும்

லபித்திருப்பதை நாவல் கேள்விக்குள்ளாக்கியுள்ளது. இச்சா நாவலை வெறுமனே கதை என்று வாசித்து வெளியேறிவிடாமல், ஏன் எங்கும் இருள் பரவியிருக்கிறது என்று தோன்றுகிற நொம்பலமான மனநிலை, ஒருநிலையில் வாசகரை உறைந்திருக்கச் செய்கிறது. தான் பெற்ற பச்சிளங் குழந்தையை உரலில் போட்டு இடித்தவாறு சோகமாகப் பாடுகிற மந்திரியின் மனைவி குமாரி ரஹாமியின் அவலமான குரல் கூத்தில் மட்டுமல்ல, இலங்கையரின் இன்றைய வாழ்க்கையிலும் தொடர்ந்து ஒலித்துக்கொண்டிருக்கிறது. அதுதான் இச்சா.

(காக்கைச் சிறகினிலே, 2020, டிசம்பர்)

ப.சிங்காரத்தின் இரு நாவல்கள்: வாசிப்பு அனுபவம்

உலகமெங்கும் தொழில் காரணமாகப் பரவியுள்ளபோதும் தமிழர்கள், தங்களுடைய அனுபவம் மற்றும் இருப்பைக் கலைப் படைப்பாகப் பெரிய அளவில் பதிவு செய்யவில்லை. அண்மைக் காலமாகத்தான் இந்நிலைமை சில படைப்பாளிகளின் கவனத்தை ஈர்த்துள்ளது. ஆனால் பல்லாண்டுகளுக்கு முன்னரே ப.சிங்காரம், பர்மா, மலேசியா முதலிய தென்கிழக்காசியப் பகுதிகளில் குறிப்பாக இரண்டாம் உலகப்போர் பின்னணியில் தமிழர்களின் அவல அனுபவங்களை நாவல்களாக ஆக்கியிருக்கிறார். அவருடைய கடலுக்கு அப்பால் (1959) புயலிலே ஒரு தோணி (1972) ஆகிய இரு நாவல்களும் மாறுபட்ட கோணங்களில் தமிழர் வாழ்க்கையைச் சமூகநிலை, தனிமனித உணர்வுகள் ஆகிய இரு நிலைகளிலும் பதிவு செய்துள்ளன.

தென்கிழக்காசியாவில் செயல்பட்ட இந்திய தேசிய இராணுவத்தில் லெப்டினன்டாகப் பணியாற்றிய செல்லையா போர் முடிந்தவுடன் மீண்டும் வட்டிக்கடை வேலைக்குத் திரும்புகிறான். இளம் வயதிலிருந்தே செல்லையாவும் கடை முதலாளி வயிரமுத்துப் பிள்ளையின் ஒரே மகள் மரகதமும் ஒருவரையொருவர் விரும்புகின்றனர். அவர்களின் காதலை, முதலில் ஆச்சி காமாட்சியம்மாளும் பிறகு பிள்ளையும் அங்கீகரிக்கின்றனர். ஆனால் தற்சமயம் பிள்ளையின் மனதில் மாற்றம். போருக்குச்சென்று மீசையும் கால்சராயுமாகத் திரும்பியுள்ள செல்லையா, வட்டித் தொழிலுக்கு உதவமாட்டான் என்பது அவரது எண்ணம். எனவே மரகதத்தை வேறொருவனுக்கு மணம் முடிக்கத் திட்டமிடுகிறார். இருவரும் பதிவுத் திருமணம் செய்து கொள்ளலாமெனச் செல்லையா ஆலோசனை கூற, மரகதமோ தன் பெற்றோர் சம்மதம் வேண்டும் என்கிறாள். இதற்கிடையே உலகப்போரின் இருண்ட கரும்புகை பர்மா முதலிய பகுதிகளையும் சூழ்கிறது. புகை மண்டலத்தில் மூச்சுவிடத் திணறி ஆச்சியும் மரகதமும் தமிழ்நாட்டிற்குக் கிளம்பிச் செல்ல, கலங்கிய மனத்துடன் செல்லையா தனித்து நிற்கிறான்.

ஆண் - பெண் மனங்களுக்கிடையில் தோன்றும் காதல் உணர்வானது, சாதி, சமயம், பொருளியல் ஏற்றத்தாழ்வு காரணமாக அடையும் முரண்களே நாவலாக எழுதப்பட்டுள்ள தமிழ் நாவல் சூழலில், காதலர் பிரிவினுக்குப் போர் காரணமாக்கப்பட்டிருப்பது புதுமையான அம்சமாக உள்ளது. சிம்பாங்தீகா பாலத்தில் 200 ஜப்பானியர் சிப்பாய்களை அழித்தொழிப்பதில் முதன்மையாக விளங்கிய செல்லையாவால் மரகதத்தின் மனதை மாற்ற இயலவில்லை. இந்தப் பிரச்சினையைப் பல்வேறு கோணங்களில் தர்க்க அடிப்படையில் விளக்கி, சொல்லாடலில், வாசகரையும் பங்கேற்க வைத்து, இறுதியில் தீர்வு குறித்து வாசகரையும் சிந்திக்க வைக்கும் முறையில் நாவல் சிறப்பாகப் படைக்கப்பட்டுள்ளது.

எப்படியாவது மரகதத்தை மணக்கத் துடிக்கும் செல்லையா; செல்லையாவைத் தந்தை விருப்பத்துடன் மணக்க விரும்பும் மரகதம்; மகளின் காதலை அங்கீகரித்தாலும் கணவனுடன் ஒத்துப்போகும் காமாட்சியம்மாள்; தனக்குப் பின்னால் வட்டித்தொழிலை முன்னாள் ராணுவத்தினனான செல்லையாவால் நடத்த முடியாதெனத் திருமணத்திற்கு அனுமதி மறுக்கும் வயிரமுத்துப்பிள்ளை என நான்கு கோணங்களில் கதை விவாதிக்கப்பட்டுள்ளது. ஒருவரின் முடிவு இன்னொருவருக்கு ஏற்புடையதாக இல்லையெனினும், அம்முடிவிற்கான காரணத்தை அவர்கள் விளங்கிக் கொள்கின்றனர். சகமனிதனை வெறுத்து விரோதத்தன்மை கொள்ளாமல் அடிப்படையில் அன்புடையவர்களாகப் பாத்திரங்கள் படைக்கப்பட்டுள்ளன.

நாவலின் இறுதியில் பிள்ளைக்கும் செல்லையாவுக்குமிடையில் நடைபெறும் சொல்லாடல், மனித மனத்தின் பல அடுக்குகளைச் சுட்டிக் காட்டுகிறது. ஒவ்வொரு மனிதனும் தனது சுய முயற்சியினால் தனக்கான உண்மையைக் கண்டறிந்துள்ளான். வாழ்க்கையனுபவத்தின் விளைவுகள், சகமனிதனுக்கு எதிரானதாயினும் அவனது சுய அனுபவச் செறிவினை முழுக்க மறுதலிக்க முடியாது. ஏனெனில், அதுவே அவனது தொடரும் இயக்கத்திற்கான ஆன்ம பலம். வயிரமுத்துப்பிள்ளை, தனது ஒரே மகன் வடிவேலு குண்டு வீச்சில் கொல்லப்பட்டதைக் கூட செரித்துக்கொண்டு மீண்டும் வட்டித் தொழிலுக்குத் தயாராகிவிட்டது தான் நடப்பியல் நிலைமை. தான் சிரமப்பட்டு வளர்த்த வட்டித்தொழிலைத் தனக்கு மருமகனாக இருந்து செல்லையாவால் நடத்த முடியாது எனக் கருதும் பிள்ளை, அவனுக்கு வேறு வசதிமிக்க அழகான பெண்ணை மணம் முடித்துத் தனது சொந்தச் செலவில் சூலியாக்கடைத் தெருவில் ஜவுளிக் கடை வைத்துத் தர முன் வருவது அவரது நடப்பியல் நிலைமையின் இன்னொரு கோணம். செல்லையா கடைத் தொழிலைவிட்டு விலகி வங்கி

வேலை அல்லது தோட்டத்துக்கிராணி வேலைக்குச் செல்வது குறித்து வருத்தப்படுகிறார் பிள்ளை.

சராசரி மனிதன், தான் வாழும் வாழ்க்கையிலிருந்து தன்னைப் பிரித்துக் காண்பதில்லை. அவன் எதிர்கொள்ளும் பிரச்சினைகளைத் தனக்கானதாக மட்டும் சுருக்குவதன் மூலம், புறத்தில் வேறு பிரச்சினைகள் தோன்றுவதற்குக் காரணமாகிறான். சுய அனுபவங்களின் மூலம் பொருளியல் வாழ்க்கையில் பெற்றுள்ள வெற்றியைச் சக மனிதர்கள் மீதும் அத்துமீறலாகக் கருத்தினைத் திணிப்பதற்கான அடிப்படையாக்கிக் கொள்கிறான். எனவேதான் இளம் பருவத்துத் தோழர்களான மரகதம் - செல்லையா அன்பின் ஆழத்தைப் பிள்ளையினால் புரிந்துகொள்ள முடியவில்லை. அதே வார்ப்பிலமைந்த மரகதமும் நியதிகளுக்குள் சிக்கித் தன்னையே சித்ரவதைக்குள்ளாக்கிக் கொள்கிறாள். தண்ணீர்மலையான் திருநீறு பூசி, வேட்டியணிந்து எப்படியாவது அவளை அடைய முயலும் செல்லையா, இறுதியில் கலங்கித் தனித்து நிற்கிறான். மரகதத்தை அடையும் முயற்சி தொடர்பான செயல்கள் தோல்வியடைந்தாலும் செல்லையாவின் மனம் ஓய்ந்துவிடாது. ஏனெனில் அவனது கால்கள் ஓட்டத்தினை ருசித்துவிட்டன. அவை இன்னும் மாறுபட்ட கவர்ச்சியான தளங்களைத் தேடியலையும். "மனிதனால் தாங்க முடியாத துயரம் என்று சொல்வதற்கு எதுவுமே இல்லை. மனதை இழக்காதவரையில் நாம் எதையும் இழப்பதில்லை" என்ற தேறுதலுடன் முடியும் நாவலின் இறுதி வரிகள்தான் நாவலின் மையக்கருத்து.

'கடலுக்கு அப்பால்' நாவலுக்குப் பிறகு பன்னிரண்டு ஆண்டுகள் கழித்து வெளிவந்தது 'புயலிலே ஒரு தோணி'. இந்த நாவலும் பிழைக்கப் போன நாட்டில், போர் மூட்டத்திற்கிடையே அவதியுறும் தமிழ் மக்களின் கதைதான். ஆனால் அதனைவிட இது இன்னும் ஆழமானது, அற்புத மானது. அனுபவங்களையும் உணர்வுகளையும் புறச்சூழல்களையும் இந்நாவல் மேலும் பல வாசிப்புகளுக்குரியதாகத் தளம் அமைத்துத் தருகிறது. வட்டிக்கடைச் செட்டியைப் பற்றி தொடங்கும் நாவல், வளர்ச்சிப் போக்கில் முழுக்க ராணுவப் பின்னணியில் விரிவடைந்து உள்ளது. தமிழர் வாழ்க்கைமுறை மற்றும் பண்பாடு குறித்த ஆழமான விசாரணையுடன் மனித இருத்தல் குறித்த அடிப்படையான வினாக் களையும் நாவல் எழுப்புகிறது.

நுனை - அரும்பு - முகை - மலர் ஆகிய நான்கு பெரும் பகுதி களின் மூலம் பாண்டியனின் வாழ்க்கையனுபவங்கள் விவரிக்கப்பட்டு உள்ளன. ராணுவரீதியில் பாண்டியனின் நடப்பியல் வாழ்க்கை

மலேசியாவில் இருப்பினும் அவனது மனம் கதையாடல் முழுக்க இந்தியாவில் தாய்த் தமிழகத்தில் சின்ன மங்கலம் கிராமம், திருப்பத்தூர், மதுரை என நனவோட்ட நிலையில் பின்னோக்கிச் செல்கிறது. புலம்பெயர் வாழ்க்கையின் ஊசலாட்டமும் மனத் துயரங்களும் வலுவான தளத்தில் பிணைந்திருக்கின்றன. பிழைக்கப்போன அயல் மண்ணிலே நின்றுகொண்டு தமிழகத்து நினைவுகளை அசைபோடும் அவலம், இந்நாவல் தரும் அனுபவம்.

சின்னமங்கலம் கிராமத்துச் சிறுவர்கள், பள்ளிக்கூடம், சந்தை, கடைத்தெரு, பெண்கள் என விரியும் கிராமத்து வாழ்க்கை முறை; திருப்பத்தூர் பஸ் ஸ்டாண்டில் நடைபெறும் சம்பவங்கள். மதுரைக் கடைவீதிகள், தெருக்கள், தாசிகள் - அன்றைய தமிழ்நாட்டு யதார்த்தச் சூழலை அந்தக்கால கட்டத்திய பேச்சு வழக்கில் அழுத்தமாகச் சொல்லியுள்ள நாவலாசிரியரின் சொல்வளம், நடை வியப்பினை ஏற்படுத்துகின்றன. தமிழ்நாட்டுக் காட்சிகள் முழுவதும் பாண்டியன் பாத்திரப்படைப்பின் இளமைக்காலத்தைச் சுட்டுவதற்குப் பின்புலமாக அமைந்துள்ளன.

பூமியின் மீது சகலமும் குறித்துக் கேள்வி கேட்கும் துணிச்சலான செயல்திறன் மிக்க பாண்டியனின் மனநிலை தற்காலத் தமிழ் நாவல் பரப்பில் காணவியலாத அம்சம். அவனுடைய மனம் தறிகெட்டு ஓடியலைவதற்கான காரணத்தை அறிய முடிகிறது. உலகறியாத மாணவனான பாண்டியன் மதுரை தெற்குவெளி வீதி வியாபாரியின் மனைவியை கற்பழித்ததுதான் அவனது அகச்சிதைவிற்கு மூலகாரணம் என அவனே கருதுகிறான். அவனது வயதுக்கு மீறிய அனுபவங்கள், தொடர்ந்து அவனை அலைக்கழிப்புக்குள்ளாக்குகின்றன. வெண்கலக் கடைச்சந்து நாகமணி, மஞ்சணக்காரத் தெரு சொர்ணம், குயவர்பாளையம் கோகிலராணி என்ற குப்பம்மாள், ஒண்ணாம் நம்பர் சந்து மலையாள ஓமனா, பாருக்குட்டி, சரோஜம்மா, மேலமாசி வீதி முத்து நாயகி, மலேசியா பினாங்கு ஓட்டல்களில் கணக்கற்ற மலேசிய, சீன, தமிழ் வேசிகள். இந்த வேசிகளின் தொடர்பு சின்னமங்கலம் கிராமத்தில் பிறந்து வளர்ந்த எளிய கிராமத்துப் பையனான பாண்டியனின் அக ஒழுங்கைச் சிதைத்து அவனுக்குள் குற்ற மனநிலையைத் தோற்றுவித்துவிட்டது.

இளமையிலே ஒழுங்கும் நேர்மையும் மிக்க பாண்டியன், நாளடைவில் செறிந்த மனநிலை காரணமாக எதிலும் ஆர்வமற்றவனாக மாறிவிடுகிறான். இழந்து போன புனித நிலையை எண்ணி ஏக்கமடைந்து, நடப்பில் தன் நிலைமை குறித்துச் சுய இரக்கம் கொள்கிறான். இத்தகைய

சூழலிலிருந்து தப்பிக்கவாவது செய்யவேண்டுமென்று அடுத்தடுத்துப் புதிது புதிதான தளங்களை நோக்கிப் பயணப்படுகிறான். எதிலும் ஆர்வமற்ற தன்மையுடன் பூமியில் இருத்தலின் நிச்சயமின்மை குறித்து அவநம்பிக்கையுடன் இயங்கும் பாண்டியனுக்கு "யோசிக்கும் வேளையில் பசி தீர உண்பதும் உறங்குவதுமாய் முடியும்" என்ற தாயுமானவரின் போதனையே சரியெனத் தோன்றுகிறது.

ஒரேமாதிரியான தினசரி வாழ்க்கையின் சலிப்பு பாண்டியனுக்குள் எப்போதும் உறைந்துள்ளது. அவன் விரும்பும் மனிதர்களின் தொடர்பு எளிதில் கிடைக்கிறது. அவனது திட்டங்கள் வெற்றிகரமாகச் செயல் படுகின்றன. சின்னமங்கலம் சந்தையில் கழிவுப் புகையிலை விற்பதில் முதன்மை, பிறகு பிழைக்கப் போன இடத்தில் இராணுவக் கெடுபிடியை மீறி லாயருக்கு உதவி செய்தல், துரோகி சுந்தரத்தைத் தந்திரமாகக் கொல்லுதல், ஓரியண்டல் டிரேடிங் கம்பெனியில் பணம் சம்பாதித்தல், இந்தோனேசியா கெரில்லாக்களுக்குப் பயிற்சியளித்து வெற்றிகரமான தாக்குதல்களுக்கு ஏற்பாடு செய்தல் என பாண்டியனின் திட்டங்கள் கச்சிதமாக நிறைவேறுகின்றன. ஆனால் அவ்வெற்றிகள் அவனுக்குள் ஒருவித வெறுமையைத் தருகின்றன. எனவேதான் ஒவ்வொரு செயலுக்குப் பின்னரும் தனக்குள் ஒடுங்கி தன்னையே கேள்விக்குள்ளாக்கிக் கொள்ளும் மனநிலையுடையவனாகிறான்.

பாண்டியன் பின்னால் ஆயிஷா போன்ற அழகான பெண்கள் சுற்றுகின்றனர். கிளர்ந்தெழுந்தவனோ இறுதியில் உற்சாகமிழந்து சலிப்புக்குள்ளாகிறான். பரபரப்பும் செயலூக்கமும் மிக்க கவர்ச்சியான அனுபவங்களைத் தேடியலையும் பாண்டியனின் வேட்கைத் தளங்கள் முடிவுற்றதாக நீளுகின்றன. எனவேதான் நேசமான ஆயிஷாவுடன் கூடத்தொடர்ந்து அவனால் வாழ இயலவில்லை. அவளைக்காண வண்டியில் போகையில் யோசிக்கிறான். "பெண் மயிலே, முடியாது, முடியாது, முடியாது. நான் தாலிகட்டும் வகையைச் சேர்ந்தவனல்லன். விலங்கு போட்ட தொழுவ வாழ்க்கை எனக்கு ஒத்து வராது. நான் மந்தையிலிருந்து விலகிப் பிரிந்த ஓடுகாலி. பிரிந்ததால் மந்தையின் வெறுப்புக்கும் பிரிய நேர்ந்ததால் தன் வெறுப்புக்கும் உள்ளாகி, இந்தப் பரந்த வையகத்தில் காலூன்ற இடமின்றி ஒட்டிப் பற்ற ஈரப்பசை காணாமல் தன்னந்தனியனாய் அலைந்து திரிகிறேன். அலைந்தலைந்தே திரிவேன். அலைந்தலைந்து திரிந்தே அழிவேன்".

இயற்கையான பாலுணர்வினைக்கூட ஒதுக்கி, எல்லாம் கடந்தநிலையில் இருக்கும் பாண்டியன் சுயபிம்பச் சிதைவுக்குள்ளாகித்

தனித்து ஒற்றையனாக நிற்கிறான். எதிலும் ஒட்டுதலற்ற மனநிலை அவனுக்குள் ஆழமாகச் செல்வாக்கு செலுத்துகிறது. பாண்டியனின் மனக் குமைச்சலுக்குப் பெண் ஒரு மாயப்பிசாசு என்ற பழைய கண்ணோட்டம் காரணமில்லை. ஏனெனில் சகலமும் துறந்த பட்டினத்தார், "நினைவெழுந்தால் வீதிக்குள் நல்ல விலை மாதருண்டிந்த மேதினியில்" எனப் பாடியுள்ளதாகக் கிண்டல் செய்கிறான். ஆனால் அவனுக்கு ஏராளமான விலை மாதர் தொடர்புண்டு என்பது முரணான அம்சம். அவன் எந்தப் பெண்ணையும் அன்புடன் காதலிக்கவில்லை. அவனது ஒழுங்கான அகத்திற்கும் சீரழிந்த உடலுக்குமிடையிலான முரண்தான், பட்டினத்தார் மற்றும் தாயுமானவர் கூறியுள்ள இருத்தல் தத்துவத்தை ஆழமாகப் பரிசீலிக்கத் தூண்டுகிறது. இறுதியில். "என் சிந்தை மாசடையவில்லை. அழுக்கு அகன்ற என் மனம், இழந்த உடல் தூய்மையை மீட்டுத் தரும்" என்ற உறுதியுடன் அவனது சொந்த ஊரான சின்னமங்கலம் கிராமத்திற்குக் கிளம்புகிறான். அவனுக்குத் தேவை நண்பர்கள், பெண்கள், புத்தகங்கள், தெருக்காட்சிகள். இணைந்து வாழ்வதே முறையெனக் காட்டைவிட்டுக் கிளம்பிய பாண்டியன், டச்சுப்படையினரின் புல்லட்டினால் கொல்லப்படுதல் வாழ்வின் பேரவலம் என்பதைத்தவிர வேறு என்ன?

நாவலின் நடையும் கதையமைப்பும் ஒவ்வொரு அத்தியாயத்திலும் மாறுபாடான கூறுகளை உள்ளடக்கியுள்ளன. உலகப் போர் பற்றிய செய்திகள் - வட்டிக்கடைச் செய்திகள் - சின்ன மங்கலக் கிராமச் செய்திகள் - தமிழிலக்கியச் சொல்லாடல்கள் ஒவ்வொரு செய்தி பற்றிய விளக்கமும் தம்மளவில் நுணுக்கமாகத் தனித்த நடையுடன் கதைக்கேற்ப எழுதப் பட்டுள்ள முறையானது தமிழ் நாவலுக்கு, குறிப்பாக எழுபதுகளில் மிகப் புதியதாகும். விலாசனியை மடக்கச் செல்லுதல், யாமாசாக்கியைக் கொல்லத் திட்டமிட்டுச் செயலாற்றுதல், சுந்தரத்தை தந்திரமாகக் கொல்லச் செய்யும் முயற்சிகள் ஆகியன துப்பறியும் கதையில் வருவது போல இருப்பினும் கதை சொல்லும் முறையில் அழுத்தமான காட்சிப் படிமங்களை உருவாக்கி, வாழ்க்கை பற்றிய ஆழமான கருத்தியலைப் ப.சிங்காரம் தோற்றுவிக்கிறார். தமிழ் நடை பல இடங்களில் அபூர்வமான சொற்சேர்க்கையுடன் புதியதான போக்கில் வாசகனுக்குப் பிரமிப்பைத் தருகிறது.

'கடலுக்கு அப்பால்' நாவலில் வரும் செல்லையா, 'புயலிலே ஒரு தோணி' நாவலில் வரும் பாண்டியன் ஆகிய இருவருமே கடை வேலையைவிட்டு விலகி ஐ.என்.ஏ. ராணுவத்தில் சேர்ந்து போரிடு கின்றனர். போர் முடிந்தவுடன் மீண்டும் வட்டிக்கடை வேலைக்குத் திரும்பிய செல்லையா, முதலாளி மகள் மரகதத்தை மணக்கத்

துடிக்கிறான். சூழல் காரணமாகச் சராசரி நிலையிலிருந்து விலகிய செல்லையா, மீண்டும் பழைய நிலையில் தன்னை இருத்திக்கொள்ள முயலுகிறான். பாண்டியனோ போர் முடிந்தவுடன் மீண்டும் பழைய கடைக்குச் செல்லாமல் பழமையிலிருந்து மாறுபட்ட புதிய செயலினைச் செய்ய முயலுகிறான். காதலுக்காக ஏங்கும் மனநிலை செல்லையாவுக்கு. பெண்கள் உள்பட சகலமும் குறித்த வெறுமை மனநிலை பாண்டியனுக்கு. அகமனம் சிதைந்ததுடன் குடும்பம் பற்றிய சிந்தனை அற்றவனாகவும் அவன் ஆகிறான்.

இரண்டாம் உலகப்போர் காரணமாகத் தென்கிழக்காசியாவில் வாழ்ந்த தமிழர் வாழ்க்கையில் ஏற்பட்ட பாதிப்புகளை இரு நாவல்களும் பதிவு செய்துள்ளன. புயலிலே ஒரு தோணி நாவல் மனித மனத்தின் நுண்மையான அம்சங்களைப் பதிவாக்கியுள்ளதன் மூலம் வேறுபட்ட தளங்களில் மறுவாசிப்பினுக்கேற்ற படைப்பாக விளங்குகிறது. மனித வாழ்க்கையின் நன்மை தீமை குறித்த அடிப்படையான வினாக்களை வாசக மனத்தில் கலாபூர்வமாக எழுப்பியுள்ள இந்த நாவல் உலக நாவல் வரிசையில் இடம் பெறத்தக்கது.

(காந்தள் 1994 கார் - கூதிர்)

சி.எம்.முத்துவின் இனவரைவியல் நாவல்கள்

பண்டைத் தமிழிலக்கியமான சங்க இலக்கியம், அடிப்படையில் நிலமும் பொழுதும் சார்ந்து மனித இருப்பினை மையப்படுத்தி விரிந்துள்ளது. பூமியில் ஒவ்வொரு நிலத்துக்குமென இயற்கையாக உருவாகியிருக்கும் தனிப்பட்ட பண்புகள், அங்கு வாழ்கிற அனைத்து உயிரினங்களின் இருத்தலையும் நுட்பமாகத் தீர்மானிப்பதைக் காலந்தோறும் இலக்கியப் பிரதிகள் பதிவாக்கியுள்ளன. வளமையான முல்லை நிலத்தின் தெய்வமாக மாயோனும், வறண்ட பாலை நிலத்தின் தெய்வமாகக் கொற்றவையும் கொண்டாடப்படுவது, நிலத்துடன் தொடர்புடையது. மலையில் வேட்டையாடுகிற குறவர்களின் தொழிலுக்கும், பாலையில் திரிகின்ற எயிணர்களின் வழிப்பறித் தொழிலுக்கும் ஒருவகையில் மண்தான் காரணம். ஒரு குறிப்பிட்ட நிலப்பரப்பில் தலைமுறைகளாக வாழ்ந்து வருகின்ற குறிப்பிட்ட மக்கள் திரளின் செயல்பாடு, செறிவான முறையில் இனக்குழுத் தன்மைகளுடன் இருப்பது தவிர்க்கவியலாது. உலகமயமாக்கல், கார்ப்பரேட்களின் ஆதிக்க அரசியல் நிலவுகிற இன்றைய சூழலிலும், தமிழ் மொழியின் வழியாக அடையாளப்படுத்தப்படுவதைவிடத் தமிழர்கள், சாதி அடையாளத்தை முதன்மையாகக் கருதுகின்றனர். ஏற்றத்தாழ்வைப் பரப்பிடும் சாதியின் மேலாதிக்கம் என்பது, நிலத்தை முதன்மையாகக் கொண்ட கிராமத்தினரிடம் வலுவாக உள்ளது. அதிலும் பல நூற்றாண்டு களாகக் காவிரி ஆறு பாய்ந்து செழித்திருக்கும் டெல்டா பகுதியில், நிலத்துடனான உற்பத்தி உறவுமுறையானது, பண்பாட்டுரீதியில் ஏற்படுத்தியிருக்கும் தாக்கம் அளவற்றது. நிலமான்ய அமைப்பு உருவாக்கியிருக்கும் ஆண்டான் - அடிமை உறவு ஒருபுறம் எனில், இந்திய மண்ணிற்கே உரித்தான சநாதனம் உருவாக்கி இருக்கும் சாதிய மேல்-கீழ் அடுக்கு இன்னொருபுறம் ஆதிக்கம் செலுத்துகிறது. வயலின் உரிமையாளர்கள் பெரும்பாலும் ஆதிக்க சாதியினர் அல்லது உயர் சாதியினர் என்றால் வயலில் இறங்கி வேலை செய்கிற விளிம்பு நிலையினர் ஒடுக்கப்பட்ட சாதியினராகவே உள்ளனர். இத்தகைய சூழலில் தஞ்சை மண்ணுக்கே உரித்தான நிலவுடமைப் பின்புலத்தில்

மக்களின் வாழ்க்கையைப் பதிவு செய்வதில் சி.எம்.முத்துவின் நாவல்கள், இனவரைவியல் தன்மையுடன் தனித்து விளங்குகின்றன. ஐம்பதாண்டுகளாகத் தஞ்சை வட்டாரத்தில், கிராமிய வாழ்க்கை எப்படி இருந்தது என்பதைத் தொடர்ந்து தனது நாவல்களில் பதிவாக்கி வரும் சி.எம்.முத்துவின் புனைவுலகு, குறிப்பிட்ட வரையறைக்குள் அழுத்தமான கேள்விகளை எழுப்புகிறது.

நிலத்தின் இயல்பில் நீர் திரிந்து, செம்புலப் பெயல் நீராக மாறுவது போல, தஞ்சை மண்ணுக்கெனத் தனித்த அடையாளங்களுடன், கிராமத்து வாழ்க்கை தனித்திருக்கிறது. அறுபதுகளில்கூடத் தஞ்சை மண்ணில் செழிப்புடன் வாழ்ந்த பிராமணர் சாதியினரான பண்ணையார்களின் கதைகள் இசை, நடனம் என்ற கலைப் பின்புலத்தில் சுவராசியமான மொழியில் புனைகதைகளாகின. மௌனி, கு.ப.ரா., தி.ஜானகிராமன் போன்ற படைப்பாளர்கள் சித்திரித்த உலகம், மேல்தட்டினரின் வாழ்க்கைக்கு முக்கியத்துவம் தந்தது. கீழவெண்மணியில் 44 தலித்துகள் உயிரோடு தீ வைத்துக் கொல்லப்பட்ட சம்பவம், பன்னெடுங்காலமாகத் தஞ்சை மண்ணில் நிலவிய சாதிய ஆதிக்கம், பொருளியல் ஏற்றத் தாழ்வின் வெளிப்பாடுதான். தஞ்சை மண்ணில் வாழும் மக்களின் நிலத்துடனான உறவு, தஞ்சை வட்டார மொழி, பழக்கவழக்கங்கள், நம்பிக்கைகள், தெய்வ வழிபாடு, சாதிய ஒடுக்குமுறை போன்ற அம்சங்களுக்கு முன்னுரிமை தந்து நாட்டார் மரபினில் எழுதப்பட்ட கதைகள் குறைவு. தஞ்சை வட்டார இலக்கியம் என்றால் தி.ஜானகிராமனின் மோகமுள் என்று பொதுப்புத்தியில் உருவாக்கப்பட்டிருப்பதற்கு மாறான நாவல்கள் என்றால், சி.எம்.முத்துவின் யதார்த்த நாவல்களைச் சொல்ல வேண்டும். சி.எம்.முத்து பல்வேறு காலகட்டங்களில் தஞ்சை வட்டாரக் கள்ளர் சாதியினரை மையமிட்டு எழுதியுள்ள நெஞ்சின் நடுவே (1982), கறிச்சோறு (1989), பொறுப்பு (2000), வேரடி மண் (2003), அப்பா என்றொரு மனிதர் (2010) ஆகிய ஐந்து நாவல்கள் மட்டும் ஆய்விற்குட்படுத்தப்பட்டுள்ளன. கள்ளர் சாதியினரின் வாழ்க்கைப் பின்புலத்தில் விவரிக்கப்பட்டுள்ள நாவல்கள், இனவரைவியல் தன்மையுடையன. கள்ளர் சாதியைச் சார்ந்தவரான சி.எம்.முத்து, கள்ளர் சாதியில் பிறந்தவர்களின் சமூக வாழ்க்கையை முன்வைத்துப் புனைவாக எழுதினாலும், கதைப்போக்கின் நம்பகத்தன்மை காரணமாக, அவருடைய நாவல்கள் மானுடவியல் நோக்கில் சமூக ஆவணமாகியுள்ளன.

தமிழகத்தின் பிற பகுதிகளுக்கும் தஞ்சை நிலப்பரப்பினுக்கும் பருண்மையான வேறுபாடுகள் உண்டு. வற்றாத காவிரி ஆறு பாய்ந்து, எங்கும் செழிப்பான பூமியில் மண்ணை நம்பி வாழ்ந்தவர்கள்,

பாரம்பரியம் என்ற பெயரில் சாதியக் கட்டுமானத்திற்கு முக்கியத்துவம் தந்தனர். இறுக்கமான முறையில் நிலவுகிற சாதியத்தின் கோரப்பிடியில் சிக்கியவர்களின் கதையைக் கறிச்சோறு நாவலில் சி.எம்.முத்து பதிவாக்கி யுள்ளார். தஞ்சை வட்டாரத்தில் வாழும் கள்ளர் சாதியினருக்கிடையில் தான் ஏகப்பட்ட உட்பிரிவுகள். ஏதோ ஒரு அளவுகோலினால் கள்ளர் சாதியினரிடையே உயர்வுதாழ்வு கற்பிக்கப்படும் சூழல் வலுவாக உள்ளது. வாகரைக் கள்ளர் உயர்ந்தவர்கள் என்ற நிலையினை மறுதலித்து விட்டு, முத்துக்கண்ணு விசுவராயர், பத்து மைல் தொலைவில் இருக்கும் நெல்லுப்பட்டுக் கிராமத்தில் தனது மகள் கமலாவிற்குச் சம்பந்தம் பேச முயலுகிறார். அவருடைய நிலைப்பாடு, அதே ஊரைச் சார்ந்த தருமையா நாட்டாருக்கும் கோபால் குச்சிராயருக்கும் சுத்தமாகப் பிடிக்கவில்லை. தெக்குச்சீமைக் கள்ளருக்குப் பெண்ணைத் தருவது முறையன்று எனப் பிரச்சினையை ஊருக்குப் பொதுவானதாக மாற்றுகின்றனர். குச்சிராயர் இளைஞர்களைக் கூட்டி வைத்து, அவர்கள் வசிக்கும் ஊர் புனிதமானது, ரொம்பவும் லெளகீகமானது. தெக்குச்சீமையில் திருமண உறவு வைத்துக் கொண்டால், எல்லாம் கெட்டுவிடும் என்று விசுவராயருக்கு எதிராகத் தூண்டி விடுகிறார். கமலத்திற்கும் அதே ஊரிலிருக்கும் வந்தாருகுடி என மட்டமாக அழைக்கப்படும் சாம்பவசிவம் என்ற இளைஞனுக்கும் இடையில் காதல் என்ற தகவல் அறிந்தவுடன், விசுவராயர் உள்ளிட்ட ஆதிக்கவாதிகள் பதறுகின்றனர். வடுவக்குடி கள்ளர்கள் அறுத்துக் கட்டுகிற வழக்கமுடையவர்கள் என்பதற்காகச் சாம்பசிவத்தைக் கேவலமாகப் பேசுகிறார்கள், சாதிய வெறியர்கள். கமலத்தின் அண்ணன் தங்கவேலுவின் ஒத்துழைப்புடன் காதலர்கள் இணைந்திட முயலுகின்றனர். ஊர்ப் பெரியவர்கள் திருமணத்தைத் தடுத்திட ஆள் கடத்தல், கொலை முயற்சியில் ஈடுபடுகின்றனர். ஆனால் சாம்பசிவம் ஊர்த்திருவிழாவில் கிடாய் வெட்டிக் கறிச்சோறு போடுகிறான் என்றவுடன், விருந்தில் சாப்பிடுவதற்காக அவனுடைய வீட்டிற்குக் கூட்டமாகக் கிளம்புகின்றனர். வன்முறையாளர்களான ஊர்ப் பெரிய மனிதர்களின் யோசனை காரணமாக மாயாண்டிக் கொத்தபிரியன், தங்கவேலுவின் தலையைத் துண்டாக்குகிறான். ஊரின் கௌரவத்திற்காக, தனது மகனைக் கொலை செய்யத் தூண்டிய நாயக்கரைக் கொல்வதற்காக விசுவராயர் கத்தியுடன் பாய்கிறார். சாதியின் புனிதம் காப்பதற்காக அநியாயமாகக் கொல்லப் படுகிற மனிதர்களின் எண்ணிக்கை பெருகுகிறது.

ஒரே சாதிக்குள் பேதங்களை உருவாக்கி, வீண் பெருமை பேசும் சாதிய விசுவாசிகள் அடிப்படையில் பண்ணையார்கள். கிராமத்தினரைச் சாதியத்தின் போலிப் பெருமையை மூழ்கடிக்கின்ற சமூக நிலையை

சி.எம்.முத்து கேள்விக்குள்ளாகியுள்ளார். முப்போகம் விளைகிற வயல்வெளி நிரம்பிய வளமான கிராமத்தில் மனிதர்கள் வக்கிரமான மனநிலையுடன் வன்முறையை எங்கும் பிரயோகிப்பது ஏன் என்ற கேள்வி தோன்றுகிறது. எண்பதுகளில் நிலவிய சாதியத்தின் கோரமுகத்தைத் தஞ்சைக் கிராமப் பின்புலத்தில் சி.எம்.முத்து அழுத்தமாகப் பதிவாக்கி யுள்ளார். கதைசொல்லலில் செயற்கையான சம்பவங்கள் இடம் பெற்றிருந்தாலும், கிராமம் சார்ந்த பின்புலம், வாசிப்பினில் நம்பகத் தன்மையை ஏற்படுத்துகிறது. கறிச்சோறு நாவல் விவரிக்கும் சாதியத்தின் பெருமையை முன்னிட்டு நடைபெறும் நிகழ்வுகள், தமிழகத்தில் உள்ள எல்லா ஆதிக்க சாதியினருக்கும் பொருந்தும். ஒரே சாதிக்குள் பிளவுகளை ஏற்படுத்தி, மேல்/கீழ் கற்பித்துக் குறிப்பிட்ட பகுதியில் வசிக்கிறவர்களை ஒதுக்குகிற போக்கு, இன்றளவும் தமிழகமெங்கும் நடைமுறையில் இருக்கிறது. தலித்துகள் இடையிலும் இதுபோன்ற போக்கு நிலவுகிறது. வருணாசிரமப் போக்கை வலியுறுத்தும் மனுவின் ஆட்சி தமிழகத்தில் இன்றும் ஆதிக்கம் செலுத்துகிறது என்பதை சி.எம்.முத்து வகைமாதிரியாகச் சொல்லியுள்ளார் எனவும் கறிச்சோறு நாவலை வாசிக்க முடியும். சாதியின் பெருமையைப் பேசுவது சி.எம்.முத்துவின் நோக்கம் அல்ல. இன்று சாதி எப்படியெல்லாம் கிளை விட்டுப் பரந்திருக்கிறது என்ற நோக்கில், சாதிக்குள் சாதியாக விரிந்திருக்கும் சாதிய அரசியலை முன்வைத்துக் கறிச்சோறு நாவலை உருவாக்கியுள்ளார்.

சாதி பற்றிப் பேசினால் கேவலம் எனத் திராவிட இயக்கம் உருவாக்கியிருந்த நிலைமைக்கு மாறாக சி.எம்.முத்து பொறுப்பு நாவலில் கள்ளர் சாதியினர் பற்றிப் பதிவாக்கியுள்ளார். சாதியத்தின் மேலாதிக்கத்தில், தனிமனித விருப்புவெறுப்புகளுக்கு அர்த்தம் எதுவும் இல்லை. குடும்ப உறவுகள் என்ற எல்லையை மீறி எதுவும் செய்யமுடியாத கிராமத்து வாழ்க்கை பற்றிப் பொறுப்பு நாவலில், சி.எம்.முத்து சித்திரிக்கும் சம்பவங்கள், பண்டைய இனக்குழு வாழ்க்கையின் எச்சங்கள். அகமணத் திருமணமுறை பன்னெடுங் காலமாக நீடிக்கும் தமிழர் வாழ்க்கையில், மாமன்-அத்தை வழியிலான திருமண உறவினுக்கு முக்கியத்துவம் தருவதை தஞ்சைக் கிராமத்து வாழ்க்கையுடன் சொல்லப்பட்டுள்ள நாவல், வட்டாரத் தன்மையுடன் விரிந்துள்ளது. பள்ளியூர் ஊர்ப் பண்ணையாரான வாஞ்சிநாத மாங்கொண்டாரின் தங்கையான ரஞ்சிதத்தின் கணவர் சாமிநாத குருக்கொண்டார். மாங்கொண்டாரின் மனைவியான சரசுவதி, குருக்கொண்டாரின் தங்கை. இருவரும் மைத்துனர்கள். மாங்கொண்டாரின் மகன் கிருஷ்ணமூர்த்திக்கும் குருக்கொண்டாரின் மகள் வசந்தாவிற்கும்

இடையிலான திருமணப் பேச்சு, வசந்தாவின் ஜாதகத்தில் இருக்கும் செவ்வாய் தோஷத்தினால் தடைபடுகிறது. மாங்கொண்டார் வேறு இடத்தில் மகனுக்குப் பெண் பார்ப்பதால், குருக்கொண்டார் கோபமடைகிறார்.

மாங்கொண்டார், தென் சீமையான கம்பர்நத்தம் ஊர்ப் பண்ணையாரான பொன்னுச்சாமி தென்னம்பிரியார் -மங்களாம்பாள் மகள் பத்மாவைத் தனது மகன் கிருஷ்ணமூர்த்திக்குப் பேசி முடித்துப் பரிசம் போடுகிறார். தென்னம்பிரியாரின் மைத்துனரான பனையக்கோட்டை மிராசுதார் முத்தையா குச்சிராயர் சம்மதம் இல்லாமல் பரிசம் நடைபெறுகிறது. குச்சிராயரின் தங்கையான மங்களாம்பாளைத் தென்னம்பிரியாரும், தென்னம்பிரியாரின் தங்கையான கோதைநாயகியைக் குச்சிராயரும் திருமணம் செய்துள்ளனர். குச்சிராயர் ஏற்கனவே தென்னம்பிரியாரின் மகன் சண்முகத்தைப் படிக்க வைத்து டாக்டராக்கியவர். அவன் அவருடைய மகளைத் திருமணம் செய்யாமல், வேறு பெண்ணை மணம் முடித்ததால், இரு குடும்பங்களுக்கிடையில் பேச்சுவார்த்தை இல்லை.

குடும்ப உறவுகளில் கசிந்திடும் வாழ்க்கையின் வெக்கை எங்கும் வீசிக்கொண்டிருந்த அறுபதுகளின் காலகட்டத்தில் சொல்லப்பட்டுள்ள கதையில், மாமன் உறவு பற்றிய விவரிப்பு முக்கியமானது. பெண் அல்லது பையனுக்குத் திருமணப் பேச்சு தொடங்குவதற்கு முன்னர் உரிமையுள்ள வீட்டில் பையன் அல்லது பெண் இருந்தால், அவர்களின் சம்மதம் கேட்க வேண்டியது அவசியம். மீறி வேறு இடத்தில் முயன்றால், மாமன் மகளைத் தூக்கிச்சென்று திருமணம் செய்துகொள்வது ஏற்புடையது. பெண் என்பவளின் மனசு பற்றி யாருக்கும் அக்கறையில்லாத நிலவுடமைச் சமூகத்தில், பெண்ணைப் பொருளாகக் கருதும் நிலை நிலவியது. பொறுப்பு நாவலில் இடம் பெற்றுள்ள ஆண்கள், தங்கள் விருப்பத்தினுக்கேற்பப் பிள்ளைகளின் திருமண முயற்சிகளில் ஈடுபடும் போது, அம்மாக்கள் வெறுமனே பார்வையாளராக இருக்கின்றனர். மேலும் எதிர்நிலையில் முரண்படும் சொந்த அண்ணன்கள்மீது பாசம் கொண்டிருந்தாலும், கணவனின் பேச்சை மீறி எதுவும் செய்யமுடியாமல் திணறுகின்றனர். மச்சினன்மீது பகைமைகொண்டு, செயல்படும் தென்னம்பிரியாரின் செயலின் விளைவு குறித்துக் கவலைப்படும் மகள் பத்மா, மாமா குச்சிராயர் திடீரென வீட்டிற்கு வந்து தன்னைத் தூக்கிட்டுப் போய் மகன் ஆறுமுகத்திற்குத் திருமணம் செய்யலாம் என நினைக்கிறாள். மாமன்-மச்சான் உறவு விட்டுப் போய்விடக்கூடாது என்ற நிலையில், கூடுதலான உறவின் காரணமாக ஒருவர்மீது இன்னொருவர் செலுத்தும் அன்பு, ஒருநிலையில் ஆதிக்கமாக

மாறுகிறது. "ஒம்மாள எப்படி நா கொண்டாந்து கட்டிக்கிட்டேனோ அப்படி மச்சினன் மவளத் தூக்கிக்கிட்டு வந்து தாரேன் கட்டிக்கடா" என்று குச்சிராயர், தனது மகனிடம் சொல்வது, எதையும் செய்ய முடியும் என்ற வீறாப்பின் வெளிப்பாடு.

கிராமத்தில் சிலர் ஏதாவது முடிச்சுப்போட்டு, சிக்கலை உருவாக்குவதில் கில்லாடியாக இருப்பார்கள். முன்னர் வளமாக வாழ்ந்த காட்டேரித் தாத்தா, இன்றைய வறுமையான சூழலிலும், வில்லங்கமான வேலையைச் செய்கிறார். ஏன் இப்படி செய்கிறார்கள் என்ற கேள்விக்கு விடை இல்லை. குருக்கொண்டார் மச்சினனைப் புறக்கணித்துவிட்டு வேறு ஊரில், மகளுக்குப் பெண் பார்க்க முயலும்போது, மங்கொண்டாரை அங்கு போகுமாறு ஆலோசனை சொல்வதும் காட்டேரித் தாத்தாதான்.

பெண்கள் வீட்டுக்குள்ளேயே அடங்கியொடுங்கி இருக்க வேண்டும் என்பதைப் பெண்களே ஏற்றுக்கொண்ட சூழலில், கதைப் பின்புலம் விரிந்துள்ளது. "அநேகமாக இந்த ஊருப் பெண்களைத் தெருப் பக்கத்திலோ திண்ணைப் பக்கத்திலோ அசந்துகூடப் பார்த்துவிட முடியாது". பெண்களின் உலகம் என்பது சுவர்களுக்குள் முடங்கிய நிலையில் ஆண்கள் எடுக்கிற முடிவுகள்மீது மறுப்பு அல்லது விமர்சனம் இருந்தாலும் மறுத்துப் பேசிட இயலாத சூழல் நிலவுகிறது. என்றாலும் பிரச்சினை முற்றியபோது, பத்மாவை அழைத்துக்கொண்டு மங்களாம்பாள், தனது அண்ணன் குச்சிராயர் வீட்டிற்குப் போய் பேசுகிற பேச்சுகள், நாவலின் திருப்புமுனை. பிள்ளைகளின் திருமணம் காரணமாகக் கசப்பும் வெறுப்பும் அடைகிற பெற்றோர், இறுதியில் மனமாற்றம் அடைகின்றனர். காலங்காலமாகத் திருமணம் என்ற பந்தத்தில் இணைந்து சொந்தமாகப் பெருகுகின்றவர்கள், பின்னர் திருமணத்தின் பொருட்டு ஒருவரையொருவர் எதிரியாக வெறுத்து, செத்துப் போனவர்களாகக் கருதி ஒதுக்குவது, ஒருவகையில் நகைமுரண். அன்றைய காலகட்டத்தில் ஒரே சாதிக்குள் ஒன்றாக வாழ்ந்தவர்கள், முரண்பட்டாலும், குடும்ப உறவிற்குள் கசிந்து உருகுவது, நாவலில் அழுத்தமாகப் பதிவாகியுள்ளது.

தஞ்சை வட்டாரக் கள்ளர் சாதியில் நிலவுகிற உட்பிரிவுகளான ராஜாளியார், கருப்புட்டியர், விசுவராயர், மழவராயர், வாண்டையார், ஓந்தியார், நாயக்கர், கரைமீண்டார், குச்சிராயர், குருக்கொண்டர், மங்கொண்டார், தென்னம்பிரியார் பற்றிய பதிவுகள் குறிப்பிடத்தக்கன. வில் வண்டி முதலாகத் திருமணப் பரிச முறை பற்றிய விவரிப்பு, நாவலைச் சுவராசியம் மிக்கதாக்குகின்றன. இன்றைய உலகமயமாக்கல் கட்டத்தில், மதிப்பீடுகள் வீழ்ச்சியடைகிற நிலையில், அறுபதுகளில்

வாழ்ந்த மனிதர்களின் குடும்ப உறவுகளை முன்வைத்து, அன்றைய சமூகச் சூழலைப் பதிவாக்கியுள்ள பொறுப்பு நாவல், இனவரைவியல் பதிவாகும்.

சி.எம்.முத்து எழுதிய முதல் நாவலான நெஞ்சின் நடுவே, அறுபதுகளில் தமிழகக் கிராமங்களில் நிலவிய ஆதிக்கச் சாதியினரின் பாலியல் அத்துமீறல்களைப் பின்புலமாகக் கொண்டுள்ளது. வயலில் உழைக்கின்ற ஒடுக்கப்பட்டவர்களைத் தீண்டத்தகாதவர்கள் என ஒதுக்குகிற வேளையில், அந்த இனத்துப் பெண்ணுடல்களைப் பாலியல் வேட்கைக் குள்ளாக்குதல் சாதாரணமாக நடைபெற்றது. தஞ்சை கிராமத்து வாழ்க்கையில் இரு வேறு உலகமாக வாழ்ந்தவர்களில், உழைப்பாளிகளான தலித்துகள் பட்ட துயரங்கள் அளவற்றவை. வயல்களும் வாய்க்காலும் சூழ்ந்த சிறிய கிராமத்தில் கண்ணுக்கெட்டிய தொலைவுவரை பச்சைப் பசும் பயிர்கள்; கோரைப்புற்கள்; நொச்சி; ஆடாதொடை. புராதனமான கோவில், அல்லி பூத்திருக்கும் குளம், குடிசைகள். இப்படியான வளமான கிராமத்தில் வாழ்கின்ற மனிதர்களில்தான் எத்தனை நிறங்கள்?

வடிவேல் மழவராயர், நாராயணசாமி சேனை நாட்டார், நமசுமல்லிக் கொண்டார் சோழகர் எனக் கிராமத்து மனிதர்கள் நாவலில் அசலாகப் பதிவாகியுள்ளனர். மழவராயரின் மகன் அண்ணாமலை, அவனது நண்பன் சின்னத்தம்பி, காதலி வளையாபதி, வில்லங்கமான இராமலிங்கம் நாவலில் முக்கிய பாத்திரங்கள். கிராமத்தில் என்னவோ இயற்கை எழில் கொஞ்சினாலும், அங்கு ஒவ்வொருவரின் அடையாளமும் துல்லிய மானவை. சின்னத்தம்பி தனது தங்கை கௌசல்யா 20 வயதில் கணவனை இழந்ததால், அவளுக்கு மறுமணம் செய்ய முயற்சிக்கிறான். ஆனால் செம்மங்குடி ஊரின் மரியாதை கெட்டுப் போய்விடும். அறுத்துக் கட்டுற ஊர் என்ற பெயர் வந்துவிடும் என்று சண்டியர் இராமலிங்கம் தேநீர்க் கடையில் சின்னத்தம்பியைத் தாக்குகிறான். ஊர்க்கூட்டம் போட்டு கௌசல்யாவிற்கு மறுமணம் செய்தால், ஊரைவிட்டு ஒதுக்கி வைத்து விடுவோம் என எச்சரிக்கின்றனர். ஆனால் இராமலிங்கம் வயலில் வேலைக்கு வருகிற தலித்துப் பெண்களுடன் பாலியல் உறவு வைத்துக் கொள்வதற்காக அலைகிறான். பள்ளர் சாதியைச் சார்ந்த திருமணமான வளையாபதிக்குத் தொடர்ந்து இராமலிங்கம் தொல்லை கொடுக்கிறான். அண்ணாமலைக்கும் வளையாபதிக்கும் இடையில் உறவு தொடர்கிறது. ஊரில் இருக்கிற பெரும்பாலான ஆண்கள், பள்ளர் இனத்துப் பெண் களுடன் உறவு வைத்திருப்பதைப் பெருமையாகக் கருதுகின்றனர். அதேநேரம் இளம் விதவையான கௌசல்யாவிற்குத் திருமணம் நடந்தால், கள்ளர் சாதியின் பெருமைக்கு இழுக்கு வந்துவிடும் என்று

அரற்றுகின்றனர். வெளியே இருந்து பார்க்கும்போது, எளிமையாகத் தோன்றும் கிராமத்தில் கண்காணிப்பு என்பது சாதிய அடிப்படையில் வலுவாக இருக்கிறது என்பதை சி.எம்.முத்து பதிவாக்கியுள்ளார். தொட்டால் தீட்டு என ஆசாரம் பார்க்கும் உயர்சாதியினரின் பாலியல் வேட்கைக்குப் பலியாகும் ஒடுக்கப்பட்ட பெண்களின் அவலநிலைக்கான காரணத்தைச் சின்னத்தம்பி மூலம் நாவலாசிரியர் குறிப்பிட்டுள்ளார். "அவளுங்க என்னதான் வேர்க்கவேர்க்க வேலை செஞ்சாலும் ராத்திரிக்கு வடிக்க அரிசியில்லாமத்தானே தவிக்கிறாளுங்க. வேலையை வாங்கிட்ட முதலாளி சரியானபடி கூலி கொடுக்க மேஷ ரிஷபம் பார்க்கிறான்... தண்ணியும் பருக்கையுமா தின்னுகிட்டு நமக்கு அடிமைகளாக உழைக்கிறாங்க. காத்தடிச்சா கூரை மேக்காத்துல பறந்து போயிடுது. மழை பேஞ்சா வூட்டுக்குள்ளே கொளமா தண்ணி தேங்கிக்குது". விளிம்பு நிலையினரின் அவல வாழ்க்கையின் ஊடாகச் சண்டியராகத் திரியும் ஆதிக்கச் சாதியினரால் எளிதாக அத்துமீறப்படும் பெண்ணுடல்கள் நாவலில் கேள்வியை எழுப்புகின்றன. சி.எம்.முத்து தனது முதல் நாவலில் யதார்த்தமான கிராமத்து மனிதர்களைச் சித்திரித்துள்ளார். பாலியல் ஒழுக்கக்கேட்டைச் சாதாரணமாகச் செய்கிற கள்ளர் சாதியினர், இளம் வயதில் விதவையான சொந்த சாதிப் பெண்ணை ஆசாரம் என்ற பெயரில் ஒடுக்குவதை எதிரிணையாக முன்வைத்துப் புனைவாக்குவது தான் நாவலாசிரியரின் நோக்கமா? யோசிக்க வேண்டியுள்ளது.

வேரடி மண் நாவல் தஞ்சைப் பகுதியில் ஏற்பட்டுள்ள மாற்றங்களை முன்வைத்து எழுதப்பட்டுள்ளது. கீழத்தஞ்சையில் தாழ்த்தப்பட்ட, விவசாயக் கூலித் தொழிலாளர்களை வெறுமனே அடிமைகளைப் போல நடத்திய பண்ணையார்களின் ஆதிக்கத்திற்கு எதிரான அரசியல் விழிப்புணர்வு பரவலானது. கீழ் வெண்மணியில் தீயிலிட்டுக் கொல்லப் பட்ட 44 தலித்துகள் மீதான வன்முறையின் பின்னர் பொருளாதாரச் சுரண்டலும் உள்ளது என்பதைப் புரிந்துகொண்ட விளிம்புநிலையினரின் எழுச்சியின் விளைவுகள் எப்படி இருக்கும் என்பதை சி.எம்.முத்து வேரடி மண் மூலம் விவரித்துள்ளார். கொட்டும் மழைக்குப் பயந்து, செவுட்டு மாரியம்மன் கோவிலுக்குள் ஒதுங்கிய தலித்துகளான அம்மாசியையும் அவரது மகளான சின்னாத்தாளையும் தற்செயலாக அங்கே வந்த சின்னையா, கோவிலைவிட்டு வெளியே பிடித்துத் தள்ளினார். ஊர்ப் பண்ணையாரான மாணிக்கம் பிள்ளை, அம்மாசியை அடித்து உதைக்கிறார். பள்ளர் சாதியினரின் நாட்டாமையான அம்மாசியை அடித்தது, சேரிக்குள் பெரும் புயலைக் கிளப்பியது. பண்ணையாரின் வயலில் இறங்கி வேலை செய்ய மறுத்து,

தங்களுடைய எதிர்ப்பைத் தெரிவித்தனர். மாணிக்கம் பிள்ளை வெளியூர் ஆட்களை வைத்து வயல் வேலை செய்ய முயன்றபோது ஏற்பட்ட கைகலப்பில், இரு பக்கமும் வெட்டுக்குத்தானது. சேரி மக்களைக் காவல்துறை கைது செய்திட,பெண்களும் குழந்தைகளும் உணவு இன்றிப் பசியால் துடித்தனர். தலித்தான சின்னச்சாமியும் மாணிக்கத்தின் தம்பி மகனான தனபாலும் சேர்ந்து விழிப்புணர்ச்சியை ஏற்படுத்தினர். சிவப்புக் கொடி பறக்கத் தொடங்கியது. கூலி விவசாயிகளான பள்ளர்கள், தன்மான உணர்ச்சியினால் வீறு கொண்டெழுந்து, ஒன்று திரள்கின்றனர். பண்ணையார்களான வேர்களைத் தாங்கிப் பிடிக்கும் மண்ணாக இருப்பவர்கள், வயலில் வேலைசெய்யும் கூலிகளான தலித்துகள்தான் என்ற உண்மையை இரு பக்கத்தினரும் புரிந்துகொண்டபோதும் நிலைமையில் மாற்றம் இல்லை. காலங்காலமாகத் தங்களை அடிமை களாக அடக்கி ஒடுக்கியவர்களின் மீதான தலித்துகளின் கோபம், சீக்கிரம் தீர்ந்துவிடாது.

ஆண்டாண்டு காலமாக ஆண்டை சொல்வதே வேதவாக்கு என நம்பியிருந்தவர்களிடையே விழிப்புணர்வு ஏற்பட்டதற்குக் காரணம் பொதுவுடமைக் கட்சி என்பதை நாவலாசிரியர் சுட்டியுள்ளார். கூலியாகத் தரப்படும் நெல்லின் அளவைக் கூட்ட வேண்டிப் போராடிய தலித்துகளை அநியாயமாகக் கொன்று குவித்த தஞ்சை வட்டாரத்து ஆதிக்க சாதிப் பண்ணையார்களின் மனநிலையைப் புரிந்துகொள்ள வேரடி மண் நாவல் உதவும். இனிமேல் தெய்வம், கோவில், சாதி, பழக்கவழக்கம் போன்ற பெயர்களில் விளிம்புநிலையினரை அடக்கி யொடுக்க இயலாது என்பது நாவல் தரும் செய்தி. ‘நெஞ்சின் நடுவே’ நாவலில் வாயில்லாப் பூச்சிகளாகச் சித்திரிக்கப்பட்டிருந்த தலித்துகள், வேரடி மண்ணில் துணிவுடன் ஒடுக்குமுறைக்கு எதிராகக் கிளர்ந்தெழுவது மாறி வரும் சமூகச் சூழலைக் காட்டுகிறது.

எழுபதுகளுக்குப் பின்னர் காவிரியில் தொடர்ந்து வெள்ளம் வருவது நின்று போனது. இயற்கை உரத்திற்கு மாற்றாக வேதியியல் உரம், பூச்சிக் கொல்லி மருந்து என விவசாயம் மாறியது. வயலில் வேலை செய்வது, கௌரவக் குறைச்சலாகக் கருதப்பட்டது. உழவுக்கான கூலி பன்மடங்கு கூடியது. சிறு விவசாயிகளின் பொருளாதாரநிலை நலிவடைந்தது. உழுதவன் கணக்குப் பார்த்தால் உழவுக்கோல் மிஞ்சாது என்ற பழமொழி நிஜமானது. அப்பா என்றொரு மனிதர் நாவல்மூலம் இன்றைய தஞ்சை டெல்டா விவசாயிகளின் துயர வாழ்க்கை சொல்லப்பட்டுள்ளது. சரவணன் என்ற இளைஞனின் கண்ணோட்டத்தில் அவனது அப்பாவான சந்தரகாசு குச்சிராயர், மிராசு என்ற பட்டத்துடன் மண்ணுடன் போராடிய கதையை சி.எம்.முத்து விவரித்துள்ளார்.

இயற்கையுடனான வாழ்க்கை வாழ்ந்திடும் கிராமத்து விவசாயிக்கு எல்லாம் நம்பிக்கைதான் மூலதனம். நிலம் மட்டுமல்ல, வீடு, சுற்றத்தினர், கிராமத்தினர் என விரியும் சூழலில் வாழ்ந்திடும் அப்பாவான குச்சிராயர், டெல்டா விவசாயிகளின் வகைமாதிரி. உழுது, விதை விதைத்து, நாற்றுப் பிடுங்கி, தொழியில் நட்டு, களை பறித்து, நீர் பாய்ச்சி, உரம் போட்டு, காவல் காத்து, அறுவடை செய்து, மகசூல் நெல்லைக் கடன்காரனுக்குக் குடுத்துவிட்டு, மீண்டும் அடுத்த வருஷ உழவில் விடிவு கிட்டும் எனக் காத்திருக்கும் மனிதர்களை என்னவென்று சொல்ல? அதிலும் திடீரென மழை கொட்டோ கொட்டு என்று கொட்டி, எங்கும் வெள்ளக்காடானால், அந்த வருடம் சாப்பாட்டு நெல்லுக்கே பஞ்சம்தான். இதுதான் விவசாயிகளின் கதை. பரம்பரையாகச் செய்து வரும் விவசாயத்தைத்தவிர வேறு தொழில் தெரியாத தஞ்சை விவசாயிகளின் அசலான வாழ்க்கை நாவலில் பதிவாகியுள்ளது.

சரவணனின் அம்மாவின் காதுக்கும் கழுத்துக்கும் போட்டுக்கொள்ள கவரிங் நகைக்குக்கூட வழியில்லை. மிராசு என்று பட்டம் இருந்தாலும், ஒழுகுகிற வீட்டுக்கு கீற்று மேய்ந்திடக் கூட அப்பாவிடம் பணம் இல்லை. உழவு வேலைக்காகக் கரம்பத்தூர் வேம்புப் பிள்ளையிடம் கடன் வாங்கி வைத்திருக்கும் பணத்திலிருந்து, கடன் கேட்டு வரும் பங்காளிக்குக் கைமாற்றாகப் பணம் தருகிறார் அப்பா. ஒரு ஜோடி உழவு மாட்டை விற்று வயலுக்கு உரம் வாங்கிப் போட்டுக்கொள்ளலாம் என நினைக்கும் அப்பா, ஒருவகையில் பிழைக்கத் தெரியாத மனிதர். மின் விசிறி, ரேடியோ போன்ற கருவிகள் எதுவுமற்ற வாழ்க்கை.

ஊரார் கேட்ட கோவில் நிலத்தைக் கொடுக்காமல் வழக்குத் தொடர்ந்த குச்சிராயர், ஒரு கட்டத்தில், நிலத்தைத் தந்த பிறகும் விடாமல் கேஸ் நடத்துகிறார். வறட்டுக் கௌரவத்திற்காக வீணாகப் பணத்தைச் செலவழிக்கிறார். தனது மூத்த மகனைக் காரைக்குடியில் உள்ள பொறியியல் கல்லூரியில் படிக்க வைக்கிறார். வீட்டில் திருமணத்திற்காகக் காத்திருக்கிறாள் மகள் மைதிலி. கிராமத்து எளிய வாழ்க்கை என்பது மாறி, நுகர்பொருள் பண்பாடு மெல்ல நுழையும்போது, விவசாயம் என்பது கட்டுபிடியாகாமல் போவதை அறியாமல் நிலத்துடன் மல்லுக்கட்டும் அப்பாவின் கடன்கள் ஒருபோதும் தீரப்போவது இல்லை என்பதுதான் உண்மை. அம்மாவின் அப்பா இறந்தபோது கடனை வாங்கிச் சிரமத்துடன் கருமாதி செய்முறைகள் செய்த அப்பா, கொட்டுகிற மழையில் குடும்பத்தினருடன் நனைந்தவாறு உட்கார்ந்திருந்தார். அப்பாவுக்கு நாலு வேலி மிராசுதாரர் பெரிய பெயர் இருந்தாலும், யதார்த்தத்தில் வறுமையான வாழ்க்கை. நிலத்தில் உழல்வதுதான் தனது பொருளியல்

பிரச்சினைகளுக்குக் காரணம் என்பதை அறியாதது அப்பா மட்டுமல்ல. தஞ்சை டெல்டாவில் உழவை நம்பி வாழ்கின்ற பெரும்பாலான விவசாயிகள்தான் என்பதை அப்பாவை முன்வைத்து சி.எம்.முத்து சொல்லியுள்ளார்.

அப்பா என்றொரு மனிதர் குச்சிராயர் மட்டுமல்ல. ஒரு மனிதரை முன்வைத்துச் சொல்லப்பட்டுள்ள வீட்டின் கதை. வீட்டில் புழங்கிடும் பெண்கள், பிள்ளைகள், கால்நடைகள், ஊரார், கிராமம் எனப் பரந்துபட்ட பரப்பில் நாவல் விரிந்துள்ளது. சாணமும், நெல்லும் தருகின்ற மண்ணின் வாசனையை நாவல் வாசிப்பில் நுகரலாம்.

கொம்பேறி மூக்கன் கணக்காய் குதியாலம் போட்டுக்கொண்டு ஓடும் மாடுகளையும், கிடை போடும் கீதாரிக் குடும்பங்கள் வலசை போவதையும் வெங்காரி பாய்ந்த வயல்களுக்கு அண்டை போடுவதையும் கட்டிய வயல்களில் மோட்டையைச் சரிபார்ப்பதையும், தகிக்கிற காலங்களில் தானாய் வளர்ந்து கிடக்கும் கருவைக் கூட்டங்களையும் பற்றிய விவரிப்பில் சொக்கங்காணி, சுந்திரிகாணி, சம்பா வட்டம் ஆகிய வயல்களின் வனப்பு வெளிப்படுகிறது. தஞ்சை கிராமங்களின் இயற்கை வளத்தையும், நிலவெளிக் காட்சிகளையும், வேறுபட்ட மனிதர்களையும் பற்றிய விவரிப்பில் மண்ணின் மணம் வீசுகிறது.

1982-இல் கறிச்சோறு நாவல் மூலம் அடியெடுத்து வைத்த சி.எம்.முத்து, தஞ்சை மண்ணின் மணத்துடன் கள்ளர் சமூகத்தினரிடையே நிலவும் சாதிய உள்ளடுக்குப் பிரச்சினையை முன் வைத்திருந்தார். அது இப்படியான விஷயம் கொலையில் போய் முடியுமா? என்ற கேள்வியையும் வாசிப்பினில் தந்தது. கிராமத்தில் உறவினர்கள் இடையில் திருமணம் காரணமாக ஏற்படும் மோதல்களை விவரித்த பொறுப்பு நாவல், ஒரு காலகட்டத்தின் பதிவு. வயலில் வேலை செய்யும் தலித் பெண்களைப் பாலியல் வல்லுறவுக்குள்ளும் ஆதிக்கச் சாதியினரின் அடாவடித்தனம் பற்றிய நெஞ்சின் நடுவே நாவலுக்கு மாற்றாக வேரடி மண் நாவல், தலித்துகளின் எழுச்சியைச் சித்திரித்துள்ளது. அப்பா என்றொரு மனிதர் நாவலில் வரும் மனிதர், தஞ்சை மண்ணில் வாழும் சிறு விவசாயிதான். கடந்த ஐம்பதாண்டுகளில் தஞ்சை வட்டாரத்தில் நடைபெற்ற சம்பவங்களுக்குச் சாட்சியாக விளங்கும் சி.எம்.முத்து, தனது வாழ்வில் எதிர் கொண்ட விஷயங்களுக்கு முன்னுரிமை தந்து நாவல்களைப் படைத்துள்ளார்.

தஞ்சை நிலத்தை முன்வைத்து வட்டார மொழியில் விரிந்திடும் நாவல்களைப் படைத்துள்ள சி.எம்.முத்துவின் கதைசொல்லல்,

பாத்திரப்படைப்பு, மொழிநடை போன்றன இனவரைவியல் தன்மையுடன் தனித்திருக்கின்றன. அவருடைய எல்லா நாவல்களிலும் முடிவு என்பது எதுவும் இல்லை. நாவலின் போக்கு, திடீரென அறுபட்டது போல முடிவது, எதுவும் முடியாதது என்பதைச் சூசகமாக உணர்த்துகிறது. துல்லியமான முடிவுகள் எதையும் எந்தப் பாத்திரத்தின் மீதும் திணிக்காமல், யதார்த்த வாழ்க்கையில் இப்படியெல்லாம் நடக்கலாம் என்பதைப் பாசாங்கற்றுப் புனைவாக்கியதில் சி.எம்.முத்துவின் படைப்பாளுமை தனித்துவமானது. தஞ்சை வட்டாரத்து மக்களின் இயற்கைச் சூழல், சாதியக் கட்டுமானம், பெண்கள் நிலை, சமுதாய அடுக்கு, பழக்கவழக்கங்கள், நம்பிக்கைகள் போன்றவற்றைப் பற்றிய விவரிப்புடன் கள ஆய்வையும் அனுபவவாதத்தையும் அடிப்படையாகக் கொண்ட இனவரைவியல் தன்மையுடன் கூடிய சி.எம்.முத்துவின் நாவல்கள், சமகாலத்தின் பதிவுகளாகும்.

(தீராநதி, 2016 நவம்பர்)

தமிழவனின் படைப்பாளுமை

தமிழ்ப் புனைகதை மரபு, கடந்த முப்பதாண்டுகளில் பல்வேறு புதிய போக்குகளை ஏற்றுக்கொண்டு, பாய்ச்சலாக மாற்றமடைந்துள்ளது. இலக்கியம் சார்ந்த மேலைக்கோட்பாடுகளைப் படைப்பாக்கத்தில் கையாளுவது வலுவடைந்துள்ளது. மரபு வழிப்பட்ட கதைசொல்லிகளின் ஆக்கங்களுடன் நவீனமான ஆக்கங்களும் இணைந்து தமிழ் நாவலின் பரப்பு வீச்சாகப் பரவியுள்ளது. மொழியின் அதிகபட்ச சாத்தியங்களுடன் கதை சொல்லுதல், வாசிப்பின் வழியே கிளர்த்தும் அனுபவங்கள் ஆழமான கருத்தியல் பின்புலமுடையன. 1970களில் 'சோதனைமுயற்சி' என்ற நிலையில் நடைபெற்ற இலக்கிய முயற்சியானது, அடுத்த பத்தாண்டுகளில் கோட்பாட்டு நிலையில் புதிய வடிவமெடுத்தது தற்செயலானது அல்ல. எல்லாவற்றுக்கும் மேலை நாடுகளைச் சார்ந்திருக்கும் பின்காலனிய நாட்டினுக்கே உரிய நிலையில் நவீனத் தமிழிலக்கியவாதிகளும் மேலைக் கோட்பாடுகளைத் தமிழுக்கு இறக்குமதி செய்யும் நிலை தொடக்கத்தில் நிலவியது எனினும் காலப்போக்கில் தமிழ் மரபினுக்கேற்ற கதை சொல்லலையும் மேலைக் கோட்பாட்டினையும் ஒருங்கிணைத்துப் புதிய வகைப்பட்ட படைப்புகளைப் படைத்திடுமாறு சூழல் மாறியது. இத்தகு சூழலில் இலக்கிய விமர்சனத்தளத்தில் தீவிரமாக இயங்கியதுடன், அமைப்பியல் கோட்பாட்டினைத் தமிழுக்கு அறிமுகப்படுத்திய தமிழவனின் இடம் தனித்துவமானது. மேலைச் சிந்தனை மரபினுக்கு முக்கியத்துவம் தரும் தமிழவன் அடிப்படையில் படைப்பாளியும்கூட. கோட்பாடுகளுக்கு முக்கியத்துவம் தந்து வெளியான மேற்கத்திய நாவல்களின் மீதான ஈடுபாட்டின் காரணமாகத் தமிழிலும் அவை போன்று நாவல்களை எழுதியுள்ள தமிழவனின் நாவலாக்க முயற்சி கவனத்திற்குரியது. சோதனை முயற்சி என்ற நிலையில் அவருடைய இலக்கிய ஆளுமை மதிப்பீட்டிற்குரியதாகிறது.

தமிழவனின் 'ஏற்கனவே சொல்லப்பட்ட மனிதர்கள்' என்ற நாவல் 1989இல் வெளியானபோது, ஏதோ வித்தியாசமான எழுத்து முயற்சி என்று பலரும் கருதினர். சிலருக்கு அந்த நாவல் புதிய திறப்பினை ஏற்படுத்தியது. எனினும் சரித்திரத்தில் படிந்த நிழல்கள் (1993). ஜி.கே. எழுதிய மர்ம நாவல் (1999), வார்ஸாவில் ஒரு கடவுள் (2009) ஆகிய

நாவல்கள் தமிழவனின் தொடர்ச்சியான நாவல் ஈடுபாட்டினை வெளிப் படுத்துகின்றன. மாறுபட்ட கதை சொல்லல் மூலம் அவர் சித்திரித்த புனைகதைத் தளங்கள் தமிழுக்குப் புதியன. தமிழ்மொழி என்னும் அதிகார மையம் மூலம் கட்டமைக்கப்படும் சமூகமயமாக்கலையும், பண்பாட்டுக் கூறுகளையும் விசாரணைக்குட்படுத்துவதாக நாவல் முயற்சிகள் அமைந்திருந்தன. தொடர்ச்சியறு எழுத்துமுறையின் மூலம் காலத்தின் ஒழுங்கைச் சிதைத்து, புதிய வெளியைக் கட்டமைப்பதில் தமிழவன் தொடர்ந்து முயன்றது அவருடைய நாவல்களில் வெளிப்பட்டது.

பின் நவீனத்துவப் பின்புலத்தில், தமிழவனின் நாவல் முயற்சிகள் உள்ளன. சுய விமர்சனம் மூலமாகத் தன்னையும் தான்சார்ந்து வாழும் தமிழர் வாழ்நிலையையும் கேள்விக்குள்ளாக்குதல் மூலம் பருண்மையான அரசியல் பரிமாணங்களை அறிதல் என்ற நோக்கில் தமிழவனின் தேடல் விரிந்துள்ளது. வரலாற்றையும் தன்னிலையையும் ஒருங்கிணைத்துச் சிக்கலுக்குள்ளாக்கச் சிந்தனையின் கூட்டாக வாழ்நிலையைக் கண்டறிதல் என்ற முயற்சிக்குப் புனைகதையாக்கம் தமிழவனுக்குப் பயன்பட்டுள்ளது. இதுவரை பொதுப்புத்தியில் தகவமைக்கப்பட்டிருந்த பெருங்கதையாடலை அழிக்கும் வேளையில், சுயம் என்பது ஒரு வகையான மாயை என்ற கருத்தியலும் தமிழவனுக்கு உண்டு. இன்னும் சொன்னால் நவீன எழுத்து என்பதே விளையாட்டு என்ற ரீதியில் தமிழவனின் படைப்பாக்கம் தொடர்கிறது.

தமிழவனின் நாவல்கள் மரபுவழிப்பட்ட கதை சார்ந்த வாசிப்பை முன்னிறுத்தவில்லை. வாசகனை மையமிட்ட நிலையில் நாவலின் இயங்குதளம் விரிகிறது. வாசகன் என்பவன் வெறுமனே நாவலை வாசிப்பவன் மட்டுமல்ல என்ற கருத்து தமிழவனுக்கு உண்டு. அவர் எழுதிய பிரதியானது வாசிப்பின் மூலம் ஒவ்வொரு வாசகருக்குள்ளும் வெவ்வேறு பிரதிகளாக வடிவமெடுக்கிறது. ஒரு வாசகனாக மாறித் தமிழவனே தனது நாவல்களை வாசிக்கும்போது, புதியதான பிரதி உருவாக்கப்படும் விந்தையான நிலை ஏற்பட வாய்ப்புண்டு. மனிதனின் மனம் வெளிப்படுத்தும் நினைவு என்பது, எழுத்தற்ற எழுத்தால் ஆன புத்தகமாக விரியும்போது, தமிழவனின் நாவல்கள் முன்னிறுத்தும் புனைவுகள் அளவற்று விரிகின்றன. இந்நிலையில் இதுவரை நவீனத் தமிழில் முன் வைக்கப்பட்ட உள்முகத் தேடல், சுயதரிசனம், உள்ளொளி போன்ற சொற்கள் அர்த்தம் இழந்து போகின்றன. தமிழவனின் நாவல் முயற்சி, நாவலாசிரியரின் கட்டுக்குள்ளிருந்த புனைகதையை விடுவித்து, படைப்பாளியைப் புறக்கணித்துவிட்டு, பன்முக நிலையில், 'இன்மை'யாக இருக்க முயலுகின்றது. லத்தீன் அமெரிக்க நாவலாசிரியரான

மார்க்யுஸின் கதைசொல்லல் முறையைப் பின்பற்றித் தனது முதல் நாவலைத் தமிழவன் தொடங்கியிருந்தாலும், இந்தியப் பின்புலத்தில் தமிழ் மரபினையும் அடையாளத்தையும் விவாதிப்பதற்கான தளமாக மாற்றியுள்ளார். இதனால் மாற்றுப் பண்பாட்டு மரபுகள் குறித்த விசாரணையைத் தொடங்குவதற்கான தளமாக அந்நாவல் அமைந்துள்ளது.

ஏற்கெனவே தமிழர்கள் எல்லோருக்கும் நன்கு தெரிந்த மனிதர்கள் பற்றிய கதைகளின் தொகுப்பு என்ற புரிதலை நாவலின் தலைப்பான 'ஏற்கெனவே சொல்லப்பட்ட மனிதர்கள்' ஏற்படுத்துகிறது. இரண்டாயிர மாண்டு வரலாற்றுப் பழமையும் பாரம்பரியமும் மிக்க தமிழினம், தமிழ்மொழி, தமிழ்ப்பண்பாடு, தமிழர் பற்றிய புனைவுகளுக்கு ஏதும் வரையறை இருக்க முடியாது. எல்லாவிதமான ஏற்ற இறக்கங்களும், மேன்மையும், சிறுமையும் வரலாற்றில் பதிவாகியிருந்தாலும், 'கல்தோன்றி மண் தோன்றுவதற்கு முன்னர் தோன்றிய மூத்தகுடி தமிழர்' என்ற போலிப் பெருமை, ஆளுமையாக விளங்கும் மக்களின் வாழ்க்கைக் கதையை எளிதில் மறுதலித்துவிட முடியாது. வரலாற்று விவரணைகளைச் செயற்கையான மொழிநடையில் விவரிக்கும் நாவலில் கதைசொல்லி வாசகருடன் அவ்வப்போது உரையாட முயலுகிறார். மிகவும் நவீனமான கதைசொல்லல் முறையில் விரியும் நாவலில், மரபு வழிப்பட்ட கதை சொல்லி பிரதிக்குள் பயணிக்கிறார். புனைகதை என்ற விவரிக்கப்படும் சம்பவங்களுடன் வாசகனை ஒன்றவிடாமல் தடுத்து வேறு வழியைக் காட்டும் முயற்சியாக நாவலாசிரியரின் குறுக்கீட்டைக் கணிக்க வேண்டியுள்ளது.

மூன்று தலைமுறையினரின் கதைசொல்லல் மரபென்பது ரஷிய இலக்கியத்தில் சாதாரணமானது. மார்க்யுஸ் மூன்று தலைமுறையினரின் யதார்த்தக் கதையுடன் மாந்திரிக அம்சங்களை ஒன்று சேர்க்கும்போது, கதைப்போக்கானது வேறு ஒன்றாக உருமாறியது. தமிழவனும் அந்த வழியை நாவலாக்கத்தில் கையாண்டுள்ளார். ஆனால், அளவுக்கதிகமாக மாந்திரிகத் தன்மைகளைக் கையாண்டுள்ளது, பிரதியின் நம்பகத் தன்மையைக் கேள்விக்குள்ளாக்குகிறது. சாதாரணமாகத் தும்மினால்கூட யாரோ நினைக்கிறார்கள், வீட்டு வாசலில் காக்கை கரைந்தால் விருந்தாளி வரப்போகிறார், நாய் ஊளையிட்டால் துர்மரணம் இப்படித் தமிழரின் வாழ்க்கையே இரண்டாயிரமாண்டுகளாகப் புனைவுகளுடன்தான் உள்ளது. இத்தகைய சம்பவங்களைக் கதையாக்கினாலே நாவலுக்கு மாந்திரிக அம்சம் வந்துவிடும். ஆனால் தமிழவன் வலிந்து உருவாக்கியுள்ள அதியற்புதப் புனைகதைத்தன்மை பல இடங்களில் நாவலுடன் ஒட்டாமல் துருத்திக்கொண்டுள்ளது; வாசிப்பதற்கு அலுப்பை ஏற்படுத்துகின்றது. குமரி மாவட்டம், கல்குளம் வட்டம், சிநேகபுரம் என்ற சிற்றூரில்

வாழ்ந்திட்ட குடும்பத்தினரின், மூன்று தலைமுறை வாழ்க்கையைச் சித்திரிக்கும் நாவலின்மூலம் தமிழவன் சொல்ல முனைவது வேறு ஒன்று. தெய்வமூர்த்தி - ராசப்பன் - ஜான் ஆகிய மூவரின் வாழ்க்கையுடன் தெய்வமூர்த்தியின் தம்பியான உருத்திரமூர்த்தி, முத்துப்பிள்ளை, லதா என்ற உறவினர்களின் வாழ்க்கையும் இயைந்துள்ளது. இறந்துபோன முத்துப்பிள்ளையின் ஆவி வெளவால் நிழலாய் வந்து சிநேகபுரத்தில் விழுந்த செய்தி ஊராரைப் பயமுறுத்துகிறது. ஜானின் தாத்தா வம்ச சரித்திரம் எழுதப்பட்ட ஏடுகளைப் புரட்டலானார். தொன்மை வாய்ந்த புராதனக்குடியில் பிறந்தவர்கள் கனவுகளை உண்மை என்று நம்பும் பழக்கம் மிக்கவராயிருந்தனர். புராதனக்குடியில் பிறந்த ராசப்பனுக்கு சிநேகப்பூவுடன் திருமணம். கன்னிமரியிடம் கொண்டாட்டமான ரகசிய உறவு, பஞ்சாயத்துத் தேர்தலில் நிற்றல், கிழிந்த சட்டைக்காரர்களால் புறக்கணிக்கப்படல் என வாழ்க்கை நீள்கிறது. சாதிய ஒடுக்குமுறை, சுதந்திரப் போராட்டம் பொதுவுடைமை இயக்கம் பரவல், குமரி மாவட்டத்து எல்லைப் போராட்டம், திராவிட இயக்கம், ஆங்கிலக் கல்வி, கிறிஸ்தவ மடங்கள்... எனப் பல்வேறு நிகழ்வுகளின் வழியாகக் கடந்தகாலம் நாவலில் மீட்டுருவாக்கப்பட்டுள்ளது. தமிழ்த் தொன்மம், புராணக் கதைகள், பழமரபுக் கதைகள், நாட்டார் வழக்காற்றியல், புனைகதைகள் போன்றன தமிழவனின் கதைசொல்லலுக்குப் பெரிதும் பயன்பட்டுள்ளன. கடந்த நூற்றாண்டு அரசியல் வரலாறும் புராதனத் தன்மையுள்ள கதைகளும் ஒத்திசைந்திட நாவலின் கதைசொல்லல் விரிந்துகொண்டே போகிறது. மாயத்தன்மையுள்ள நம்பிக்கைகள் மூலம் கதைக்குள் கதையாக விரிகின்றன புனைவுகள். குமரி மாவட்டத்துக் குடும்பத்தை முன்னிறுத்தி தமிழ்ச் சமூக, அரசியல் பன்னாட்டு வரலாற்றை விவரிக்க முயலும் தமிழவனின் முயற்சியில் வேடிக்கையான அம்சங்களும் பொதிந்துள்ளன. துயரம், அவலம், அழிவு என விரியும் கதையாடலின் மூலம் தமிழர் இருப்பினைப் புரட்டிப்போட முயன்று உள்ளார் தமிழவன். எனவேதான் எவ்வளவுதான் வீரத்தன்மையுடன் பிரச்சினைகள் நுட்பமாகக் கதையில் விவரிக்கப்பட்டிருந்தாலும் நுண்மையான பகடி வெளிப்பட்டுக்கொண்டிருக்கிறது. புராதனம் என்ற பெயரில் நிகழ்த்தப்படும் சம்பவங்களின் அபத்தத்தையும் வெறுமையையும் நாவலின் கதையாடல் விவரிப்பது நகைச்சுவை இழையோட வெளிப் பட்டுள்ளது.

'ஏற்கெனவே சொல்லப்பட்ட மனிதர்கள்' தான் தமிழின் முதல் மாந்திரிக யதார்த்த நாவல் என்று சொல்லப்படுகிறது. அந்நாவல் தமிழ்ப் படைப்புலகில் ஏற்படுத்திய பாதிப்பு என்று எதுவுமில்லை, சில விமர்சனங்களைத்தவிர.

பின் நவீனத்துவ/பாலிம் ஸெஸ்ட் வரலாற்று நாவல் என அறிமுகப் படுத்தப்பட்ட தமிழவனின் 'சரித்திரத்தில் படிந்த நிழல்கள்' பல்வேறு அதியற்புதப் புனைகதைகளின் தொகுப்பாக உள்ளது. அவருடைய முந்தைய நாவலைப் போலவே கதைசொல்லல் முறையானது கதையாடலை மையத்திலிருந்து வெளியேற்றி விளிம்பினுக்கு இட்டுச் செல்கின்றது. அரிஸ்டாட்டில் முன்னிறுத்திய மரபு வழிப்பட்ட கதைப்போக்கினுக்கு மாறாக வாய்மொழிக்கதை சொல்லல் மரபானது நாவலாக்கத்தில் பின்பற்றப்பட்டுள்ளது. ஒழுங்கமைக்கப்பட்ட சட்டகம் என எதுவும் கதைசொல்லலில் பின்பற்றப்படவில்லை. ஒருவிதமாக விட்டேத்தியான மனநிலையில் வரலாறு என்ற கற்பிதத்தை முன்னிறுத்திப் பல்வேறு வரலாற்றுத் தகவல்களை வெவ்வேறு ஒழுங்கற்ற வடிவங்களில் அடுக்கியுள்ள தமிழவனின் கதைசொல்லல் மரபானது தமிழுக்குப் புதிது.

"இந்த வரலாற்றுக்கதையில் வரும் நாடு தமிழ்நாடல்ல; தெகிமொலா மக்களும் தமிழ் மக்கள் அல்ல. இரண்டும் இரண்டு நாடுகள். இருவித மக்கள்" என நாவலின் தொடக்கத்தில் சொல்லப் பட்டிருக்கும் வாசகம் பொருண்மை அற்றது. "இவர்களைப் பற்றிய இன்னொரு ஆச்சரியமான விஷயம். தெற்குத்திசைக்கும் இவர்களுக்கும் உள்ள சம்பந்தம் இவர்களின் நாடு தெற்குப் பக்கத்தில் இருந்தது. எனவே இவர்களின் மொழியில் தெற்குப் பக்கத்தைச் சார்ந்தது எதுவும் அழகுடையதாக விளக்கப்பட்டது. தெற்குப் பக்கத்தைச் சார்ந்த காற்றைச் சுகமானது என்றனர்... தெற்கில் வாசல் வைத்து வீடு கட்டுவதையும், தெற்குத் திசையில் பல்லி சப்தம் எழுப்புவதையும், தெற்கில் நட்சத்திரம் எரிவதையும் புகழ்ந்து சொல்லும் பழக்கம் இவர்களிடம் இருந்தது" எனத் தமிழவன் நூலின் அறிமுகம் பகுதியில் தெகிமொலாக்கள் பற்றிக் கூறுவது ஆய்விற்குரியது. அவர் சொல்ல முயலுவது தெகிமொலா சரித்திரம் அல்லது தமிழரின் சரித்திரம் என எப்படி வேண்டுமானாலும் சொல்லத் தோன்றுகிறது.

நாவலின் கதைசொல்லலில் மையச்சரடு என எதுவுமில்லை; பல்வேறு அபத்தங்களின் வெளிப்பாடாக விரியும் கதைகளின் மூலம் வரலாறு பற்றிய புனைவு பதிவாக்கப்பட்டுள்ளது. கண்ணை மூடிக் கொண்டே எதையும் பார்க்கும் ஆற்றல்கொண்ட பாக்கியத்தாய் விநோதமான பாத்திரம். வேடுவச்சியான பாக்கியத்தாய், பின்னர் பச்சைராஜனின் மனைவியாகி, நாட்டின் அரசியாகிறாள். மூன்று பிள்ளைகளைப் பெற்றும், அவள் கன்னித்தாய் என்று கருதப்படுகிறாள். அவளுடைய ஒரு குழந்தையான 'மலை மீது ஒளி' வயிற்றிலிருந்தும்,

இன்னொரு குழந்தையான 'அம்மிக்குழவி' வார்த்தையிலிருந்தும் பிறந்தன. பச்சை நிறமும் ஒற்றைக்கண்ணும் கொண்ட ராஜன், தனது பெருமையான எறும்பு போன்ற பதினாறாயிரம் பேருடன் இல்லறம் புரிந்து வந்தான். அரசியின் வயதில் ஐம்பது ஆண்டுகள் அவளிடமிருந்து விடைபெற்றுவிட்டன... இப்படிப் பல்வேறு புனைவுகளின் மூலம் தெகிமொலாக்களின் வரலாறு புனையப்படுகிறது. நாவலினை நுட்பமாக வாசித்தால், பயம் கலந்த இரட்டை வாழ்க்கை, தொடரும் வன்முறையின் நிழல் ஆகியன தெகிமொலாக்களின் வரலாற்றிலும் பதிவாகியிருப்பதனைக் கண்டறிய முடியும். எனவேதான் தெகிமொலாக்கள் எல்லா நூல்களிலும் தங்களுடைய வரலாற்றை மீண்டும்மீண்டும் எழுதிக் கொண்டே இருக்கின்றனர். இதனால் அவர்களுடைய யூகங்கள் ஒன்றின் மீது மற்றொன்றாக விழுந்து இரண்டகத் தன்மையுடையதாக மாறினாலும் அழுத்தமான வரலாற்றைப் பொதுப்புத்திக்கு முன்வைக்கின்றன.

நாவலின் பின்னுரையில் சண்முகம் குறிப்பிடுவது போல, பல்வேறு நகரும் குறிகளின் இயக்கத்தினால் நாவலின் கதையாடல் சித்திரிக்க முயலுவது மாறிக்கொண்டே இருக்கின்றது. தெகிமொலாக்களின் வரலாறு என்ற முழுமையான கற்பனைக் கதையை வரலாற்றினுள் திணிப்பதன் மூலம் தமிழவன் புதிய வகைப்பட்ட வரலாற்றை வாசகனுக்கு அறிமுகப் படுத்துகிறார். அதேவேளையில் வாய்மொழி மரபிலமைந்த மாயத் தன்மையைப் புனைகதைக்குள் புதைத்து, வாசிப்பில் வேறுவகையான மதிப்பீடுகளை உருவாக்குவது நடைமுறைப்படுத்தப்பட்டுள்ளது பச்சை ராஜன், பாக்கியத்தாய் என இருவரையும் ராஜா - ராணி என முன்வைத்து விவரிக்கப்படும் பகடியானது, புதிய கதையை மறு உற்பத்தி செய்கிறது.

சரித்திரத்தில் படிந்த நிழலாகக் கதையில் இடம்பெற்றுள்ள 'காலத்தை வென்றவன்' என்ற கதைமாந்தர் மொழியின் வழியே நிகழ்த்தும் வேடிக்கை முக்கியமானது. இதுவரையில் மொழியை முன்னிறுத்திப் புனையப்படும் எழுத்து, சொற்கள் பற்றிய ஒழுங்கினையும் மொழி விளையாட்டு மூலம் கலைத்துப் போடலாம் என்பது நாவலில் பதிவாகியுள்ளது. புதிய சொற்களையும் அதற்கான பொருள்களையும் பற்றிக் குறிப்பிடும் காலத்தை வென்றவன் தரும் விளக்கம் பின்வருமாறு.

பப்பப்	- வாருங்கள்
பப்	- வாரும்
பப் பப் பப்பப்	- இங்கு வாருங்கள்

புராதனப் பெருமை மிக்க பழங்குடியினர் என்ற கருத்தியல் மொழி வழிப்பட்டதாகக் கருதும் நிலையில் மொழியானது மக்களிடையே

அதிகார மையமாவது தவிர்க்கவியலாதது. எனவேதான் ஒலிக் குறிப்பினை வைத்து மொழிப்பொருளைக் கவிழ்த்துப்பார்க்க முயன்றுள்ளார் தமிழவன். இத்தகைய 'மொழி விளையாட்டு' பின்நவீனத்துவக் கூறு.

வரலாற்றில் படிந்த நிஜங்களையும் நிழல்களையும் பதிவாக்குவதன் மூலம், சமகாலத்திய அரசியல், சமூக வரலாற்றை விசாரணைக்குட்படுத்த முயன்றுள்ள தமிழவனின் நாவலாக்கத்தில் பல்வேறு குரல்கள் கேட்டுக் கொண்டிருக்கின்றன. அவை, வாசகனுக்குள் ஊடுருவும் ஆற்றல்மிக்கவை.

கோட்பாட்டுரீதியில் தமிழவன் புனைந்திட்ட நாவலின் கதை சொல்லல் தமிழுக்குப் புதியது என்பதில் ஐயமில்லை. வெளிப் படையான தமிழரின் வரலாற்றை இவ்வளவு தூரம் நீட்டி முழக்கிச்சுற்றி வளைத்துப் பூடகமாக்கி 'மாயப் பிரதி' போல உருமாற்றுவதன் காரணம் புலப்படவில்லை. 'தமிழ், தமிழர்' குறித்துப்பேச்சு எதுவும் வெளிப் படுத்த முடியாத நெருக்கடியான சூழல் எனில், விநோதமான கதை சொல்லல் முறையைப் பயன்படுத்துவதில் தவறில்லை. வெறுமனே பகடி, எள்ளல், கேலி என்ற நிலையில் சுயம் அழிப்பு என்ற இலக்கை நோக்கியும் கதைசொல்லல் நகர்த்தப்படவில்லை. மேலும் மிகைப் படுத்தப்பட்ட, நம்பவியலாத மாந்திரிகத்தன்மையுடைய சம்பவங்கள் அளவுக்கதிகமாகக் கதையோட்டத்தில் சேர்க்கப்பட்டிருப்பது கதையின் மீதான ஈர்ப்பினைக் குறைக்கிறது. மேலை நாட்டில் வெற்றிகரமானதாகக் கருதப்படும் நாவலின் தாக்கத்தினால் எழுதப்பட்ட 'சரித்திரத்தில் படிந்த நிழல்கள்' நாவலின் கதைப்போக்கு தட்டையாக உள்ளது; 'சூடு' போட்டுக்கொண்டது போல உள்ளது.

தமிழவனின் மூன்றாவது நாவலான 'ஜி.கே. எழுதிய மர்ம நாவல்' இத்தாலியக் கோட்பாட்டாளரும் படைப்பாளருமான உம்பர்ட்டோ ஈகோ எழுதிய ரோஜாவின் பெயர் நாவலின் பாதிப்பினால் எழுதப்பட்டதாகும். தீவிரமான வாசகர்களையும் வெகுசன வாசகர்களையும் கவர்ந்த அந்நாவலின் துப்பறியும் கதைப்போக்கு மாறுபட்ட முறையில் அமைந்துள்ளது. தமிழவனும் அதே பாணியைப் பின்பற்றித் தமிழ்ச்சூழலுக்கேற்பக் கதை சொல்லுகிறார்.

வரலாற்றில் துப்பறியும் தன்மையுடன் விரியும் நாவலில், அந்நாவலை எழுதியவர் யார் என்பதே துப்பறியப்பட வேண்டியதாக உள்ளது. நாவலின் ஆங்காங்கே இடம்பெற்றுள்ள குறிப்புகளின் மூலம் தமிழ்நாட்டு அரசியல் மறுவாசிப்பிற்குள்ளாக்கப்பட்டுள்ளது. சி.பெரிய நாயகம்பிள்ளை, ஜூலியன் வென்டன், பூவராக முதலியார் ஆகிய மூவரில் யாரோ ஒருவர் கதையை எழுதியிருக்கலாம் என ஊகிப்பது

வாசகரின் புதிர் மனநிலைக்கு விடப்படும் சவால். சென்னை மூர் மார்க்கெட்டில் கிடைக்கும் பிரதியான நாவலை எழுதியவர் ஜி.கே. என்னும் இலங்கைத் தமிழர். அவர் 1983ஆம் ஆண்டில் நடைபெற்ற இனக்கலவரத்தில் வெளியேறியவர், அந்த நாட்டில் பௌத்த சமயத்தின் பெயரால் நடைபெறும் கொலைகளையும் அடக்குமுறை அரசியலையும் முன்வைத்து நாவலை எழுதியுள்ளார் என்ற தகவல் நாவலைச் சமகாலத்தியதாக்குகிறது. ஆட்சியிலுள்ள அதிகாரமையம், தனது நலனுக்கேற்பக் கருத்தியலை வடிவமைப்பதற்காகப் பிறரை அழித் தொழிப்பதற்காக எல்லாவிதமான தந்திரங்களையும் மேற்கொள்கிறது. இத்தகு சூழலில் அன்பைப் போதித்த புத்தரின் கொள்கையைப் பரப்பும் பௌத்த அதிகாரம், நடைபெற்ற கொலைகளை எங்ஙனம் நியாயப் படுத்துகிறது என்பது முக்கியமானது. பௌத்த மதத்தின் பெயரால் நடைபெறும் கொலைகளைச் செய்யும் சூன்யதத்தன் என்ற பௌத்த மதத் துறவியின் செயற்பாட்டில் அவர்கள் நிறுவ விரும்பும் புதிய சமூகத்திற்கான வரலாற்றுப் பின்புலத்தை ஏற்படுத்த விழைவது வெளிப் படுகின்றது. இந்நிலையில் ‘எழுத்து’ ஆயுதமாக வடிவெடுக்கிறது. படைபலம் போல எழுத்தின் மூலம் ஏற்படுத்தும் விளைவினை அறிந்திட்ட அதிகார மையம் தனது வசதிக்கேற்பக் கொலைகளைச் செய்கிறது. எனவே தமிழவன் பதிவாக்க விழைவது வெறுமனே கொலைச் சம்பவங்கள் அல்ல; வரலாற்றின் பக்கங்களில் நியாயப் படுத்தப்படும் கொலைகள் குறித்த கேள்விகளை வாசிப்பின் வழியே எழுப்ப முயன்றுள்ளார்.

சுருங்கை எனப்படும் பழமையான நகரத்தின் அதியுன்னதமான கட்டடக்கலை மிகவும் புகழ்பெற்றது. சூரியக்கோவில், சந்திரக் கோவில், மர்மப்பாதைகள், நிலவறை வழிகள், புதிர்வழிப் பாதைகள் என விரியும் சுருங்கை பற்றிய விவரிப்பே புதிர்த்தன்மையுடையதாக உள்ளது. சுருங்கை நகரானது கிரேக்கச் சிற்பியான துபல், அவருடைய தந்தை ஆகியோரின் கற்பனையின் விளைவு. அங்கு இருப்பவை கட்டடங்கள் மட்டுமல்ல. மதங்களின் பெயரால் நடைபெறும் அதிகாரங்களின் ஆதிக்கம் எங்கும் பரவலாக உள்ளது. அந்த நகரில் நடைபெற்ற கொலையைத் துப்புத் துலக்குவதற்காகக் குவலயபுரம் புத்த விகாரையிலிருந்து தேவமித்திரரும், அவருடைய உதவியாளர் அரையநாதரும் அங்கு வருகின்றனர். ஆனால் சிற்பியின் மாணவரான சராசின், உரைகாரரான யுனசேனன் எனக் கொலைகள் தொடர்கின்றன. சிக்கல் இன்னும் அதிகரிக்கிறது. யார் கொலைகாரனாக இருக்கக்கூடும்? யாருக்காகக் கொலைகள் நடைபெறுகின்றன? கொலைக்கான நோக்கம்

என்ன? என்ற கேள்விகள் மூலம் வாசகன் தனக்கான பிரதியை உருவாக்கிடும் வகையில் கதைசொல்லல் அமைந்துள்ளது.

புத்த சமயத்தினர் ஆண்ட பூமி என்ற கருத்தினுக்கு மாற்றுக் கருத்துடைய யுனசேனன் எழுதும் வரலாறு சரியல்ல என்று கருதுவதால், புத்த விகாரையிலிருந்து பயிற்சி கொடுக்கப்பட்டுப் போலியான பெயரில் அனுப்பப்பட்ட தேவமித்திரர்தான் நாவலின் மையமாக உள்ளார். யுனசேனனைக் கொல்வதன் மூலம் மத அதிகாரத்தை நிறுவ முயலும் தேவமித்திரர் அவருடைய மரணம் பற்றிக் குறிப்பிடும்போது, "பிறவியே துக்கத்துக்குக் காரணம்" என்று தர்மம் போதிப்பது தற்செயலானது அல்ல. மதத்துக்கும் அரசியலுக்குமான நெருங்கிய தொடர்பு காலங் காலமாக இருப்பதன் வெளிப்பாடுதான் நாவலில் இடம்பெற்றுள்ள கொலைகள்.

சூரியக்கோவிலில் ஏழு வாயில்களும், சந்திரக்கோவிலில் எட்டு வாயில்களும் உள்ளன. அந்த வாயில்கள் காலந்தோறும், மத அரசியல் காரணமாக மாற்றம் பெறுகின்றன. யுனசேனன் எழுதும் 'வட்ட வடிவப் படிகள்' பல மர்மங்களைக் கொண்ட ரகசிய நூலாகும். அந்த நூலில் இரு படிகள் உள்ளன. ஒன்று ஆண் பிரதி மற்றொன்று பெண் பிரதி. சுருங்கை பற்றிய ரகசியங்கள் அடங்கிய ஆண் பிரதி 366 வட்ட படிகள் உள்ள பாதாளச் சுரங்கத்தில் உள்ளது. பெண் பிரதி கிரந்தக் கோவிலில் உள்ளது. நூலைத் தேடிச்செல்லும் சாகசச் செயலில் தான் சூன்யதத்தான் மாட்டிக்கொள்கிறான். கொலையைத் துப்பறிய வந்தவனே கொலைகளைச் செய்கின்றவனாக மாறுகிறான். இதுவரை வாசிப்பின் வழியாக வாசகனுக்குள் ஏற்படுத்தியிருந்த புனைவுகள் தகர்ந்து போகின்றன. புதிர் வட்டப்பாதைக்கும், நூலுக்குமான தொடர்பு என்பது வாசிப்பில் வெவ்வேறு புனைவுகளை ஏற்படுத்துகின்றது.

தமிழவனின் கதைசொல்லலுக்குத் தேர்ந்த எடுத்துக்காட்டாக 'ஜி.கே. எழுதிய மர்ம நாவல்' உள்ளது. இந்த எழுத்து முறை பற்றி விவாதிக்க விஷயங்கள் உள்ளன. ஒரு புள்ளியை அடைய கணக்கு வழக்கற்ற பல வழிகள் உள்ள நிலையில், இந்தத் துப்பறிதல் எழுத்து முறையானது, ஒற்றைமுறையை வலியுறுத்துகின்றது. தேடப்படுகிறவர்-துப்பறிகிறவர் என்ற இருமை நிலைமைகளின் மூலம் கதைசொல்லல் தொடர்ந்து புதிர்களுக்குள் இழுத்துச் செல்கின்றது. நாவலின் இடம் பெற்றுள்ள பெயர்கள் ஊர்களின் புராதனத்தன்மையும் பாரம்பரியமான வரலாற்றுத் தகவல்களும் தமிழக அரசியலுடன் இயைந்து புதியதான புனைவாகியுள்ளன. உண்மையைத்தேடுதல் துப்பறிதல் போலவே

பின் தொடரும் மரணத்தின் நிழல்:
வெ.இறையன்புவின் நாவல்களை முன் வைத்து

பூமியில் மனித இருப்பு என்பது நினைவுகளின் வழியே கட்டமைக்கப்படுகிறது. கடந்தகாலம் என்பது நினைவின் மூலம் மீட்டுருவாக்கப்படும்போது ஒவ்வொருவரின் மனமும் உருவாக்கும் பதிவுகள் அளவற்றவை. தனிமனிதப் பிரக்ஞை இழப்பு ஏற்படும் போது, உடல்ரீதியான இயக்கம் நடைபெற்றாலும், இருந்தும் இல்லாத நிலை ஏற்படுகிறது. சுய விழிப்புணர்வின் ஆளுமையே மனிதச் செயல் பாடுகளுக்கு ஆதாரமாக விளங்குகிறது. மனித இயக்கம் என்பது உடலில் உயிர் இருக்கும் வரைதான். மூக்கின் வழியே வெளியேறும் மூச்சு திடீரென நின்றுவிட்டால், உடலில் தன்மை மாறிச் சிதலமடையத் தொடங்கி விடுகிறது. அதுவரை 'தான்' என்ற முனைப்பினுக்கு ஆதாரமாக விளங்கிய உடலின் இயக்கமற்ற தன்மை காரணமாக, அந்நிகழ்வு மரணம் எனப்படுகிறது. தமிழில் மரணமடைந்தவரைக் காலமானார் என்று குறிப்பிடும் வழக்கமுள்ளது. அதாவது இயற்கையின் அங்கமான மனிதன் மீண்டும் இயற்கைக்குள் ஐக்கியமாகிறான். மனிதன் 'சாதனை' களின் மூலம் புவியில் நிறுவியவற்றைக் கேள்விக்குள்ளாக்கும் 'மரணம்' பற்றிய இலக்கியப் பதிவுகள் சங்ககாலம் முதலாகவே தமிழில் காணப் படுகின்றன. எனினும் நவீன புனைவிலக்கியத்தைப் பொறுத்தவரையில் மரணத்தை முன்வைத்துப் புனையப்பட்டுள்ள நாவல்களின் எண்ணிக்கை மிகக்குறைவு. தத்துவார்த்த அடிப்படையில் மனிதர்களுக்கும் மரணத் துக்கும் இடையிலான தொடர்பினைப் புனைவாகக் கட்டமைத்துள்ள வெ.இறையன்புவின் 'சாகாவரம்', 'அவ்வுலகம்' ஆகிய இரு நாவல்களும் புதிய போக்கினை உருவாக்கியுள்ளன. மனித வாழ்க்கையின் பகுதியாக மரணத்தை முன்வைத்து இறையன்பு உருவாக்கியுள்ள பேச்சுகள் அழுத்தமானவை.

உலகில் 'இருப்பு' நிலையானது என்ற நம்பிக்கையின் அபத்தம் பற்றி அறியாமலே ஒவ்வொருவரும் தனக்குள் உருவாக்கிக்கொள்ளும் ஸ்திரத்தன்மை வலுவாக உள்ளது. ஒவ்வொரு கணமும் எதிர்கொள் வதற்கான சாத்தியப்பாட்டுடன் மரணத்துடனான கண்ணாமூச்சி

தொடர்கிறது. சுருங்கக்கூறின், இருத்தல் என்பதே ‘இடைவெளி’யில் தான்.

மரணத்தைவிட மரணபயம்தான் பிரச்சினை. எந்நேரத்தில் மரணம் நிகழுமோ, தன்னுடைய அழிவு ஏற்படுமோ என்று பயப்படுகிறவர்கள் எதிர்கொள்கின்ற துன்பம் கொடுமையானது. மரணபயத்தின் காரணமாகத் தற்கொலை செய்துகொள்கிறவர்கள்கூட உண்டு. சமூக வாழ்க்கையின் மீது சலிப்பு, வெறுப்பு, கசப்படைகின்றவர்கள் ஏதேனும் ஒருவழியில் மரணமடைய முயலுகின்றனர். மரணம் ஒவ்வொருவரையும் நிழல் போலத் தொடர்கிறது. இந்நிலையில் சமூக வாழ்க்கையை அர்த்தமுடன் வாழ முயலுவது தான் சரியானது.

“தூங்குவதுபோலச் சாக்காடு” எனச் சொன்ன வள்ளுவர் என்ன சொல்ல விழைகிறார்? யோசிக்க வேண்டியுள்ளது. பிறப்பினுக்கு முன்னரும், இறப்பினுக்குப் பின்னரும் மனித உயிர்கள் தங்கியிருக்கும் இடம் பற்றி மதங்கள் தொடர்ந்து புனைவுகளை உருவாக்கிக்கொண்டே இருக்கின்றன. எப்பொழுதோ செல்லவிருக்கும் சொர்க்கம் குறித்த கற்பனையுடன் உடல்களை வாட்டி, புலன்களை ஒடுக்கும் வதைகளை மதங்கள் கச்சிதமாக நிறைவேற்றுகின்றன. தொடர்ந்து மரணபீதியில் மனித உயிர்களை ஆழ்த்தி, இறைவன் பற்றிய கருத்தை வலியுறுத்துவதன் மூலம், மத நிறுவனங்கள் சமூக மேலாதிக்கம் பெறுகின்றன. மரணம் குறித்த மதங்களின் புனைவுகள் குறித்த அக்கறையற்ற நிலையில், நடப்பு வாழ்க்கையில் மரணத்தை எப்படி எதிர்கொள்வது, எங்ஙனம் புரிந்து கொள்வது என்ற அடிப்படையில் இறையன்புவின் படைப்பாக்க முயற்சி நடைபெற்றுள்ளது.

மரணமில்லாப் பெருவாழ்வு, மரணத்தை வெல்வது எப்படி? என மனித முயற்சிகள் காலந்தோறும் தொடர்கின்றன. இயற்கையை வெல்ல முடியுமா என அறிவியலின்மூலம் ஆய்வுகள் தொடர்கின்ற வேளையில், மரணத்தைத் தள்ளிப்போட முயலுவது ஓரளவு வெற்றி பெற்றுள்ளது. பிணி, மூப்பு, சாக்காடு பற்றிய புரிதல் இல்லாமல் வளர்க்கப் படும் குழந்தைகள் பதின்பருவத்தில் திடீரெனச் சக மனிதர்களின் மரணத்தைக்காண நேரிடுகின்றபோது, தானும் ஒருநாள் இறக்க நேரிடும் என்ற உண்மையைத் தாங்கவியலாமல் தவிக்கின்றனர். ‘சாகாவரம்’ நாவலில் இடம்பெற்றுள்ள ‘நசிகேதன்’ எல்லாம் இயல்பானதாகக் கருதும்வேளையில் அடுத்தடுத்து அவன் எதிர்கொள்கின்ற நண்பர்களின் மரணங்கள், அவனது மன ஒழுங்கினைச் சிதைக்கின்றன. இதுவரை அவன் நம்பிக்கொண்டிருந்தவற்றின் மீது ஏற்படும் புறக்கணிப்பு,

சித்தார்த்தனைப் போல எல்லாவற்றையும் மறுபரிசீலனை செய்யத் தூண்டுகிறது. ஒருநிலையில் வீட்டைவிட்டுக் காட்டை நோக்கிப் பயணிக்கச் செய்கிறது.

நண்பர்கள் கபீர் அலி, பார்த்திபன், கோபி, உறவினர் ரூப் ஆகியோரின் அடுத்தடுத்த மரணங்கள் நசிகேதனின் மனதை உலுக்குகின்றன. திறமையான பள்ளி ஆசிரியரான நசிகேதன் எல்லாவற்றின் மீதும் ஆர்வமற்று, சோர்வுற்றவனாக உருமாறுவதற்கு 'மரணம்' காரணமாக அமைகிறது. இவர்களது மரணங்களை விதி என்ற பெயரில் ஏற்றுக்கொள்ள மறுக்கின்ற மனம், ஒருநிலையில் மரணபயம் அடைந்த நிலையில், வெடித்துச் சிதறுகிறது. தூக்கினில் போடப் போகும் நாளைக் குறித்துப் பயப்படுகின்ற கைதியைப் போல ஒவ்வொரு கணமும் எந்த நேரத்திலும் மரணமடையலாம் என எண்ணி அஞ்சுகிற நசிகேதனுக்கு நிம்மதியேது?

மரணத்தை முன்வைத்த நசிகேதனின் தேடல், அவனது இருப்பினைத் தனிமைப்படுத்துகிறது. தற்செயலாகக் கேட்க நேரிட்ட சாமியாரின் உரை, அவனது இயல்பை மாற்றியமைக்கிறது. கொல்லி மலையை நோக்கிய பயணத்தைத் துரிதப்படுத்துகிறது. இயற்கையுடன் இயைந்த வாழ்க்கை வாழ்வதன்மூலம், தன்னை இயற்கையின் பகுதியாக உணரும் நசிகேதனின் மனம், மரணமில்லாப் பெருவாழ்வு குறித்து எப்பொழுதும் யோசித்துக் கொண்டேயிருக்கின்றது. கொல்லிமலையில் அறிமுகமான சித்தர் தந்த ஓலைச்சுவடியில் இடம்பெற்றிருந்த பாடல் வரிகளை ஆதாரமாகக்கொண்டு கிளம்பிய நசிகேதனின் பயணம் தொடர்கிறது. மரணம் என்பது இயற்கை எனில், மரணமற்ற வாழ்வு என்பது மாயம்தானே? பொதிகை மலையில் தேடிக் கண்டறிந்த குகைக்குள் நுழைந்தது முதல் பல்வேறு மாயமந்திர நிகழ்வுகளை நசிகேதன் எதிர் கொள்கிறான். கொதிக்கும் நீர், முள், புதைகுழி எனக் கடந்து இறுதியில் ஆற்றைக் கடந்து அக்கரையில் ஏறினவுடன் சாகாரவரம் பெற்றவனாகச் சிரஞ்சிவி உலகில் இடம் பெறுகின்றான். மன மகிழ்ச்சியில் சிரிக்க முயன்றது, முடியாமல் போகிறது. மரணமற்ற உலகில் இயற்கை காலம் என எல்லாம் உறைந்திருக்கின்றன. வளர்ச்சி எதுவுமற்ற நிலையில் மகிழ்ச்சி, துக்கம் போன்ற உணர்ச்சிகளுக்கு அங்கு இடம் எதுவுமில்லை. கடந்தகாலம் என்ற நிலைகூட எப்பொழுதாவது அங்கு யாராவது புதிதாக வருகின்றவரைச் சந்திக்கும்போதுதான் ஏற்படுகிறது. மற்றபடி எல்லாவற்றையும் கடந்த நிலையில் வாழ்வது நசிகேதனுக்குப் பெரும் தண்டனையாகவும் கொடுமையாகவும் இருக்கிறது.

இடையறாது இயங்கிக்கொண்டிருக்கும் இயற்கையின் பேராற்றல் தாக்குதலுக்குப் பயந்து, தப்பித்து ஓடுதல் எல்லா உயிரினங்களின்

மரபணுவில் பொதிந்துள்ளது. இந்நிலைக்கு மனிதனும் விதிவிலக்கு அல்ல. எனினும் இயற்கையின்மீது ஏதோ ஒருநிலையில் ஆளுகை செலுத்தும் ஆற்றல்மிக்க மனிதன் தனது அடையாளம் அல்லது இருப்புக் குறித்து மிகவும் அக்கறைகொள்கிறான். எந்தவொரு நொடியிலும் தன்மீது மரணத்தின் நிழல் பற்றிப்படர்வதற்கான சாத்தியமுண்டு என்பதை நன்கறிந்தும், காலந்தோறும் மரணத்தை வெல்வது பற்றியும் மரணத்திற்குப் பின்னர் மனிதநிலை குறித்தும் தீவிரமாக யோசித்துக் கொண்டேயிருக்கிறான் நசிகேதன். படைப்பின் வழியே இறையன்பு முன்வைத்துள்ள மரணம் பற்றிய பேச்சுகள் ஒருநிலையில் தத்துவ விசாரணையைத் தொடங்குகின்றன.

நினைவு தெரிந்த நாள் முதலாக ஒவ்வொருவரையும் சுற்றி உருவாகும் உலகம் அழிவற்றது என்ற எண்ணம் காலப்போக்கில் சிதலமடையத் தொடங்கும். இயற்கையின் மீதான நேசத்துடன், புலன்கள், வழியேபெறும் இன்பமானது ஒவ்வொருவரையும் மகிழ்ச்சிக் கடலில் மூழ்கடிக்கும் இயல்புடையது. திடீரென எதிர்கொள்ள நேரிடும் நெருங்கிய உறவினர், நண்பரின் மரணம் அதுவரை மனம் கட்டமைத்துள்ள உற்சாகத்தை வடியச்செய்துவிடும். நசிகேதனுக்கும் அது தான் நேரிடுகிறது. வாழ்க்கையின் மீதான அளவற்ற ப்ரியமே இன்னொரு நிலையில் துயரத்தைச் சிருஷ்டிக்கிறது; ஏற்கெனவே மதங்கள் வழியாக மனிதன் புனைந்துள்ள சொர்க்கம் - நரகம் என்ற எதிரிணைக்குள் முடிவைக் கண்டறிய முயலுகின்றது. இளவயதில் குடும்பச்சூழல் காரணமாக மரணம் பற்றி அறிந்திராத நசிகேதன் அடுத்தடுத்து எதிர் கொண்ட மரணங்கள் அவனுடைய மன ஒழுங்கைச் சிதைக்கின்றன. அவனது நண்பர்களைப் போலத் தானும் ஒருநாள் சாக நேரிடும் என்ற உண்மையினை ஏற்றுக்கொள்ளவியலாத நசிகேதன், இந்த அழிவிலிருந்து தான் மட்டும் தப்ப முடியாதா என்று யோசித்துத் தன்னையே வதைக்குள்ளாக்குகிறான்.

“அவ்வளவுதான்! வாழ்க்கை, மகிழ்ச்சி, சாதனை, சம்பளம், ஜாலி எல்லாம் ஒரே நிமிடத்தில் அத்தனையும் அழிந்து போய்விட்டன. கனவுகள், ஆசைகள், அபிலாஷைகள், இலட்சியங்கள் எல்லாம் இனி ஏதும் அந்த உயிருக்கு இல்லை.”

சாலை விபத்தில், காயமடைந்த உறவினரான குணாவின் உயிர், நசிகேதனின் மடியில் மெல்லப் பிரிந்தபோது, நசிகேதனின் இதயம் இரும்பாக உறைந்துவிட்டது; அழுகைகூட வரவில்லை நாளடைவில் இவ்வுலகத்தில் நசிகேதன் மட்டும் தனித்து வாழ்வதுபோன்ற எண்ணம்

சான்றுகளையும் தடயங்களையும் முன்வைத்துத் தேவ மித்திரரால் நிகழ்த்தப் படுகிறது. ஆனால் எது உண்மை என்ற கேள்வி கதை சொல்லலில் தொக்கியுள்ளது.

இந்திய மரபு வழிப்பட்ட சமயச் சொல்லாடல்களின் புனிதங்கள் பற்றியும் தத்துவ மரபுகள் குறித்தும், இந்நாவல் எழுப்பியுள்ள கேள்விகள் பரிசீலனைக்குரியன. மத அதிகாரம் புதியதாக உருவாக்கும் அறிவென்பது கட்டுப்பாடுகளுடன் மனிதர்களை இயங்கிடச் செய்யும்போது, மனித இருப்புக் கேள்விக்குள்ளாகிறது. இதனால்தான் மதத்தின் பெயரால் நிகழ்த்தப்படும் கொலைகள் 'அறம்' எனப்படுகின்றன.

தமிழவனின் எழுத்துமுறையானது இவையெல்லாம் இப்படி நிகழ்ந்தன என்று கூறுவதன்மூலம் பிரதியை வாசகனிடம் முன் வைக்கிறது. இது படைப்பாக்கரீதியில் 'பாவனை எழுத்து' என்று கூறலாம். மேலும் பல்வேறு காலகட்டத்திய சம்பவங்கள், பிரதிகளின் மேற்கோள்கள், பிரதியின் ஊடிழைகள் என விரியும் கதைசொல்லல் மூலம் வாசகனின் விளைவுகள் கிளர்ந்தெழுவது தான் நாவலின் ஆகப் பெரிய பலம்.

'வார்ஸாவில் ஒரு கடவுள்' தமிழவனால் எழுதப்பட்ட நான்காவது நாவல். அவருடைய தொடர்ந்த நாவல் முயற்சியைக் காட்டுகிறது. பல்வேறு நாட்டுச் செவ்வியல் படைப்புகளைப் படித்த பின்னர் எழுதப்பட்ட இந்நாவலில் அவற்றில் தாக்கமிருக்கலாம் என்று நாவலில் முன்னுரையில் குறிப்பிட்டுள்ளார். எனவே மேற்கொண்டு அது பற்றித் துப்பறிய வேண்டியதில்லை. ஏதோ ஒருநிலையில் மேலை நாவல்கள் தமிழவனுக்குள் செலுத்தும் நுண் ஆதிக்கம் காரணமாகத் தமிழில் புதிய வகைப்பட்ட நாவலாக்க முயற்சியில் தொடர்ந்து ஈடுபட்டு வருகிறார். அந்தவகையில் தமிழவனின் மனநிலையானது தமிழின் முதல் நாவலாசிரியரான மாயவரம் வேதநாயகம் பிள்ளையுடன் ஒத்துப் போகின்றது. நவீனத்தமிழில் இதுபோன்ற புதியபோக்கு இல்லையே என்ற ஆதங்கம் தமிழவனைத் தொடர்ந்து நாவலாசிரியராக இயங்கச் செய்துள்ளது வேடிக்கைதான்.

தமிழகம் வார்ஸா என விரியும் கதைக்களன்களில் இந்திய தத்துவ மரபினையும் தமிழரின் புராதனத் தன்மையையும். ஐரோப்பியச் சிந்தனை முறையையும் ஒருங்கிணைத்துச் சொல்லப்பட்டுள்ள, கதைசொல்லல் வாசிப்பின் வழியாகக் கிளர்த்தும் அனுபவங்கள் முக்கியமானவை. மனித மனத்தின் ஆன்மநிலையும், அப்பாலை நெறியும் உணர்த்தும் இருத்தல் குறித்த பிரக்ஞையின் ஊடாகக் கண்டறியப்பட்டுள்ளவை

பல்வேறு கேள்விகளை எழுப்புகின்றன. பூமியில் தனது இருப்புக் குறித்து அடையாளப்படுத்த முயலும்போது அன்றாடம் எதிர்கொள்ளும் பிரச்சினைகள் வேறு வழியில் முரணைக் கிளப்புகின்றன. இழப்புகள் தொடர்ந்த நிலையிலும் மனிதமுயற்சிகள் இடைவிடாமல் தொடர்கின்றன. எவ்வாறாயினும் பூமியின் சுழற்சி நிற்காததுபோல, மனிதனின் இயக்கமும் இடையறாது நீள்கிறது.

வியன்னாவுக்குப் பயணமாகும் கதைசொல்லிக்கு விமான நிலையத்தில் ஏற்பட்ட கணநேரப் பிரக்ஞை இழப்பு, உடலியல் சார்ந்த நோயாக இருக்கலாம். ஆனால் அச்சம்பவம் அவருடைய உள்ளுணர்வில் வேறொன்றாகப் பரிணமிக்கின்றது. மர்மமான முறையில் தொடரும் சம்பவங்களினால் குழப்பத்திற்குள்ளாகும் கதைசொல்லியின் வார்ஸா வாழ்க்கையில் புதிய தொடர்புகள் ஏற்படுகின்றன. விநோதமான உள்ளுணர்வினால் வழி நடத்தப்பெறும் கதைசொல்லியான சந்திரனின் மனமானது தக்கையைப் போல லேசாக இருக்கிறது. லிடியாக்ருப்ஸ்கையா என்ற நாற்பது வயதான போலிஷ் பெண்ணின் சகோதரன் இந்திய ஆன்மிக மரபு குறித்த தேடலில் ஆர்வம் மிக்கவன். சமஸ்கிருதம், வேதம், புராணம், கூடுவிட்டுக் கூடு பாய்தல், ரிஷிகள், தவம் எனச் சித்திரிக்கப் பட்டுள்ள இந்திய மரபு குறித்து அக்கறையுள்ளவன் இறந்துவிட்டான். எனினும் அவனுடைய தங்கையான லிடியா அந்தத் தேடலைச் சந்திரன் மூலமாகத் தேட முயலுகிறாள். இங்கு விவரிக்கப்பட்டுள்ள கதை சொல்லல், நாவலில் தொடக்கம் மட்டும்தான். பல்வேறு கதைகள் ஊடு பிரதியாக மைய இழையில் தொகுக்கப்பட்டுள்ளன. சந்திரனை மையமிட்ட கதை எனினும் கும்மாங்குத்து என்ற சிவநேசம், விஜயாவின் தற்கொலை, அஷ்வினியின் கதை, பர்மா சம்பவம், ராஜேஷ் பறந்துபோதல், அமலாவின் மீதான வேட்கை, பியோத்தரின் பாட்டி, நாஜிகளிடம் பணியாற்றிய நர்ஸ், இந்தியாவின் மீது மோகங்கொண்ட லியோன்... பல்வேறு கதைகளில் தொகுப்பான நவீன நாவலின் மூலம் தமிழவன் வாழ்வின் மீது தனது விசாரணையைத் தொடங்கியுள்ளார்.

வார்ஸா நகரை முன்வைத்து இதுவரையிலும் சொல்லப்பட்டு வரும் வரலாற்றையும் கிறிஸ்தவத் தொன்மங்களையும் இந்நாவல் பகடி செய்வதுடன் விமர்சிக்கவும் செய்கிறது. வரலாறு என்பது மொழிகளின் தொடர்ச்சியாகவே, நினைவுகளில் தேங்கியுள்ளது. எனவே மொழியினால் உருவாக்கப்படும் பின்னல்களும் சமூகச்சிக்கல்களும் வேறுவகையான யதார்த்தத்தைக் கட்டமைக்க முயலுகின்றன. இந்நிலையில் உண்மை என்பது பல்வேறு நிலைகளில் உருவாக்கப்படுவதேயன்றி, புதிதாகக் கண்டறியப்படுவதற்கான சாத்தியப்பாடுகள் மிகக்குறைவு என்று நாவல்

இடைவிடாமல் கதைசொல்லல் வழியாக வலியுறுத்துகிறது. உண்மைக்கும் புனைவுக்குமான இடைவெளி குறித்தும் தமிழவன் கேள்விகளை எழுப்பியுள்ளார். எல்லாமே மனித மனத்தினால் புனையப்படுகின்றவை என்று அடையாளப்படுத்த முயலும் நாவலானது ஒருநிலையில் மனிதகுல வரலாறு என்பதே புனைவுகளினால் தகவமைக்கப்பட்ட வரலாறு என்பதையும் உறுதிப்படுத்த முயலுகிறது.

நிகழ்காலம் என்ற ஒழுங்கினுக்குள் நடைபெற்றுக் கொண்டிருக்கும் மனித வாழ்க்கையில், தொன்மங்களும், பண்டையப் பாரம்பரிய நினைவுகளும் ஏதோ ஒருநிலையில் தொடர்ந்து வினையாற்றிக் கொண்டிருக்கின்றன. எனவேதான் கணினிப் பொறியாளரான சந்திரன் வார்ஸாவிற்குச் சென்றபோது விநோதமான அனுபவங்களை எதிர்கொள்கிறான். அவன் தமிழகத்தில் வாழ்ந்தபோது, அவனுடைய கர்ப்பிணி மனைவியான விஜயா, தன் உடலின்மீது தீயிட்டு மாய்த்துக்கொண்டபோது, அதற்கான காரணங்களைத் தேடியலையத் தொடங்கியவன், ஒருகட்டத்தில் அது தேவையற்றது என்ற முடிவினுக்கு வருகிறான். இந்த மனநிலையின் இன்னொரு வெளிப்பாடுதான் சந்திரனின் மூதாதையரால் பர்மாவில் காப்பாற்றப்பட்ட அவனுடைய தாயின் நிலை. சந்திரனின் தாய்வழி மூதாதையர் பர்மாவின் வான்சுயி என்ய மிலானயிர் என்ற கிராமத்தைச் சார்ந்தவள். அவள் பிரிட்டிஷ் ஜர்னல் ஜான்சென் வைட் ஹெட்டின் பாலியல் அத்துமீறலுக்கு எதிர்ப்புக்காட்டும் வகையில் அவனுடைய ஆண் குறியைக் கடித்துத் துப்புகிறாள். அந்தப் பெண்ணின் குடி வழி வந்த பெண் குழந்தையான சந்திரனின் தாய் என்ற புனைவு, கதையின் பரப்பினை வேறுதளத்தினுக்கு இட்டுச் செல்கிறது. சந்திரனின் தந்தைக்குப் பூமிக்கடியில் நீரினைக் கண்டறியும் திறனும், தாய்க்கு நெருப்பு பற்றிய அதீத அறிதல் திறனும் இருந்தமையினால் அவன் நெருப்பாலும் நீராலும் இணைந்த கலவை என்று கற்பிதம் செய்துகொள்கிறான். இரு வேறு எதிரெதிர் குணாம்சங்களின் ஒத்திசைவு காரணமாகச் சந்திரனின் வாழ்க்கை வெவ்வேறு நிலைகளை அடைகிறது.

சிவநேசம் மூலம் சொல்லப்படும் கதைசொல்லல், பிரதியை முழுக்க அரசியல்படுத்துகிறது. கள்ளத்தனமாக ஒரு நாட்டிலிருந்து இன்னொரு நாட்டிற்குள் கடந்து செல்லும் புலம்பெயர் வாழ்க்கை வெறுமனே அவலம் மட்டுமல்ல. உலகமயமாக்கல் சூழலில் எல்லை களை மீறிச் சுரண்டும் சர்வதேசக் கொள்ளையர்களின் செயலுக்குப் பச்சைக்கொடி காட்டப்படுகிறது. ஆனால் வாழ வழி தேடிப் பயணமான இளைஞர்கள், எல்லைப்பகுதியில் எதிர்கொள்ளும் மரணம் கொடூரமானது. லாரியின் அடியில் பொருத்தப்பட்டுள்ள பெட்டிக்குள்

திணிக்கப்பட்டுள்ள இளைஞர்கள், மின்சாரம் பாய்ச்சப்பட்டதால் அநியாயமாகச் செத்துப்போவது சகஜமாகிப் போன நிலையில் தமிழவன் அரசியல் தளத்தில் கதையை நகர்த்துகிறார். பகுத்தறிவினுக்கு ஏற்றவாறு துல்லியமாகக்காட்சி தரும் சமூகமும், சர்வதேச அரசியலும், வரலாற்றுப் போக்கும் திடீரெனச் சதிகளும், அராஜகங்களும் விநோதங்களும் நிரம்பியதாக உருமாற்றமடைகின்றன. இவை வெவ்வேறு வழிகளில் திட்டமிடப்பட்ட முறையில் சமூகத்தில் ஊடுருவி, மனித வாழ்க்கையைத் திசை மாற்றுகின்றன. இன்னொருநிலையில் மனித இருப்பினை அபத்தமாக்குகின்றன; அர்த்தமிழக்கச் செய்கின்றன.

தமிழவன், தனது நாவலில் எதிர்வுகளை மோதவிட்டு, ஒழுங்கினைச் சிதைக்க முயன்றுள்ளார். கீழை மரபு x மேலை இறையியல், ஆண் x பெண், உறுப்பு x உறுப்பு நீக்கம் எனத் தொடர்ந்து விவாதிக்கும் நாவலில் தன்னிலைக்கும் பண்பாடு மற்றும் வரலாற்றுக்குமான உறவை அடையாளம் காணும்போது இந்நாவல் பின்நவீனத்துவப் படைப்பாகிறது. இந்த நாவலை வாசிக்கும்போது இதுவரைக்கும் கட்டமைக்கப்பட்டுள்ள அறிதல் முறையில் உண்மையைக் கண்டறியும் முறையும் சிதலமாகி, எல்லாப் பக்கமும் கதைசொல்லல் விரிவடைவதனைக் கண்டறியலாம்.

தமிழில் நாவலாக்க முயற்சியில் தொடர்ந்து புதிய தளத்தில் இயங்கி வரும் தமிழவனின் எழுத்துக்கள் வெற்றிகரமானவையா என்பது பிரச்சினை அல்ல. புனைவின் வழியாகப் பல்வேறு சாத்தியங்களை முன்னிறுத்தும் வகையில் கதைசொல்லலை முன்னிலைப்படுத்தியுள்ள தமிழவனின் எழுத்துமுறை, தமிழுக்கு அறிமுகப்படுத்தியுள்ள படைப்பு முயற்சிகள் தான் முக்கியம். ஏற்கனவே சொல்லப்பட்ட மனிதர்கள், சரித்திரத்தில் படித்த நிழல்கள் ஆகிய இரு நாவல்களும் கதை சொல்லலில் மொக்கையாக உள்ளன. அவை தமிழ்ப் புனைகதைக் குளத்திற்குள் போட்ட கல்லாகி விட்டன. ஜி.கே எழுதிய மர்ம நாவல், வர்ஸாவில் ஒரு கடவுள் ஆகிய இரு நாவல்களும் சமகாலத்தன்மையுடன், விவாதத்தை ஏற்படுத்து கின்றவையாக உள்ளன. வாழ்க்கைப் பரப்பினையும் இலக்கியத்தின் தனித்துவத்தையும் சிதைத்துக் கதைசொல்ல முயன்றுள்ள தமிழவனின் நாவல்கள், நவீனத்தமிழ்ப் புனைவு எழுத்தின் முன்னோடி என்பதில் யாருக்கும் மாற்றுக்கருத்து இருக்க முடியாது.

(உயிர்மை ஜூலை, 2010)

ஏற்படுகிறது. பிறரை ஒதுக்கிவிட்டுத் தானும் ஒதுங்கிக்கொண்டு வாழ்கின்ற அவனது வாழ்க்கையில் சலிப்பும் வெறுப்பும் பொங்கி வழிகின்றன.

பூங்காவில் நடைபெற்ற “சிந்தனையாளர் சபை”யில் “பரக்ஞா”வின் பேச்சைக் கேட்ட நசிகேதனின் மனதிற்குள் புத்தொளி பாய்கின்றது. அவனுக்குள் ஏற்பட்ட வேதியியல் மாற்றம் அவனைக் கொல்லிமலைக் காட்டிற்குள் பயணிக்கத் தூண்டுகிறது. அதுவரை நடப்பியலாகச் சொல்லப்பட்ட கதை விவரிப்பு, திடீரென மாந்திரிகப் புனைவாக உருமாறுகிறது. காட்டுக்குள் பயணம், சாமியாரைச் சந்தித்தல், இயற்கையின் பேரழகைத் தரிசித்தல், ஓலைச்சுவடியை வாசித்தல், மரணமற்ற நிலத்தைத் தேடி சாகசப் பயணம், புதிர்வழிப் பாதைகள், மாயாஜாலங்கள், விநோதமான அனுபவங்கள் என நீளும் கதை இறுதியில் அதியற்புத உலகினை அறிமுகப்படுத்துகிறது. பூமியில் அன்றாடம் நடைபெறும் இயற்கையான அம்சங்களுக்கு முரணான நிலையில் விரியும் பரப்பில் மரணமில்லாப் பெருவாழ்வை அடைய முடியும் என்று இறையன்பு சித்திரித்திருப்பது கவனத்திற்குரியது. மனிதனின் கொண்டாட்டமான வாழ்வு, வளர்சிதை மாற்றத்தை அடிப்படையாகக் கொண்ட இயற்கையுடன்தான் என்ற கருத்தை நுணுக்கமாக வலியுறுத்துகின்றார். என்றும் சிரஞ்சீவியாக உயிர்வாழ வேண்டும் என ஒருவன் விரும்பினால், அவனைப் பொறுத்தவரையில் காலம் உறைகிறது; அவனைச் சுற்றியுள்ள சகல ஜீவராசிகளும் உறைந்து விடுகின்றன. பிஞ்சு, காய், பழம் என எதுவும் மரத்தில் இருந்து உதிராதநிலையில், இருளுக்கும் ஒளிக்கும்கூட பேதம் இருக்க வாய்ப்பில்லை. இந்நிலையில் இதுவரை புலன்களாலும் நினைவுகளாலும் தனது இருப்பினை அர்த்தப்படுத்தி வாழ்ந்து வந்த மனிதன் உலர்ந்து தக்கையாகி விடுவான் என்ற இறையன்புவின் மரணம் பற்றிய கருத்தியல் விவாதத்திற்குரியது.

கொல்லிமலைக் காட்டில் நசிகேதன் சந்தித்த ஞானி பழுத்த பழமாக ஞானத்துடன் விளங்கினார். அவரது அன்றாடச் செயல்பாடுகளின் வழியே, தன்னையே விளங்கிக்கொண்ட நசிகேதன், அவர் மரணமடைந்தபோது அடைந்த மனவுணர்வு முக்கியமானது. “ஒருவகையில் இது துக்கமல்ல. கொண்டாட்டம். இந்த நிகழ்வுக்காக அழ வேண்டியதில்லை. ஆனந்தமடைய வேண்டும். உடலைச்சுற்றி நடனமாட வேண்டும்... நல்ல வாழ்வின் நிறைவு அழகான கவிதையின் கடைசி வரியைப் போல அபூர்வமானது. வரவேண்டிய வடிவத்தில் வரவேண்டிய நேரத்தில் வருகிறபோது மரணம் திருவிழா போல”.

ஒவ்வொருவருக்குள்ளும் மரணத்தை வென்றுவிட வேண்டும் என்ற துடிப்பு ஆழ்மனதில் கொப்பளித்துக் கொண்டிருக்கின்றது. அது நிறைவேறாது என்று அறிந்தும் மனிதன் தனது இருப்பை அதிகாரத்தின் மூலம் வெவ்வேறு வழிகளில் ஆழமாக வெளிப்படுத்த முயலுகிறான். மரம்கூட விதையின் மூலம் தனது தொடர்ச்சியைச் சாத்தியப்படுத்துகிறது என்பதை அறியாத மனிதன், என்றும் இதே உடலுடன் மரணத்தை வென்று வாழ விரும்புகிறான். ஆனால் யதார்த்தத்தில் பேரிழப்புகளை எதிர்கொண்டாலும், விருப்புவெறுப்புடன் தனக்கான உலகத்தை நிறுவிக்கொண்டு குதூகலமாக வாழ்வதுதான் மனித இயல்பாக உள்ளது. நசிகேதன் போன்றோர் தனது இருப்பினை மட்டும் உன்னதமாகக் கருதி, மரணம் பற்றிய பயத்தில், புவியுலகில் கொண்டாட்டங்களைத் தொலைத்துவிட்டு. மரணத்தை நோக்கிப் பயணிப்பது வேதனையானது என்று மாந்திரிகக் கதைசொல்லல்மூலம் இறையன்பு விவரித்துள்ள புனைவு, மரணம் குறித்த விவரிப்பில் கவனத்திற்குரியது.

மரணமற்ற நிலை இயற்கைக்கு முரணானது என்ற முடிவு ஏற்புடையதாக உள்ளது சரி. மரணத்திற்குப் பின்னர் உயிர் எங்கே போகின்றது? இதுவரை பூமியில் இறந்துபோன கோடிக்கணக்கான மனித உயிர்கள் எங்கே உறைந்துள்ளன? 'ஒருக்கால் விண்ணுலகில்' என்ற புனைவு, பலருக்கு அமைதியைத் தருகிறது. அவ்வளவு எளிதில் மரணத்தை ஏற்றுக்கொள்ளவியலாத மனித மனம் புனைந்த 'அவ்வுலகு' என்ற கருத்தியல் சுவாரசியமானது. மனிதர்கள் வாழும் 'இவ்வுலகு' பற்றிய நிஜத்துக்கும் அவ்வுலகு பற்றிய புனைவுக்குமிடையில் ஏற்படும் நிகழ்வுகளை முன்னிலைப்படுத்தும் இறையன்புவின் 'அவ்வுலகம்' நாவலும் அடிப்படையில் மரணத்தைப் பற்றியதுதான்.

மனிதனுக்கு உணவு, உடை, தங்குமிடம் எனத் தேவைகள் மிகக் குறைவு. சமூகவளர்ச்சியில், பொருளாதார ஏற்றத்தாழ்வில், நுகர்பொருள் பண்பாட்டில், எல்லாமே சந்தைக்கானதாக மாறியநிலையில், தேவைகள் அளவற்றுப் பெருகுகின்றன. விரக்தி, வறுமை, சலிப்பு, வெறுமை, பதற்றம், நாடோடித்தனம், விட்டேத்தியான நிலை, பகட்டு, மேனாமினுக்கு போன்ற அற்பமானவைகளுக்காக ஒவ்வொருவரும் துயரத்தில் உழல வேண்டிய நெருக்கடி ஏற்பட்டுள்ளது. பூமியில் வாழ நேர்ந்திட்ட வாழ்க்கை அசலான தேர்வற்ற நிலையில் எங்ஙனம் குதூகலமடைய முடியும் என்ற கேள்வி தோன்றுகிறது. எவ்வாறாயினும் நிழல் போலத் தொடரும் மரணம் எல்லோருக்கும் காத்திருக்கிறது. ஆனால் மரணமற்ற வாழ்க்கை வாழ்வதாக நம்புகின்றவர்களின் மனநிலை சவால்களை இடைவிடாமல் உற்பத்தி செய்கிறது. மரணத்தை முன்வைத்து உலகே

மாயம் என்ற மரபு வழிப்பட்ட கருத்தினில் இறையன்புவிற்கு உடன்பாடில்லை; மரணத்தை முன்வைத்து மனித இருப்பின் பன்முகத் தன்மைகளை விளக்க முயன்றுள்ளார்.

ஓய்வு பெற்ற உயர் அலுவலரான த்ரிவிக்ரமன், மனைவியை இழந்தவர்; பிறரிடமிருந்து ஒதுங்கி வாழும் இயல்புடையவர்; புத்தகங்கள் வாசிப்பதில் ஆர்வம் மிக்கவர். தனிமையில் வாழும் விக்ரமனுக்குச் சஞ்சீவி என்ற இளைஞர் துணையாக உள்ளார். அவருடன் பணியாற்றிய சுக்ரன் அவ்வப்போது வந்து நலம் விசாரித்துப் போகின்றார். உடல்நலக்குறைவின் காரணமாக மரணத்தை எதிர் நோக்கியுள்ள விக்ரமனின் மனம், கடந்தகால நினைவுகளை அசை போடுகின்றது. நினைவுகளின் வழியே விரியும் வாழ்க்கைப்பரப்பில் எது சரி? எது தவறு? போன்ற கேள்விகளின் வழியே மனம் குமைகிறது. ஒருநிலையில் மனம் போதம் இழந்தநிலையில், விக்ரமன் அவ்வுலகில் பயணிக்கின்றார். அங்கு அவர் எதிர்கொண்ட அனுபவங்கள் விநோதமானவை.

உலகம் சூன்யம் என்பது உண்மை என்றாலும், நடப்பில் அக்கருத்து வெறுமையாக இருந்ததுடன் சுவாரசியமற்று உள்ளது. விண்ணுலகில் நிலைத்திருக்கும் அவ்வுலகில், இறுதியில் மனித உயிர்கள் தஞ்சமடையும் என்ற மதரீதியான சிந்தனை மரணம் குறித்து அஞ்சும் மனித உயிர்களுக்கு ஆறுதலைத் தருகிறது. பூமியில் செய்கின்ற செயல்களில் பாவ புண்ணியத்தினுக்கேற்ப அவ்வுலகில் நியாயம் கிடைக்கும் என்ற பயமும் பொதுவாக உள்ளது.

தவறு செய்வது மனித இயல்பு; தான் செய்த தவறுக்காக வருந்தும் போது பாவ விமோசனம் கிடைக்கும் என்பது மதம் அளிக்கும் நம்பிக்கை. எல்லாவற்றுக்கும் பரிகாரம் உண்டு என்ற மனநிலைதான், கடந்தகாலம் என்ற துயரத்திலிருந்து விடுதலை பெறுவதற்கான வழியாக உள்ளது. மரணமடைந்த பின்னர் மீண்டும் அவ்வுலகில் சந்திக்க நேரிடும் போது, ஏற்கெனவே பழகிய உறவினர்கள், நண்பர்கள் எப்படி நடந்து கொள்வார்கள் என்ற புனைவை இறையன்பு சுவாரசியமாகப் பதிவாக்கி யுள்ளார். இப்படியெல்லாம் நடைபெறுவதற்கான சாத்தியமுண்டு என்ற நாவலின் புனைவுத்தளம், வாசகரைக் கதைக்குள் இழுக்கிறது.

நல்ல மனிதராகத் தன்னை நம்புகிற விக்ரமன் அவரை நேசித்த இளம்பெண் சாயாவைப் புரிந்துகொள்ளும் பக்குவமற்ற நிலையினால் பிரச்சினைக்குள்ளாகின்றார். அவளுடைய குடும்ப வாழ்க்கையும் சிதலமடைகிறது. பெற்றோரின் வற்புறுத்தல் காரணமாகக் கங்காவை

மணந்துகொண்ட விக்ரமன் அவளைப் புறக்கணிக்கின்றார். காலப் போக்கில் அவளை ஏற்றுக்கொண்டாலும், மகன் சத்யகாமின் துர்மரணத்திற்குப் பின்னர் அவளை வெறுத்து ஒதுக்கும் விக்ரமனின் இன்னொரு முகம் கொடூரமானது. கங்காவின் மரணத்திற்குப் பின்னர், தற்செயலாக வாசிக்கக் கிடைத்த அவளின் 'நாட்குறிப்புகள்', அவரைக் காலமெல்லாம் வதைக்கின்றன. இதுவரை அவர் நம்பியிருந்த ஒழுங்கு, கண்ணியம், நேர்மை போன்றவை சிதிலமடைய, மனக்குமைச்சலுடன் எஞ்சிய வாழ்க்கையை வாழவேண்டிய நெருக்கடிக்குள்ளாகிறார். அவர் பூமியிலேயே நரகத்தில் வாழ்ந்தார் என்பதுதான் உண்மை.

மரணப் படுக்கையில் போதம் தவறும்நிலையில், மனம் என்னவெல்லாம் கற்பிதங்களை உருவாக்கும் என்பதற்கு எடுத்துக்காட்டு விக்ரமனின் அவ்வுலகப் பயணம். பூமியில் அவருடைய வாழ்க்கையில் குறுக்கிட்டவர்களை மீண்டும் அவ்வுலகில் சந்திக்கின்றார். அவருக்குப் பேசுவதற்கு நிரம்ப விஷயங்கள் உள்ளன. ஒருபுள்ளியில் நிலைத் திருக்கும் நினைவுகளின் ஊடாகக் கடந்த காலத்தில் பயணிக்கின்ற விக்ரமனுக்குத் தன்னையே மறுபரிசீலனைக்குள்ளாக்கும் வாய்ப்புக் கிட்டுகிறது. இவ்வுலகின் நீட்சியாக அவ்வுலகில் மனிதர்களுடன் உறவை நீட்டிக்க முயலுவது கனவாகக் கலைந்து போகிறது. அவருடைய ஆன்மத் தேடலும், சுய விமர்சனமும் ஓர் எல்லையில் தடைபடுகின்றன. அதுதான் அவ்வுலகின் வரையறை.

பூமியில் ஒவ்வொருவரும் செய்கின்ற செயல்களின் நல்லதும் கெட்டதும் குறித்த விசாரணையை, தன் மன அளவில் இங்கேயே தொடங்கலாம் என்பதுதான் நாவலின் மூலம் இறையன்பு சொல்ல விழைவதாகும். அவரவர் விருப்புவெறுப்பு அடிப்படையில் சக உயிர்கள்மீது செலுத்தும் அன்பு, வன்முறை அளவற்றுப் பெருகுகின்றன. மனசாட்சி குறித்து அக்கறையற்று, 'குற்றமனம்' பற்றி அறியாமல், இடைவிடாமல் 'வன்முறை' நிகழ்த்துகின்றவன்கூட, ஒருநிலையில் தளர்ச்சியடைகின்றான். பிணி, மூப்பு குறித்துப் பொருட்படுத்தாதவன் கூட சாக்காடு வரும் வேளையில் பயத்துடன் மண்டியிடுகிறான். மரண பயம் வெளிப்படும் விழிகள், எப்பொழுதும் துயரத்தில் சலனமற்று உறைந்துள்ளன. தான் வாழும் காலத்தில், பிறரைக் கொடுமைப்படுத்தி வாழ்கின்றவன் இறுதிக்காலத்தில் - மரணப் படுக்கை - எதிர்கொள்ள நேரிடுகின்ற கேள்விகள், அவ்வுலகிலும் அவனை நோக்கிக் கேட்கப் படலாம். பூமியிலே 'அவ்வுலகம்' உள்ளது என்பது நாவல் புனையும் முக்கியமான தகவல்.

இறையன்புவிற்கு மரணம் பற்றிய துல்லியமான புரிதல்கள் உள்ளன. புத்தரின் 'சூன்யம்' பற்றிய புரிதலுடன் மரணத்தை முன்வைத்து இறையன்பு எழுதியுள்ள சாகாவரம், அவ்வுலகம் ஆகிய இரு நாவல்களும் மரணம் பற்றிய தேடல்களை முன்னிறுத்துகின்றன. 'பிறப்பு'களைக் கொண்டாடும் மனித மனம். 'இறப்பு' பற்றி எண்ணிப் பார்க்கவே பீதியடைகிறது. எல்லாம் சரியாக இருப்பதாக மனித மனம் நம்புகின்றவேளையில், திடீரென எதிர்கொள்ள நேரிடும் மரணம், மனத்தை நொறுக்குகிறது. மரணபயம் தொற்றிக் கொள்ளும்போது, வெறுமையும், துயரமும் ஆளை உலுக்குகின்றன. மரணம் என்பது மனித வாழ்க்கையின் ஒரு கட்டம் என்ற புரிதலை ஏற்றுக்கொள்ளும் மனப்பக்குவத்தை இறையன்பு நாவல்களின் வழியே உருவாக்கு கின்றார். இதுவரை பேசாப்பொருளாக ஒதுக்கி வைக்கப்பட்டிருந்த மரணத்தை முன்வைத்து புனைவைக் கட்டமைத்துள்ள இறையன்புவின் நோக்கம் நேர்மறையானது. அன்றாட வாழ்க்கையில் நிழல் போலத் தொடரும் மரணத்தின் குரலைக்கேட்க முடிந்தவர்கள் பாக்கியவான்கள். "அருள் இல்லார்க்கு அவ்வுலகம் இல்லை" என்ற திருவள்ளுவரின் வாக்கினுக்குப் பின்னர் பொதிந்துள்ள கதையாடலை உற்றுக் கேட்க பார்க்க வேண்டிய நேரமிது.

பூமியில் மனித இருப்பு, மரணம், மரணபயம் குறித்துக் கருத்தியல் ரீதியாக எழுதப்பட்டுள்ள இறையன்புவின் நாவல்கள், வாசிப்பின் வழியாக ஒவ்வொருவருக்குள்ளும் இடைவிடாத கேள்விகளை எழுப்புகின்றன; நுட்பமாகச் செயலாற்றுகின்றன; முடிவற்ற விவாதங்களுக்கு இட்டுச்செல்லுகின்றன.

(தீராநதி, 2013 ஆகஸ்ட்)

எம்.ஜி.சுரேஷின் சோதனை முயற்சிகளும் ஜாலியான நாவல்களும்

1982ஆம் ஆண்டில் தி.ஜானகிராமன் இயற்கையெய்தியபோது, தினமணி நாளிதழில் உள்ளங்கையில் அடங்குகிற அளவில் சிறிய செய்தி, தகவலாகப் பிரசுரமாகியிருந்தது. அப்புறம் சில சிறு பத்திரிகைகளில் சில வாக்கியங்களில் இரங்கல் செய்தி, சில வாரங்கள்/ மாதங்கள் கழித்து வெளியானது. இன்று முகநூல் உள்ளிட்ட வலைத் தளத்திலும், பிற அச்சு ஊடகங்களிலும் மறைந்த எழுத்தாளர் பற்றி விரிவான தகவல்கள் உடனுக்குடன் வெளியாவது, சூழலில் ஏற்பட்டுள்ள மாற்றம். படைப்பாளர் உயிரோடு இருக்கிறவரையிலும் அவருடைய எழுத்துகள் குறித்து விமர்சனக் கட்டுரை எதுவும் வெளியிடாத பத்திரிகைகள், அவர் இறந்தவுடன், "அய்யகோ... இமயம் சரிந்தது" என்றரீதியில் சோகம் ததும்பிட எழுதப்படுகிற கட்டுரைகளைப் பிரசுரிக்கின்றன. சரி, போகட்டும். "ஒரு படைப்பாளியைப் பற்றிச் சொல்ல அவருடைய படைப்புகளே போதும்" என்ற ஜப்பானியத் திரைப்பட மேதை அக்கிர குரோசாவா சொன்ன வாசகம், என் மனதில் எப்பவும் நிழலாடும். அண்மையில் நண்பர் எம்.ஜி.சுரேஷ் அகாலமான தகவல் அறிந்தவுடன் ஏற்பட்ட வருத்தத்துடன், அவருடைய நாவல்கள் பற்றி விரிவான கட்டுரையை அவர் வாழுங்காலத்தில் எழுத முயன்று தள்ளிப்போனது, மனதில் உறுத்தலாக இருக்கிறது. இளங்கோ மறைந்து இரண்டாயிரமாண்டு கடந்த பின்னரும் சிலப்பதிகாரம் பற்றிய பேச்சுகள் நிலவுவது, படைப்பாளிக்குப் பெருமை என்ற நிலையில், எம்.ஜி.சுரேஷ் எழுதிய நாவல்கள் பற்றிக் கதைப்பதுதான் அவருக்குப் பெருமை சேர்ப்பதாகும் என நம்புகிறேன்.

2004ஆம் ஆண்டில் சுரேஷின் படைப்புகள் குறித்து நண்பர் சுதீர் செந்தில் திருச்சி மாநகரில் ஏற்பாடு செய்திருந்த கூட்டத்தில் பேசும் போது, அவருடைய நாவல்கள், வெகுஜனரீதியிலும் பிரபலமாக வேண்டியவை எனக் குறிப்பிட்டது நினைவுக்கு வருகிறது. எனது உரையினால் ஆத்திரமடைந்து என்னுடன் சண்டையிட்ட சுரேஷ், பின்னர் அதற்கான காரணங்களையும் நியாயங்களையும் தனிப்பட்ட

பேச்சில் விளக்கியபோது, எனது கருத்தை ஏற்றுக்கொண்டார். நாவல் வாசிப்பது என்பது பொழுதுபோக்கு, விநோத உலகில் பயணித்தல், அனுபவங்கள் உருவாக்கிடும் மனஉணர்வில் திளைத்தல் போன்றவற்றுடன் தொடர்புடையது. தமிழைப் பொறுத்தவரையில் செயற்கைக்கோள் தொலைக்காட்சி தொடர்கள் பிரபலமாவதற்கு முன்னர் நாவல் வாசிப்பு என்பது பரவலாக இருந்தது. குறிப்பாகப் பெண்கள் முனைப்புடன் தேடிப்போய் நாவலை வாசிப்பதன்மூலம் அடைந்த மகிழ்ச்சி அளவற்றது. பொதுவாக வெவ்வேறு வடிவங்களிலும் வெளிப்பாட்டுக் கதைசொல்லல் முறைகளிலும் வெளியாகிற நாவல்கள், வாசகரை முடிவற்ற உலகினுக்கு இட்டுச் செல்கின்றன; குதூகலிக்கச் செய்கின்றன. இத்தகைய பின்புலத்தில் சுரேஷின் நாவல்களை அணுகுவதற்குச் சாத்தியமுண்டு. சுரேஷ், தொடக்கம் முதலாகவே மொழியின் வழியாக வேறுபட்ட காட்சிகளையும் சூழல்களையும் கதையாக்குவதில் தொடர்ந்து ஆர்வம் கொண்டிருந்தார். ஒவ்வொரு நாவலையும் சோதனை முயற்சியாக எழுத முயன்றது, அவருடைய படைப்பாளுமையின் வெளிப்பாடாகும். ஏதோவொரு கோட்பாட்டுப் பின்புலத்தில் எழுதுவதாக சுரேஷ் தனது நாவல்களில் குறிப்பிட்டிருப்பது, எனக்கு வேடிக்கையாகத் தோன்றும். கியூபிச நாவல், தன்பெருக்கி நாவல், தோற்றநிலை மெய்மை நாவல், பல குரல்களின் நாவல், வகைமை மீறும் நாவல் போன்றவை சுரேஷின் நாவல்கள் பற்றிய குறிப்புகளாகப் புத்தகங்களில் இடம்பெற்றிருக்கின்றன. இதுபோன்ற குறிப்புகளைப் புறந்தள்ளிவிட்டு, வாசகர்கள் தங்கள் விருப்பம்போல நாவல்களை வாசிப்பதுதான் சரியானது என்று கருதுகிறேன். இத்தகைய குறிப்புகள் ஒருவகையில் சுரேஷின் நாவல்களை இயல்பாக அணுகுவதற்கு தடையாக விளங்கின; சக படைப்பாளர்களில் சிலருக்கு எரிச்சலைத் தந்தன. காரிகை கற்றுக் கவிதை பாட முடியாது என்ற தமிழர் மரபில் வந்த சுரேஷின் புதிய நாவலாக்கச் செயல்பாடுகள், ஒருவகையில் சவால்தான். மேலை நாடுகளில் வெளியான கோட்பாடு சார்ந்த நாவல்களைப் பின்பற்றிச் சுரேஷும் தனது நாவல்களை உருவாக்கியது, தமிழிலும் அதுபோன்ற நாவல்கள் உருவாக வேண்டுமென்ற அக்கறையின் விளைவாகும். மற்றபடி, புதிய உத்திகளை வைத்துக்கொண்டு நாவலாக்கத்தில் பம்மாத்து பண்ணுவது, சுரேஷின் நோக்கமல்ல. பொதுவாக ஒவ்வொரு நாவலும் வாசிப்பில் தருகிற அனுபவமும், வாசகன் உருவாக்கிக்கொள்கிற பிரதியும்தான் முக்கியம். சுரேஷின் புதிய வகைப்பட்ட படைப்பு ஆர்வமும் கதைசொல்லலும் பெரிய அளவில் நவீன இலக்கியச் சூழலில் தாக்கத்தை ஏற்படுத்தாதது, துரதிர்ஷ்டம். புது முறையிலான படைப்பு முயற்சி என்பது, தமிழுக்கு அவசியம் என்ற அடிப்படையில் அவருடைய நாவல்கள் வரவேற்கப்பட வேண்டியனவாகும்.

எம்.ஜி.சுரேஷின் நாவல்கள்: அட்லாண்டிஸ் மனிதன் மற்றும் சிலருடன் *(1999),* அலெக்ஸாண்டரும் ஒரு கோப்பைத் தேனீரும் *(2000),* சிலந்தி *(2001),* யுரேகா என்றொரு நகரம்*(2002),* 37*(2003),* தந்திர வாக்கியம் *(2016).*

சுரேஷின் முதல் நாவலாகிய 'அட்லாண்டிஸ் மனிதன் மற்றும் சிலருடன்' வெளியானபோது, இந்த நாவல் தமிழ், இந்திய அடையாளங்களைமீறி மூன்றாவது உலக நாவலாக உயர்ந்து நிற்கிறது என விமர்சகர் கோவை ஞானி சொன்னது, கவனத்திற்குரியது. நாவல் என்றால் துல்லியமான ஒழுங்கு நெறிமுறைகளுடன், வரையறுக்கப்பட்ட பாத்திரங்களுடன் செறிந்திருப்பது, ஒரு சொல்கூட ஓங்கி ஒலிக்காமல், படைப்பாளி ஒதுங்கியிருப்பது போன்ற வழமையான தமிழ் நாவல் போக்கினைச் சுரேஷின் புதிய நாவல், கவிழ்த்திப் போட முயன்றுள்ளது. கதைக்குள் கதையாக விரிந்திடும் விக்கிரமாதித்யன் கதை மரபில் மனித வாழ்க்கையின் பன்முகத் தன்மைகளைப் பதிவாக்கிட முயன்றுள்ள சுரேஷின் எழுத்தாக்கம், தனித்துவமானது. கதையை மூவர் தொடர்ந்து சொல்கிற போக்கினில், கதைசொல்லியான ஆசிரியரின் இடம் கேள்விக் குள்ளாகியுள்ளது. நாவல் என்ற பரந்த கேன்வாசில், பன்னிரண்டு சிறுகதைகள் அடுக்கி வைக்கப்பட்டிருக்கின்றன. அவை ஒவ்வொன்றும் வேறுபட்ட வாழ்க்கைச் சூழலை மையப்படுத்தினாலும், மனிதர்கள் இப்படியெல்லாம் ஏன் தன்னிருப்பைச் சிதலமாக்குகிறார்கள் என்ற கேள்வி வாசிப்பில் தோன்றுகிறது. பூமிக்குள் இருந்து வெளியே வந்த அட்லாண்டிஸ் மனிதன், தனது டெலிபதி ஆற்றலால் எதிரில் இருக்கிற கதைசொல்லியின் மனவோட்டத்தை அவதானிக்கிற இயல்புடையவன். ஏற்கனவே கே எழுதிய நாவலின் ஒரு அத்தியாயத்தில் இடம் பெற்றிருந்த பாத்திரங்களான குலோத்துங்கனும் கமலேசனும், பிரதியில் இருந்து வெளியேறிக் கொல்லிமலைக்கு உல்லாசப் பயணம் செல்வது, கதையினை வேறு தளத்திற்கு நகர்த்துகிறது. சுரேஷின் கதைசொல்லல் காரணமாக எது புனைவு? எது நிஜம்? என்பது அழிந்து, வாசகன் எதையும் நம்பத் தொடங்குவது இயல்பாக மாறுகிறது. போர்ஹேயின் புதிர் எழுத்துப்போல அட்லாண்டிஸ் மனிதன் அழைத்துச் செல்லு மிடத்தில், ஏற்கனவே நாவலில் சொல்லப்பட்டுள்ள பன்னிரு கதைகளின் வேறுவகையான முடிவுகள் அடங்கிய பிரதிகள் இருக்கின்றன. இது எப்படி சாத்தியம் என வாசகன் யோசிப்பதற்குள், முடிந்து போனதாகக் கருதப்படுகிற கதையின் இரு வேறு புதிய முடிவுகளை விவரிக்கிற பிரதிக்குள் மூழ்கிட நேரிடுகிறது. இதுவரை ஒரு கதையின் ஒற்றை முடிவெனப் படைப்பாளி சித்திரிப்பதை மாற்றி, வாசகன் தனக்கான

புதிய முடிவைக் கதைப்போக்கில் உருவாக்கிட இயலும் என்பதை சுரேஷ் நுட்பமாக வலியுறுத்த முயலுகிறார். வெகுஜன வாசகர்கள் வாசிப்பதற்கேற்ற வகையில், விறுவிறுப்புடன் நகர்கிற கதையாடல் முழுக்க, சமகால அரசியல், சமூகம் குறித்த ஆழமான கேள்விகள் முடிவற்று விவாதிக்கப்பட்டுள்ளன. காத்திரமான இலக்கியப் பிரதியாகவும் கதையாடலை வாசிப்பதற்கான சாத்தியங்கள், நாவல் விவரிப்பில் பொதிந்துள்ளன. நாவலின் பிரதியானது, எது உண்மை? எது பொய்? என்ற கேள்விகளின் ஊடாகச் சாத்தியப்பாடுகளின் பன்முக அம்சங்களை முன்னிலைப்படுத்துகிறபோது, மனிதன் காலங்காலமாக நம்பிக்கொண்டிருக்கிற யதார்த்த வாழ்க்கையின் மேன்மையும், இருப்பின் கையறு நிலையும் அபத்தமாகின்றன. க்யூபிசம் போல பல்வேறுபட்ட சாத்தியங்களை வாசிப்பின்மூலம், வாசகன் தனக்கான பிரதியை உருவாக்கிட முடியுமென்ற நிலையில், சுரேஷ் சோதனை ரீதியில் எழுதியுள்ள அட்லாண்டிஸ் மனிதன் மற்றும் சிலருடன் நாவல், எடுத்துரைப்பியல் முறையில் இன்றும் தனித்து விளங்குகிறது.

அலெக்ஸாண்டரும் ஒரு கோப்பைத் தேனீரும் நாவல், வரலாற்றை முழுக்கக் கலைத்துக் காலவெளியில் முன்னும் பின்னும் பயணிப் பதற்கான வெளியை உருவாக்கியுள்ளது. தமிழர் x சிங்களவர் இடை யிலான இன மோதுதல் காரணமாக இலங்கையில் பெற்றோரை இழந்து, அகதியாகக் கிளம்பிய அலெக்ஸாண்டரின் துயரங்கள், புலம்பெயர்ந்திடும் நாடுகளிலும் தொடர்கின்றன. மாசிடோனியாவில் இருந்து படை பலத்துடன் புறப்பட்டு எதிர்த்தவர்களைக் கொடூரமாகக் கொன்று குவித்து, சாம்ராஜ்ஜியத்தை நிறுவிய மகாஅலெக்ஸாண்டரின் ஆதிக்க அரசியல் பின்புலத்தைச் சித்திரிக்கிற கதைகள், உலக வரலாற்றின் வலியைப் பேசுகின்றன. இருத்தலின் நிச்சயமின்மையினால் அவதிப் படுகிற அலெக்ஸ் என்ற பிம்பம், கடந்த காலம் என்ற வன்முறையும், எதிர்காலம் என்ற பேரழிவுகளும் நிரம்பித் ததும்பிட, நாவலின் கதை யாடல் தன்னிச்சையாக விரிந்துள்ளது. நான்கு காலகட்டத்தைச் சார்ந்த அலெக்ஸாண்டர்கள் என்ற புனைவு, அதிகாரத்தின் பிடியில், மனித குலம் எப்படியெல்லாம் தொடர்ந்து சீரழிவை எதிர்கொண்டு வந்தது/ வருகிறது/வரப்போகிறது எனக் காத்திரமான அரசியலை முன் வைத்துள்ளது. கிரேக்க ரோமானியப் பேரரசுகள் காலகட்டம் முதலாக அதிகாரம், ஆட்சி, புகழ், வீரம் போன்றவற்றுக்காக நடந்த போர்களில் கொல்லப்பட்ட ஆண்கள், பாலியல் வல்லுறவுக்குள்ளாக்கப்பட்ட பெண்கள் எண்ணிக்கைக்குக் கணக்கேது? இன்று இலங்கை, பாலஸ்தீனம், குர்திஸ்தான், ஆப்கானிஸ்தான், ஈராக், சிரியா போன்ற

நாடுகளில் ஏதோவொரு காரணத்தை முன்னிறுத்தி நடைபெறுகிற போர்களின் பின்புலத்தில் ஏகாதிபத்திய நாடுகளின் தீவிரமான பேரழிவு ஆயுத விற்பனை நடைபெறுகிறது. இன்னொருபுறம் அணு ஆயுதங்கள் குவிப்பின் விளைவாக ஒருக்கால் உலகப்போர் மூண்டால், இந்தப் பூமியே மனிதர்கள் வாழத் தகுதியற்றதாகிவிடும் என நாவல் எச்சரிக்கிறது. சுவராசியமான மொழியில் புனைந்துரைக்கப்பட்டுள்ள மகா அலெக்ஸாண்டர் கதையை முன்வைத்துச் சுரேஷ் கட்டமைத்திட முயலுவது, முழுக்க அரசியல் சார்ந்த கேள்விகள்தான். எகிப்திய ஸ்பிங்ஸ், பிரமிடு எனத் தொன்மங்கள் மூலம் ஒரே அலெக்ஸாண்டர் பல அலெக்ஸாண்டர்களாகப் பெருக்கிக்கொள்வது, கதையை மாய உலகினுக்குள் இட்டுச் செல்கிறது. விநோதமான சம்பவங்களைத் துப்பறியும் நாவல் பாணியில் விவரிக்கிற கதை, திடீரெனச் சமூக நாவல், வரலாற்று நாவல், மாந்திரிக நாவல் என உருமாறி, தொடர்ச்சியறு முறையில் வாசகருடன் நேரடியாக உறவாடுகிறது. அமைப்பு என்பதே பன்முகத்தன்மை கொண்டதாகப் பல்வேறு பொருண்மைகளில் விளிம்பு x மையம் என்ற முரணில் சிக்குண்டுள்ளதைப் பல்வேறு சம்பவங்கள், பாத்திரங்கள், உத்திகள் மூலம் விவரித்துள்ள அலெக்ஸாண்டரும் ஒரு கோப்பைத் தேனீரும் நாவல், காத்திரமான அரசியல் பிரதியாகும்.

எனது பதின்பருவத்தில் துப்பறியும் திகில் மர்மம் நிரம்பிய நாவல் களை உற்சாகத்துடன் வாசித்த அனுபவம்தான், பின்னர் கல்கியின் பக்கம் என்னை இழுத்துப்போனது. பொன்னியின் செல்வன் நாவலில் நிலவறைகளும் மந்திராலோசனைகளும் அரசியல் சதிகளும் வாசிப்பில் தந்த மகிழ்ச்சிக்கு அளவேயில்லை. அன்றாட வாழ்க்கையில் புதிரான சம்பவத்தை எதிர்கொள்கிறபோது, அது எப்படி நிகழ்ந்தது என மீண்டும் மீண்டும் யோசிப்பது நடைபெறும். இலக்கியப் படைப்பில் துப்பறியும் சாகசத்தைக் காட்டிட முடியாது என்ற பொதுப்புத்தி தமிழகத்தில் வலுவாக நிலவிய காலகட்டத்தில், சுரேஷ், மேலை நாவல்களின் பாணியில் எழுதிய 'சிலந்தி' நாவல் குறிப்பிடத்தக்கது. வெறுமனே துப்பறிதல் என்ற எல்லைக்குள் முடங்கிடாமல், அரசியல், மொழி அரசியல், உளவியல், இலக்கியம் என வேறுபட்ட பேச்சுகளின் வழியாக நாவலின் கதைப் போக்கினைப் புதிய தளத்திற்கு நகர்த்தியுள்ள சுரேஷின் கதைசொல்லல் சுவராசியமானது. கதைசொல்லியான நாவலாசிரியர், நாவலின் தொடக்கம் முதலாக வாசகனைத் துப்பறிவாளனாக முன்னிறுத்திச் சொல் விளையாட்டைத் தொடங்குகிறார். நாவலின் வரிகளுக்குள் பயணிக்கிற வாசகன், தன்னைத் துப்பறிவாளனாக நினைத்துக்கொண்டு, தீவிரமாகக்

கொலையாளியைத் தேடத் தொடங்கிடும் வேடிக்கை நிகழ்கிறது. மனநலக் காப்பகத்தில் நோயாளிகள் தொடர்ந்து கொலை செய்யப்படுவதைக் கண்டு அறிவதற்காகப் பயணப்படுகிற வாசகன் ஆண் அல்லது பெண்ணாக இருக்கலாம் என்ற சாத்தியத்தில் இருவேறு பிரதிகள் கட்டமைக்கப் பட்டுள்ளன. ஏழு பிணங்கள் வரிசையாகக் கிடத்தப்பட்டிருக்கிற பிணவறையில் மருத்துவர் சலீமை முன்னிறுத்தி, வாசகரைத் துப்பறிவாளராக மாற்றி உரையாடுவதில் தொடங்குகிற நாவல், தொடச்சியறுநிலையில் வெவ்வெறு பிரதேசங்களில் பயணிக்கிறது. இடையில் இடையீடு எனக் குறுக்கிடும் பகுதிகள், காத்திரமான முறையில் புதிய பிரச்சினைகளை விளக்க முயலுகின்றன. மனநோயாளியான அரூபன், பெண் எழுத்தாளர் ஃபெலீஸ் மீதான காதலுக்காகத் தீவிரமான சிறுபத்திரிகைகாரனாக உருமாறுகிறான். எல்லாவற்றையும் க்ளிஷே எனப் புறக்கணித்து, நவீன இலக்கியப் பிரதியைப் புரியாத மொழியில் கட்டமைத்த அரூபன், காதலி கைவிட்டதால் உளவியல் சிக்கலுக் குள்ளாகிறான். இறுதியில் 'சாம்பல் தூவிய புத்தகம்' என விநோதமாக எழுதத் தொடங்கியவன், மனநலக் காப்பகத்தில் இருந்தான் என சுரேஷ் சொல்கிற கதை, தீவிர இலக்கியச் சூழல் குறித்த பகடியாகும். மனநலக் காப்பகத்தின் நூலகத்தில் கிடைத்த சிலந்தி என்ற பைங்கிளிக் கதையில் பிரதியிலிருந்து வெளியேறிய டி.எஸ்.பி. எப்படி ஒவ்வொரு கொலை களாகச் செய்தார் என்ற விவரிப்பு, கதைக்குள் கதையாக விரிகிறது. சாதாரணமான துப்பறியும் நாவலான சிலந்தி, தீவிர இலக்கியவாதியான அரூபனுக்குப் பிடித்தது எப்படி என்று தோன்றுகிறது. சக்தி என்கிற சக்திவேல் என்கிற சக்திதாசன் பெற்றோரின் புறக்கணிப்பினால் சுயமிழந்து, இந்துத்துவ அடிப்படைவாதியாகி, கொலைகள் செய்து, இறுதியில் மனநோய்க்குள்ளாகி, மனநலக் காப்பகத்தில் அடைக்கப்படுகிறான். ஒற்றையான துப்பறியும் கதையில், கிளை பிரிந்திடும் பல்வேறு சம்பவங்களைத் தொகுத்து, வாசிப்பில் ஈர்ப்பினை ஏற்படுத்தியுள்ள சுரேஷின் நாவலாக்கத்தில் சோதனை முயற்சி பொதிந்துள்ளது. வெள்ளைத் தாள்களில் தடவப்பட்ட கறுப்பு மசியிலான வரிகளுக்குள் பயணிக்கிற வாசகர்கள், தோற்ற மெய்மை (Virtual Reality) நிலையில் புதிய உலகில் இருப்பதாகக் கருதுகிற சுரேஷ், விளையாட்டைத் தொடங்குகிறார். அலகிலா விளையாட்டில் மரபான வாசகன் என்ற பிம்பம் சிதலமாகி, விபரீதமான சாத்தியப்பாடுகளுக்குள் சிக்கிடுவதைச் சிலந்தி நாவல் சித்திரித்துள்ளது.

யுரேகா என்றொரு நகரம் என்ற நாவல் வரலாற்றின் புனைவுகளின் வழியாக நிலவும் சமூக மதிப்பிடுகளைக் கேள்விக்குள்ளாக்குகிறது.

வரலாறு என்பது காலந்தோறும் ஆதிக்கவாதிகளின் விருப்பங்களை நிறைவு செய்கிற வகையில், அற்புதமான பொய்கள் கலந்து எழுதப்படுகிறது என்ற கருத்தியலின் வழியாகச் சுரேஷ் புனைந்திடும் புனைவுகளின் தொகுதிதான் நாவலாக வெளியாகியுள்ளது. அந்தமான் தீவுக்கருகில் கடலுக்கடியில் புதிதாகக் கண்டறியப்பட்ட பழமையான நகரத்தைக் குறித்து ஆய்வு செய்திட முயலும் ஐந்து ஆய்வாளர்கள் பற்றிய கதைக்குப் பின்னால் பொதிந்திருக்கிற மர்மங்கள், சர்வதேச அரசியல்தான் நாவலின் மையம். தமிழரான அழகிய சிங்கர் என்ற கதைசொல்லி, லத்தீன் அமெரிக்காவைச் சார்ந்த ஜூலியானா, அமெரிக்காவிலிருந்து மைக்கேல், இங்கிலாந்திலிருந்து ஆலிஸ், ரஷியனான வாஸ்யா ஆகிய ஐவரும் அகழ்வாராய்ச்சியில் தேர்ந்த வரலாற்றாய்வாளர்கள். பின்நவீனத்துவம் சொல்வதுபோல ஒற்றை வரலாறு அல்ல; பல வரலாறுகள் இருக்கின்றன என்பதற்கேற்ப, ஆதிக்க அரசியலுக்குச் சார்பாக உருவாக்கப்படுகிற வரலாற்றின் இன்னொரு பக்கத்தை நாவலின் வழியாகச் சுரேஷ் சித்திரித்துள்ளார். தமிழக அரசியல்வாதியான சோழராஜனின் திராவிட உன்னதம், உத்திரப் பிரதேசத்து இந்துத்துவ அரசியல் அடிப்படைவாதியான ரணபீ தரண் சிங்கின் ஆரிய மேன்மை என இந்தியச் சூழலின் அரசியல் அதிகாரத்தைச் சுரேஷ் விமர்சிக்கிறார். சிந்துச் சமவெளி அகழ்வாராய்ச்சியில் கிடைத்த முத்திரையில் இருப்பது குதிரை என நிறுவிட முயலுகிற போலி வரலாற்றாய்வாளர்களின் செயல்களுக்குப் பின்னால் இந்துத்துவா அரசியல் பொதிந்துள்ளது. ஊடகங்கள் தகவமைத்திடும் இன்றைய வாழ்க்கையின் மறுபக்கத்தில் புனைவின் வரையறை தகர்ந்திடுவது அறியாமல், ஆதிக்கத்திற்குச் சார்பான உடல்கள் தயாரிக்கப்படுகின்றன. வரலாற்றை உருவாக்கிட முயலுகிற அதிகார வர்க்கத்தின் விருப்பத்துக்கும் நலன்களுக்கும் சார்பாக உருவாக்கப்படுகிற வரலாறு குறித்த கேள்விகளை வாசிப்பின் வழியாக நாவல் வாசகர்களிடம் எழுப்புகிறது. 'வரலாறு என்கிற புனைவு உருவாக்கப்படும் சாத்தியம் ஒன்றை எனது அறிவுக்கெட்டிய வரையில் இந்தப் பிரதியில் எழுத முயன்றிருக்கிறேன்' என நாவலின் முன்னுரையில் குறிப்பிடுவது, சுரேஷின் அரசியல் வெளிப்பாடாகும். வரலாறு என்ற ஒற்றைச் சொல்லின் வழியாகப் புனைவைக் கட்டமைத்துச் சுரேஷ் உருவாக்கியுள்ள யுரேகா நகரம் பற்றிய விவரணைகள், நாவல் என்ற வடிவத்தில் இருந்து விலகி, நிகழ்காலச் சம்பவங்களை விவரிப்பதில் மெல்லிய பகடி தொனிக்கிறது. ஹாலிவுட் திரைப்படத்தின் சம்பவங்கள் போல விரிந்திடும் நாவல் எனவும் கதையாடலை வாசிக்கலாம்.

'பல குரல்களில் (Polyphony) ஓர் அறிவியல் புனைகதை' என்ற சூசிகையுடன் வெளியாகியுள்ள சுரேஷின் 37 நாவல், விநோதமான

சம்பவங்களின் வழியாகப் பல்வேறு புறக்காட்சிகளின் தொகுப்பாக விரிந்துள்ளது. நாவலாசிரியரான எம்.ஜி.சுரேஷ் சொல்வதாகத் தொடங்கிடும் நாவலில் வரும் நரேந்திரன் முதலாகக் கதையாடல் உயர்திணையினரின் குரலாக வெளிப்படுகிறது. திடீரென இக்கட்டான நேரத்தில் உயிருக்கு ஆபத்து நேரலாம் என்ற சூழலில், அஃறிணைப் பொருட்கள் உற்சாகத்துடன் கதை சொல்கின்றன. நாட்டார் மரபில் விக்கிரமாதித்யன் கதையில் சடப் பொருட்கள், இஷ்டம் போலக் கதைப்பது போல சுரேஷ் சொல்கிற கதைகள், அழுத்தமானவை. இது போன்று நாவலின் போக்கில் பொதிந்திருக்கிற வேறுபட்ட குரல்களைப் பற்றிச் சொல்வதால், 37 ஒரு Polyphony நாவல் எனப் புத்தகத்தில் பதிப்பகத்தினர் குறிப்பிடுவது பொருத்தம்தானா? ஒருக்கால் பொருத்தம் இல்லாவிட்டால்தான் என்ன? மிகையுணர்ச்சி இல்லாத, வாசகனைத் தற்காலிக மனச்சிதைவு நோய்க்குள்ளாக்காத, கவித்துவ படிமங்கள் அற்ற, விலகி நின்று எளிய மொழியில், தட்டையாகச் சொல்லப்பட்டுள்ள சைபர் கோணத்திலான எழுத்து முறையில் 37 நாவல் எழுதப்பட்டுள்ளது என்ற குறிப்பு, வாசகனைப் பிரதியைவிட்டுத் தள்ளி வைக்கிறது. பூமியில் குடும்ப நிறுவனத்தின் வலுவான பிடியில் சிக்கித்தவிக்கிற மனிதர்கள், லோன் கிரகத்தில் இயந்திரங்களின் ஆளுகையில் சிதலமாகி யிருக்கிற மனிதர்கள் என இருவேறு முரண்களின் வழியாக நாவல் எழுப்புகிற கேள்விகள் முக்கியமானவை. அணுத்துகள்கள், பிரபஞ்சவெளி, க்வாண்டம் இயற்பியல், புழுத்துளை, பிரபஞ்ச பயணம், காலம் போன்ற நவீன அறிவியலை முன்னிலைப்படுத்தி எழுதப்பட்டுள்ள 37 நாவல், அடிப்படையில், மனித இருப்புக் குறித்த ஆழமான விசாரிப்பு களைக் கோருகிறது. லோன் கிரகத்தில் இருந்து தப்பித்து வந்த ‘கா’ கைது செய்யப்படுவதைத் தடுப்பதற்காக 1001 இரவில் சொல்லப்பட்ட அரேபியக் கதைகள் போல முடிவற்று நீள்கிற கதை வெளியில் பேனா, புகைப்படம், கணினி, குறுந்தகடு, பிணம், பிளாட், சமையலறை, படுக்கையறை போன்றன தத்தம் வாழ்வில் கண்டறிந்த சம்பவங்களைக் கதைகளாகச் சொல்கின்றன. அறிவியல் புனைகதை என்ற பின்புலத்தில் சொல்லப்பட்ட கதைக்குத் தரப்பட்டுள்ள அறிமுகம், ஒருவகையில் சுயேச்சையான வாசிப்பினுக்குத் தடையாக உள்ளது. மற்றபடி விண்வெளி பற்றிய புதிர்களை நாட்டார் பாணியில் விவரித்துள்ள சுரேஷின் புனைவு முயற்சி, சராசரி வாசகருக்கும் உற்சாகம் அளிப்பதாகும்.

பன்னிரு ஆண்டுகள் மௌனத்திற்குப் பின்னர் சுரேஷ் எழுதிய ‘தந்திர வாக்கியம்’ நாவல் சித்திரிக்கிற நிலவெளிக் காட்சிகள் முக்கியமானவை. வரலாற்று நாவல்போல பரந்துபட்ட கதைக்களத்தில் நுணுக்கமான

தகவல்களுடன் விவரிக்கிற சுரேஷின் மொழி ஆளுகை வியப்பளிக்கிறது. தகவல்தொடர்பு நிறுவனத்தில் பணியாற்றுகிற நிகண்டன் தனது வேலைத் தளத்தில் எதிர்கொள்கிற அனுபவங்கள் ஒருபுறம், இரண்டாயிரமாண்டு களுக்கு முன்னர் சீனாவில் இருந்து கிளம்பிய புத்தத் துறவியான ஜாங்கின் இந்தியப் பயண அனுபவங்கள் இன்னொருபுறம் என இரு வேறு தளங்களில் சொல்லப்பட்டுள்ள கதைவெளியானது, முழுக்கப் புனைவில் ததும்புகிறது. சங்க காலகட்டத்தில் மதுரையை ஆண்ட களப்பிரர்கள், வைதிக சமய நெறிகளுக்கு எதிரானவர்கள் என்ற வரலாற்றுத் தகவலின் பின்புலத்தில் சுரேஷ் விவரிக்கிற கதையாடல், நுண்ணரசியல் சார்ந்தது. இன்று ஐ.டி. கம்பெனியில் பணியாற்றுகிறவனின் பெயரான நிகண்டன் என்பது களப்பிரர் மன்னரின் பெயர் என்ற தகவல், கதையை வேறு தளத்திற்கு மாற்றுகிறது. பௌத்தத் துறவியான ஜாங், புத்தர் சொன்னதாக நம்பப்படுகிற மந்திர வாக்கியத்தின் பொருளைத் தேடிப் பயணிக்கிறார் என்பது சுவராசியமானது. காந்தாரத்தில் புத்தருக்கும் வைதிகரான பரத்வாஜருக்கும் இடையில் நடைபெற்ற விவாதத்தில் மந்திரம் என வைதிக சமயம் உச்சரிப்பதற்கு மாற்றாகத் தந்திரம் என்ற சொல் முன்வைக்கப்படுகிறது. பிரபஞ்சத்தில் நிலவுகிற இருளும் ஒளியும் ஒன்றையொன்று சார்ந்தது என்ற நிலையில் உலக மானது இரட்டை எதிர் நிலைகளால் ஆனதால் ஏற்படுகிற முரண்பாடுகள் தான் உலகை இயங்க வைக்கின்றன என்ற புத்தரின் தந்திர வாக்கியம் தான் நாவலின் மையமா? இந்தியத் தத்துவ மரபின் தொடர்ச்சியாக இன்று மேலாதிக்கம் செலுத்துகிற வைதிக சமய நெறியைக் கேள்விக் குள்ளாக்குவதற்கு சுரேஷிற்கு புத்த துறவியின் பயணக் கதை பயன் பட்டுள்ளது. அதேவேளையில் ஐ.டி.கம்பெனிகளில் சுரண்டப்படுகிற இளைஞர்கள் எதிர்கொள்கிற துயரங்களுக்குத் தீர்வாகவும் கதையாடலின் வழியாகச் சுரேஷ் முன்வைத்துள்ள உட்டோப்பியன் தீர்வு கவனத்திற் குரியது. ஒற்றையாகச் சொல்லப்படுகிற கதைசொல்லலுக்கு மாற்றாக வேறுபட்ட சாத்தியங்களைப் புனைவின் வழியாகக் கட்டமைத்துள்ள சுரேஷ், வெறுமனே பொழுதுபோக்கினுக்காக நாவல் எழுதவில்லை என்பதை மந்திர வாக்கியம் மீண்டும் நிரூபித்துள்ளது.

ஆறு நாவல்களையும் ஒட்டுமொத்தமாக வாசிக்கும்போது, இடதுசாரி அரசியல் பின்புலத்தில் விவரிக்கப்பட்டுள்ள தமிழர் பண்பாடு, வாழ்க்கை குறித்த தேடல்களாகச் சுரேஷின் அக்கறையைப் புரிந்து கொள்ளலாம். இடைவிடாத பேச்சுகளின் வழியாகக் கதையாடலில் முடிவற்ற கேள்விகளை வாசிப்பில் உருவாக்குவது, சுரேஷின் படைப்பு நோக்கமாக உள்ளது. பொதுவாகக் கதைசொல்லல் அல்லது சோதனை

முயற்சி என இரு வேறு நிலைகளில் சுரேஷின் நாவல்களை அணுகிடலாம். தமிழ்ச் சமூகம் குறித்த அக்கறையுடன் தமிழர்களின் சமகாலத்தை விமர்சனத்திற்குள்ளாக்கிடும் போக்கு, சுரேஷ் எழுதியுள்ள நாவல்களில் காத்திரமாகப் பொதிந்துள்ளது. மரபான நிலையில் ஆண் பெண் உறவு, குடும்பம் எனக் கதைக்கிற சுரேஷ், ஒருநிலையில் புதிய உலகினுக்கு வாசகரை இட்டுச் செல்கிறார். அதேவேளையில் சுயேச்சையான கட்டற்ற பாலியல் சுதந்திரம் என்ற நிலைக்கு மாற்றாக நிலவும் தமிழ்ச் சமூக மதிப்பீடுகளின் உன்னதம் குறித்துச் சுரேஷ் அக்கறைகொண்டிருப்பது, நாவல்களில் வெளிப்பட்டுள்ளது. இன்று மனிதர்கள் பணம், புகழ், காமம், ஆன்மீகம், திரைப்படம் எனத் தங்களின் அடையாளத்தையும் இருப்பினையும் தொலைக்கிற சூழல் குறித்த எதிர்மறையான கருத்துகளைக் கதையாடலில் விவரிப்பது, சுரேஷின் நாவல்களில் பொதுவான அம்சமாக உள்ளது. பண்டைய வரலாற்றில் பதிவாகியுள்ள சம்பவங்கள் குறித்த விவரிப்புடன், ஈழப் போராட்டம் உள்ளிட்ட சமகாலப் பிரச்சினைகள், எதிர்காலத்தில் அறிவியலின் விளைவுகள் எனச் சுரேஷ் சித்திரிக்கிற படைப்புத்தளம் முடிவற்று விரிந்துள்ளது. பொதுவாக வெறுமனே சோதனை ரீதியில் வித்தியாசமாக எழுதுவது, வடிவரீதியில் குழறுபடியாகப் புனைவைக் கட்டமைப்பதற்காகச் சுரேஷ் நாவல்களை எழுதவில்லை. சுரேஷின் பரந்துபட்ட ஆங்கில நாவல்களின் வாசிப்பு அனுபவமும், அவர் கண்டறிந்திட்ட மேலை நாவல்களில் இடம்பெற்றுள்ள சோதனை முயற்சிகளும், தமிழ் நாவலாசிரியர்கள் இதுவரை பயணிக்காத புதிய பிரதேசத்திற்குள் நாவல்களின் கதையாடலை இழுத்துச் சென்றுள்ளன. கதைகளின் வழியாக மனித இருப்பின் முடிவற்ற சாத்தியங்களைக் கண்டறிந்திட சுரேஷ் முயலுகிறாரா என்ற கேள்வி தோன்றுகிறது. இறுக்கமான மொழியில் மங்கலான உருவகங்களுடன் செறிவூட்டப்பட்ட நவீன இலக்கியப் பிரதிகள், கொண்டாடப்படுவதை நன்கறிந்திருந்த சுரேஷ், ஜாலியான மொழியில் உற்சாகத்துடன் கதைகள் சொன்னதுதான் அவருடைய தனித்துவம்.

எம்.ஜி.சுரேஷ் 1999-இல் தொடங்கி ஆண்டுதோறும் ஒரு நாவல் எனத் தொடர்ந்து ஐந்து மாறுபட்ட நாவல்களை எழுதியபோதிலும் ஏன் அவருடைய எழுத்துகள் பிரபலமடையவில்லை என்பது முக்கியமான கேள்வி. சுந்தர ராமசாமி, ஞானி, அசோகமித்திரன், ஜெயகாந்தன், தமிழவன் போன்ற மூத்த படைப்பாளிகள் சுரேஷின் சோதனை முயற்சி எழுத்துகளை வரவேற்று எழுதியிருப்பது, கவனத்திற்குரியது. அதே வேளையில் அன்றைய காலகட்டத்தில் உத்வேகத்துடன் படைப்புகளை உருவாக்கிட முயன்றுகொண்டிருந்த ஜெயமோகன், சாருநிவேதிதா,

எஸ்.ராமகிருஷ்ணன் போன்றவர்களின் ஆளுகைக்கு முன்னர், ஏனோ சுரேஷின் வெற்றிக்கொடி உயரப் பறக்கவில்லை. அதிலும் இணையத்தில் வலைத்தளம் பெருகி, புதிய வகைப்பட்ட தமிழ் வாசகர்கள் உருவான சூழல் குறித்து அக்கறையற்ற சுரேஷின் செயல்பாடும், தனது எழுத்து களுக்கான லாபியைச் கட்டமைக்காததும் அவர் இலக்கியப் பரப்பில் இருந்து ஒதுங்கிப் போனதற்கான காரணங்களா? யோசிக்கும்வேளையில் சுரேஷின் எழுத்துகள் ஒதுக்கப்பட்ட சூழலில், அவர் தொலைக்காட்சி தொடர்கள், திரைப்படக் கதையாக்கம் என ஒதுங்கித் தன்னையே ஒதுக்கிக்கொண்டார் எனத் தோன்றுகிறது. பதின்மூன்று ஆண்டுகளுக்குப் பின்னர் சுரேஷ் எழுதிய தந்திர வாக்கியம் (2016) நாவலில் ‘பல ஆண்டு களாக எழுதுவது எப்படி என்பது பிடிபடாமல் சும்மா இருந்தேன். எழுதாமல் விட்டு விடலாமா என்றுகூடத் தோன்றும்’ எனக் குறிப்பிடுவது வாக்குமூலம் அல்ல. படைப்பாளி என்ற நிலையில் தீவிரமான இலக்கியச் சூழலில் சுரேஷ் எதிர்கொண்ட புறக்கணிப்பு தந்த கசப்பான உணர்வின் எதிர்விளைவுதான், எழுதாமல் ஒதுங்கியதற்கான காரணமாக இருக்க முடியுமா? எப்படியானாலும் இந்தக் கட்டுரை எழுதுவதற்காக சுரேஷின் நாவல்களை மீண்டும் ஒருமுறை வாசித்தபோது எனக்கு ஏற்பட்ட மகிழ்ச்சியும் உற்சாகமும் நிஜமானவை. பின்நவீனத்துவம் குறிப்பிடுகிற பிரதி தரும் இன்பத்தைச் சுரேஷின் நாவல்கள் வாசிப்பில் நிச்சயம் உங்களுக்கு அளிக்கும். நாவல் என்ற வடிவத்தின் மூலம் சுவராசியமான கதைகளைப் புனைந்துள்ள சுரேஷின் படைப்புகள், வெகுஜன வாசகர்களின் கவனத்திற்குச் சென்று சேர வேண்டியது அவசியம். வழமையான தமிழ் நாவல்களிலிருந்து விலகிப் புதிய வகைப்பட்ட நாவல்களை உருவாக்கியதில், சுரேஷின் சோதனை முயற்சிகளில் சில வெற்றியடையாவிட்டாலும், அவர் வகுத்த புதிய பாதைகள் கவனத்திற்குரியதாகி, இலக்கிய வரலாற்றில் என்றும் நிலையான இடம் பெறும். மரபான முறையில் சொல்வதெனில், முயல் வேட்டையில் வெல்வதைவிட யானை வேட்டையில் தோற்பதைச் சுரேஷ் உற்சாகத்துடன் ஏற்றுக்கொண்டார் எனச் சொல்லலாம். தமிழ்ப் புனைவிலக்கியப் பரப்பில் வேறுபட்ட முறைகளில் புனைவுகளைப் பதிவாக்கியுள்ள சுரேஷின் ஜாலியான நாவல்கள், எதிர்காலத்தில் இளம் தலைமுறை வாசகர்களை ஈர்த்திடும் ஆற்றல் மிக்கவை.

(உயிர்மை, 2017, நவம்பர்)

புனைவுலகில் விரிந்திடும் கதைசொல்லியின் தேடல்களும் வதைகளும்:

சரவணன் சந்திரனின் நாவல்களை முன்வைத்து

நம்முடைய பூமி நமக்குப் போதாத அளவுக்குச் சிறியதாகிக் கொண்டிருக்கிறது. நம்முடைய வளங்கள் அபாயகரமான வேகத்தில் சுரண்டப்பட்டுக் கொண்டிருக்கின்றன. பருவநிலை மாற்றம் எனும் பேரழிவான வெகுமதியை நாம் நம் பூமிக்கு அளித்துள்ளோம். நாளுக்கு நாள் உயர்ந்துவரும் வெப்பநிலை, தொடர்ந்து சுருங்கிக் கொண்டிருக்கும் துருவப்பனியின் அளவு. மிகப்பெரிய அளவில் காடுகள் காலியாக்கப்பட்டுக் கொண்டிருத்தல், அளவுக்கு மீறிய மக்கட் தொகை, நோய், போர், பட்டினி, நன்னீர் கிடைக்காமை, வேகமாக அழிக்கப்பட்டுக் கொண்டிருக்கும் விலங்கினங்கள் போன்ற அனைத்தும் தீர்க்கப்படக்கூடிய பிரச்சினைகளாக இருந்தும் இதுவரை தீர்க்கப்படவில்லை... இன்றைய காலகட்டத்திலும் மனிதகுலத்துக்குப் பெரும் அச்சுறுத்தலாக உள்ள மற்றொரு விஷயம் அணு ஆயுதப் போர்...

-ஸ்டீபன் ஹாக்கிங்

எழுபதுகள் காலகட்டத்தில் தமிழகத்தில் இருந்து புதுதில்லிக்குப் புலம்பெயர்ந்த ஆதவன் எழுதிய என் பெயர் ராமசேஷன், காகித மலர்கள், இந்திரா பார்த்தசாரதியின் தந்திர பூமி போன்ற நாவல்கள் பொதுச் சமூகத்தில் இருந்து அந்நியப்பட்ட இளைஞர்களின் கதைகளைப் புதிய மொழியில் கட்டமைத்திருந்தன. அவை, ஒருவகையில் அன்றைய தமிழர் வாழ்க்கையில் இதுவரை உருவாக்கப்பட்டிருந்த மதிப்பீடுகளைக் கேள்விக்குள்ளாக்கியதுடன், மாறிவரும் சமூக இருப்பின் அபத்தத்தைப் பதிவாக்கியிருந்தன. வளமான தஞ்சை மண்ணில் பார்ப்பனர் மிராசு தாரராகச் சௌகரியமாக வாழ்ந்த சூழலைவிட்டுப் புதுதில்லிக்குப் போக நேர்ந்த திராவிட அரசியல் தந்த நெருக்கடி ஒருபுறம், வேற்று மொழி பேசும் நிலத்தில் அந்நியமாதல் இன்னொருபுறம் என்ற நிலை, கதையாடலில் செல்வாக்குச் செலுத்தின. அந்தப் போக்கின் தொடர்ச்சி, தமிழ் நாவல் ஆக்கத்தில் இன்றளவும் தொடர்கிறது. இன்னொருபுறம் தமிழில் நவீனக் கதையாடல்கள், வேறு புதிய பரிமாணம் பெற்றுள்ளன.

மரபான கதைசொல்லலில் இருந்து விலகி, இதுவரை கட்டமைக்கப் பட்டுள்ள நெறிகளுக்கு மாறான கதைகள் முக்கியத்துவம் பெற்றுள்ளன. அண்மைக்காலத்தில் சரவணன் சந்திரன் எழுதியுள்ள ஐந்து முதலைகளின் கதை (2015), ரோலக்ஸ் வாட்ச் (2016), அஜ்வா(2016), பார்பி (2017), சுபிட்ச முருகன் (2018), லகுடு(2019) போன்ற நாவல்கள் இளைய தலைமுறையினர் எதிர்கொண்டிருக்கிற பிரச்சினைகளையும், சிடுக்குகளையும் முன்னிலைப் படுத்துகின்றன. அவை, ஒருவகையில் நடப்புச் சமூகம் குறித்த விசாரணை களாக விரிந்துள்ளன; சமகாலத் தமிழக இளைஞர்களின் வாழ்க்கைப் போக்குகளைச் சித்திரிக்கிற கதைகளால் நிரம்பியுள்ளன. சரவணன், 2015 இல் ஐந்து முதலைகளின் கதை என்ற தனது முதல் நாவலில் தொடங்கி, நான்கு ஆண்டுகளில் மொத்தம் ஆறு நாவல்களைக் காத்திரமாக எழுதியிருப்பது, அவருக்குள் கனன்று கொண்டிருக்கிற படைப்பூக்கத்தின் வெளிப்பாடாகும்.

உலகமயமாக்கல் காலகட்டத்தில் எல்லாம் சந்தைக்கானதாக மாற்றப்பட்ட சூழலில் நுகர்பொருள் பண்பாட்டுக்குள் சிக்கிய இளம் தலைமுறையினர் எதிர்கொள்கிற பிரச்சினைகள் அளவற்றவை. அறிவு என்பது கற்றல், கற்பித்தல் என்பதிலிருந்து மாறி, சரக்காக மாற்றப் பட்டுள்ளது. எல்லாம் சந்தைக்கான உற்பத்தியில், நுகர்பொருள் பண்பாட்டில் அறிவுகூட சரக்காக மாறியுள்ளது. தகவல்களை உற்பத்தி செய்தலும், சந்தைப்படுத்துதலும்தான் அறிவு குறித்த பிம்பங்களைப் பொதுப்புத்தியில் கட்டமைக்கின்றன. இரண்டாயிரமாண்டுகளாக மதம், தத்துவம், பொருளாதாரம், சமூகம், கலை, இலக்கியம் சார்ந்து உருவாக்கப் பட்டுள்ள நெறிகளும், அறங்களும் அர்த்தமிழக்கிற கார்ப்பரேட்டுகளின் ஆதிக்கத்தில், இளைஞர்கள் கையில் கடன் அட்டைகளுடனும், ஒருபோதும் தீராத கடன்களுடனும் வாழ வேண்டிய நெருக்கடி இன்று ஏற்பட்டுள்ளது. பொன்னுலகு குறித்து உத்திரவாதம் அளித்த அரசியல் சிந்தனையாளர்கள் காணாமல் போய்விட்டனர். அவ்வுலகில் இருக்கிற 'சொர்க்கம்' என்ற மாபெரும் புனைவைக் கட்டமைத்த மதவாதிகள் ஒட்டாண்டியாகி விட்டனர். இன்று கொரோனோ வைரஸ் என்ற நுண் கிருமி, ஆயிரமாண்டுகளாகச் சமூகம், மதம், சாதி உருவாக்கியிருந்த எல்லாவற்றையும் கேள்விக்குள்ளாக்கியுள்ளது. சிலுவையில் இரும்பு ஆணிகளால் அறையப்பட்டபோது, "ஏலி ஏலி ஏலி லாமா ஜபக்தனி" (என் தேவனே ஏன் என்னை கைவிட்டீர்) என்று எபிரேய மொழியில் யேசுநாதர் கதறிய கதறல், வெளியெங்கும் மிதக்கிறது. நவீன வாழ்க்கையில் மனிதர்களின் ஆதிக்கச் செயல்பாடுகள் காரணமாக இருத்தல் எப்படியெல்லாம் தத்தளிக்கிறது என்ற தேடல்தான் சரவணன் சந்திரன் நாவல்களின் ஆதாரமா? சரி, போகட்டும். ஏன் இப்படியெல்லாம்

நடக்கின்றன? பூமியில் வாழ்கிற உயிரினங்களில் மனிதர்கள் ஏன் இப்படி அற்பத்தனமாகவும், சொந்தக் காசில் சூன்யம் வைக்கிறவர்களாகவும் மாற்றியுள்ளனர்? போன்ற கேள்விகளின் வழியாகச் சரவணனின் படைப்புலகு, விரிந்துள்ளது.

சரவணன் அச்சு ஊடகத்திலும், காட்சி ஊடகத்திலும் தொடர்ந்து தீவிரமாக இயங்குகிறவர். அதிலும் ஜீ தமிழ் தொலைக்காட்சியில் பரபரப்பாக ஒளிபரப்பான 'சொல்வதெல்லாம் உண்மை' நிகழ்ச்சியின் இயக்குநர் என்ற முறையில் அவருடைய அனுபவங்கள், எந்தவொரு படைப்பாளருக்கும் கிடைத்திராதவை. ஆயிரத்திற்குக் கூடுதலான எபிசோடுகளை இயக்கிய சரவணனின் அனுபவங்கள் கட்டுரைகளாகவும், கதைகளாகவும் பதிவாகியுள்ளன. காட்சி ஊடகத்தின் டாக் ஷோவில் மனிதர்கள் ஏன் இப்படி தங்களை நிர்வாணப்படுத்திக்கொண்டு இன்னும் சிக்கலுக்குள்ளாகின்றனர் என்ற கேள்வி எனக்கு எப்பொழுதும் தோன்றும். அவை, ஒருவகையில் தொலைக்காட்சியின் டி. ஆர்.பி. ரேட்டிங்கை ஏற்றுவதற்காக செய்யப்படுகிற தந்திரம் என்பதை மீறி, காமிராவின் மூலம் எவ்விதமான கூச்சநாச்சமும் இல்லாமல் பேசுகிற ஆண்களையும், பெண்களையும் நேரில் சந்தித்துக் கதைகளைக் கேட்ட சரவணனின் அகம் எப்படி இயல்பாகச் சமநிலையுடன் இருக்கும்? யோசிக்க வேண்டியுள்ளது. ஊடகங்களுக்கான கதைகளின் வழியாகத் தன்னை அடையாளப்படுத்திட முயலும் படைப்பு மனம், முடிவிலியான கதைகளில் உலகில் உறைந்திட சந்திரனை இட்டுச் சென்று விட்டது. ரத்தமும் சதையும் ஆன வாழ்க்கை என்பதற்கு அப்பால் உலகமே கதைகள் ஆனது என்ற அவதானிப்பு, சந்திரனைத் தேர்ந்த கதைசொல்லி யாக்கியுள்ளது. அவருடைய நாவல்களில் தன்னிலையின் விருப்பு வெறுப்புகள் குவிந்திருக்கின்றன. ஒரே ஆள் தான் எல்லா நாவல்களிலும் வெவ்வேறு அடையாளங்களுடன் வெளிப்படுகிறார். அவர், சரவணனாக நாவல் வாசிப்பில் தோன்றிட வாய்ப்புண்டு. அவர், தன்னிருப்பைப் பற்றி, வாக்குமூலம் போல இடைவிடாமல் கதைக்கிறார். கதைசொல்லி தனது அனுபவங்களைச் சொல்லும்போது, எதிராளி தன்னைப் பற்றி என்ன நினைப்பார் என்ற ஓர்மை எதுவும் இல்லை. எதிரே காமிரா இயங்கிக் கொண்டிருக்கிறது என்ற நினைவு இல்லாமல் பேசி, அழுது, சிரித்து, திட்டி, பிறரைத் தாக்குகிற 'சொல்வதெல்லாம் உண்மை' ஆட்கள் போலவே சரவணன் சித்திரிக்கிற கதைசொல்லிகளும் இருக்கின்றனர். தனிமனிதரீதியில் கலகம், சாகசம் எனத் தன்னிருப்பை அடையாளப் படுத்திட விழைகிற இளைஞர்களின் உலகம், மீண்டும்மீண்டும் உருவாக்குகிற புதிய கதைகள், ஏன் இப்படியெல்லாம் இருக்கின்றன

என்ற கேள்வி தோன்றுகிறது. நாவலின் கதைசொல்லிகள் யதார்த்த வாழ்க்கையின் நெளிவுசுளிவுகளுடன் இணங்கிப் போகின்றனர். எல்லா விதமான அத்துமீறல்களையும் இயல்பாகக் கடந்து போகிற சூழலில் வாழ்கிறபோது, சேக்காளியான அண்ணன்கள்,குரூரமாகச் செய்கிற கொலைகளையும் சம்பவங்களாகப் பார்க்க நேரிடுகிறது. சாதியக் கலவரத்தினால், சகமனிதர்களைக் கொல்வதை இயல்பாகக் கருதுகிற நிலவெளியில் வாழ்ந்தவன், எப்பொழுதும் தனக்குள் கேள்விகளைக் கேட்டுக்கொண்டிருக்கிறான். சாகசமாகக் கருதிய தீரச்செயல்களில் ஈடுபட்ட கதைசொல்லியின் குற்றமனம் அலைக்கழிப்பதுதான் நாவல் முன்வைக்கிற அடிப்படையான விஷயம். சுபிட்ச முருகன் நாவலில் காமத்தினால் சிக்கலுக்குள்ளாகிற கதைசொல்லி பெண்ணுடல் மீதான அதீத ஈடுபாட்டினால், அடித்து நொறுக்கப்படலாம் என்பதை அறிந்தும் தொடர்ந்து அதே செயலைச் செய்கிறான். இப்படியாக நான் இருக்கிறேன் என்னால் வேறு என்ன செய்ய முடியும் என்று கதை சொல்லி தன் பக்கத்து நியாயத்தைச் சொல்கிறான். சரவணனின் கதை சொல்லிகள் பொதுவாகத் தவறு எனப் பிரக்ஞையில் உறுத்துகிறபோது, குழந்தைப் பருவத்தில் கடந்துவந்த ஆச்சி, தாத்தா, அப்பா, அம்மா, அத்தை, மாமா நிரம்பிய கோவில்பட்டி ஊருக்குள் பயணிக்க முயலுகின்றனர். குடும்பம் என்ற அமைப்பின் சாதகபாதகமான அம்சங்களின் ஊடாகப் பயணிக்கிற கதைசொல்லி, இயல்பிலே பிறரைக் கொடுமைப்படுத்துகிற குடும்ப உறவினரையும் ‘என்ன ஆச்சு?’ என்றரீதியில் அணுகுகிறார்.

கதைக்கான மொழி என்று செறிந்த நடையில் கட்டமைக்கப்படும் வழமையான நாவல் விவரிப்பு முறைமை குறித்துச் சரவணனின் கதைசொல்லல், பெரிதும் அலட்டிக்கவில்லை. சொற்களைச் செதுக்கி, உருவாக்கப்படும் மொழி குறித்து அக்கறையற்று, தனக்குத் தெரிந்த சம்பவங்கள், பார்த்த மனிதர்கள் என்று விரிந்திடும் நாவலாக்கத்தில் இலக்கிய அந்தஸ்து என்று சரவணன் மெனக்கெடவில்லை. சரவணன், ஊடக அனுபவங்கள் மூலம் எதிர்கொண்ட யதார்த்த வாழ்க்கையில் நடைபெறும் நம்ப முடியாத சம்பவங்கள், இப்படித்தான் வாழ்க்கை இருக்கின்றன, இதில் எப்படி எழுதினால் என்ன? என்று கதைகளைக் கோர்த்து நாவலாக்கிக் கொண்டிருக்கிறார். நாவல், அளவில் சிறியதெனினும் ஏகப்பட்ட கதாபாத்திரங்களைப் பிரதிக்குள் நுழைத்திருப்பது, சரவணன் சீட்டுகளைக் குலுக்கி விசிறுவதுபோல இருக்கிறது. ஒரு விஷயம் எனக் கதைக்கத் தொடங்கிடும் சரவணன், மையத்தில் இருந்து விலகி, பிசிறடிக்கிற நிகழ்வுகளையும், கதைமாந்தர்

களையும் பிரதிக்குள் நுழைந்திட தாராளமாக அனுமதிக்கிறார். சில சம்பவங்களைக் கதையாடலுடன் இயைபுபடுத்திச் செறிவாகவும், சில சம்பவங்களை நெகிழ்ச்சியாகவும், மேலோட்டமாகவும் எடுத்துரைக்கிற சரவணன், விவரிப்பில் நாவலின் மையத்தைச் சிதலமாக்கியுள்ளார். பின்நவீனத்துவக் கதையாடல் போக்கு, பெரும்பாலான நாவலாக்கத்தில் பின்பற்றப்பட்டுள்ளது. கதைகளை விவரிக்கிற மொழியில் எளிய தொடர்கள் கையாளப்பட்டுள்ளன. நாவலாக்கத்தில் சில இடங்களில் காத்திரமான தத்துவ விசாரணை இடம் பெற்றுள்ளது. சுபிட்ச முருகன் நாவலில் அழுக்கு மூட்டைச் சாமியாரின் கதை பின்புலமாக இருப்பினும், மாய உலகானது விநோதமான மொழியில் சொல்லப்பட்டிருக்கிறது. சரவணனைப் பொருத்தவரையில் உன்னதமான நாவல் என்றால் வடிவத்திலும், மொழியிலும் இப்படித்தான் இருக்கும் என்ற மரபான கறார் வரையறைகள் புறந்தள்ளப்பட்டுள்ளன; எப்படி வேண்டுமானாலும் நாவல் முயற்சிகள் இருக்கும் என்று தன்னிச்சையான போக்குத் தொடர்கிறது. கதை மொழியில் இன்னும் செதுக்கி, செம்மையாக்கப்பட்ட பிரதிகளை உருவாக்க வேண்டும். அப்பொழுதுதான் அவை, உன்னதமான பிரதிகளாக வரலாற்றில் என்றும் நிலைத்திருக்கும் என்று ஆலோசனை சொல்வது சமகாலச் சம்பவங்களை முன்னிறுத்திக் கதைக்கிற சரவணனுக்குப் பொருந்தாது. பொதுவாக நவீனக் கதை மொழி என்பது கடன் அட்டைகள் (Credit cards) காலத்தில் பெரிதும் மாறியுள்ளது. தாஸ்தாயெவ்ஸ்கி, காப்கா, ஆல்பர்ட், காமு, ஜேம்ஸ் ஜாய்ஸ் எனத் தொடங்கிய நாவலின் கட்டமைப்பை மட்டும் கொண்டாடுகிறவர்கள், ஒரு காலகட்டத்தில் உறைந்திருக்கின்றனர். அவர்கள் ஒருவகையில் மொழி திரைப்படத்தில் நினைவு தடுமாறிய பேராசிரியராக வருகிற நடிகர் பாஸ்கர் போன்றவர்கள். மௌனியின் கதை மொழி போல எதுவுமில்லை என்று சிலாகிக்கிறவர்களை எகிப்திய மம்மியாக்கி விடலாம். நாவலின் மையத்திற்கு விசுவாசமாகக் கதைசொல்கிற ஒற்றையான போக்குக்கு மாற்றாக ஏகப்பட்ட கிளைக் கதைகளுடன் கதை விவரிக்கிற முறைதான், இன்றைய நவீன நாவலின் போக்காக இருக்கிறது. லஷ்மி சரவணக்குமார், விநாயக முருகன், கரன் கார்க்கி, தமிழ் மகன், தமிழ்ப் பிரபா என விரிந்திடும் அண்மைக்கால நாவலாசிரியர்களின் படைப்புகள் பெரிதும் மரபார்ந்த கதைசொல்லலுக்கு முக்கியத்துவம் தரவில்லை என்பது கவனத்திற்குரியது. ஐந்து முதலைகள் தொடங்கிச் சரவணன், எந்தவொரு விஷயத்தையும் எப்படி சுவராசியமாகக் கதையாக்குவது என்பதற்கு முன்னுரிமை தரும் நிலையில்,நாவலின் தொழில்நுட்பத்திற்கு முக்கியத்துவம் தரவில்லை. பாத்திரங்களை உளவியல்ரீதியான அணுகுமுறையில் நுட்பமாக விவரிக்கத் தோது இருக்கும்போது, அதிலிருந்து விலகி வெவ்வேறு சம்பவங்களை

விவரிப்பது சரவணன் நாவல்களின் பொதுப்போக்காக இருக்கிறது. எல்லாம் கேளிக்கையாகவும், வம்பாகவும் மாறிக்கொண்டிருக்கிற கால கட்டத்தில் நாவல் மட்டும் விதிவிலக்காக இருக்க முடியாது. மாறிவரும் வாழ்க்கைச் சூழலில் மரபான வடிவத்திலும், கதை சொல்லுவதிலும் நவீன நாவல் இடமளிக்கவில்லை என்பதுதான் யதார்த்தம்.

சரவணனின் முதல் நாவலான ஐந்து முதலைகளின் கதை என்ற தலைப்பு மரபுரீதியில் சொல்லப்பட்டுள்ள கதை என்ற கருத்தை உருவாக்குகிறது. அந்த நாவலின் தொடர்ச்சி அடுத்தடுத்த நாவல்களில் பதிவாகியுள்ளன. பதின்பருவத்தில் தொடங்கி வாலிபனாக வளர்ச்சி யடைந்துள்ள ஆண் மனதின் கொண்டாட்டங்கள், சாகசங்கள், வலிகள், அவமானங்கள் என்ற நாவலின் கதையாடல் அடுத்தடுத்துத் தொடர்வது தான் பிரதிகளை வாசிப்பதில் சுவராசியமளிக்கின்றன. ஒருவனின் கதைதான் வெவ்வேறு நாவல்களாக வடிவெடுத்துள்ளன என்று சொல்வதற்கும் பிரதி இடமளிக்கிறது. இன்னும் ஏதோ இருக்கிறது என்று வாசிப்பில் நம்பிக்கையை ஏற்படுத்தி, கதையாடல் ஒருவிதமான வெற்றிடத்தில் முடிகிறது. இதனால் வாசகன் நினைவுகளின் வழியாக நாவலின் கதைக்குள் பயணிக்கத் தொடங்குகிறான். நாவலின் கதை விவரிப்பில், ஒருவிதமாக நிறைவைப் பதிவாக்குகிற வழமைக்கு மாறாகச் சரவணன் எல்லாப் பாத்திரங்களையும் வாசகர்களிடம் விட்டுவிட்டு மௌனமாகி விடுகிறார். இன்னும் ஏதோ இருக்கிறது என்று நம்புகிற வாசகன் சரவணனின் அடுத்த நாவலைத் தேடிப் போக வேண்டியதுதான். சென்னை, கிறித்தவக் கல்லூரியில் மாணவனாகப் பயின்றபோதும், ஹாக்கி விளையாட்டு வீரனாவதற்காக விளையாட்டு விடுதியில் தங்கியிருந்தபோதும், முதலீட்டாளராகத் தைமூர் நாட்டுக்குச் சென்றபோதும் அகரீதியில் குமைகிறான். ஆதியும் அந்தமும் அற்ற பெரு வெளியில் தான் என்ற நினைப்பில் மனிதர்கள் செய்கிற அத்துமீறல்களும், கொலைகளும், துரோகங்களும், வன்முறைகளும் நாளும் பெருகிற சூழலில் கதைசொல்லி இயல்பாகக் கடந்து போவது எப்படி சாத்தியம்? சுபிட்ச முருகன் நாவலின் கதைசொல்லிபோல காமத்தைக் கடந்திட உடல் பற்றிய புனைவுகளுக்குள் உழன்றுகொண்டிருக்கிற ஆள் என்று தன்னை அடையாளப்படுத்துவது எளிய விஷயம் அல்ல. சரவணன் ஒருநிலையில் பல்வேறு கதைசொல்லிகளுடன் ஒத்திசைந்து தனது நாவல்களை எழுதியுள்ளார்.

சூழலின் அழுத்தம் காரணமாக முன்னெப்போதையும்விட சிக்கலுக்குள்ளாகி இருக்கிற நவீன வாழ்க்கையின் நெருக்கடிகளில் இருந்து, தப்பித்து ஓடுகிற மனோபாவம், பெரும்பாலான ஆண்களின்

மனங்களில் ததும்புகிறது. வீடு, குடும்பம் என்று காலங்காலமாகக் கட்டமைக்கப்பட்டிருக்கிற இருப்பினைத் துறந்து சித்தார்த்தன், தேசாந்தரியாகி ஞானத்தைத் தேடியது, இன்றளவும் வெவ்வேறு வழிகளில் தொடர்கிறது. சராசரியான வாழ்க்கையைக் கடந்து செல்லும்போது, சிலரின் தேடல் என்பது வழமையில் இருந்து மாறி, வேறுபட்ட தளங்களில் பயணிக்கிறது. எல்லாம் துல்லியமானவை என்ற பிரக்ஞையின் ஆதிக்கம் எங்கும் பரவலாகி, ஒருவகைப்பட்ட தத்துவம் ஆழமாக ஊடுருவி, வலுவாக இருக்கிற பொதுப்புத்தி கேள்விக்குள்ளாக்கப்படுவது, தற்செயலானது அல்ல. விதிவிலக்கான செயல்பாடு அல்லது மனநிலையுடையவர்கள், புதிய சூழலை உருவாக்கிட முயலுவதும், சூழலுக்குள் முடங்குவதும் என எதிரெதிர் முனைகளில் செயல்படுகின்றனர். நவீன சமூகம் கட்டமைத்துள்ள அரசு, மதம், குடும்பம், சமூகம், அதிகாரம் போன்றவற்றைக் கேள்விக்குள்ளாக்கிடும் இளைய தலைமுறையினர் எப்போதும் புதிய சவால்களை விருப்பத்துடன் எதிர்கொள்கின்றனர். சமூகத்தின் விழுமியங்கள் மீது இடைவிடாத கேள்விகளை எழுப்பப்படும்போதுதான் ஒழுங்கற்ற முறையில் கதைகள் சொல்லப்பட்டிருந்தாலும் கேள்விகள் மூலம் பகுப்பாய்வு செய்திட முடியும். சரவணன், ஒவ்வொரு நாவலிலும் தனது அனுபவங்களை மொழியின் வழியாகக் கடத்திடும் பணியை விலாவாரியாகச் செய்கிறார். ஏகப்பட்ட சம்பவங்களையும் மனிதர்களையும் கதைகளின் சரடில் கோர்க்கிற சரவணனுக்கு எப்படி செய்நேர்த்தியுடன் செயல்பட வேண்டுமென்ற பருண்மையான திட்டம் எதுவுமில்லை. இவை நாவலுக்கான விஷயமாக எங்ஙனம் உருவெடுக்கின்றன என்று வாசிப்பில் யோசிப்பதற்குள் வாழ்க்கை இப்படித்தான் சிலருக்கு லபிக்கிறது, நம்மால் என்ன செய்ய முடியும்?என்ற கேள்வி தோன்றுகிறது. இதுதான் கதையா? என்ற கேள்வியின் வழியாகப் பயணிப்பதற்குள் அடுத்தடுத்து மாறுபட்ட சம்பவங்களைக் கதைக்குள் திணிப்பது சரவணனின் இயல்பாக இருக்கிறது. அஜ்வா நாவல் போதைப் பழக்கம் குறித்த விவரிப்பு என்று நம்புவதற்குள் அப்பா, அம்மா, தாய்மாமன், அத்தை, சுந்தர் அண்ணன், விஜி அண்ணன் என்ற பேச்சுகள். அப்புறம் டெய்சி. வேறுபட்ட போதை முறைகள். இப்படியான கதையாடலில் ஏன் மனிதர்கள் இப்படியெல்லாம் இருக்கின்றனர் என்ற கேள்விதான் மிச்சமாகிறது. போதை சமாசாரத்தில் இன்னும் புகுந்து எழுதுவதற்கான சாத்தியம் நிரம்ப இருக்கிறது என்றாலும், அஜ்வா பேரிட்சை, சொட்டு நீர்ப் பாசனம் எனக் கலந்து கட்டி விரிந்திடும் நாவலில் மையம் சிதலமாகியுள்ளது.

சில ஆண்டுகளுக்கு முன்னர் சென்னையில் அயல்நாட்டு முதலீட்டாளர்களைக் கவர்ந்திழுப்பதற்காக அன்றைய முதலமைச்சர் ஜெயலலிதாவின் தலைமையில் பிரமாண்டமான மாநாடு நடத்தப் பட்டது. அந்த நிகழ்வின்போது ஹாலோகிராமில் உருவான மின்னணுக் குதிரை காற்றில் மிதந்துவந்து ஜெயலலிதாவின் முன்னால் மண்டியிட்ட காட்சி, எதனுடைய குறியீடு? உலகமெங்கும் இருந்து அழைக்கப்பட்டிருந்த தொழில் முனைவர்களுக்குச் செலவழிக்கப்பட்ட பல கோடிப் பணம் வீண்விரயம் என்பதைத்தவிர அந்த மாநாட்டினால் பயன் எதுவுமில்லை. வெளிநாட்டு முதலீட்டாளருக்கு வெற்றிலை பாக்கு வைத்துத் தொழில் தொடங்க அழைப்பு விடுத்தும் ஏன் பலரும் முன்வரவில்லை. யோசிக்க வேண்டியுள்ளது. இந்த இடத்தில் சரவணன் சந்திரனின் ஐந்து முதலைகள் நாவல் நினைவுக்கு வருகிறது. காட்சி ஊடகத்தில் பணியாற்றிக் கொண்டிருந்த சரவணன், திடீரென சர்வதேசப் பின்புலத்தில் உலகமயமாக்கல் அரசியலை நாவலாக எழுதியுள்ளார். ஒவ்வொரு செயலுக்கும் பின்னால் அரசியல் பொதிந்துள்ளதை அவதானிக்கிற சரவணனின் நாவல் முயற்சி, சமூக விமர்சனமாக வெளிப்பட்டுள்ளது. நாவலின் கதைசொல்லி, தமிழகத்திலிருந்து தெற்காசியாவிலுள்ள தைமூர் நாட்டில் தொழில் தொடங்கி அந்த நாட்டின் வளத்தைச் சுரண்டலாம் என அங்கே செல்கிறார். தைமூர் அடிப்படையில் பொருளாதாரரீதியில் வளமற்ற நாடு. ஆனால் அந்த நாட்டில் இயற்கை வளங்கள் கொட்டிக் கிடக்கின்றன என இரையை விழுங்கிட அலைகிற முதலைகளாக முதலீட்டாளர்கள் குவிகின்றனர். வணிகம் என்ற பெயரில் எவ்விதமான நியாயங்களும் இல்லாமல் கொடூரமான செயல்கள் நிகழ்த்தப்படுகின்றன. துரோகம் என்பது இயல்பானதாகக் கருதப்படுகிற சூழலில், எப்படி யாவது பணத்தைக் கைப்பற்றிட முதலைகள் துடிக்கின்றன. ‘மூலதனக் கொடுங்கோன்மை’ எனப் பொதுவுடைமை ஆசான் மார்க்ஸ் சொன்னது அப்படியே பொருந்துகிறது. தைமூரில் டாலர் நோட்டுத்தான் செல்லுபடி யாகிற பொருளாதாரச் சூழலில், பூர்விக மக்கள் அன்றாட உணவுக்காக எதையும் இழக்கின்றனர். கதைசொல்லி, தைமூரில் ஏற்கனவே இருக்கிற தொழில் முனைவர்களுடன் கூட்டுச்சேர்ந்து செய்கிற ஒவ்வொரு முயற்சியிலும் தடங்கல் ஏற்படுகிறது. கடல் அட்டைகள், காஃபி லுவாக், கூட்டு உழவாரன் பறவைக் கூடு எனத் தேடியலைகிற நிலையில், எதை யாவது செய்து எப்படியாவது பொருளீட்ட முயலுவதில் நெறிமுறை எதுவும் இல்லை. தொழில் முதலீடு என விரிந்திடும் சாம்ராஜ்யத்தில் சகமனிதர்களுடனான உறவென்பது நம்பிக்கைத் துரோகம், கசப்பு, வஞ்சகம், கொண்டாட்டம், காமம், வெறுப்பு என விரிந்திடும் சூழலில், எங்கும் முதலைகள் வாயைப் பிளக்கின்றன. அவற்றின் வாய்களில் வைரச் சுரங்கங்களும் எண்ணெய்க் கிணறுகளும்.

காதல், குடும்ப உறவு எனக் கதைசொல்கிற வழமையான தமிழிலக்கியக் கதையாடல் சூழலில், சரவணனின் நாவல் களம் மலேசியா, சிங்கப்பூர், இந்தோனேஷியா, தைமூர் எனப் பரந்திருப்பது வாசிப்பில் சுவராசியமளிக்கிறது. தமிழ்நாட்டில் மணல் மாபியாக்களின் சாம்ராஜ்யம் எப்படி எல்லா மட்டங்களிலும் ஊடுருவியுள்ளது பற்றிய கதைசொல்லல், அண்மைக்காலத் தமிழக அரசியலுடன் நாவலைப் பொருத்துகிறது. பணத்தை எந்த வழியிலும் சம்பாதிக்கத் துடிக்கிற முதலீட்டாளர்கள் பற்றிய சரவணனின் சித்திரிப்புகள், உலகமயமாக்கல் எப்படியெல்லாம் தனது ஆக்டோபஸ் கரங்களை விரித்து எல்லா வற்றையும் விழுங்கிடத் துடிப்பதைச் செறிவுடன் விவரிக்கின்றன. இது வரை சமூகம் பன்னெடுங்காலமாக உருவாக்கியுள்ள மதிப்பீடுகளின் வீழ்ச்சியை நாவல் நுட்பமாகப் பதிவாக்கியுள்ளது. பணத்தை முன் வைத்த வாழ்க்கையில் துரோகமும் நட்பும் ஒரே வரிசையில் நிற்கின்றன. இங்கு யார் வேண்டுமானாலும் எப்பொழுது வேண்டுமானாலும் துரோகி அல்லது நண்பனாக மாறுவதற்கான எல்லாவிதமான சாத்தியப் பாடுகளும் இருப்பதை நாவலின் மையம் உணர்த்துகிறது. உலக மயமாக்கல் பண்பாட்டுத்தளத்தில் எத்தகைய மனித மதிப்பீடுகளை உருவாக்கும் என்பதை அறிந்திட ஐந்து முதலைகளின் கதை நாவல் முக்கியமான ஆவணம். எல்லோரும் முதலைகளாக மாறிப் பேராசையில் தவிக்கும்போது, பெரிய முதலைகளின் சர்வதேசக் கொள்ளை வியாபாரம் சூடு பிடிக்கும். உலகமயமாக்கல் என்ற சொல்லுக்குப் பின்னால் பொதிந்திருக்கிற அரசியல், கொள்ளை, பண்பாட்டுச் சீரழிவு குறித்த பேச்சுகளை உருவாக்குகிற ஐந்து முதலைகளின் கதை, இதுவரை தமிழ்ச் சமுதாயம் காலங்காலமாக உருவாக்கியிருக்கும் மதிப்பீடுகளைக் கேள்விக்கு உள்ளாக்கியுள்ளது. கதைசொல்லியின் சொற்களின் வழியாகப் பயணிக்கிற வாசகன் அறம் பற்றி, இதுவரை படர்ந்துள்ள மூடுதிரையை விலக்கி, தனக்கான அறத்தைக் கண்டறிகிறான்.

இன்றைய காலகட்டத்தில் உண்மைகளைத் தொலைத்துவிட்டு, அது குறித்து அறியாமல் வாழ்கிற நிலை, பலருக்கும் லபித்துள்ளது. நகல்களின் நடுவில் நகல் உண்மையானது, அசலான உண்மையைவிட அசல் தன்மையுடன் இருக்கிறது. இது நகல்களின் காலம். அசலான சுயமான மனிதன் என்று யாரும் இருப்பதற்கான சாத்தியம் எதுவுமில்லை. வரலாறு என்பது அதிகாரத்தினால் கட்டமைக்கப்படுகிற சூழலில் மனிதர்கள் வெறும் உடல்களாக மாற்றப்படுகின்றனர். குழந்தை பிறந்தவுடன் தரப்படுகிற எண், வாழ்க்கையின் எல்லா காலகட்டங் களிலும் தொடர்கிறது. எண்களினால் கட்டுப்படுத்தப்படுகிற மனித

இருப்பு, மதம் உள்ளிட்ட நிறுவனங்களின் அதிகாரத்தின் ஆதிக்கத்தில், எப்பொழுதும் ஒழுங்குமுறைப்படுத்தப்பட்ட உடல்களாக உருமாறுகின்றன. ஒருவகையில் காயடிக்கப்பட்ட உணர்வுகளுடன் நடமாடும் நடைப்பிணம் என்று சமகால மனிதனைக் குறிப்பிட முடியுமா? உலகமயமாக்கல் கால கட்டத்தில் இளைஞர்கள் மரபான விழுமியங்களைத் தொலைத்து விட்டு, எதன் மேல் நம்பிக்கை கொள்வது என்ற அவநம்பிக்கையுடன் தத்தளிக்கின்றனர். நகல்களைக் கொண்டாடுகிற சமூகச் சூழலில் எல்லாம் கலங்கலாகவும், குழப்பமானதாகவும் மாறியுள்ள நிலையில், டூப்ளிகேட் இல்லாத அசலான ரோலக்ஸ் வாட்ச் என்று சரவணன் சித்திரிக்க முயலுவது ஏற்புடையதா? யோசிக்க வேண்டியுள்ளது. கோவில்பட்டி ஊரிலிருந்து சென்னை மாநகருக்கு வந்தவன் எதிர் கொள்கிற சாதி, மதம், பணம், அந்தஸ்து, அரசியல், கொண்டாட்டம் என விரிந்திடும் நாவல் ஒருவகையில் அதிகாரம் எப்படியெல்லாம் செயல்படுகிறது என்பதைக் கண்டறிந்திட முயலுகிறது. கரிசல் பின்புலத்தில் இருந்து வந்த இளைஞன், தாம்பரம் கிறித்தவக் கல்லூரியில் சேர்ந்து படிக்கத் தொடங்குவதில் இருந்து அவனுடைய அனுபவங்கள் விரிகின்றன. விளிம்பில் இருந்து வருகிறவன், ஒவ்வொரு கட்டத்திலும் தன்னிருப்பை அடையாளப்படுத்திட வேண்டியுள்ளது; போட்டியான நகர்ப்புற வாழ்க்கையில் பொருளாதாரம் தொடங்கி எல்லாவற்றிலும் எலியோட்டமாக ஓடிட வேண்டிய நெருக்கடி, துரத்துகிறது. உலக மயமாக்கல் காலகட்டத்தில் எல்லாம் சரக்காக மாறியுள்ள சூழலில் கதை சொல்லி தனது சமூக அடையாளத்தை உயர்த்திக் காட்டிட வேண்டி யுள்ளது. பொருளாதாரத்தில் வெற்றியடைந்து, ஏற்கனவே திருமணமான திவ்யாவுடன் பாலுறவை வைத்திருக்கிற கதைசொல்லி, ஒருவிதமான போதாமையினால் தத்தளிக்கிறான். ஏதோவொரு வெறுமை அவனைத் துரத்துகிறது. வெற்றியை அடைந்திட்டதாகக் கருதிய சூழலில், சமூக மதிப்பீடு, குறுக்கிடுகிறது. சந்திரன் எப்பொழுதும் அசலாக இருக்கிறான். கதைசொல்லியின் மனம் எதிலும் திருப்தியடையாமல், தாழ்வு மனப் பான்மையில் தத்தளிக்கிறது. எது அசல் எது நகல் என்று கண்டறியப் படாத சூழலில் வாழ்ந்திடும் கதைசொல்லிக்கு ரோலக்ஸ் வாட்சில் போலி இல்லை என்பது அதிர்ச்சியாக இருக்கிறது. திடீரெனப் போலி ரோலக்ஸ் வாட்ச், கதை சொல்லிக்குக் குறியீடாக மாறுகிறது.

யதார்த்த வாழ்க்கையில் ஒரு குறிப்பிட்ட ஒழுங்கில் சில சம்பவங்கள் தொடர்ந்து நடைபெறுகின்றன. படைப்பைப் பொருத்தவரையில் சில வேளைகளில் படைப்பாளியின் விருப்பத்திற்கு எதிராகவும் பாத்திரங்களின் மனவோட்டமும், செயல்பாடும் அமைகின்றன. வாசகருக்கு

ஏமாற்றமளிக்கிற நிகழ்வுகள், படைப்பில் இடம்பெறும்போது, அதை ஏற்றுக்கொள்வதைத்தவிர வேறு வழியில்லை. சுபிட்ச முருகனில் கதைசொல்லியின் பாலியல் பிறழ்வுச் செய்கை, மூடுண்ட தமிழ்ச் சமூகத்தில் குறிப்பாகப் பெண்களிடையில் வெறுப்பை எழுப்புகிறது. உடல் பற்றிய மர்மத்தைத் தொடர்ந்து கட்டமைத்துப் பாலியல் உறவை ரகசியமாகக் கட்டிக்காக்கிற தமிழர் வாழ்க்கையில் சுபிட்ச முருகனைத் தேடிச் செல்கிற கதைசொல்லியின் ஆன்ம அனுபவம், தனித்துவமானது. அதியற்புதப் புனைவு, இயற்கையிகந்த சம்பவம், பிரபஞ்ச மர்மம், விநோதமான கடவுள், இயற்கையின் பேராற்றல் என்று நாளும் மனித இருப்புக் குறித்து முடிவற்ற கேள்விகளின் ஊடாக வாழ்ந்திடும்போது, சுபிட்ச முருகனை முன்வைத்துக் கதைசொல்லியின் நீளும் ஆன்மத் தேடல், தவிர்க்கவியலாதது. புலன் கடந்த அப்பாலை குறித்துக் காலங் காலமாக யோகிகள் கண்டறிந்திட முயன்ற முயற்சிகள், இருத்தல் குறித்தும் கேள்விகளை எழுப்புகின்றன. புலன்களைக் கடந்த நிலையில் விநோதமான அனுபவத் தேடல், ஒருநிலையில் கஞ்சா புகைக்குள் இருந்திடவும் சாத்தியமுண்டு. அதேவேளையில் கதைசொல்லியை முன் வைத்துப் பதிவாகியுள்ள சம்பவங்களை அபத்தமென்று புறந்தள்ளவும் இடமிருக்கிறது.

போதையின் பல்வேறு அம்சங்களையும் விவரிக்கிறது அஜ்வா நாவல். வெளிமாநிலத்தில் இருந்து தமிழகத்தில் தங்கியிருக்கிற டெய்ஸியின் விடமுடியாத போதைப் பழக்கம் காரணமாகத் தொடர்பு உடைய கதைசொல்லி, எதிலும் பிடிப்பற்ற மனதுடன் உழல்கிறான். ஒருநிலையில் அடர்த்தியான கஞ்சா புகை, கண்ணிமையின் மீது போதை மருந்தைச் செலுத்துதல் எனத் தன்னிலையை இழக்கிற விஷச் சூழலுக்குள் சிக்கிக்கொண்டால், மரணம் காத்திருக்கிறது. கதை சொல்லிக்கு டெய்ஸியுடனான காதல் என்ன ஆச்சு? அஜ்வா பேரிட்சை குறித்த பதிவு, சொட்டு நீர்ப் பாசனம், பஞ்சாப் விவசாயிகளின் தோட்ட அனுபவம் போன்றவை போதையில் இருந்து தன்னை மீட்க முயலுவதா? போதை என்ற ராட்சதக் கரத்தின் நிழலில் சிக்கியுள்ள கதைசொல்லியின் வாழ்க்கை, புலன் கடந்த அனுபவத்தைத் தரிசிக்க முயலுகிறது. போதையை முன்வைத்துப் பாத்திரங்களை உருவாக்கி, போதையின் மூலம் மனிதர்கள், கண்டறிந்திட முயலுகிற தன்னை மறத்தல் குறித்து விவரிக்காமல், வாசகரின் தேடலை வேறுவகையில் துரிதப்படுத்துகிறது அஜ்வா நாவல். யோசிக்கும் வேளையில் கடவுள், உடலுறவு, மது, கஞ்சா போன்றவற்றின் மூலம் சில கணங்களில் தன்னிருப்பை மறந்து அடைகிற ஆன்மீக நிலையைப் பேரானந்தம்

என்று சொல்ல முடியும். சரவணன், போதையை முன்வைத்துச் சம்பவங்களை விவரிப்பதுடன், ஏன் இப்படியெல்லாம் மனிதர்கள் தங்களையே வதைத்துக் கொள்கின்றனர் என்ற கேள்வியை எழுப்பி யுள்ளார். எல்லாவற்றையும் துறந்து, ஹரித்துவாரில் கங்கை நதிக் கரையில் எரியும் நெருப்பின் சுவாலையில் ஹுக்காவில் கஞ்சா புகைக்கிற ஜடாமுடி ஆசாமிகளின் தேடல், போதை இல்லையா? என்ற கேள்வியை அஜ்வா நாவல் எனக்குள் எழுப்பியது.

கரிசல் நிலப்பரப்பின் வெக்கைக்குள் இருந்து வெளியேறி, ஹாக்கி இந்திய அணியில் விளையாடத் துடிக்கிற இளைஞனின் தேடல்களும் அதற்கான விளைவுகளும் 'பார்பி' நாவலாகியுள்ளது. வளைந்த மட்டைக்கும், பந்துக்கும் இடையில் உருள்கிற காலமும், வெளியும் போல விளையாட்டு வீரனின் வாழ்க்கை இருக்கிறது. விளையாட்டு என்ற ஒற்றைச் சொல்லினுக்குப் பின்னால் இயக்குகிற பிரமாண்டமான உலகினைப் பார்பி பொம்மையை முன்வைத்துக் கதைசொல்லி விவரிக்கிற சம்பவங்கள் தான் நாவலின் மையம். விளையாட்டுத்திடலில் பயிற்சியின்போது, கை நழுவிப்போன குண்டு உடலில் பட்டதனால் முடமாகிப்போன இளம் விளையாட்டு வீராங்கனையின் கனவு நாசமாகிப் போனதற்குக் காரணம் கதைசொல்லிதான். வெறுமனே அலங்காரப் பொம்மையாக இருக்கிற பார்பி பொம்மைக்கும் வீராங்கனைக்கும் வேறுபாடு எதுவுமில்லை. கதைசொல்லியிடம் எப்பொழுதும் பத்திரமாக இருக்கிற பார்பி பொம்மை எதன் குறியீடு? கதைசொல்லியின் குற்றமனம் இடை விடாமல் அவனைத் துரத்துகிறது. அவளுடன் இயல்பான நட்புடன் இருக்க முயலுவதும் தடைபடுகிறது. எதுவும் நடப்பதற்கான சாத்தியப் பாடு இருக்கிற உலகில் கதைசொல்லியின் விளையாட்டுக் கனவு போலத்தான் சகலமும் இருக்கின்றன. சரவணனின் பிற நாவல்களுடன் ஒப்பிடும்போது, பார்பி கதையாடல் குறிப்பிட்ட எல்லைக்குள் செறிவான சம்பவங்களுடன் விரிந்துள்ளது.

எது சாதனை? எது அடைய விரும்பிய சிகரம்? எது இலக்கு? என்று சுயமுன்னேற்றக் கோட்பாடுகளில் சிக்கித் தவிக்கிற இளைஞர்கள் இன்று எங்கும் பெருகியுள்ளனர். வாழ்க்கையின் லட்சியம் மருத்துவராதல், ஐஏஎஸ் அதிகாரி ஆவது, பெரிய பணக்காரனாவது என்று திட்டமிட்டுச் செயலாற்றி, அதைக் கைப்பற்றிய பின்னர், என்ன மிஞ்சுகிறது? நுகர் பொருள் பண்பாடு, இயற்கையிலிருந்து மனிதனைப் பிரித்து, ஏதோ வொரு பொற்காலக் கனவுடன் வாழ்தல்தான் வாழ்வின் அடையாளம் என்று உருவாக்கியுள்ளது. பெரும்பாலோர், தாங்கள் திட்டமிட்ட இலக்கை அடைவதில்லை. சிலர் அடைந்த இலக்கில் உறைந்திருக்கின்றனர்.

சிகரத்தை அடைந்திடத் துடியாகத் துடிக்கிறவர்களின் தேடலும் வலியும் தொடர்கின்றன. உண்மையில் சிகரம் எதுவும் இருக்கிறதா? என்ற கேள்விக்குள் சிக்கிக்கொண்டால், லகுடு நாவலின் கதை சொல்லியாகிட நேரிடும். கரிசல் காட்டில் வறுமையான பின்புலத்தில் வாழ்கிற பதின்பருவத்தினான இளைஞன், தனது தந்தையைப்போல தெருவிலும், பேருந்து நிலையத்திலும் லாட்டரி சீட்டுகளைக் கூவி விற்கிறான். ஒரு லாட்டரி சீட்டில் ஒருவனுடைய பொருளாதார வாழ்க்கை, தோசைப் புரட்டாக மாறிடும் சூழலில் அதிர்ஷ்டத்தின் பார்வை அவன்மீது படிந்திருக்கிறது. எது அதிர்ஷ்டம்? தந்தை எப்பொழுதும் போல சீட்டுக்களை விற்றிட, மகன் சுரண்டல் லாட்டரி விற்பனை தொடங்கி, சூதாட்டத்தை முன்வைத்துப் பெரிய வேட்டையைத் தேடுகிறான். அன்றாடம் தொழிலாகச் செய்கிற செயல் என்பது இருப்பிற்கான பணத்தேடல். ஏதாவது செய்து, அது தில்லுமுல்லுவாக இருந்தாலும் சரி, எவ்விதமான ஒழுங்குமற்றுப் பணத்தை அள்ளிக் குவிக்க முயலுவது, தேடலின் ஆதாரம். வேட்டைப் பறவையான லகுடு தொலைவில் இருந்து பெரிய இரைக்காகக் காத்திருந்து, ஒரு நிலையில் லாவகமாகக் கவ்விச் செல்லும் இயல்புடையது. லகுடு போலக் கதை சொல்லியும் எங்கெங்கோ சென்று, காத்திருந்து லம்பாகப் பெரும் தொகையைச் சம்பாதிக்க முயலுகிறான். எல்லாம் எண்கள்தான். சூதின் மூலம் பண வேட்டையில் ஈடுபட்ட கதைசொல்லியை முன்வைத்துச் சொல்லப்பட்டுள்ள கதையாடலில் நடப்பு வாழ்க்கை குறித்துக் கேள்விகள் தோன்றுகின்றன. சரவணனின் பெரும்பாலான கதை சொல்லிகள் எதற்காகவும், எப்படியும் வாழ்ந்திடத் துடிக்கிறவர்கள்; தன்னுடைய நலனுக்காக அத்துமீறல்களை எளிதாகச் செய்கிற இயல்புடையவர்கள். அதேவேளையில் உச்சமான செயல்பாட்டின் போது, அறம் குறித்து யோசிக்கின்றனர். இந்த முரண்தான் கதையாடலில் முக்கியமானது.

மனிதன், சிந்திக்கத் தொடங்கியதில் இருந்து தனக்கும் பூமிக்குமான தொடர்பு, பிரபஞ்சத்தின் மாய விநோதங்கள், சமூக நெறிமுறைகள், இயற்கையைப் புரிந்திட முயலுதல் போன்றவற்றின் மூலம் பொது விதிகளைக் கண்டறிய முயன்றான். அதன் விளைவாக ஒழுங்கு, அறம் கண்டுபிடிக்கப்பட்டன. அறத்தின் பின்புலத்தில் தனிமனிதன் மற்றும் வாழ்க்கை குறித்த விழுமியங்கள் உருவாக்கப்பட்டன. அந்த விழுமியங்களை மையமாக வைத்துப் புதிய பிரதிகள் உற்பத்தி செய்யப்பட்டன. காலந்தோறும் புதிய தலைமுறைக்கு அந்தப் பிரதிகள் விட்டுச் செல்லப்பட்டன. அதே காலகட்டத்தில் உற்பத்தியான புதிய

பிரதிகளும் பண்டைய பிரதிகளில் இருந்த மையத்தை உள்வாங்கிக் கொண்டன. அறம் என்பது வாழ்வின் ஆதாரம் என்பது பொதுப் புத்தியானது. சரவணன் சித்திரிக்கிற கதைசொல்லிகள், அறம் என்ற சொல்லின் மீது ஈர்ப்புடையவர்கள் எனினும் சூழலின் காரணமாக எல்லாவிதமான அத்துமீறல்களிலும் ஈடுபடுகின்றனர். சரவணனின் முதல் நாவலில் தொடங்கிடும் அறம் பற்றிய மதிப்பீடு, பிற நாவல் களிலும் வெவ்வேறு அளவுகளில் தொடர்கிறது. பண்டைத் தமிழ்ப் படைப்புகளில் இடம் பெற்றிருந்த அறம் பற்றிய சிந்தனை, இன்றைய நவீனத் தமிழ் நாவலாக்கத்திலும் தொடர்வது, வரலாற்றின் விநோதம் தான்.

சரவணன் சித்திரிக்கிற நாவல்களின் கதையாடல், பிரதி என்ற நிலையில் முன்வைக்கிற கருத்துகளுக்கு எதிரான மாற்றுக் கருத்துக்களை வாசிப்பில் கண்டறிய முடியும். படைப்பாளியின் வேலை என்பது வெறுமனே தகவல்களைத் தெரிவிக்கும் செயல்பாடு மட்டுமல்ல; படைப்பாக்கத்தில் வறட்டுத்தனமான நியதிகளையும், விதிகளையும் பிடித்துக்கொண்டு தொங்குவதில் அர்த்தம் எதுவுமில்லை. நடப்பு வாழ்க்கை குறித்து அக்கறையுள்ள நாவலாசிரியர் பல்வேறு விதிகளுக்கும், அரசியல் நெருக்கடிகளுக்கும் இடையில் அந்தரத்தில் ஊசலாடுகிற மனித இருப்பைக் கதையாடலில் முன்னிலைப்படுத்த வேண்டியுள்ளது. இந்தக் காலம் இப்படியாக இருக்கிறது, இங்கே இளைஞர்களின் நிலை ஊசலாட்டமாக இருக்கிறது என்ற நிலையில் தேடலைத் தொடங்க வேண்டியுள்ளது. மக்களை இயற்கையிலிருந்து விலக்கி, அரசியலைக் கையகப்படுத்தியுள்ள கார்ப்பரேட்டுகளின் ஆதிக்கமும், சநாதனவாதிகளின் மத அதிகாரமும் எங்கும் பரவியிருக்கிற இன்றைய காலகட்டத்தில் இளைஞர்களின் தேடல் உற்சாகம் இழந்து, வலி நிரம்பியதாக மாறியிருக்கிறது. தமிழகத்தின் இளைய தலைமுறை யினரை முன்வைத்துச் சொல்லப்பட்டுள்ள சரவணனின் நாவல்களில் இடம்பெற்றுள்ள இளைஞர்களின் செயல்பாடுகள், சமகாலத்தின் பதிவுகளாகியுள்ளன. அவை, ஒருவகையில் கொண்டாட்டமும், துயரமும் நிரம்பியவை. வேறு என்ன?

(நிலவெளி, 2020, ஆகஸ்ட்)